நூலாசிரியர் சார்ல்ஸ் டார்பர் (1944) பாஸ்டன் கல்லூரியில் சமூகவியல் பேராசிரியராகப் பணியாற்றுகிறார். நியூஸ்டே, த பாஸ்டன் குளோப், நியூஸ்வீக், பிஸினஸ் வீக், டைம் போன்ற பத்திரிகைகளில் இவருடைய கட்டுரைகள், நேர்காணல்கள், தலையங்கத்துக்கு எதிர்ப்பக்கத்தில் எழுதும் கருத்துரைகள் பிரசுரமாகின்றன. தேசியப் பொது வானொலியிலும் தொலைக்காட்சியிலும் உரைகள் நிகழ்த்துகிறார். *The Pursuit of Attention: Power and Ego in Everyday Life, The Wilding of America: Money, Mayhem, and the New American Dream, Greed to Green: Solving Climate Change and Remaking the Economy, The Surplus American: How the 1% Is Making Us Redundant* (யேல் மேக்ரஸ் என்பவருடன் இணைந்து எழுதியது) ஆகியவை இவருடைய முக்கிய நூல்கள். நியூயார்க் டைம்ஸ், த வாஷிங்டன் போஸ்ட், த பாஸ்டன் குளோப் ஆகிய பத்திரிகைகளிலும் பல ஊடகங்களிலும் இவருடைய நூல்கள் மதிப்புரை செய்யப்பட்டுள்ளன.

மொழிபெயர்ப்பாளர் ஆர். சிவகுமார் மாநிலக் கல்லூரியின் ஆங்கிலத் துறையில் இணைப் பேராசிரியராகப் பணியாற்றி ஓய்வு பெற்றவர். அமெரிக்கச் சிறுபத்திரிகைகள், தமிழ்ச் சிறுபத்திரிகைகள் தொடர்பான ஆய்வில் முனைவர் பட்டம் பெற்றவர். 1970கள் தொடங்கி இவருடைய மொழிபெயர்ப்புகள் சிறுபத்திரிகைகளில் வெளியாகின்றன. லத்தீன் அமெரிக்கச் சிறுகதைகள் (தொகுப்பும், சில கதைகளின் மொழி பெயர்ப்பும்), உருமாற்றம் (காஃப்கா), பிறமொழிக் கதைகள், பதேர் பாஞ்சாலி (திரைக்கதை), இலக்கியக் கோட்பாடு (ஜானதன் கல்லர்), சோஃபியின் உலகம் ஆகியவை இவருடைய குறிப்பிடத்தகுந்த மொழி பெயர்ப்புகள். சங்கக் கவிதைகள் சிலவற்றையும், நகுலனின் சில கவிதைகளையும் ஆங்கிலத்தில் மொழிபெயர்த்துள்ளார்.

மார்க்ஸின் ஆவி

உலகை மாற்றுவது குறித்த நடுநிசி உரையாடல்கள்

கார்ல் மார்க்ஸ்

சார்ல்ஸ் டார்பரிடம்

சொல்லியபடி

தமிழில்

ஆர். சிவகுமார்

அடையாளம்

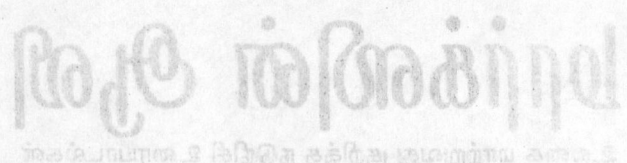

முதல் பதிப்பு 2017
© பாரடைம் பப்ளிஷர்ஸ்
© தமிழ் மொழிபெயர்ப்பு: அடையாளம்

வெளியீடு: அடையாளம், 1205/1 கருப்பூர் சாலை, புத்தாநத்தம் 621310, திருச்சி மாவட்டம், இந்தியா. தொலைபேசி: 04332 273444

நூல் வடிவம்: த பாபிரஸ், அச்சாக்கம்: அடையாளம் பிரஸ், இந்தியா

ISBN 978 81 7720 203 8

விலை: ₹ 280

> *maarxin aavi: ulakai maatruvathu kuritha nadunisi uraiyaadalkal* is the Tamil translation of *Marx's Ghost: Midnight Conversations on Changing the World* in English by Charles Derber, Translated by R. Sivakumar, Published by Adaiyaalam, 1205/1 Karupur Road, Puthanatham 621310, Thiruchi Dist., Tamilnadu, India. email: info@adaiyaalam.net

நோம் சாம்ஸ்கிக்கு
அவருடைய மனித நேயத்துக்கும் பரந்த மனப்பான்மைக்
அதிகாரத்தை நோக்கி உண்மையைப் பேசுவதற்கும்

பொருளடக்கம்

	மொழிபெயர்ப்பாளர் குறிப்புகள்	xi
பகுதி ஒன்று: ஆவியை நான் சந்திக்கிறேன்		1
1	ஹைகேட் கல்லறைத் தோட்டம்	3
2	ஆவி	5
3	மார்க்ஸின் அவதாரம்	7
4	ஆவி பேசத் தொடங்குகிறது, தன்னுடைய ஆவி சார்ந்த ஆற்றல்களை விளக்குகிறது	12
5	மார்க்ஸைப் பிசாசாகச் சித்திரித்தல்	16
6	டீனா	22
7	இம்மியும் பிசகாமல் தப்பான நேரத்தில் டீனா வந்துசேர்கிறது	26
8	களிப்பான மனநிலைக்கு மாறிய ஆவி	28
9	பெரும் நிலைமாற்றம் குறித்த புதிய கதையை எனக்குச் சொல்வதாக ஆவி வாக்களிக்கிறது	34
10	முதலாளித்துவமும் சோஷலிஸமும் பெரும் நிலைமாற்றமும்	41
11	மகிழ்ச்சியான எதிர்காலத்தை நான் உங்களுக்கு உறுதியளிக்கவில்லை: தேநீர்க் கட்சிகளும் தீங்கின் மாற்றுகளும்	46
பகுதி இரண்டு: டீனாவால் கவர்ச்சியூட்டி இந்த ஆவியை இழுக்க முடியாது		49
12	ஹார்வர்ட் முற்றத்தில் கதை தொடங்குகிறது	51
13	கம்யூனிசம் வீழ்கிறது, வரலாறு முடிகிறது	54
14	டீனா உலகமயமாதல்	56
15	மிதச் சீர்திருத்தவாதிகளும்(லிபரல்கள்) டீனாவும்	58
16	இடதுசாரிகள்கூட ஆவியைக் கைவிட்டுவிட்டார்கள்	61

பகுதி மூன்று: மீமிகை முதலாளித்துவ நெருக்கடிகளும் மரணத்தின் ஆட்சிமுறையும் — 67

17. சாக்ரடீஸின் வினா-விடை முறையைக் கைக்கொண்டு ஆவி வரலாற்றை விவாதிக்கிறது — 69
18. முதலாளித்துவம், பெரும் பொருளாதார மந்தநிலை குறித்து ஆவி பேசுகிறது — 71
19. நெருக்கடியைப் பற்றியும் அமைப்பு முறைக்கு ஆபத்து நேரும் வாய்ப்புப் பற்றியும் ஆவி பேசுகிறது — 73
20. 2008இல் நிகழ்ந்த பெரும் தேக்கநிலை குறித்த மெய்யான உண்மையும் முதலாளித்துவ நெருக்கடிகள் குறித்த ரகசியமும் — 77
21. சொற்பக் கூலி; ஆம், முட்டாளே அதுதான் முதலாளித்துவம் — 81
22. சமூகத்துக்கு எதிராக முதலாளித்துவம்: உச்சநிலை சமத்துவமின்மையும் சமூக நிலை குலைவும் — 83
23. முதிர்ந்த முதலாளித்துவம் சமூகப் பிரச்சினைகள் வீரியம் பெறுவதற்குச் சமம் — 87
24. பெரும் தேக்கநிலை: நமக்குத் தெரிந்த முதலாளித்துவத்தின் முடிவா அது? — 92
25. ஜான் மெய்னார்ட் கெய்ன்ஸ் என்ற இன்னொரு ஆவி உரையாடலில் சேர்ந்துகொள்கிறது — 99
26. மூன்றாவது ஆவியான ஹைமன் மின்ஸ்கி அரங்கத்தில் நுழைகிறார் — 103
27. நான்காவது ஆவியாக மில்டன் ஃப்ரீட்மன் திடீரென்று தோன்றுகிறார் — 108
28. நெருக்கடிகள் கற்றுத்தந்த பாடங்கள் — 114
29. முதலாளித்துவம் ஏற்கனவே மறைந்து போய்விட்டது என்று ஆவி சொல்கிறது — 116
30. ஆவி இருபத்தோராம் நூற்றாண்டைச் சித்திரிக்கத் தொடங்குகிறது — 120
31. காலத்தின் போதாமை — 122
32. பேரழிவை உண்டாக்கும் ஆயுதங்களின் காலத்தில் போர் என்ற அமைப்பு முறை — 126
33. முதலாளித்துவம், ஏகாதிபத்தியம், முடிவற்ற போர் — 128
34. போரும் தேசியமும்: முதலாளித்துவத்தின் பண்பாடும் உள்நாட்டுத் தொழிலாளர்களின் மூளைகளையும் மனங்களையும் வென்றெடுத்தலும் — 131

மார்க்ஸின் ஆவி

உலகை மாற்றுவது குறித்த நடுநிசி உரையாடல்கள்

கார்ல் மார்க்ஸ்

சார்ல்ஸ் டார்பரிடம்

சொல்லியபடி

தமிழில்

ஆர். சிவகுமார்

அடையாளம்

முதல் பதிப்பு 2017
© பாரடைம் பப்ளிஷர்ஸ்
© தமிழ் மொழிபெயர்ப்பு: அடையாளம்

வெளியீடு: அடையாளம், 1205/1 கருப்பூர் சாலை, புத்தாநத்தம் 621310, திருச்சி மாவட்டம், இந்தியா. தொலைபேசி: 04332 273444

நூல் வடிவம்: த பாபிரஸ், அச்சாக்கம்: அடையாளம் பிரஸ், இந்தியா

ISBN 978 81 7720 203 8

விலை: ₹ 280

---

maarxin aavi: ulakai maatruvathu kuritha nadunisi uraiyaadalkal is the Tamil translation of *Marx's Ghost: Midnight Conversations on Changing the World* in English by Charles Derber, Translated by R. Sivakumar, Published by Adaiyaalam, 1205/1 Karupur Road, Puthanatham 621310, Thiruchi Dist., Tamilnadu, India. email: info@adaiyaalam.net

நோம் சாம்ஸ்கிக்கு
அவருடைய மனித நேயத்துக்கும் பரந்த மனப்பான்மைக்கும்
அதிகாரத்தை நோக்கி உண்மையைப் பேசுவதற்கும்

35	பருவநிலை மாற்றம், முதலாளித்துவம், தொடர் இருப்புக்கான அச்சுறுத்தல்	139
36	பருவநிலை மாற்றமும் சுற்றுச்சூழல் அழிவும் முதலாளித்துவத்தின் மரபணுவில் கலந்துள்ள விதம்	143
37	வளர்ச்சியின் கடவுளாக இருக்கும் நீடித்திருக்க இயலாத முதலாளித்துவம் குறித்தும் கட்டாயப்படுத்தப்பட்ட நுகர்வின் மிதமிஞ்சிய தன்மை குறித்தும் மேலும் கூடுதலாக	147

பகுதி நான்கு: மகிழ்ச்சியான எதிர்காலம் ஒன்றை ஆவி உறுதியளிப்பதில்லை — 151

38	எதை நீங்கள் விரும்புகிறீர்களோ அதுகுறித்து எச்சரிக்கையாக இருங்கள்	153
39	பிற்போக்கு மாற்றுகளும் பிற்போக்கு வர்க்கங்களும்	155
40	வலுசாரி ஜனரஞ்சகமும் இன்றைய பிற்போக்கு வர்க்கங்களும்	157
41	வலுசாரி ஆட்சி மாற்றம்: வியமர் நோய்க்குறித் தொகுதி, நவ ஃபாசிசம், முதலாளித்துவத்துக்கு அப்பால் பதுங்கியிருக்கும் தீங்குகள்	160
42	நாம் பயம் கொள்ளவேண்டிய… மிகவும் பயம் கொள்ள வேண்டிய அரசியல்	163
43	அமெரிக்காவில் வியமர் நோய்க்குறி: பொருளாதார நெருக்கடிகளும் கலாச்சாரப் போர்களும்	165
44	பிற்போக்கான இடதுசாரிகள்: துயரமான தவறுகளை ஆவி ஒப்புக்கொள்கிறது	168

பகுதி ஐந்து: பெரும் நிலைமாற்றத்தின் புரட்சிகளும் வாழ்க்கையின் அரசியலும் — 175

45	இறப்பிலிருந்து வாழ்வுக்குத் திரும்புகிறது ஆவி	177
46	ஐரோப்பாவிலிருந்து தொடங்குகிறது ஆவி	178
47	ஐரோப்பிய பாணி சமூக ஜனநாயகத்தில் மரணத்தை நிராகரித்து வாழ்வை நோக்கிய முன்னேற்றம்	182
48	அமெரிக்க பாணி வகைப்படுத்தல் – எதிர் ஐரோப்பியப் பொது வளங்கள்	186
49	ஜனநாயகம் சார்ந்தும் உடைமை சார்ந்தும் ஐரோப்பிய வேறுபாடு	189

50	அமெரிக்காவிலும் உலகத்திலும் உள்ள பிரச்சினைகளுக்கு ஐரோப்பியப் பாணி சமூக ஜனநாயகம்தான் உண்மையான தீர்வா?	191
51	தோழமைப் பொருளாதாரம், சாவேலின் சோஷலிசம், நம் தென் பகுதியில் மலரும் பல்வேறு வகைப்பட்ட பூக்கள்	193
52	மொராலிஸின் பொலிவியாவும் சொந்த மண்ணில் தோன்றிய சோஷலிசமும்	198
53	புரட்சிகரமான அலங்காரப் பேச்சைத் தாண்டி ஈஸ் உண்மையிலேயே நம்பகமானதா?	203
54	சியாபஸில் ஜபாடிஸ்டாக்களும் ஈஸும்	207
55	ராணுவமோ, புவி வெப்பமயமாதலுக்கு இட்டுச்செல்லும் வாயுக்களோ இல்லாத ஜனநாயகமும் கோஸ்டா ரிகாவும்	211
56	சீனா: மீமிகை சோஷலிசமா, மீமிகை முதலாளித்துவமா?	214
57	மொண்ட்ரகோன், கூட்டுறவு நிறுவனங்கள், மேலும் மூலதனத்துக்கு மேல்நிலையில் தொழிலாளர்கள்	221
58	அமெரிக்காவில் மாற்று முதலாளித்துவ மற்றும் முதலாளித்துவத்துக்குப் பிந்தைய மலர்கள்	228
59	அமெரிக்காவில் சமூக ஜனநாயகம்	231
60	கூட்டுறவு தேசம், அமெரிக்க பாணி	235
61	பெரும் வணிக நிறுவனச் சூழலுக்குப் பிந்தைய அமெரிக்கா: பெரும் வணிகத் தொழில் நிறுவனத்துக்கு அப்பால்	239
62	உள்ளூரியம்: அமெரிக்காவில் சமூகக்குழுவும் நடப்பிலுள்ள உள்ளூர்ப் பொருளாதாரங்களும்	246
63	நேர்மறையான அனார்கிஸம்: அரசை எதிர்த்து நில்லுங்கள், அதோடு இணையாதீர்கள்	252
64	உண்மை ஜனநாயகம்: அரசியல், பங்கேற்பு ஜனநாயகம், அரசியலமைப்புச் சட்டம்	257
65	மாற்று-உலகமயமாதலும் மாற்று-முதலாளித்துவமும்	263

பகுதி ஆறு: என்ன செய்ய வேண்டும்?   **273**

66	என்ன செய்ய வேண்டும்? ஒரு செயல்பாட்டாளர் என்ற முறையில் தன்னுடைய வாழ்க்கையைப் பற்றி ஆவி பேசுகிறது	275
67	புரட்சி வாழ்கிறது! எகிப்திலும், துனீஷியாவிலும், பஹ்ரைனிலும், லிபியாவிலும், ஜோர்டானிலும்,	

	அல்ஜீரியாவிலும், யேமனிலும் உள்ள புதிய புரட்சிகரத் தலைமுறை உலகத்தை வியப்பில் ஆழ்த்துகிறது	281
68	நலத்திட்டங்களுக்கான நிதி ஒதுக்கீட்டைக் குறைக்கும் அரசின் செயலுக்கு எதிரான செயலுறுதி: ஓராயிரம் நிதி ஒதுக்கீட்டுக் குறைப்புகளால் ஐரோப்பிய, அமெரிக்க மாணவர்களும் தொழிலாளர்களும் மரணத்தை எதிர்கொள்கிறார்கள்	290
69	சமூக இயக்கங்களைத் தனிச்சிறப்பானவையாக ஆக்குவது எது?	299
70	தோழமைக்கான சமூகக் குழுக்களாகவும் புதிய சமூகத்தின் அடைகாப்பான்களாகவும் உள்ள இயக்கங்களும் தனி நபர்களும்	302
71	பேரின்பம் தரும் கொந்தளிப்பைத் தூண்டிவிடுங்கள்... இயக்கத்தில் லட்சக்கணக்கானவர்கள்	307
72	ஒரு செயல்பாட்டின் அடிப்படை விவரங்கள்: எப்படிச் செயலில் இறங்குவது?	315
	பின்னுரை: ஆவி விடைபெறுகிறது	321
	குறிப்புகள்	323
	சுட்டி	328
	நன்றி	331

மொழிபெயர்ப்பாளர் குறிப்புகள்

இந்நூலின் ஆசிரியர் சார்ல்ஸ் டார்பர் 1944இல் வாஷிங்டனில் பிறந்தவர். யேல் பல்கலைக்கழகத்திலும் சிகாகோ பல்கலைக்கழகத்திலும் பயின்றவர். அமெரிக்காவின் குறிப்பிடத்தகுந்த இன்றைய அரசியல் எழுத்தாளர்களில் ஒருவர். தற்போது பாஸ்டன் கல்லூரியில் சமூகவியல் பேராசிரியராகப் பணிபுரிகிறார். கல்வித்துறைப் புலமை, பரந்துபட்ட பொதுமக்களால் புரிந்துகொள்ளப்பட்டுப் பயன்படுத்தத்தக்கதாகவும் சமூகநீதியை நாடும் குடிமக்களுக்கு அதிகாரம் வழங்குவதாகவும் இருக்கவேண்டும் என்பதில் நம்பிக்கை உடையவர்.

மார்க்ஸின் ஆவி: உலகை மாற்றுவது குறித்த நடுநிசி உரையாடல்கள் என்ற தலைப்பிலான இந்நூல் 2011இல் வெளியானது. கம்யூனிஸ்ட் அறிக்கை (1848) இப்படித் தொடங்குகிறது: 'ஒரு பூதம் ஐரோப்பாவைப் பிடித்து ஆட்டிக் கொண்டிருக்கிறது - அதுதான் கம்யூனிசம் என்னும் பூதம்.' இந்தப் பூதத்தை விரட்ட அன்றைய 'ஜார் மன்னர், போப் ஆண்டவர், ஜெர்மானிய ரகசியப் போலீஸார்' என்று தொடங்கி கடந்த 165 ஆண்டுகளாக எத்தனையோ கோட்பாடுகளும் அமைப்புகளும் முயன்றும் அது இன்றும் நம்மிடையே உலவிக்கொண்டுதான் இருக்கிறது. *Spectres of Marx: The State of the Debt, the Work of Mourning and the New International (1993)* என்ற தம் நூலில், 1989இல் பெர்லின் சுவரும் கம்யூனிசமும் வீழ்ந்த பிறகு முன்பு எப்போதையும் விடவும் கூடுதலாக மார்க்ஸின் ஆவிகளுக்குப் பொருத்தப்பாடு தற்போது உள்ளது என்று தெரிதா சொல்கிறார். கம்யூனிசத்தின் வீழ்ச்சியை வரலாற்றின் முடிவாக அறிவிக்க ஃப்ரான்சிஸ் ஃபுகுயாமா 1992இல் வெளியிட்ட *The End of History and the Last Man* என்ற நூலுக்கு எதிர்வினையாகத் தெரிதாவின் சொற்பொழிவுத் தொடர் ஒன்று இந்த நூல் வடிவில் வெளியானது. மார்க்ஸிடமிருந்து கம்யூனிசத்தை அல்ல, கடமைப்பொறுப்பு என்னும் தத்துவத்தையும் புரட்சிகர விமர்சன நெறியையும் சுவீகரிக்கத் தாம் முயல்வதாக தெரிதா சொல்கிறார். சித்தாந்தத்தின் முடிவைக் கொண்டாடவும் மிதச் சீர்திருத்தவாத ஜனநாயகத்தை மனித வரலாற்றின் லட்சியமாகக் கொள்ளவும் சிலர் முனையும் இதே காலத்தில்தான் வரலாற்றில்

எப்போதும் இல்லாத அளவுக்கு வன்முறையும், சமத்துவமின்மையும், விலக்கலும், பஞ்சமும், பொருளாதார ஒடுக்குமுறையும், அடிமைப் படுத்தலும், இன அழிப்பும், பட்டினிச் சாவுகளும் நிகழ்கின்றன என்று தெரிதா சொல்கிறார்.

சமூக விஞ்ஞானத்தை இலக்கியப் புனைவாக்கும் புது வடிவத்தை டார்பர் இந்நூலில் அறிமுகப்படுத்துகிறார். கற்பனை சார்ந்த வடிவத்தில் மனிதகுலத்தைப் பாதிக்கும் நிஜத்தைப் பேசுகிறது இந்நூல். வால்டர் சேவேஜ் லேண்டர் *(1775-1864)* என்ற பிரிட்டிஷ் எழுத்தாளர் *கற்பனை உரையாடல்கள்* என்ற உரையாடல் தொகுதியை ஐந்து பகுதிகளாக *1824-29* காலகட்டத்தில் வெளியிட்டார். குறிப்பாக கிரேக்க, ரோமானிய மன்னர்கள், அரசிகள், தத்துவவாதிகள், எழுத்தாளர்கள் என்று வரலாற்று ஆளுமைகளும், புராணப் பாத்திரங்களும், சமகால ஆளுமைகள் சிலரும் தத்துவம், இலக்கியம், அரசியல் தொடர்பானவை குறித்துத் தங்களுடைய பல்வேறு கருத்துகளை உரையாடல் மூலம் வெளிப்படுத்தும் படைப்பு அது. இந்நூலை டார்பர் மனதில் கொண்டிருந்தாரா என்பது நமக்குத் தெரியாது. 'கடவுளும் கந்தசாமிப் பிள்ளையும்' என்னும் புதுமைப்பித்தனின் கதையில் பிராட்வேக்கும் திருவல்லிக் கேணிக்கும் கடவுளே வந்திருக்கிறார். இது ஒரு சுவாரஸ்யமான புனைவு.

1960களில் தம்முடைய பள்ளி நாட்களில் மார்க்ஸிசத்தின் தாக்கத் துக்கு உள்ளான டார்பர் 2008க்குப் பிறகு பொருளாதாரத் தேக்கநிலை உச்ச நெருக்கடியில் இருந்த காலத்தில் ஒரு ஞாயிறு பிற்பகல் லண்டன் ஹைகேட் கல்லறைத் தோட்டத்தில் 'உறங்கும்' மார்க்ஸுக்குத் தம்முடைய மரியாதையைச் செலுத்தும் எண்ணத்துடன் போகும்போது எதிர்பாராத விதமாக மார்க்ஸின் ஆவியுடன் நீண்ட உரையாடல் ஒன்றில் ஈடுபடுகிறார். மாலையில் தொடங்கும் உரையாடல் அடுத்த நாள் காலைப் பொழுது புலர்ந்த சிறிது நேரத்தில் முடிவதாக இந்நூலை டார்பர் அமைத்திருக்கிறார்.

மார்க்ஸுடைய எழுத்துகளிலிருந்து எடுத்தாளப்படும் மேற்கோள் களை ஆதாரமாக வைத்தே நூல் பெரும்பாலும் இயங்குகிறது. முதலாளித்துவம் பற்றிய அவருடைய அன்றைய கருத்துகள் இன்றைய நெருக்கடிகளுக்கு முகம் கொடுப்பதாக இருப்பதைப் புலப்படுத்துவதே இந்நூலின் பலம். இந்த நெருக்கடிகளுக்கான காரணங்களெல்லாம் முதலாளித்துவத்தின் மரபணுவிலேயே இருக்கின்றன, அது தன் அழிவைத் தானே தேடிக்கொள்கிறது என்பதை வலியுறுத்திச் சொல் கிறது இந்நூல். முதலாளித்துவத்துக்கு மாற்று கிடையாது என்று பலரும் நம்பும் சூழலில் இந்நூல் மாற்றுகளை முன்வைக்கிறது. ஐரோப்பிய சமூக ஜனநாயகம், லத்தீன் அமெரிக்க மாதிரிகள் (வெனிஸுலா,

கோஸ்டா ரிகா, மெக்சிகோவின் சியாபஸ்), ஸ்பானிய, அமெரிக்கக் கூட்டுறவு அமைப்புகள் போன்றவற்றின் குறிப்பிடத்தக்க வெற்றிகளை நூல் விரிவாக விளக்குகிறது. போர்களும் பருவநிலை மாற்றமும் முதலாளித்துவத்தின் பேராசையால்தான் விளைகின்றன என்பதையும் இந்நூல் நிறுவுகிறது. அனார்கிஸத்தின் நேர்மறை அம்சங்கள், 'சிறியதே அழகு' என்ற கோட்பாட்டின் உள்ளார்ந்த சக்தி, உள்ளூர் சார்ந்த எளிய வாழ்க்கை - உற்பத்தி முறை, சுற்றுச்சூழலைப் பேணுதல், போரற்ற உலகம், நுகர்வுக் கலாச்சாரத்துக்கான எதிர்ப்பு ஆகியன இந்நூலின் பிற முக்கிய அக்கறைகள். இந்த இடத்தில் தவிர்க்க இயலாமல் காந்தி நம் நினைவுக்கு வருகிறார். எம்மா கோல்ட்மன், ஆலன் கின்ஸ்பர்க், ஜார்ஜ் ஆர்வெல், சார்ல்ஸ் டிக்கன்ஸ், ஆல்ஃப்ரெட் ஹிச்காக் போன்ற கலாச்சார, கலை, இலக்கிய ஆளுமைகள் டார்பர்-மார்க்ஸ் வாதங்களுக்கும் நூலின் சொல்முறைக்கும் வலு சேர்க்கிறார்கள். 2011இல் மத்தியக் கிழக்கில், குறிப்பாக எகிப்தில், நடந்த புரட்சியில் இளைஞர்களின், மாணவர்களின் பங்கைப் பெரிதும் போற்றும் மார்க்ஸ் எதிர்கால மாற்றத்தில் முகநூல் தலைமுறையினரே முன்னணியில் இருப்பார்கள் என்று கருதுகிறார். முதலாளித்துவத்தை வீழ்த்த மாற்றத்தை நாடும் முற்போக்கான இயக்கங்கள் எதுவாக இருந்தாலும் அவற்றில் இளைஞர்கள் இணைய வேண்டும் என்கிறார். ஒரு கட்டத்தில் 'சித்தாந்தத் தூய்மையை நான் வெறுக்கிறேன்' என்கிறார். பொருளாதார விதிகள்மீது தாம் அதிகக் கவனம் செலுத்திவிட்டதாக ஒப்புக்கொள்கிறார். பெண்கள், சிறுபான்மையினர், ஓரினச் சேர்க்கையாளர்கள் தொடர்பான அடையாள அரசியலை முன்னெடுக்கும் இயக்கங்களை ஆதரிக்கிறார்.

உலக அளவில் முதலாளித்துவத்தின் மையப் புள்ளியாக இருக்கும் அமெரிக்காவின் பொருளாதார, நிதிச் சூழலும், சூழலியல் நெருக்கடிகளுமே இந்நூலில் பெரும்பாலும் விவாதிக்கப்படுகின்றன. சம்பவங்களும் மனிதர்களும் நமக்கு அவ்வளவாகப் பரிச்சயம் இல்லாதவர்களே. இருந்தும் இந்நூலின் முக்கிய விவாதப் பொருள்கள் உலகளாவியவை. பொருளாதாரம் உலகமயமாகியுள்ள சூழலில், பன்னாட்டு நிறுவனங்கள் தம்முடைய இந்தியக் கூட்டாளிகளோடு சேர்ந்து நம்முடைய இயற்கை வளங்களைக் கொள்ளையடிக்கும் சூழலில் இந்நூல் நமக்குப் பொருத்தமானதே. 'ஒரு தனி நாடு இன்று உலகளாவிய முதலாளித்துவத்தின் விதிகளில் சிக்கியிருப்பது ஒன்றும் ஆச்சரியத்துக்குரியது இல்லை' என்று ஆவி சொல்கிறது. அமெரிக்காவின் நிதி சார்ந்த ஒரு சிறு அசைவு அடுத்த நிமிடம் உலகப் பொருளாதாரத்தைப் பாதிக்கிறது. அமெரிக்காவின் ஃபெடரல் ரிசர்வின் தலைவராக ஜேனட் யெல்லன் என்ற பெண்மணியை ஒபாமா அறிவித்த அன்று *டைம்ஸ் ஆஃப் இந்தியா*

2013, அக்டோபர் 10 அன்று பின்வருமாறு எழுதியது: 'இந்தப் பதவி அமெரிக்க அதிபருக்கு அடுத்த நிலையில் உள்ள முக்கியமான ஒன்று. இந்தப் பதவியில் இருப்பவரின் முழுமை செய்யப்படாத ஒரு வாக்கியம் சில நிமிடங்களில் உலக அளவில் வட்டி விகிதங்களைப் பாதிக்கும்; பங்குச் சந்தைகளையும் பண மதிப்பையும் உச்சிக்குக் கொண்டு செல்லும்; அல்லது படுபாதாளத்துக்கு வீழ்த்தும்; முதலீட்டாளர் களையும் வணிகர்களையும் பில்லியன் கணக்கான டாலர்கள் மதிப்பில் ஒன்று ஏழைகளாக்கும் அல்லது மேலும் பணக்காரர்களாக்கும்; மொத்த சந்தைகளையும் பொருளாதாரங்களையும் உலுக்கிவிடும்.' இந்திய ரூபாயின் மதிப்பில் ஏற்படும் மாற்றத்தில் அமெரிக்காவின் நிதிநிலை பெரும் பங்கு வகிப்பதை சாதாரண மக்களும் புரிந்துகொள்ளலாம்.

The Wilding of America: Money, Mayhem, and the New American Dream (2009) என்ற டார்பரின் நூல் சமூகவியல் பாடப் புத்தகமாக அமெரிக்காவில் பயன்படுத்தப்படுகிறது. செல்வச் செழிப்பு, வெற்றி என்ற இரண்டை யும் அடைவதே வாழ்க்கையின் குறிக்கோள் என்ற அமெரிக்கக் கனவையும் மட்டுமீறிய தனித்துவம் உண்டாக்கும் நெருக்கடியையும் இந்நூல் கடுமையாக விமர்சிக்கிறது. 2010இல் வெளியான இவருடைய *Greed to Green: Solving Climate Change and Remaking the Economy* என்ற நூல் முறையற்ற வாழ்க்கைமுறையால் உண்டான பருவநிலை மாற்றத்தின் தீங்குகளை அமெரிக்க முதலாளித்துவத்தையும் நவ-மிதச் சீர்திருத்தவாதத்தையும் மாற்றுவதன் மூலமே அகற்ற முடியும் என்று சொல்கிறது. யேல் மேக்ரஸ் என்பவருடன் இணைந்து இவர் எழுதிய *The Surplus American: How the 1% Is Making Us Redundant (2012)* என்ற நூல் Utopia *(அனைத்தும் முழு நிறைவாக உள்ள ஒரு கற்பனை உலகு)* வுக்கு எதிரான Dystopia *(எல்லாமும் மிக மோசமாக இருக்கும் ஒரு இடம் அல்லது நாடு)* ஒன்றை முன்வைக்கிறது. வெளிப்பணி ஒப்படைப்பு, தொழில்நுட்ப மாற்றங்கள், அமெரிக்காவின் மொத்தப் பொருளாதார அடிக்கட்டுமானத்தையும் கைவிடும் பெரும் வணிக நிறுவனங்களின் யுக்தி ஆகியவை காரணமாக 2020இல் வேலையின்றி, சமூகத்தில் அர்த்தபூர்வமான இடம் இன்றி, மிகைப்படியான/தேவைக்கு அதிக மான அளவில் இருக்கப்போகும் பெரும்பான்மை அமெரிக்கர்களை சித்திரிக்கிறது. 'Occupy Wall Street' *(பங்குச் சந்தையைக் கைப்பற்றுவோம்)* என்ற இயக்கம் நிகழ்வதற்கு முன்பாகவே தயாராகிவிட்ட இந்நூலின் கைப்பிரதி நிதி நடவடிக்கைகள் சார்ந்த மேட்டுக்குடியினருக்கும் மிகைப்படியானவர்கள் என்று ஒதுக்கப்பட்டப் போராட்டக்காரர் களுக்கும் வால் ஸ்ட்ரீட்டில் நடக்கும் மோதலை, நிகழப்போவதை முன்கூட்டியே சொல்லும் தன்மையில், விவரிக்கிறது.

***

யுனைடெட் ஸ்டேட்ஸ் என்று ஆங்கிலத்தில் குறிப்பிடப்படுவது மொழிபெயர்ப்பில் அமெரிக்கா என்று மாற்றம் பெறுகிறது. 'அமெரிக்கா' என்ற வார்த்தை தென் அமெரிக்காவையும், வட அமெரிக்காவையும் (யு.எஸ். கனடா) சேர்த்துக் குறிப்பிட்டாலும் நமக்கு அது யு.எஸ்ஸையே புழக்கத்தில் குறிப்பதால் அந்த வார்த்தையே இங்குப் பயன்படுத்தப் பட்டுள்ளது. மார்க்ஸின் ஆவியை ஆசிரியர் ஆங்கிலத்தில் 'He', 'Him', His' என்று மாற்றுப் பெயர்களாலேயே (Pronouns) குறிப்பிடுகிறார். நம்முடைய மொழி மரபில் ஆவியை 'அவர்' அல்லது 'அவருடைய' என்று குறிப்பிடுவது வழக்கமில்லை. எனவே, ஆவியை அஃறிணையாக 'அது', 'இது', 'சொன்னது' என்றே இந்த மொழிபெயர்ப்பு குறிப்பிடு கிறது. சில இடங்களில் டார்பர் 'மார்க்ஸ் சொன்னார்' என்று எழுது கிறார். அந்த இடங்களில் மொழிபெயர்ப்பும் அதையே பின்பற்று கிறது. பிரதியில் பெயர்களால் மட்டுமே குறிப்பிடப்படும் மனிதர்கள், அமைப்புகள், நிகழ்வுகள் தொடர்பான விளக்கங்கள் அடிக்குறிப்பு களாக மொழிபெயர்ப்பாளரால் தரப்பட்டுள்ளன. கூடுதல் புரிந்து கொள்ளலை சாத்தியப்படுத்த சில இடங்களில் சதுர அடைப்புக்குறி களுக்குள் வரும் ஓரிரு வார்த்தைகளும் மொழிபெயர்ப்பாளருடை யவையே.

மார்க்ஸியத்துக்கு அழிவில்லை என்பதை மீண்டும் சொல்ல வரும் நூல் இது. அதே சமயம், இந்தத் தத்துவத்தை நடைமுறைப்படுத்தியதில் ஏற்பட்ட தவறுகளை ஒப்புக்கொண்டு மாற்றுகளைத் திறந்த மனதுடன் வரவேற்க வேண்டும் என்பதையும் சொல்கிறது. எல்லாவற்றுக்கும் மேலாக, அந்நியமாதலிலிருந்து நீங்கி மனிதன் கண்ணியத்துடனும், படைப்பாற்றலுடனும் வாழும் விடுதலைச் சூழலைச் சாத்தியப்படுத்த சமூக இயக்கங்களில் முற்போக்காளர்கள் பங்கேற்க வேண்டும் என்பதே இந்நூலின் மையக் கருத்தாக உள்ளது. இது முன்வைக்கும் கருத்துகளை/மாற்றுகளை மார்க்ஸியக் களப்பணியாளர்களும், கோட்பாட்டாளர்களும் விவாதித்து நம் சூழலின் மாற்றத்துக்காக முற்போக்கு சிந்தனை உள்ள அனைவரையும் வெவ்வேறு இயக்கங்கள் மூலமாக ஒன்றிணைக்கலாம். அதற்கான தூண்டுகோலாக இந்த மொழிபெயர்ப்பு அமையலாம்.

இந்த நூலை வெளியிடும் அடையாளம் பதிப்புக்குழு இப்பணியில் காட்டிய உற்சாகம் அளப்பரியது. மொழிபெயர்ப்பு மேம்பட, தக்க ஆலோசனைகள் வழங்கிய மார்க்ஸிய ஆய்வாளர் பேராசிரியர் ந. முத்துமோகன், முனைவர் காசிமாரியப்பன் ஆகியோருக்கு என் அன்பு நிறைந்த நன்றி. பிரதியில் எனக்கு ஏற்பட்ட இரண்டு சந்தேகங் களை மின்னஞ்சல் மூலமாக இரண்டே மணி நேரத்தில் தீர்த்து வைத்த நூலாசிரியர் சார்ல்ஸ் டார்பருக்கு என் தனிப்பட்ட நன்றி. தன்னுடைய

நூல் ஒன்று இந்திய மொழியான தமிழில் வெளியாவது தமக்குப் பரவசத்தைக் கொடுப்பதாகத் தெரிவிக்கிறார். இதுவரை கொரிய, சீன மொழிகளில் மார்க்ஸின் ஆவி மொழிபெயர்க்கப்பட்டுள்ளது. நூலை அழகுற வெளியிடும் அடையாளம் பதிப்புக் குழுவினருக்கு என்னுடைய நன்றி.

ஆர். சிவகுமார்

சென்னை 600 007
நவம்பர் 07, 2013

மார்க்ஸின் ஆவி

பகுதி ஒன்று

ஆவியை நான் சந்திக்கிறேன்

1

ஹைகேட் கல்லறைத் தோட்டம்

மூடுபனி கவிந்த லண்டனில் வழக்கத்துக்கு மாறாக வெயில் காயும் ஒரு ஞாயிறு பிற்பகல். கார்ல் மார்க்ஸ் உள்ளிட்ட பிரபலமான எழுத்தாளர்கள் பலர் புதைக்கப்பட்டுள்ள ஹைகேட் கல்லறைத் தோட்டத்துக்கு* ஒரு பயணம் போய்வரத் தீர்மானிக்கிறேன். நீண்ட காலத்துக்கு முன்பாக, 1960களில், அந்தப் பழம் புரட்சியாளர் பள்ளி நாட்களில் என்னைப் பாதித்தவர். தற்போது, இந்தப் பெரும் பொருளாதாரத் தேக்கநிலைக் (Great Recession) காலத்தில், மார்க்ஸைப் பற்றி மீண்டும் ஒருமுறை யோசித்துக்கொண்டிருந்தேன். அவர் மீதான என்னுடைய மரியாதையை வெளிப்படுத்த உகந்த நேரம்.

அந்த அடர் சிவப்புநிற இரண்டடுக்கு லண்டன் பேருந்துகள் ஒன்றில் கல்லறைத் தோட்டத்துக்குப் போனேன். பழுப்புநிறக் கண்களும், சுருட்டைமுடியும் கொண்ட ஓர் இளம்பெண் கல்லறைத் தோட்டத்தின் நுழைவாயிலில் காவல் காத்துக்கொண்டிருந்தாள். உள்ளே நான் கட்டணம் செலுத்தவேண்டுமென்று சொன்னாள்.

'மார்க்ஸைப் பார்க்க இப்போதும் யாராவது வருகிறார்களா என்ன?'

'ஓ, கொஞ்ச பேர் வருகிறார்களே. சிவப்பு ரோஜாக்களாலான பூங்கொத்துகளை எடுத்துக்கொண்டு அசட்டுச் சிரிப்புடன் பேருந்து நிறைய வரும் சீன சுற்றுலாப் பயணிகள் பலரை நான் அடிக்கடி பார்க்கிறேன்.'

* வடக்கு லண்டனில் 1839இல் திறக்கப்பட்டது. கிழக்கு, மேற்கு என்று இரண்டு பகுதிகளைக் கொண்டது. பாரம்பரிய இயற்கைப் பூங்காவாகவும் கருதப்பட்டுப் பராமரிக்கப்படுகிறது. ஏறத்தாழ 1,70,000 பேர் புதைக்கப்பட்டிருக்கிறார்கள். கார்ல் மார்க்ஸின் கல்லறை இருப்பதாலேயே புகழ்பெற்றது. நாவலாசிரியர் ஜார்ஜ் எலியட், வெர்ஜீனியா வுல்ஃபின் தந்தையான விமர்சகர் லெஸ்லி ஸ்டீஃபன், இயற்பியலாளர் மைக்கேல் ஃபாரடே வரலாற்றறிஞர் எரிக் ஹாப்ஸ்பாம் போன்ற பிரபலங்களின் கல்லறைகள் இங்கு உள்ளன. *(மொ-ர்)*

‘கல்லறைத் தோட்டத்தைப் பார்வையிடக் கட்டணம் செலுத்த வேண்டும் என்பது எனக்குத் தெரியாது. உள்ளே போகக் கட்டணம் எவ்வளவு?’

‘இது சிறப்புத் தன்மையுடைய ஒரு கல்லறைத் தோட்டம்.’ இதைச் சொன்ன அவளுடைய கண்கள் மின்னின. தான் சொன்னதில் உண்மை உணர்வு கொண்டிருந்ததைப்போல அவள் பேசினாள். ‘ஒரு பவுண்டு கொடுங்கள்.’

‘சரி. அனுமதிச் சீட்டு வாங்கும் அளவுக்குப் என்னிடம் பணம் இருக்கிறது. இதோ.’

‘நன்றி. திருவாளர் மார்க்ஸைப் பார்க்க நீங்கள் மேற்கொள்ளும் இந்த வருகையை நன்றாக அனுபவியுங்கள்.’ அவள் சிரித்த விதம் என் கவனத்தை ஈர்த்தது. அவள் என்னைப் பார்த்த முறையில் இனிமையும் மர்மமும் கலந்த ஏதோ ஒன்று இருந்தது. நான் கொடுத்த பணத்தின் பயன்மதிப்பைவிடக் கூடுதலாக எதையோ பெறப்போகிறேன் என்று அவள் நினைத்ததை உணர்ந்தேன். அவள் என்ன நினைத்துக் கொண்டிருந்தாள் என்பதை யோசித்துப் பார்த்தேன்.

அவள் வேறெதுவும் சொல்லவில்லை. இந்தப் பழங்காலக் கல்லறைத் தோட்டத்தில் இருபுறமும் மரவரிசை கொண்ட ஓர் இடைவழியில் போகுமாறு என்னை வழிப்படுத்தினாள். நான் அங்கிருந்து அகன்று நடந்துபோனபோதும்கூட இனிமையும் மர்மமும் கலந்த அவளுடைய சிரிப்பு கல்லறைத் தோட்டத்தின் ஊடாக எதிரொலிப்பதை என்னால் கேட்க முடிந்தது.

அந்த வழியில் ஐந்து நிமிடங்கள்தாம் நடந்திருப்பேன். தவறவிட முடியாத வகையில் மார்க்ஸின் கல்லறை. அது பிரம்மாண்டமான கட்டமைப்பு. பெரியதும் மனத்தைக் கவர்வதுமான பளிங்குப் பீடத்தின்மீது அமர்ந்திருக்கும் மார்க்ஸின் தாடியுள்ள பெரிய தலை கீழே இருக்கும் உங்களை உற்றுப் பார்க்கிறது. இந்தப் பரந்த பீடத்தின் மேற்பாதியில், *கம்யூனிஸ்ட் அறிக்கையின்* புகழ்பெற்ற இறுதி வார்த்தைகளான ‘உலகத் தொழிலாளர்களே, ஒன்றுபடுங்கள்’ என்பவற்றைப் பார்த்தேன். அதன் கீழ்ப் பகுதியில் மார்க்ஸ் சொன்ன இன்னொரு கூற்று செதுக்கப்பட்டிருந்தது: ‘தத்துவவாதிகள் பல்வேறு விதங்களில் இந்த உலகத்தை பற்றிய விளக்கத்தை மட்டுமே சொல்லி இருக்கிறார்கள்; என்றாலும், அதை மாற்றுவதுதான் முக்கியமான விஷயம்.’

அணுசக்தி தொடர்பான சர்ச்சை, புவி வெப்பமயமாதல், 1930களில் ஏற்பட்ட பெரும் பொருளாதார மந்தநிலை (Great Depresion)க்குப் பிறகு முதலாளித்துவத்துக்கு நிகழ்ந்துள்ள மிக மோசமான நெருக்கடி ஆகியவற்றை நாம் எதிர்கொள்ளும் காலத்தில் இந்தக் கூற்று வேறெப்போதையும்விட அதிக உண்மைத்தன்மை கொண்டதாகத் தோன்றுகிறது.

மேலும் 2011இல் மத்தியக் கிழக்கில் நாம் கண்ட வியப்பூட்டும் புரட்சிகள், [இலினாய், இண்டியானா, அயோவா போன்ற] அமெரிக்காவின் மத்திய-மேற்கு மாநிலங்களில் தொடங்கி அமெரிக்க முழுமைக்கும் பரவிக் கொண்டிருக்கும் தொழிலாளர்களின் புதிய போராட்டங்கள் ஆகியவற்றுக்குப் பிறகு மேலும் இது உறுதிப்படுகிறது. ஐரோப்பா முழுவதையும் வாரி யடித்து மார்க்ஸுக்குப் பெரும் நம்பிக்கையைத் தந்த 1848 கால கட்டத்தைப் போன்ற புதிய புரட்சிக் காலத்துக்குள் நாம் நுழைந்து கொண்டிருக்கிறோமா என்ன? உட்கார்ந்து கொஞ்சம் தங்கிப்போகலாம் என்று தீர்மானிக்கிறேன்.

2

ஆவி

ஒரு கல்லைக் கண்டுபிடித்து அதன்மீது உட்கார்ந்து மார்க்ஸின் மிகப் பெரிய தலையை அண்ணாந்து பார்த்தேன். சிலர் என்னருகே நடந்து போனார்கள். கல்லறைத் தோட்டப் பணியாள் என்று என்னை நினைத்துக்கொண்டு மற்ற பிரிட்டிஷ் அறிஞர்களின் கல்லறைகள் எங்கே இருக்கின்றன என்று தெரிந்துகொள்ள என்னிடம் கேட்டார்கள்.

'நான் இங்கே வேலை பார்க்கவில்லை. இதைப் பார்க்கத்தான் வந்திருக்கிறேன்' என்று வருத்தம் தொனிக்கும் குரலில் சொல்கிறேன்.

மார்க்ஸின் கல்லறைக்குப் பக்கத்தில் தாங்கள் நிற்க அதைப் புகைப்படம் எடுத்துத் தரமுடியுமா என்று மூன்று இளைஞர்கள் என்னைக் கேட்கிறார்கள்.

‘அது ஒன்றும் பிரச்சினை இல்லை,’ என்று சொல்லிவிட்டு எழுந்து சில படங்களை எடுக்கிறேன்.

மீண்டும் உட்கார்கிறேன். என் மனதை மிதக்கவிட்டு இங்கு நிலவும் சாந்தத்தை அனுபவிகிறேன். அமைதியான வாழ்க்கையை அனுபவிக்காத ஒரு புரட்சியாளர்க்கு இது ஆச்சரியமூட்டும் அமைதி தரும் ஓர் இறுதி ஓய்வுக் களம்.

ஆனாலும் இருபது நிமிடங்கள் கழித்து நான் கலக்கத்தை உணர்கிறேன். சூழல் திடீரென்று மாறி காற்று வீசத் தொடங்கியது. பிறகு, மார்க்ஸின் தலையைச் சுற்றியும் அதன் மேலேயும் பறந்த ஓர் உருவின் மங்கலான வரைகோடு போலத் தோன்றிய ஒன்றைப் பார்த்தேன். என் கண்கள் என்னோடு விளையாடிய ஓர் ஏமாற்று வேலை என்று அதை ஒதுக்கித் தள்ளிவிட்டேன்.

மிதமான வெயிலையும் பிரபலமான அனைத்து ஆளுமைகளின் கல்லறைகளைச் சுற்றி இருக்கும் அழகான மரங்களையும் பூக்களையும் ரசித்து அனுபவித்துக்கொண்டு, பகல் கனவு கண்டு கொண்டு என் கற்பனை உலகுக்குத் திரும்பப் போனேன். கிட்டத்தட்டத் தூங்கிவிட்டேன்.

திடீரென்று என் காதைச் சுற்றிக் கேட்ட ரீங்காரத்தின் ஒலி அதிகரித்தது. ஏதோ ஒன்று என் முகத்தை உரசிச் சென்றது என்பதை என்னால் அறுதியிட்டுச் சொல்ல முடியும். கொஞ்சம் பயந்துபோன நான் எழுந்து பதற்றமடையும்போதெல்லாம் செய்வதைப்போல வட்டச்சுற்றாக நடக்கத் தொடங்கினேன்.

ஒளி ஊடுருவும் இந்த மாய உருவை மீண்டும் நான் பார்த்தேன். இப்போது தன் உருவத்தை நீர்ம வடிவத்திலிருந்து மாற்றிக்கொண்டு பெரிதும் ஒரு மனித உருவம் போன்ற வடிவத்தை அடைந்திருந்தது. அது எனக்கு மிக நெருக்கத்தில் ரீங்கரித்தும் சிறகடித்தும் சுற்றிக் கொண்டிருந்தது.

அமானுஷ்யத்தில் நம்பிக்கை கொண்டவர்கள் இது ஓர் ஆவியோ என்று சந்தேகப்பட்டிருப்பார்கள். ‘ஒரு விளையாட்டில் ஈடுபடுவோமே. ஒருவேளை, மார்க்ஸின் ஆவி என்னைப் பார்க்க வந்திருக்கலாம்,’ என்று நினைத்தேன். என்னை உற்றுப் பார்த்து, யார் இப்படி இந்தக் கல்லறையின் அடிப்பகுதியில் நீண்ட நேரம் உட்கார்ந்திருப்பது என்று அந்த உருவம் யோசித்தது போலத் தோன்றியது.

நான் அதோடு சேர்ந்து விளையாடத் தீர்மானித்தேன். இது மார்க்ஸின் ஆவியாகத்தான் இருக்கவேண்டும்.

நான் ரொம்பவும் பவ்யமாக, ‘உங்களுடைய தனிமையில் நான் தலையிடவில்லை என்று நம்புகிறேன்’ என்று சொன்னேன்.

எந்த எதிர்வினையும் இல்லை. உற்று நோக்கலும் ரீங்கரித்தலும்

அதிகரிக்கத்தான் செய்தன. அவருடைய இடத்துக்குள் நான் அத்துமீறி நுழைந்ததால் அவர் ஒருவேளை எரிச்சலடைந்திருக்கலாம்.

'பூ! பூஊஊ! பூஊஊஊ!' ஆவியிடம் வேறென்ன சொல்வீர்கள்? என்னை அமைதிப்படுத்திக்கொள்ளவும், அந்த ஆவியால் என்னைப் பயப்படுத்த முடியாது என்று காட்டவுமே நான் விளையாடிக் கொண்டிருந்தேன்.

நான் காட்டிய வேடிக்கையால் அவர் மகிழ்ச்சி அடைந்தவராகத் தெரியவில்லை. அவர் என்னை மேலும் கடுமையாகப் பார்த்தார். என்னுடைய முட்டாள்தனத்தை மன்னித்து, என்மீது நம்பிக்கை கொள்வார் என்றும், என்னிடம் சொல்வதற்கு அவரிடம் ஏதோ இருக்கிறது என்றும் நம்பினேன்.

3

மார்க்ஸின் அவதாரம்

நான் மீண்டும் பார்த்தபோது ஓர் அவதாரத்தைப்போல, அந்த நீர்ம வடிவம் தெளிவான மனித வடிவத்துக்கு உருமாறியிருந்தது. கண்களை இமைத்த நான், கண்ணை மூடிக்கொண்டு கனவு காண்கிறோமா என்று ஒருகணம் யோசித்தேன். கண்களைத் திறந்தபோது அச்சு அசலாக மார்க்ஸின் உருவத்தை அடைந்திருந்த ஒரு மனித ஆண் உருவத்தைப் பார்த்தேன்.

நான் பதற்றப்படவில்லை என்று காண்பிப்பதற்காக, 'உங்கள் புகைப் படங்கள் மூலமாக உங்களை அடையாளம் கண்டுகொண்டேன்' என்று சொன்னேன்.

'நான் உங்களைப் பாராட்ட மாட்டேன்' என்று தெளிவான ஜெர்மானிய உச்சரிப்பில் சுருக்கென்று சொன்னார்.

'என்னை யார் வேண்டுமானாலும் அடையாளம் கண்டுகொள்ளலாம். நீங்கள் செய்யவேண்டியதெல்லாம் என் கல்லறையின்மேல் உள்ள உருவத்தைத் தலை நிமிர்த்திப் பார்க்கவேண்டியதுதான்.'

பளிங்குப் பீடத்தின் மீதிருந்த பிரம்மாண்டமான தலையைப் பார்த்துவிட்டுப் பிறகு அந்த ஆவியைத் திரும்பிப் பார்த்தேன். திகில் உண்டாக்கும் ஒரு பொருத்தம்.

அவரைச் சமாதானப்படுத்தவும், என்னை அமைதிப்படுத்திக் கொள்ளவும் 'நீங்கள் சொல்வது சரிதான்' என்று சொன்னேன்.

இன்னும் கூடுதல் கவனத்துடன் பார்த்தேன். அடர்ந்த கருநிற முடியும், புதர் போன்ற பெரிய கருநிற தாடியும் கொண்ட அகன்ற தலை அந்த மனிதருக்கு. ஆழ்ந்த பழுப்பு நிறத் தோல். குட்டையாகச் சுருண்டிருந்த கருநிற முடி அவருடைய பழுப்புக் கைகளில் விறைத்து நின்றது.

அவர் பேசவில்லை. ஒவ்வொரு சிறு கூறையும் கவனத்தில் கொள்ளும் ஆர்வத்துடன் விரிந்த கண்களுடன் அவரை உற்றுப் பார்த்துக் கொண்டிருந்தேன். அகன்ற தோள்கள். பருமனானவர் என்றுகூடச் சொல்லலாம். சராசரி உயரம். 5' 7" இருக்கலாம். ஊடுருவும் கண்கள். பரந்த முன்தலை வழுக்கை. வலிமையானவராகத் தோன்றினார். சுறுசுறுப்பாக இயங்கினார். பொத்தான்கள் போட்டு தன் பெரிய அடிவயிற்றின்மேல் அவர் அணிந்திருந்த அரைச்சட்டை, மன உறுதி மிக்க விக்டோரியா காலத்துப் பேராசிரியராகவோ வழக்குரைஞராகவோ அவர் இருக்கலாம் என்ற தோற்றத்தை அவருக்கு அளித்திருக்கிறது. இந்தத் தோற்றத்தில் நான் கவனித்த வகையில் அரைச்சட்டையில் ஒரு பொத்தானைக் காணோம்; அவருடைய சட்டை கஞ்சிப்பசை போட்டு இஸ்திரி செய்யப் பட்டிருக்கவில்லை.

அவர் தீவிரமான, மூளை சார்ந்த மனிதராகவும் தன்னுடைய உடம்போடு அவ்வளவு சௌகரியமாக உணராதவராகவும் தோன்றினார். அவர் முகத்தில் லேசாக அம்மைத் தழும்பு இருந்தது. முழு உடல் நலம் கொண்டவராகத் தெரியவில்லை. செரிமானம், நாள்பட்ட ஈரல் தொடர்பான பிரச்சினைகளால் நெடுநாள் துன்புற்றதின் அறிகுறிகள் இன்னும் வெளிப்படுகின்றனவோ என்னவோ. அவருடைய தலை என் கவனத்தை ஈர்த்தது. மனதில் பதியத்தக்க அளவில் பெரியதாக அது இருந்தது. அதே சமயம் அதன் உள்ளே போட்டிபோட்டுக் கொண்டு ஓடும் சிந்தனைகளை இருத்திக்கொள்ளும் அளவுக்குப் பெரியதாகத் தோன்றவில்லை. என்மீது அவருக்கிருந்த ஈடுபாடு மிகக் குறைந்த அளவிலேயே இருந்தது என்ற உணர்வு எனக்கிருந்தது. எப்போதும் முடிவுறாத அவருடைய அறிவார்ந்த ஆழ்ந்த சிந்தனைக்கு நான் இடையூறாக இருக்கலாம்.

'உங்களுக்கு என்ன வேண்டும்?' என்று அடிபணியச் செய்யும் குரலில் கேட்டார்.

'டாக்டர் மார்க்ஸ், நீண்ட நாட்களாக உங்களுடைய படைப்பில் நான் ஆர்வம் கொண்டிருக்கிறேன்' என்றேன். 'என்னுடைய மரியாதை யைச் செலுத்தவே இங்கு வந்தேன்.'

என்னுடைய பணிவான குரல் அவரை மகிழ்ச்சியடைய வைத்த தாகத் தோன்றியது. 'ஆமாம். சிந்திப்பதற்காக என்னுடைய கல்லறைக்கு வரும் பலரில் நீங்களும் ஒருவர்.'

'உங்களிடம் கேட்பதற்கு எனக்கு நிறைய விஷயங்கள் இருக் கின்றன,' என்றேன்.

'எனக்கு நேரமில்லை. மனிதகுலத்தின் விடுதலைக்கு இன்னும் மீதமிருக்கும் சாத்தியங்கள் தொடர்பான பல பிரச்சினைகளை நான் தீர்க்கவேண்டியிருக்கிறது.'

அவசரம் தொனிக்கும் குரலில், 'அதே காரணத்துக்காகத்தான் நான் உங்களிடம் பேச வேண்டியிருக்கிறது,' என்றேன். 'நாங்கள் கேள்விப் படும் கருத்துகள் எங்களுடைய நெருக்கடிகளைத் தீர்க்கவில்லை. எங்களுடைய தற்போதைய இக்கட்டுக்கு என்ன காரணம், அதுகுறித்து நாங்கள் என்ன செய்யவேண்டும் என்பன பற்றிய உங்களுடைய கருத்து உலகத்துக்குத் தேவைப்படுகிறது.'

ஆவி புன்னகைத்தது. 'ஆமாம். உங்கள் நாட்டின் நிதி சார்ந்த செயல்பாடுகளின் மையமான நியூயார்க் பங்குச்சந்தை*, பங்குச் சந்தையில் முதலீடு செய்யும் அமெரிக்க மத்தியதர மக்கள்** ஆகியோர் தொடர்பான நெருக்கடிகளைக் கவனித்துக்கொண்டுதான் இருக் கிறேன். 150 வருடங்களுக்கு முன்னால் நான் எழுதிய பெரும்பாலான வற்றை அவை உறுதிப்படுத்துகின்றன. 2011இல் நடந்த மத்தியக் கிழக்குப் புரட்சிகளும், தொழிற்சங்கங்களின் உரிமைகள், ஆற்றல் குறித்து மத்திய மேற்கு அமெரிக்காவில் நிகழ்ந்த போராட்டங்களும் அவ்வாறே. என் காலத்தில் *நியூயார்க் ட்ரிப்யூனில்* நான் எழுதிய கட்டுரைத் தொடர்களை அமெரிக்கர்கள் பலர் படித்தார்கள். நான் சொல்வதைக் கேட்க பெருங்கூட்டமே இருந்தது. ஆனால் இப்போது நான் சொல்வதில் ஆர்வம் காட்டு பவர்கள் உங்கள் நாட்டில் ஒருசிலர் தான்.'

'இருக்கலாம். இணையம் சார்ந்த வணிகத்தில் 1990களின் பிற்பகுதி யில் உண்டான வீழ்ச்சியையும், நிதி சார்ந்த அமைப்பு முறை 2008இல்

* வால் ஸ்ட்ரீட் – பெரும் வங்கிகளையும், பங்குச்சந்தையையும் கொண்ட இந்தத் தெரு அமெரிக்கப் பொருளாதாரத்தின் மையம் மட்டுமல்ல, குறியீடும்தான்.(மொ-ர்)

** Main Street என்ற ஆங்கிலப் பதம் - ஒரு நகரத்தில் கடைகள், வங்கிகள் போன்ற வணிகம் தொடர்பான நிறுவனங்கள் அதிகம் உள்ள பிரதான வர்த்தகப் பகுதியைக் குறிக்கிறது. மத்தியதர வர்க்கத்தையும் இப்பதம் குறிக்கிறது.(மொ-ர்)

ஸ்தம்பித்துப்போனதையும் பார்த்த போது நியூயார்க் பங்குச்சந்தை வர்த்தகர்கள் சிலர் உங்களுடைய எழுத்தைக் குறிப்பிட்டுப் பேசத் தொடங்கினார்கள். முதலாளித்துவப் பொருளாதார செயல்பாடுகள், அவற்றின் நெருக்கடிகள் குறித்த உங்களுடைய சிந்தனையில் மிகவும் ஆர்வம் கொண்ட, பெரிய பங்குச் சந்தை வங்கிகளிலிருந்த முன்னாள் வணிகர்கள் என்னுடைய பாட வகுப்பில் இருக்கிறார்கள்.'

'ஆமாம், ஆமாம். என் கருத்துகளில் ஆர்வம் அதிகரித்துள்ளதைப் பற்றித் தெரியும். ஆனால் உங்களுடைய பங்குச்சந்தை நபர்களுக்கு அறிவூட்டுவதில் எனக்கு ஆர்வமில்லை' என்று கொஞ்சம் எரிச்சலுடன் சொன்னார்.

கண்களில் ஒருவித கனிவும், நடத்தையில் முழுமையான பண்பாடும் இருந்தாலும் இது ஓர் இணக்கமான, எதையும் பூசி மெழுகும் ஆவி கிடையாது. முட்டாள்களை அவர் எளிதாக சகித்துக்கொள்ள மாட்டார் என்பது தெளிவாகத் தெரிந்தது. அதிகாரத் தோரணையும் பொறுமையின்மையும் கொண்டவராகத் தோன்றினாலும் நீதிக்கான அவருடைய பேரார்வம் எல்லையற்றது என்பதை அறிந்திருந்தேன். அவருடைய இயல்பின் இந்தப் பகுதியை ஈர்க்க முயன்றேன்.

'டாக்டர் மார்க்ஸ், எங்களுடைய உலகம் பெரிய நெருக்கடியில் சிக்கியிருக்கிறது. காலம் குறைவாகவே உள்ளது. எங்கள் தொழிலாளர்கள் பெரும் ஆபத்தில் இருக்கிறார்கள். லட்சக்கணக்கான ஏழைகள் கடுமையான இக்கட்டில் மாட்டியிருக்கிறார்கள். அமெரிக்காவிலும், உலகம் முழுமையும் உள்ள தொழிலாளர்கள் பயந்துபோயும், அந்நியப் பட்டும் நிற்கிறார்கள். நீங்கள் *சுயநல வேட்கையின் கணக்கீடு* என்று அழைத்ததன் உண்மை சுடுவதை அநேகமாக ஒவ்வொருவரும் உணர்கிறார்கள். *நீங்கள்* இதை எல்லாம் முன்னுணர்ந்திருக்கிறீர்கள். எங்கள் பொருளாதாரத்திலும், தனிப்பட்ட எங்கள் வாழ்க்கையிலும் மாற்றம் ஏதும் ஏற்பட வேண்டுமானால் உங்கள் கருத்துகள் மீண்டும் கேட்கப்பட வேண்டும்.'

மார்க்ஸின் மறுவருகை

ஜான் கேசிடி என்ற பத்திரிகையாளர் *நியூயார்க்*கில் இவ்வாறு தெரிவித்திருக்கிறார்: 'ஒரு பெரிய பங்குச்சந்தை முதலீட்டு வங்கியில் பணியாற்றிக் கொண்டிருந்த என்னுடைய கல்லூரிக் கால நண்பரிடம் பேசிக் கொண்டிருந்தேன்... உரையாடலில் அவர் கார்ல் மார்க்ஸைக் குறிப்பிட்டது எனக்கு ஆச்சரியமாக இருந்தது. "அதிக நாட்களை நான் பங்குச்சந்தையில் செலவழிக்க செலவழிக்க கார்ல் மார்க்ஸ் சொன்னது சரி என்பதில் எனக்கு மேலும் மேலும் உறுதி ஏற்படுகிறது'' என்று அவர் சொன்னார். அவர் தமாஷ் பண்ணுகிறார் என்று நினைத்தேன். ''மார்க்ஸுக்குப் புத்துயிர்ப்பு வழங்கும் பொருளாதார நிபுணருக்கு நோபல் பரிசு காத்திருக்கிறது... முதலாளித்துவத்தை அணுக மார்க்ஸின் வழிதான் மிகச் சிறந்தது என்பதில் எனக்கு எந்த சந்தேகமுமில்லை.'' '

முதலாளித்துவம் பற்றியும்
சுயநல வேட்கை பற்றியும்
மார்க்ஸ் சொன்னது

'மதம் குறித்த உற்சாகம், வீரப் பண்பை நாடும் மனக்கிளர்ச்சி, உலகியல் நாட்டம் கொண்டவர்களின் உணர்ச்சித் தோய்வு ஆகியவை தரும் அளப்பரிய சிறப்பு கொண்ட பரவசங்களைச் சுயநலக் கணக்கீடு என்னும் நடுக்குங் குளிர்நீரில் முதலாளித்துவம் மூழ்கடித்து விட்டது.'

தத்துவத்தில் மார்க்ஸ் முனைவர் பட்டம் பெற்றவர் என்பது எனக்குத் தெரியும். புரட்சிகரக் கருத்துகளைக் கொண்டிருந்ததனால் பல்கலைக் கழகப் பணி மறுக்கப்பட்ட நிலையில், மிக உயரிய ஜெர்மானிய, ஃப்ரெஞ்ச் புரட்சிகர சிந்தனையாளர், செயற்பாட்டாளர் குழுக்களில் மார்க்ஸ் விரைவாக இடம் பெற்றுவிட்டார். யூதராகப் பிறந்துவிட்டதாலும், கல்விப் புலத்தில் மையநீரோட்ட மரியாதை மறுக்கப்பட்டதாலும் தன்னுடைய சமூக அந்தஸ்து குறித்து அவருக்கு பாதுகாப்பற்ற ஓர் உணர்வு இருந்தது என்பது எனக்குத் தெரியும். இருந்தாலும், தன் அறிவார்ந்த, அரசியல் மேதைமையில் அவருக்கு இருந்த தன்னம்பிக்கை ஒப்புயர்வற்றது. தற்பெருமையிலிருந்து அவர் விடுபட்டவரில்லை. பொருளாதாரம், தனிநபர் சார்ந்த அந்நியமாதல் குறித்து எழுதி அவர் ஆழ்ந்த மனிதாபிமானம் கொண்டவராகத்தான் இருக்கவேண்டும் என்பதும் எனக்குத் தெரிந்துதான் இருந்தது. மார்க்ஸ் கொள்கைப்பற்றுக் கொண்டவர், பரந்த மனப்பான்மை கொண்டவர், தனிப்பட்ட முறையில் மிக உயர்ந்த மனிதாபிமானி என்றும் அவருடைய நண்பரும், சகச் சிந்தனையாளருமான ஃப்ரெடெரிக் எங்கெல்ஸ் போற்றிப் பாராட்டியிருக்கிறார். மார்க்ஸ் பணிவடக்கம் கொண்டவரென்றும், மின்னும் கண்களைக் கொண்டவரென்றும், பத்திரிகை உலகில் ஒரு பகுதியினர் சித்திரித்ததைப் போல அவர் ஒன்றும் 'குழந்தைக் கொலையாளி'யோ அல்லது கொலைகார பூதமோ இல்லையென்றும் அவரைச் சந்தித்த வேறொருவர் சொல்லியிருக்கிறார். அவர்மீது எனக்கிருந்த மரியாதையும் அவருடைய பகுப்பாய்வில் எனக்கிருந்த அபரிமிதமான நம்பிக்கையும் அவரை மென்மையாக என்னைப் பார்க்க வைக்கும் என்ற நம்பிக்கையை எனக்குத் தந்தன.

'ஆமாம், நான் எழுதியதில் பெரும்பகுதி நிகழ்ந்துவிட்டது' என்று ஆமோதிக்கும் தொனியில் சொல்லி தலையசைத்தார். சிந்தனை

மார்ச் 17, 1883 அன்று
ஃப்ரெடெரிக் எங்கெல்ஸ்
மார்க்ஸுக்கு வழங்கிய பாராட்டுரை

'சைபீரியாவிலிருந்து கலிஃபோர்னியா வரை உள்ள சுரங்கங்கள் தொடங்கி , ஐரோப்பா மற்றும் அமெரிக்காவின் அனைத்துப் பகுதிகளிலும் உள்ள லட்சக்கணக்கான சக புரட்சிகரத் தொழிலாளர்களால் நேசிக்கப்பட்ட, மதிக்கப்பட்ட அவர் மறைந்தபோது அவர்கள் துயருற்றார்கள். இன்னும்கூட துணிந்து ஒன்று சொல்வேன்: அவரை எதிர்த்தவர்கள் எண்ணிக்கையில் பலராக இருக்கலாம், ஆனால், தனிப்பட்ட முறையில் அவருக்கு ஒரே ஒரு எதிரிகூட இருந்ததில்லை.'

வயப்பட்டவராகத் தோன்றினாலும் உரையாடலை முடித்துவிடும் அறிகுறி எதையும் அவர் தரவில்லை.

சாத்தியமானத் தொடக்கமாக நான் இதை எடுத்துக்கொண்டேன். இந்த பூமியில் இதுவரை நடமாடிய அதி செல்வாக்கு பெற்ற மனிதர்களில் ஒருவரின் ஆவியோடு என்னுடைய உரையாடலை மேலும் நீட்டிக்கும் சாத்தியத்தை வலியுறுத்திப் பெறத் தீர்மானித்தேன்.

4

ஆவி பேசத் தொடங்குகிறது, தன்னுடைய ஆவி சார்ந்த ஆற்றல்களை விளக்குகிறது

ஆவியிடம் நான் கேள்விகளைக் கேட்கத் தொடங்கியபோது, இன்றைய அரசியல் நடப்புகள், நெருக்கடிகளைக் குறித்து அது நிறைய அறிந்து வைத்திருந்தது எனக்கு வியப்பை அளித்தது. 150 ஆண்டுகளுக்கு முன்னால் வாழ்ந்த ஓர் ஆவி இன்றைய நடப்புகளை எப்படி அறிந்து வைத்திருக்க முடியும் என்பது எனக்கு அதிசயமாக இருந்தது.

'தற்கால அரசியல் நடப்புகளை நீங்கள் துல்லியமாகக் கவனித்து வருவதாகத் தெரிகிறது. இது எப்படி சாத்தியம்?'

ஆவி புன்னகைத்தது. 'உங்களுக்குத் தெரியுமா, ஆவிகளான நாங்கள் ''விரும்பும்படி'' செலவழிக்க நேரத்தை எங்கள் கைகளில் வைத்துக்கொண்டிருக்கிறோம். என்ன நிகழ்ந்துகொண்டிருக்கிறது என்பதை அறிந்துகொள்ளத் தேவையான நேரம் எனக்கு இருக்கிறது.' ஆவி சிறிது நேரம் நிறுத்தியது. 'எங்களாலும் பயணம் செய்யவும், படிக்கவும் முடியும் என்பது உங்களுக்குத் தெரியுமா? எங்களுக்கு சில பிரத்யேக ஆற்றல்கள் இருக்கின்றன. இந்த ஹைகேட் கல்லறைத் தோட்டத்துக்குள்ளேயே அடைந்துகிடக்கிறேன் என்று நினைத்துக் கொண்டிருக்கிறீர்களா? எதுவும் செய்யாமல் நேரத்தைக் கழித்துக் கொண்டிருக்கிறேன் என்று நினைக்கிறீர்களா, என்ன? அப்படிச் செய்வது என் ஆவிக்குரிய சாசுவதக் காலத்தை வீணடிப்பதாகும்!' அது மீண்டும் புன்னகைத்தது.

நான் கண்மூடித் திறந்தேன். 'உண்மையைச் சொல்லவேண்டு மென்றால், ஆவிகள் என்ன செய்கின்றன, எங்கே போகின்றன, அவற்றின் ஆற்றல்கள் என்ன என்பவை பற்றி எனக்கு எதுவும் தெரியாது.'

'விரும்பியதைச் செய்ய எங்களுக்கு நிறைய சுதந்திரம் இருக் கிறது. நான் உயிரோடிருந்தபோது வரலாற்றின் போக்கின்மீது எனக்கிருந்த பேரார்வம் அப்படியே இப்போதும் இருக்கிறது. எனவே, உயிரோடிருந்தபோது என்ன செய்தேனோ அதையே இப்போதும் தொடர்ந்து செய்கிறேன். மனித வரலாறு மற்றும் வளர்ச்சி ஆகியவை தொடர்பான முட்டாள்தனங்கள், சாத்தியங்கள் குறித்துச் சக ஆவி களோடும் - மனிதர்கள் சிலரோடும்கூட - பேசுகிறேன், அவர்களிட மிருந்து கற்றுக்கொள்கிறேன், அவர்கள் பேசுவதைக் கவனித்துக் கேட்கிறேன். நான் உங்களுடைய செய்தித்தாள்களை, இணையத்தை வாசிக்கிறேன்; உங்களுடைய தொலைக்காட்சியைப் பார்க்கிறேன்; பயனுடையது என்று நான் கருதும் எல்லாவற்றையும் படிக்கிறேன். அமெரிக்காவில் கிடைப்பவற்றை மட்டுமல்ல, உலகம் முழுவதிலும் கிடைப்பவற்றையும்தான். ஏனென்றால், முதலாளித்துவமும் அதனு டைய மாற்றமும் உலகளாவிய ஒரு புரட்சியாக மாறும் என்பது எனக்குத் தெரியும்.'

கொஞ்சம் நிறுத்திய பிறகு சொன்னது, 'உங்களுடைய புரட்சிகர மான இணைய தளங்கள் ஒன்றில் புனைபெயரில் நான் சில சமயங் களில் வலைப்பதிவுகூட எழுதுகிறேன்' என்று சொல்லிவிட்டு பலமாக சிரித்தது. என்னை ஏமாற்றும் விளையாட்டில் ஈடுபட்டிருக்கிறது என்பது எனக்குத் தெரிந்தது.

இதெல்லாம் என்னை மனக்கிளர்ச்சி அடையச் செய்தது. ஏனென்றால், இதன்மூலம் இன்றைய மிக முக்கியப் பிரச்சினைகள் குறித்த மார்க்ஸின் கருத்துகளை தெரிந்துகொள்ள முடியும். இருந்தாலும் அவருடைய ஆர்வத்தை நான் தக்கவைத்துக்கொள்ள வேண்டியிருந்தது. மார்க்ஸின் வாழ்க்கை வரலாறு குறித்த ஒரு விஷயம் என் நினைவுக்கு வந்தது. லண்டனில் இருந்தபோது அவர் பொருளாதார ரீதியில் மிகவும் சிரமப் பட்டிருக்கிறார்; சில ஆண்டுகள் வறுமை அவரை வாட்டியிருக்கிறது; சத்துணவுக் குறைபாடு தொடர்பான பிரச்சினைகளால் அவருடைய இரண்டு குழந்தைகள் இறந்து போயிருக்கிறார்கள்.

நான் இந்த விஷயத்தைத் தொட்டுப் பேசினேன். 'எங்கள் நாட்டுக் குழந்தைகளின் வறுமை நிலை மிக மோசமாகப் போய்க் கொண்டிருக் கிறது. வாழ்நாள் முழுதும் செலவழித்துப் பணிச்சூழல்களின் சீரழிவு குறித்து நீங்கள் எழுதியதைத்தான் இது பிரதிபலிக்கிறது.'

குழந்தைகளின் வறுமை பற்றிய என்னுடைய குறிப்பு அவருடைய சில தனிப்பட்ட நினைவுகளைக் கிளர்த்தியது போலத் தோன்றியது.

நான் சொன்னதற்கு அது உணர்ச்சி பூர்வமாக மறுமொழி சொன்னது: 'இன்று என்னைப் புறக்கணிக்கும் பலர் நான் ஏதோ வெறுமையிலிருந்து என்னுடைய கோட்பாடுகளைக் கண்டுபிடித்ததாக நினைக்கிறார்கள். ஆமாம், பொருளாதாரம் மற்றும் வரலாறு குறித்து நான் பல ஆண்டுகள் நிகழ்த்திய ஆராய்ச்சியின் மூலமாகத் தான் முதலாளித்துவ முறைமையின் முக்கிய விதிகளைக் கண்டுபிடித்தேன். ஆனால் என்னுடைய குடும்பமும் நானும்கூட வறுமையை அனுபவித்தோம். முதலாளித்துவம் முதிர முதிர இங்கிலாந்தின் உழைக்கும் வர்க்கம் அனுபவித்த துயரத்தை நான் நேரிடையாகப் பார்த்தேன். நான் உட்கார்ந்து எழுதிய பிரிட்டிஷ் மியூசிய நூலகத்துக்குப் போகும் வழியில் லண்டனின் வீடற்ற பிச்சைக்காரர்களைக் கடந்து போயிருக்கிறேன். சார்ல்ஸ் டிக்கன்ஸ் வாழ்ந்த இடத்துக்கு மிக அருகில் நான் வாழ்ந்திருக்கிறேன். அவர் தன்னுடைய நாவல்கள் மூலம் பலருக்கும் தெரியவைத்த வறுமையை நான் நேரடியாக அறிந்திருந்தேன்.'

மார்க்ஸும் ஏழைக்குழந்தைகளும்

2010இல் 42 சதவீத அமெரிக்கக் குழந்தைகள் குறைந்த வருவாய் உள்ள குடும்பங்களில் வாழ்ந்தார்கள் என்பதை அறிந்த மார்க்ஸின் ஆவி ஆச்சரியப்படவில்லை. 2010இல் 20 சதவீத அமெரிக்கக் குழந்தைகள் வறியவர்கள் என்று அதிகாரப் பூர்வமாக அறிவிக்கப்பட்டவர்கள். இவையெல்லாம் எதை உணர்த்தின என்பதைத் தனிப்பட்ட முறையில் மார்க்ஸ் அறிவார். அவருடைய சொந்தக் குழந்தைகளே பல ஆண்டுகள் வறுமையில் வாழ்ந்தவர்கள். இந்த அவல நிலை அவருக்கு வாழ்நாள் முழுதும் பெரும் துயரத்தை அளித்தது.

ஆவிகளும்கூட உணர்ச்சிகளுக்கு உள்ளாக முடியும் என்பதை அதனுடைய தொனி தெளிவாக உணர்த்தியது. 'உருப்படியான ஒரு நாற்காலி மேஜைகூட' மார்க்ஸின் லண்டன் அடுக்குமாடி வீட்டில் இல்லை என்று சொன்ன காவல்துறை அறிக்கையை நான் படித்திருக்கிறேன். வறுமையின் பாதிப்பால் பெரும்பாலான அறை கலன்களை மார்க்ஸ் விற்கவேண்டியதாயிற்று என்று அந்த அறிக்கைக் குறிப்பிட்டது. அதற்கு முந்தைய வீட்டுக்கு வாடகை கொடுக்க இயலாததால் அதிலிருந்து மார்க்ஸ் வலுக்கட்டாயமாக வெளியேற்றப்பட்டார். இந்த மனிதருக்கு வறுமையைப் பற்றிக் கட்டாயம் தெரிந்திருக்கும்.

இன்றைய இன்னல்கள் குறித்த உரையாடலில் மார்க்ஸை ஈடுபடுத்த அவருடைய வாழ்க்கையின் பிற இன்னல்கள் பற்றிப் பேசத் தொடங்கினேன். 'நீங்கள் சொன்னது சரிதான். லண்டனுக்கு நாடுகடத்தப்படுவதற்கு முன்னால் நீங்கள் ஜெர்மனியிலும் ஃப்ரான்ஸிலும் வசித்தபோது தொழிற்சாலை வாழ்க்கையின் இன்னல்கள் குறித்துத் தொழிலாளர்கள் உங்களிடம் நிறைய சொன்னபிறகு, தொழிலாளர் தலைவர்கள் மற்றும் சாதாரணத் தொழிலாளர்கள் ஆகியோரோடு இணைந்து தொழிற் சங்கங்களையும், தொழிலாளர்க் கட்சிகளையும் உருவாக்க உதவி செய்தீர்கள்.'

1852இல் மார்க்ஸ் குறித்து லண்டன் காவல்துறை வெளியிட்ட அறிக்கை

'முழு வீட்டிலும் உருப்படியான, சுத்த மான ஓர் அறைகலனும் இல்லை. எல்லாமே உடைந்துபோயிருக்கின்றன. ஒரு நாற்காலிக்கு மூன்று கால்கள் மட்டுமே உள்ளன.'

'ஜெர்மனியிலும் ஃப்ரான்ஸிலும் நான் ஓர் இளைஞனாகவும் பத்திரிகை யாளனாகவும் இருந்தபோது, வெகு ஜனங்களின் வாழ்க்கை நிலைகள் சகிக்கமுடியாமல் போய் நம்முடைய அடிப்படை மனித இயல்பிலிருந்தே அவை நம்மை அந்நியப்படுத்திவிடும் என்பதைக் கண்டேன். தற்போது மத்தியக் கிழக்கில் நடைபெற்றுவரும் புரட்சிகளின் பண்பை ஓரளவு கொண்ட புரட்சிகளை 1848இல் ஐரோப்பா முழுக்க நான் எதிர்பார்த்தேன். எல்லா மனித உறவுகளை யும் மிருகத்தன்மையுடைய வணிகத்துக்குக் குறுக்கிவிடும் முதலாளித் துவத்திலிருந்தே இச்சூழல் உருவாகிறது என்பதை நான் விளக்கினேன். இவ்வகை வணிகம், "ஒரு மனிதருக்கும் இன்னொரு மனிதருக்கும் இடையே வேறெந்த உறவையும் இல்லாமலாக்கி வெறும் ஒளிவு மறைவற்ற சுயநல அக்கறையையே உருவாக்கும்."'

'ஆமாம், *கம்யூனிஸ்ட் அறிக்கையில்* உள்ள இந்த சொற்றொடர் என் நினைவுக்கு வருகிறது. இந்தப் பொருள் குறித்த உங்களுடைய ஆரம்பகால எழுத்துகளை நான் எப்போதும் விரும்பிவந்திருக்கிறேன். பொருளாதாரத்தினுடையது மட்டுமன்றி ஆன்மாவின் நெருக்கடி யாகவும் இருக்கும் முதலாளித்துவத்தின் உண்மையான நெருக்கடியைத் துல்லியமாக 1844ஆம் ஆண்டு வெளியான *பொருளாதார, தத்துவக் கையெழுத்துப் படிகள்* என்ற உங்களுடைய மிக உயர்ந்த மனிதமைய வாத நூலில் சித்திரித்துள்ளீர்கள்.'

'கூட்டு வாழ்வில் மேலதிக சமூக நீதி நிலவும் ஒரு சமூகத்தை உருவாக்கவும் மனிதர்கள் தங்களுடைய மனித நேயத்தை மீட்டெடுக்கவும் முதலாளித்துவத்துக்கு எதிராக மேற்கொள்ள வேண்டிய புரட்சியின் தேவையையும் தவிர்க்க முடியாமையையும் இந்த விஷயங்கள் தொடர்பாக நான் செய்த ஆய்வுகள் எனக்கு உணர்த்தின. மனநிறைவான ஒரு வாழ்க்கை மற்றும் சமூக நீதிக்கான பேரார்வம் ஆகிய மனிதத் தேவைகள் காரணமாக உலகத் தொழிலாளர்கள் ஒன்று படும்போது உண்டாகும் பெரும் மாற்றங்களுக்கான சாத்தியத்திலும் - உண்மையில் அப்படி ஒன்றுபடுவதின் தேவையிலும் தவிர்க்க முடியாமையிலும் - நான் நம்பிக்கை கொண்டிருந்தேன்.'

நான் சொன்னேன், 'புரட்சியின் தேவையை நீங்கள் அறிந்திருந்தது சரிதான். எது சரியோ அதை அடையப் போராடுவதற்குரிய துணிவும் பேரார்வமும் இருக்கும் பட்சத்தில் உலகை மாற்ற இயலும் சாதாரண மனிதர்களின் ஆற்றலை நீங்கள் அழுத்தமாக சுட்டிக் காட்டியதை நான் போற்றுகிறேன். டுனீசியா, எகிப்து, லிபியா, ஜோர்டான், ஏமன், பஹ்ரைன், சிரியா ஆகிய நாடுகளிலும், இன்னும் வேறு சில நாடு

களிலும் இரக்கமற்ற கொடுங்கோலர்களுக்கு எதிரான புரட்சியில் அணிதிரண்ட இளைஞர்களின் துணிவை நாங்கள் 2011இல் கண்டோம். அமைப்பை மாற்றுவது தேவை என்பதையும் சாத்தியம் என்பதையும் உணரும் அதே வேளையில் அதன் தவிர்க்க இயலாமை என்பது, குறிப்பாக அமெரிக்காவில், அவ்வளவு உறுதியாகத் தெரியவில்லை.'

'என்னையும், என்னுடைய பொதுவுடைமை ரீதியான சிந்தனையையும் தீயவை, ஆபத்தானவை என்று சித்திரிக்கும் முதலாளித்துவ உலகின், குறிப்பாக உங்கள் நாட்டின், செயலோடு அது பெரிதும் தொடர்புடையது.'

5

மார்க்ஸைப் பிசாசாகச் சித்திரித்தல்

'அமெரிக்கர்கள் பலர் உங்களை மனித வடிவம் கொண்ட பிசாசாகப் பார்ப்பது உண்மைதான். பழைய சோவியத் யூனியனோடு உங்களைத் தொடர்புபடுத்தி அவர்கள் பார்ப்பது அதற்கு ஒரு காரணம். சோவியத் வடிவக் கம்யூனிஸத்தின்கீழ் வாழ எவருக்கும் விருப்பமில்லை. மேலும், 'எதிர்பார்ப்பவற்றை முதலாளித்துவம் பூர்த்திசெய்திருக்கிறது' என்று மக்கள், குறிப்பாக அமெரிக்கர்கள், நம்புவதும் ஒரு காரணம். உடல் சார்ந்த முதலாளித்துவ சௌகரியங்கள் இல்லாத வாழ்க்கையை அவர்களால் கற்பனை செய்யவே முடியாது.'

'நீங்கள் சொல்வது சரிதான்' என்று ஆவி ஒத்துக்கொண்டது. 'என்னுடைய கருத்துகள் மீண்டும் கேட்கப்படவேண்டிய தருணத்தில் அமெரிக்காவில் நான் ஒதுக்கிவைக்கப்பட்டவனாக ஆகிவிட்டேன்.' கொஞ்சம் நிறுத்திவிட்டுப் பிறகு பற்கள் தெரிய விசித்திரமாகச் சிரித்தது. 'ஆனாலும் நான் எப்போதுமே அரசியல் ரீதியாகவும், அறிவு ரீதியாகவும் சமூகத்திலிருந்து விலக்கப்பட்ட ஒருவனாகவே பார்க்கப்பட்டேன். மத்தியக் கிழக்கில் இளைஞர்கள் செயல்படுவதுபோல நான் புரட்சி யைத் தூண்டிவிட்டேன் - சந்தேகமேயில்லாமல், இணையமும், முகநூலும் இல்லாமல்தான் - என்று சொல்லி 1840களில் ஃப்ரான்ஸி லிருந்தும், பெல்ஜியத்திலிருந்தும், ஜெர்மனியிலிருந்தும் நான் துரத்தப் பட்டேன். ரெனிஷ் கெஸட், நியூ ரெனிஷ் கெஸட் - இவற்றை நிறுவ நான்

உதவியிருக்கிறேன் - போன்ற புரட்சிகரப் பத்திரிகைகள்தான் என்னுடைய முகநூல். இன்றைய சர்வாதிகார அரசுகள் முகநூலையும் ட்விட்டரையும் தணிக்கை செய்வதைப்போலவோ, மூடிவிடுவதைப் போலவோ அன்று இந்தப் பத்திரிகைகளும் தடை செய்யப்பட்டன, தணிக்கை செய்யப்பட்டன. ஆனால், பொதுநீரோட்ட அமைப்பால் ஆபத்தானவன் என்று சித்திரிக்கப்படுவது ஒரு புரட்சியாளனுக்கு நிகழும் கேடு.'

'ஆனால், கம்யூனிஸ்ட் அரசுகள் என்று தங்களைத் தாங்களே பிரகடனப்படுத்திக்கொண்ட முன்னாள் சோவியத் குடியரசைப் போன்ற நாடுகளோடு புரட்சியை மக்கள் தொடர்புபடுத்திப் பார்த்தார்களானால் உங்களுடைய புரட்சி வெற்றிப் பாதையில் ரொம்ப தூரம் போகாது. 'கம்யூனிஸ'த்தை விடுங்கள் – அமெரிக்காவில் 'சோஷலிஸம்' என்ற வார்த்தைகூட – சர்வாதிகார அரசுடனான அச்சுறுத்தும் உறவைத்தான் உணர்த்துகிறது. எனவே, தேநீர் விருந்து* ஃபாக்ஸ் செய்தி அலைவரிசை** மற்றும் குடியரசுக் கட்சி அரசியல்வாதிகளான மிட் ரோம்னி, நியூட் கிங்ரிக் போன்றவர்கள் ஜனநாயகக் கட்சியினரையும், மிதச் சீர்திருத்தவாதிகளையும் [லிபரல்கள்] சுதந்திரத்தை வெறுக்கும் பெரிய அரசாங்க சோஷலிஸவாதிகள் என்று அழைப்பதன் மூலம் அரசியல் சூழலைத் தங்களுக்குச் சாதகமாகப் பயன்படுத்திக் கொள்கிறார்கள். மார்க்ஸ் ஒரு கெட்டவார்த்தையாக ஆகிவிட்டார்.' கொஞ்சம் கோபம் தொனிக்கும் குரலில் நான் மேலும் சொன்னேன், 'சோஷலிஸம் என்பது குறைந்தது, அதன் ஆரம்பக்கட்டத்தில் "உழைக்கும் வர்க்கத்தின் சர்வாதிகாரம்" என்று நீங்கள் எழுதியது உண்மை.'

நான் சொன்னதில் ஆவி மனநிறைவு கொண்டமாதிரி தெரியவில்லை. 'ஆனால், நான் "அரசின் உதிரும் தன்மை"யைப்பற்றியும் பேசினேனே. உண்மையில், அந்த சொற்றொடர் என்னுடைய சக எழுத்தாளரான ஃப்ரெடெரிக் எங்கெல்ஸ் அறிமுகப்படுத்தியது. இறுதியில் அரசு மறையும், மறைந்தாகவேண்டும் என்பதில் ஃப்ரெடெரிக்கும் நானும் நம்பிக்கை கொண்டிருந்தோம். தனி மனிதரின் சுதந்திரம் மற்றும் படைப்பாற்றல் குறித்த பேரார்வமே என்னுடைய உண்மையான

* அமெரிக்க வரலாற்றின் முக்கிய நிகழ்வான பாஸ்டன் தேநீர் விருந்திலிருந்து (1773) தன்னுடைய பெயரைப் பெற்ற ஓர் அரசியல் இயக்கம். அமெரிக்காவின் அரசியலமைப்பு சட்டம் கறாராகப் பின்பற்றப்பட வேண்டும் எனவும், அரசு தன்னுடைய செலவினங்களையும், வரிகளையும் குறைத்துக்கொள்ள வேண்டும் எனவும் கோரும் இது, பகுதியளவு பழமைவாத இயக்கம் எனவும், பகுதியளவு சுதந்திரவாத இயக்கம் எனவும் கருதப்படுகிறது. (மொ-ர்)

** ஊடகப் பெருமுதலாளியான ரூபர்ட் மர்டோக்கால் 1996இல் தொடங்கப்பட்ட மிகப் பிரபலமான தொலைக்காட்சி செய்தி அலைவரிசை. பழமைவாத அரசியல் நிலைபாடுகளை முன்னெடுத்துச் செல்லும் அலைவரிசை என்று கணிக்கப்படுவது. (மொ-ர்)

உணர்ச்சி என்பதை மக்கள் புரிந்து கொள்ள வேண்டும். என்னுடைய முழு எழுத்துமே. முதலாளித்துவத்தின் கீழ் அடிமைத்தனம் என்றில்லாமல், உண்மையான தன்னாட்சி என்ற மக்களாட்சியை மக்கள் எப்படி அடைவது என்பது பற்றியதுதான் மக்கள் தங்களைச் சுதந்திரமாக வெளிப்படுத்திக்கொள்ளவும்,

முதலாளித்துவம் விளைவிக்கும் அடிமைத்தனம் பற்றி மார்க்ஸ்

'பூர்ஷ்வா வர்க்கத்துக்கும், பூர்ஷ்வா அரசுக்கும் மட்டுமே அவர்கள் (தொழிலாளர்களும், குடிமக்களும்) அடிமைகளல்லர்; எந்திரத்தாலும் கண்காணிப்பாளராலும் அவர்கள் ஒவ்வொரு நாளும், ஒவ்வொரு மணி நேரமும் அடிமைகளாக்கப்படுகிறார்கள்.'

தங்களுடைய பணியையும் சமூகக் குழுக்களையும் தங்கள் ஆளுகையில் வைத்துக் கொள்ளவும் ஆன அவர்களின் திறனை முதலாளித்துவம் அவர்களிடமிருந்து பறிப்பதை நான் வெறுக்கிறேன். உண்மையில், முதலாளித்துவம் உருவாக்குகிற, மக்கள் மீது அதிகக் கட்டுப்பாடுகளைக் கொண்ட அரசாங்கத்தைக் குறித்ததே என்னுடைய விமர்சனம். பெரும் வணிக நிறுவனங்கள், ராணுவம், மற்றும் அரசியல்வாதிகள் ஆகியோருக்கிடையே நிகழும் தகாப்புணர்ச்சியும், ஊழலும் நிரம்பிய திருமணமே அவ்வகை அரசாங்கம். உங்களுடைய குடியசுத் தலைவர்கள், மக்கள் சொல்வதை விட அவர்களைப் பணத்தால் கட்டுப்படுத்தும் பெரும் வணிக நிறுவனத் *(கார்பொரேட்)* தலைவர்கள் சொல்வதையே அதிகம் கேட்கிறார்கள். காலை உணவுக்குக் குழந்தைகளைச் சாப்பிடும் பெரிய அண்ணனைப்* போல இருக்க விரும்பும் சர்வாதிகாரிக்கு நேர் எதிரான புரட்சிகர ஜனநாயகவாதி நான்.'

'ஆனால், முழுப் பொருளாதாரச் செயல்பாடுகளை அரசு கைக் கொள்வது, சொத்துக்களை அரசு கையகப்படுத்திக்கொள்வது ஆகியவற்றை நீங்கள் ஆதரித்தீர்கள். இது ஜனநாயகத்துக்கு அல்ல, சர்வாதிகாரத்துக்கான ஒரு வழிமுறையே என்று அமெரிக்கர்கள் பலருக்குத் தோன்றுகிறது. இப்படியான கருத்துகளை ஏன் வெளியிட்டீர்கள்?'

'உழைக்கும் மக்களிடம் அதிகாரம் வந்துவிடும்போது பெரும் வணிக நிறுவனங்களும் அவற்றின் வேலைக்காரர்களான அரசியல்வாதிகளும் வன்முறை உள்ளிட்ட தங்களிடம் இருக்கும் எல்லாவற்றையும் பயன்படுத்தி எதிர்த்துத் தாக்குவார்கள். அரசைக் கட்டுப்படுத்துவதும், தங்களிடம் இருக்கும் பெரும் பணத்தைப் பயன்படுத்தி அரசியல்வாதிகளை விலைக்கு வாங்குவதும், அரசியல் அதிகாரத்தைத் தக்கவைத்துக்கொள்வதும், முடிவற்ற ஆதாயங்களை உறுதிப்படுத்திக்

* ஜார்ஜ் ஆர்வெல்லின் 1984 என்ற நாவலில் வரும் ஒரு கற்பனைப் பாத்திரம். ஆளும் கட்சியின் குறியீடு. குடிமக்களைக் கண்காணிப்புக்கு உள்ளாக்குவதன் மூலம் அரசு அதிகாரத்தைத் துஷ்பிரயோகம் செய்வதற்கான இணைச்சொல்லாக இப்பதம் ஆகியுள்ளது. 'பெரிய அண்ணன் உங்களைக் கவனித்துக்கொண்டிருக்கிறார்' என்ற தொடர் அரசின் கண்காணிப்பைக் குறிக்கும் பிரபல தொடர். (மொ-ர்)

கொள்வதுமே முதலாளித்துவவாதிகளின் நோக்கம். அரசின் அதிகாரத் தைத் திரும்பக் கைக்கொள்வதற்காக முதலாளித்துவவாதிகள் எதை வேண்டுமானாலும் செய்வார்கள், அதையும் ஜனநாயகத்தின் பேராலேயே செய்வார்கள் என்பது எனக்குத் தெரியும். எனவே, ஒரு முதலாளித்துவ எதிர்ப்புரட்சியைத் தடுப்பதற்காக சோஷலிஸ அரசுக்கு பெரும் அதிகாரத்துடன்கூடிய ஓர் இடைக்காலப் படிநிலை இருக்கவேண்டும் என்று நான் நினைத்தேன். நிஜத்தில் அதிகாரத்தைப் பெற்ற லெனின், ஸ்டாலின் போன்ற மார்க்ஸியவாதிகள் விளக்கியதைப் போல அது *முழு அதிகாரம் அல்ல.* என்னுடைய மொத்தத் தத்துவத்தின் மையமான மதிப்பீடுகளை அவர்களுடைய கொடூரமான ஆதிக்கப்போக்கு கொண்ட 'மார்க்ஸியம்' குலைத்துவிட்டது. ஆனால், எந்த உண்மை யான ஜனநாயக மாற்றத்தையும் தக்கவைத்துக்கொள்ள அதிகாரம்மிக்க ஒரு மக்கள் அரசு தேவைப்படும்தானே.'

ஆவி கொஞ்ச நேரம் காத்திருந்துவிட்டுப் பிறகு அடங்கிய, தவறை ஒப்புக்கொள்ளும் தொனியில் பேசத் தொடங்கியது. 'அவ்வகையான அரசுக் கட்டுப்பாடு குறித்த என்னுடைய எழுத்துகள் ஸ்டாலினைப் போன்ற கொடூரமான சர்வாதிகாரியை உருவாக்கும் ஆபத்தை உள்ளடக்கியே இருந்தன. அது போன்ற ஆபத்தை நான் குறைத்து மதிப்பிட்டுவிட்டேன் என்பதை ஒத்துக்கொள்கிறேன்.'

இன்னும் ஓர் இடை நிறுத்தம். தான் செய்த மிகப்பெரிய தவறுகளில் ஒன்றை முக்கியத்துவமும் வருத்தமும் தொனிக்கும் விதத்தில் ஆவி ஒப்புக்கொண்டுள்ளது என்பதை உணர்ந்தேன், மார்க்ஸ் எழுதிய எல்லாவற்றின்மீதும் சந்தேகத்தைப் பரவவிட்டுவிட்டதால் இந்தப் பிரச்சினை குறித்து இன்னும் ஆழமாக இந்த உரையாடலில் அவருடன் விவாதிக்கவேண்டும் என்பதையும் உணர்ந்தேன். எப்படி அவருடைய கருத்துகள் ஸ்டாலினைப் போன்ற ஒரு சாத்தியத்தை உருவாக்கின - அதைப் பற்றி இப்போது என்ன நினைக்கிறார்? ஸ்டாலினிய அல்லது மாவோயிச சர்வாதிகாரங்கள் உண்டாக்கிய அச்சங்களால் மார்க்ஸியத்தை நிராகரிக்கும் மக்களை அவர் எப்படி எதிர்கொள்கிறார்? ஓர் இளம்பருவத்து மனிதநேயவாதி என்ற நிலையிலிருந்து பிற்கால வாழ்க்கையில் அதிகாரப்போக்கு கொண்ட ஓர் எழுத்தாளராகவும், விடுதலையை நேசிக்கும் பெரும் சமூக இயக்கங்களில் நம்பிக்கை கொண்டவராகத் தொடங்கி அரசின் அதிகார வர்க்கம் மற்றும் மையப்படுத்தப்பட்ட கட்டுப்பாடு ஆகியவற்றில் நம்பிக்கை கொண்ட வராகவும் அவர் மாறினாரா? அரசுகள், சோஷலிஸ அரசுகளும்கூட, அரசின் கட்டுப்பாட்டுக்கு உட்படாத சுதந்திர அமைப்புகள் மூலம் குடிமக்களால் கட்டுப்படுத்தப்பட வேண்டும் என்பதை அவர் உணர வில்லையா? ஆனால் என்னை அடக்கிக் கொண்டேன். எப்போது வேண்டுமானாலும் மறைந்துபோய்விடக்கூடிய சாத்தியம் உள்ள இந்த

ஆவியின் நம்பிக்கையை நான் முதலில் பெற வேண்டும். அவரிடம் அதிகார இயல்பின் கூறு இருந்தது. ஆனாலும், பிறரிடம் பரிவு கொண்ட பெரும் ஆன்மா அவர் என்பதும் எனக்குத் தெரியும். அதை இந்தக் கணத்திலேயே வெளிப்படுத்த விரும்பினேன்.

உழைப்பு தனித்தன்மையை நொறுக்கும்போது

'*வாழ்வதற்காக* நான் உழைக்கிறேன் என்பதால், தனிச்சொத்தின் முன்னூகித்தல் படி உழைப்பு என்பது வாழ்க்கையை ஒரு புறவயமான பொருளாக ஆக்கல் என்பதே ஆகும். உழைத்தல் என்பது வாழ்தல் அல்ல. உழைப்பை நான் *வெறுக்கும்* நிலைக்குப்போகும் அளவுக்கு என்னுடைய தனித்தன்மை நொறுக்கப்படுகிறது; அந்த நிலையில் உழைப்பு என்னை வதைக்கும் செயலாகவும் மாறுகிறது,' என்று மார்க்ஸ் எழுதினார்.

ஆனால் பின்முதலாளித்துவ உலகில், 'என்னுடைய உழைப்பு *வாழ்க்கையின் ஒரு சுதந்திர வெளிப்பாடாகவும், வாழ்க்கையைத் துய்த்தலுமாகவும்* இருக்கும்... என்னுடைய தனிப்பட்ட வாழ்க்கை உறுதிசெய்யப்படுவதால் என்னுடைய உழைப்பில் என்னுடைய தனித்தன்மையின் *சிறப்புப் பண்புக்கூறு* உறுதிசெய்யப்படுகிறது.'

நான் சொன்னேன்: 'மனித அந்நியமாதலை வென்றெடுப்பதன் மூலம் விடுதலையை அடைவது பற்றியதே உங்களுடைய உண்மையான பேரார்வம் என்பது உங்களுடைய எழுத்துகளைப் படிக்கும் யாருக்கும் தெரியும். லண்டன், பாரிஸ், மற்றும் பெர்லின் ஆகிய நகரங்களில் கரியும் புகையும் மண்டிய முதலாளித்துவத் தொழிற்சாலைகளில் அந்த அந்நியமாதல் பெருகி வளர்ந்துகொண்டிருந்ததை நீங்கள் பார்த்தீர்கள். 'உழைப்பு தன் தனித்த பண்புக்கூறை இழந்துவிட்டது. இதன் விளைவாக, உழைப்பின் மீது உழைப்பாளிக்கு இருந்த வசீகரம் மறைந்துவிட்டது. எந்திரத்தின் துணை உறுப்பாக அவன் ஆகிவிட்டான்,' என்று எழுதினீர்கள். ஒவ்வொரு தனிமனிதனின் படைப்பாற்றலையும் கண்ணியத்தையும் நிறைவு செய்யும் ஒரு புது உலகத்தை நோக்கி மனிதகுலத்தை வழிநடத்த நீங்கள் கடும்முயற்சி செய்தீர்கள். உங்களுடைய ஆரம்பகால எழுத்துகள் உண்மையில் கவிதைத்தன்மையும் ஆன்மிகத்தன்மையும் கொண்டவை. சமுதாயத்தை மட்டுமல்ல, தனித்தன்மையையும் அழித்ததால் முதலாளித்துவம் குறித்த உங்களுடைய கடும் வெறுப்பைத் திரும்பத் திரும்ப உங்கள் எழுத்தில் காட்டினீர்கள். அது உழைப்பாளிகளின் கண்ணியத்தை முறைகேடாகக் கையாண்டதுடன், முதலாளிகளின் கைப்பாவைகளாக அவர்களை ஆக்கி, தங்களிடமிருந்தும் தங்களின் உழைப்பிலிருந்தும் உழைப்பாளிகளை அந்நியமாக்கிவிட்டது. *1844 பொருளாதார, தத்துவக் கையெழுத்துப் படிகள்* போன்ற உங்களுடைய மிகச்சிறந்த ஆரம்பகால எழுத்துகளின் மிக முக்கிய கருப்பொருளாக இது இருந்தது.'

நன்றியுணர்ச்சியைத் தெரிவிக்கும் விதமாக ஆவி தலையசைத்தது -

குறைந்தபட்சம் அதனிடம் ஓரளவுக்குத் தென்பட்ட விறைப்பான ஜெர்மானிய நடத்தைப்பாங்கு அனுமதித்த அளவுக்கு அந்த நன்றி யுணர்ச்சியை அது வெளிப்படுத்தியது. 'ஆமாம், என்னுடைய எழுத்தை மக்கள் முற்றிலும் வேறுவிதமாகப் புரிந்துகொள்ளுமாறு செய்து விட்டார்கள். முதலாளித்துவத்தின் மேலாதிக்க உணர்வே - சிறிது நேரம் பயன்படுத்திவிட்டுப் பிறகு தூக்கி எறிவதற்காகத் தயாரிக்கப் பட்ட பொருள்களைப் போலத் தன்னுடைய பணியாளர்களை நடத்தி, அவர்களைப் பணத்துக்காக அடிமைகளாக்கிய 'எஜமான்' இந்த ஆதிக்கத்துக்கு ஓர் உதாரணம் - என்னை அதற்கு எதிராகத் திருப்பியது. மனித கண்ணியத்திலும், விடுதலையிலும் நான் பெரும் நம்பிக்கை கொண்டிருந்தேன். ஆனாலும், தன்னுடைய முறைக்குக் காத்துக் கொண்டிருக்கும் பெரிய அண்ணனைப்போல ஆபத்தானவனாக உங்களுடைய உலகில் நான் சித்திரிக்கப்படுகிறேன்.'

அதைப் பார்த்தபடி, 'நல்லது, உங்களுக்குச் சிறகுகள் இல்லை,' என்று சொன்னேன். கொஞ்சம் நகைச்சுவையாகப் பேசும் அளவுக்கு அவருடன் இப்போது சௌகரியமாக உணர்ந்தேன். 'ஆக, நீங்கள் ஒரு தேவதூதராக இருக்க முடியாது. இங்கிருக்கும் உங்களுடைய கல்லறையில் பொறிக்கப்பட்டிருக்கும் எங்கெல்ஸின் பாராட்டுரை யில், 'போராடுவது அவருடைய இயல்பு. பேரார்வத்துடன், விடாப்பிடி யாக, மிகச் சிலரே போட்டியிட்டு அடையக்கூடிய வெற்றிக்காக அவர் முதலாளித்துவத்துக்கு எதிராக, மனித விடுதலைக்காகப் போராடினார்.' அர்ப்பணிப்பு உணர்வு கொண்ட புரட்சியாளராகவும், தேவதூதராக இல்லாதவராகவும் இருக்கும் அதே நேரத்தில், முதலாளிகள் உங்களைச் சித்திரித்து வெற்றி கண்டவாறு நீங்கள் சர்வாதிகாரத்தைக் கட்ட சதிசெய்த கொடியவரும் இல்லை.'

'பதினெட்டாம் நூற்றாண்டு ஐரோப்பிய அறிவொளிக் காலத்தின் குழந்தை நான். பகுத்தறிவு, விடுதலை, நீதி ஆகியவை என்னுடைய உரைகற்கள்.'

இது உண்மையென்று அறிந்த நான் ஆமோதிக்கும் விதமாகத் தலையசைத்தேன்.

6

டீனா*

'நான் பிசாசாக ஆக்கப்பட்டதோடு மட்டும் விஷயம் நின்றுவிட வில்லை. முதலாளித்துவ அமைப்பு பெறவேண்டிய மாற்றத்தை இன்னும் பெரிதான ஒன்று தடுத்துக்கொண்டிருக்கிறது. அதுதான் டீனா என்ற மதம்.'

ஆவி எதைப்பற்றிப் பேசிக்கொண்டிருக்கிறது என்று புரியாமல் என்னுடைய மனம் வேகமாக இயங்கியது. டீனா யார்? ஒரு பெண்ணுக்கும் நாங்கள் பேசும் விஷயத்துக்கும் என்ன தொடர்பு? முழுக்கவும் குழப்பமடைந்த நான் மார்க்ஸின் வாழ்க்கையில் இடம் பெற்ற பெண்களைப் பற்றி யோசிக்கத் தொடங்கினேன். அவருடைய அம்மாவின் பெயர் ஹென்ரியட்டா. பிரஷ்ய நகரமான ட்ரையரில் வழக்குரைஞராக இருந்த ஹைன்ரிக் மார்க்ஸ் என்பவரை (பிறந்த போது அவருக்கு லெவி மோர்டெக்ஹை என்று பெயர்) மணந்தவர். ஹைன்ரிக்கின் அப்பா ஒரு யூத சட்ட வல்லுநர். ட்ரையரில்தான் மார்க்ஸ் பிறந்தார். ஜென்னி வான் வெஸ்ட்ஃபாலென் என்பது அவருடைய மனைவியின் பெயர். ஜென்னி அவருடைய வாழ்க்கையின் பெரும் நேசத்துக்குரிய அங்கம். இனிமையான காதலாலும் தீவிர உணர்ச்சிப் பெருக்காலும் நிரம்பி வழிகிறவை அவர்களுடைய அந்தரங்கக் கடிதங்கள்.

மார்க்ஸ் ஜென்னிக்காகக் கவிதைகளை எழுதினார். காதல் நூல் என்று தலைப்பிட்ட ஒன்றில், தன்னுடைய நான்கு மகள்களுக்கு ஜென்னியின் பெயரையே இட்டதாக எழுதினார்: ஜென்னி கேரலின், ஜென்னி லாரா, ஜென்னி ஈவ்லின், ஜென்னி ஜூலியா. அவருடைய வீட்டுப் பணிப்பெண்ணின் பெயர் ஹெலின். மார்க்ஸின் வாழ்க்கை வரலாறுகளிலோ, அல்லது அவருடைய காதல் விவகாரங்கள் பற்றிய விவரிப்புகளிலோ டீனா என்று யாரும் வந்தமாதிரி எனக்கு நினைவில்லை.

* டீனா (TINA) என்பது There Is No Alternative என்ற சொற்றொடரின் தலைப்பெழுத்துச் சொல் (Acronym). 'மாற்று கிடையாது' என்று பொருள். படிக்கும் வசதிக்காகவும், ஒரு பெண்ணின் பெயரைப்போல ஒலிக்கவேண்டும் என்பதற்காகவும் ஆங்கிலத் தலைப்பெழுத்துச் சொல்லே தமிழ் வரிவடிவில் இங்கு பயன்படுத்தப்படுகிறது.(மொ-ர்)

‘உங்களுடைய வாழ்க்கையில் டீனா என்ற பெயர் கொண்ட யாரையும் என்னால் நினைவுக்குக் கொண்டுவர முடியவில்லை.’

‘தப்பான வழியில் சிந்திக்கிறீர்கள். பெண்களைப்பற்றிச் சிந்திப்பதை நிறுத்துங்கள்.’ பிறகு அது சொன்னதையே திருப்பிச் சொல்லத் தொடங்கியது: ‘மாற்று கிடையாது. மாற்று கிடையாது. மாற்று கிடையாது. மாற்று கிடையாது.’ பேசுவதை நிறுத்தி விட்டுக் கேட்டது: ‘இப்போது புரிகிறதா?’

சட்டென்று எனக்குப் புரிந்தது. **டீனா என்பது மாற்று கிடையாது** என்பதன் தலைப் பெழுத்துச் சொல். சாத்தியமான சமூக வாழ்முறைகளில் மிகச் சிறந்ததை நாம் அடைந்து விட்டோம் என்பதைச் சொல்லும் ஒரு முறை அது. முதலாளித்துவ அமைப்பின் மீது கிட்டத்தட்ட ஒரு மத நம்பிக்கையை மீட்டெடுத்த

‘நிலப்பரப்புகள், நாடுகள் ஊடாக
நெடுந்தொலைவு பயணித்து
தன் பரந்துபட்ட எதிரொலியால்
அவற்றைக் கிளர்ச்சியூட்டும்
அடிமைத் தனத்துக்கு ஆளாக்கும்
இப்பூவுலகப் புகழ் எதுவும்
உன் கண்களுக்கு ஈடில்லை,
அவை முழுமையில் ஒளிரும்போது
உன் இதயத்துக்கு ஈடில்லை,
அது மகிழ்ச்சியில் திளைக்கும்போது...
காதலே ஜென்னி
ஜென்னி காதலின் பெயர்.’

ஜென்னிக்கு மார்க்ஸ் எழுதிய காதல் கடிதம், 1836 (ஜென்னிக்குரிய ஈரேழ் வரிப் பாக்களிலிருந்து)

‘ஜென்னிக்கு
உனக்காக மட்டுமே என்னுடைய நாடி
உச்ச அளவில் துடிக்கும்போது,
உனக்காக மட்டுமே என்னுடைய பாடல்கள்
பிரிவுத் துயரைப் பேசும்போது,
நீ மட்டுமே அவற்றின் உணர்ச்சிகளைத்
தூண்ட இயலும்போது,
அவற்றின் ஒவ்வொரு அசையும் உன்னுடைய
பெயரை வெளியிடும்போது,
அவற்றின் ஒவ்வொரு சுரத்துக்கும்
நீ இனிமை யைக் கூட்டும்போது,
தேவதையைவிட்டு சுவாசம் விலகாத போது,
ஜென்னி! என்னுடைய பாடல்கள் ஏன்
‘ஜென்னிக்கு’ என்று விளித்தே பேசுகின்றன
என்று நீ கேலியாகக் கேட்கலாம்.
ஏனென்றால், அந்த ஆருயிர்ப் பெயர் தேனாய்
ஒலிக்கிறது,
அதன் லயம் எனக்கு எத்தனையோ சொல்கிறது,
முழுநிறைவாக, இசைநயமாக
அது காற்றை நிரப்புகிறது,
கண்காணும் தொலைவிலுள்ள கிளர்ச்சியூட்டும்
உணர்ச்சிகளைப் போல
தங்க நாண் தரித்த சிதெர்னின்* பண்ணிசை
போல
வியப்பூட்டும் மந்திர வாழ்வைப்போல.’

*சிதெர்ன்: கிதாரைப்போன்ற தோற்றமுடைய ஒருவகை 16ஆம் நூற்றாண்டு இசைக் கருவி.

பிரிட்டன் மற்றும் அமெரிக்கத் தலைவர்களான மார்கரெட் தாட்சர், ரொனால்ட் ரீகன் ஆகியோருடன் தொடர்புபடுத்தப்படும் ஒரு மந்திரச் சொல் அது. ‘மாற்று கிடையாது’ என்ற சொற்றொடரை தாட்சர் பலமுறை திருப்பித் திருப்பிச் சொன்னதால் அவருடைய வாழ்க்கை வரலாற்றை எழுதியவர் அதையே தன் நூலுக்குத் தலைப்பாக வைத்து விட்டார்.

முதலாளித்துவத்துக்கு மாற்று எதுவும் நிஜத்தில் இல்லை என்று டீனா சொல்கிறது; அதாவது, குறைந்தபட்சம், புத்தி சுவாதீனம் உள்ள எந்த நபரும் கணக்கில் எடுத்துக்கொள்ளும் அளவுக்கு அதற்கு மாற்று கிடையாது.

இந்தத் தற்கால விவேகம் சரியானது என்று மார்க்ஸுக்குப் படாது என்பது தெளிவாகத் தெரிந்தது. அவருக்கு ஆறுதல் சொல்ல விரும்பினேன். 'சில முக்கியமான சமூக சீர்திருத்தங்கள் சாத்திய மில்லை என்று டீனா சொல்லவரவில்லை. சரிதானே.'

'சீர்திருத்தங்களா? நீங்கள் என்ன தமாஷ் பண்ணுகிறீர்களா? உங்களுக்குப் பெரிதும் தேவைப்படும் புரட்சிகர அமைப்பு மாற்றத்துக்கு அருகில்கூட அவை வருவதில்லை.' அது மிகுந்த கோபமுற்றிருந்தது.

இது ஒரு தொட்டாற்சிணுங்கியான ஆவி என்பதை அறிந்து கொண்டேன். 'உண்மையைச் சொன்னால், உங்களுடைய டீனா உலகில் பலருக்கு 'அமைப்புமுறை' என்பது பற்றிய கருத்தே கிடையாது. முதலாளித்துவம் காற்றைப் போன்றது; உண்மையென்று ஏற்றுக் கொள்ளப்பட்ட ஒன்று; ஒருபோதும் பார்க்கப்படாதது.'

நான் அது சொன்னதை ஒத்துக்கொள்ள வேண்டியிருந்தது. 'முதலாளித்துவம் என்பது என்ன? என்று என்னுடைய மாணவர்கள் பலர் ஒருபோதும் யோசித்துப் பார்த்ததுகூட கிடையாது. அவர்களுக்கு அரசியலைவிட ப்ராட் பிட்*, ஏஞ்சிலீனா ஜோலி** போன்ற பிரபலங்கள் குறித்துதான் அதிக அக்கறை. ப்ராஞ்சிலீனா (ப்ராட் + ஏஞ்சிலீனா) குறித்த செய்திகள் அவர்களைப் பிரச்சினைகளிலிருந்து திசைதிருப்பி கேளிக்கை ஊட்டுகின்றன. எனவே, பெரு அங்காடிகளில் குறுஞ் செய்தி இதழ்கள் எப்போதும் சூடாக விற்கின்றன.'

'ஆஆ, ஆமாம், ஆமாம்' என்று சொல்லி ஆவி தலையசைத்தது. ஏஞ்சிலீனா, ப்ராட், மற்றும் ஜெனிஃப்பர் [ஜெனிஃப்பர் லாரன்ஸ். 1990இல் பிறந்த நடிகை] ஆகியோரின் புகைப்படங்களையும், அவர்களுடைய தொலைக்காட்சித் தொடர்களையும் தாங்கி வரும் குறுஞ்செய்தி

* ப்ராட்லி பிட். 1963இல் பிறந்த பிரபல அமெரிக்க நடிகர், படத் தயாரிப்பாளர். பாலியல் கவர்ச்சிக்குப் பெயர் பெற்றவர். ஏஞ்சிலீனா ஜோலியோடு இணைந்து மனிதநேய செயல்பாடுகளுக்காக தாம் தொடங்கிய நிறுவத்தின் மூலம் குளோபல் ஆக்ஸன் ஃபார் சில்ரன், டாக்டர்ஸ் வித்தவுட் பார்டர்ஸ் என்ற இரண்டு தொண்டு நோக்கங்களுக்காக 2 மில்லியன் டாலர்களை வழங்கியவர். (மொ-ர்)

** ஏஞ்சிலீனா ஜோலி 1975ஆம் ஆண்டு பிறந்தார். நடிகை, தயாரிப்பாளர். மிக அழகானவர். ஹாலிவுட்டிலேயே அதிக சம்பளம் பெறுபவர். மனித நேய செயல்பாடு களுக்காக, குறிப்பாகக் குழந்தைகள், அகதிகள் தொடர்பான சேவைகளுக்காக, பணத்தையும் நேரத்தையும் செலவழிப்பவர். ஊடகக் கவனத்தை அதிகம் பெறுபவர். புற்றுநோய் தாக்கும் ஆபத்தால் 2013, மே மாதத்தில் தன்னுடைய இரண்டு மார்பகங் களையும் அறுவை சிகிச்சை மூலம் அகற்றிக்கொண்டவர். (மொ-ர்)

இதழ்களை பெரு அங்காடிகளில் பார்த்திருக்கிறேன். எங்கள் காலத்திலும் இப்படிப்பட்டவை இருந்தன - அழகான, பணக்கார பிரபலங்கள், ராணுவத்தின் பெரும் வண்ண அணிவகுப்புச் சடங்குகள், மாவட்டத் தலைமைத் தேவாலயங்களின் கம்பீரமான பேராயர்கள். பெருந்திரள் மக்களுக்கு மேலும் போதையூட்டும் அபின், அவ்வளவுதான்.'

'உண்மையான பிரச்சினைகளிலிருந்து நம்மை திசை திருப்பத் தானே? முக்கிய சமகால அரசியல் பிரச்சினைகளைப்பற்றி நாம் சிந்திக்காத வகையில் பாலியல் மற்றும் வம்புப்பேச்சு மூலம் நம்மைக் கவர்ந்திழுக்கத்தானே?' அமெரிக்காவின் வெகுஜனக் கலாச்சாரம் குறித்து மார்க்ஸ் இவ்வளவு தெரிந்து வைத்திருக்கிறாரே என்று நான் இன்னும் மனதுக்குள் வியந்துகொண்டிருந்தேன். அமெரிக்கப் பத்திரிகைகளுக்கு அவர் பலகாலம் எழுதிக்கொண்டிருந்தார் என்பது பிறகு என் நினைவுக்கு வந்தது. 1850களிலும் 1860களிலும் பெரும்பாலும் ஐரோப்பிய, ஆசிய விவகாரங்கள் குறித்து *நியூயார்க் ட்ரிப்யூனி*ல் ஏறத்தாழ 500 கட்டுரைகள் எழுதியது மட்டுமன்றி பிற செய்தித்தாள்களிலும் இதழ்களிலும் பத்திகளும் எழுதியிருக்கிறார். ஆப்ரஹாம் லிங்கன் போன்ற அமெரிக்கக் குடியரசுத் தலைவர்களுக்கு கடிதங்கள் கூட எழுதினார். அமெரிக்கா குறித்த ஈர்ப்பு அவருக்கு எப்போதும் இருந்து வந்திருக்கிறது. அந்த நாட்டைப்பற்றி அவருக்கு நிறைய தெரிந்தும் இருந்தது, இப்போதும்கூட.

'அமெரிக்கர்களாகிய நீங்கள் எப்போதையுவிட பெரிய அளவில் முழுக்க அபினுக்கு அடிமையாகி யுள்ளீர்கள். பிரபலங்கள், விளையாட்டு, தொலைக்காட்சி, வீடியோ விளையாட்டுகள். பாலியல். அப்புறம், சந்தேகமேயில்லாமல் மதம்...' என்றார் அவர்.

'பெருந்திரள் மக்களின் அபின்' என்று மதத்தை மார்க்ஸ் கண்டித்தது என் நினைவுக்கு வந்தது. மதமும் வானுலக வாழ்க்கையும் அவர்களுக்கு விடுதலை வழங்கும் அரசியலிலிருந்து அவர்களைத் திசை திருப்பின என்று அவர் கருதினார். ஆனால், லண்டனில் ஒரு கிறிஸ்துமஸ் தினத்தன்று தன்னுடைய குழந்தைகளுக்குக் கிறிஸ்துமஸ் மரம் வாங்க இயலாத தன் நிலை குறித்து அவர் வருந்தினார். ஆனாலும், நான் இந்தத் தனிப்பட்ட விஷயத்தைக் கிளற வேண்டாம் என்று தீர்மானித்தேன். அது அவருக்கு வேதனையைத் தரலாம்; அல்லது, அவரது கவனத்தைத் திருப்பலாம். மாறாக, 'எப்படி முதலாளித்துவம் எப்போதும் தொடர்ந்து தன்னைத் தக்கவைத்துக்கொண்டுள்ளது என்பதுதான் அபின். நீண்டகாலமாக அது ஓர் உண்மை. 150 ஆண்டுகளுக்கு முன்னால் நீங்கள் அதைப் பற்றி எழுதினீர்கள்.'

ஆவி ஆமோதிக்கும் விதமாகத் தலையசைத்தது. 'ஓஓ, ஆமாம். நீங்கள் சொல்வது முற்றிலும் சரி. அந்த அமைப்பு எப்போதும் செயல்படும்

விதம்தான் இதில் விஷயமே. ஆனால் அமெரிக்கர்களாகிய நீங்கள் நடந்து கொள்ளும் முறை எரிச்சல் உண்டாக்குகிறது. உங்கள் நாட்ட வரின் உயிர் பிழைத்தல், இந்த போதை களை விட்டுவிடுவதையும் உங்களின் பொருளாதாரம் மற்றும் அரசியல் ஆகியவை அனுபவிக்கும் மரண அவஸ்தைகள் குறித்து நினைத்துப் பார்ப்பதையும் சார்ந்து இருக்கும் நேரத்தில் நீங்கள் முழுவதுமாக போதைக்கு ஆட்பட்டிருக்கிறீர்கள்.'

கேரி ஃபிஷர், மார்க்ஸ், மற்றும் பெரும் அளவிலான அபின்

ஸ்டார் வார்ஸ் திரைப்படத்தில் லீயா என்ற பாத்திரத்தில் நடிக்கும் கேரி ஃபிஷர் என்ற நடிகை மதுவுக்கும், போதை மருந்துகளுக்கும் அடிமையானார். *Wishful Drinking* என்னும் தன்னுடைய சுயசரிதையில் சாதுரியப் பேச்சாக ஓரிடத்தில் சொல்கிறார்: 'மதம் பெருந் திரள் மக்களின் அபின் என்று சொல்லப் படுவது உங்களுக்கெல்லாம் தெரியும். அது சரி. ஆனால் நான் மதத்துக்குரிய ஒழுங்குடன் சீராக அபினைப் பெரு மளவில் உட் கொண்டேன்.' ஆவி சொல் கிறது: 'அதைத்தான் எல்லா அமெரிக்கர் களும் செய்கிறீர்கள்.'*

அமெரிக்காவையும் உலகத்தை யும் டீனா ஆண்டுகொண்டிருக்கும் வரை இந்த ஆவி நிலையான மன சஞ்சலத்தில் இருந்துகொண்டிருக்கும் என்பதை நான் உணர்ந்தேன். அதன்மீது அனுதாபப்பட்டேன்; அதை மனமார்ந்து சொல்லவும் செய்தேன். டீனாவை மக்கள் நம்பும்வரை மனிதகுலத்தின் வாழ்வை அச்சுறுத்தும் நெருக்கடிகளைத் தீர்க்க முடியாது என்பது தெரிந்திருந்ததால் நானும் அதன் செல்வாக்கு குறித்து வருந்தினேன்.

7

இம்மியும் பிசகாமல் தப்பான நேரத்தில் டீனா வந்துசேர்கிறது

அது சொல்கிறது: 'டீனா ஒன்றும் புதிதல்ல. ஆனால் இன்று அது வறட்டு நம்பிக்கையாகக் (டாக்மா) கெட்டிதட்டிப்போயுள்ளது.

* பெருந்திரள் மக்கள், பெருமளவில் என்ற இரண்டு சொற்றொடர்களின் அர்த்தத்தையும் தரும் masses என்ற ஆங்கில வார்த்தையை ஃபிஷர் பயன்படுத்துகிறார். இந்த சிலேடையைத் தமிழில் தர இயலாதது இயல்பானது தான். (மொ-ர்)

இந்த உலகத்தை நடத்திச் செல்பவர்களான உலகின் எஜமானர்கள் அதில் உண்மையான நம்பிக்கை கொண்டவர்கள். செயலூக்கமும், அர்ப்பணிப்பும் கொண்ட டீனா சமயப்பரப்பாளர்கள் அவர்கள்.'

'சந்தேகமேயில்லாமல், எங்களுடைய தலைவர்கள் மத்தியில் டீனா கேள்வி கேட்கப்படாத நடைமுறை அறிவாக ஆகிவிட்டது' என்று நான் ஒத்துக்கொண்டேன். 'அவர்கள் ஒவ்வொருவரையும் மிகுந்த முனைப்புடன் டீனா மதத்துக்கு மாற்றம் செய்துகொண்டிருக்கிறார்கள்.'

கருத்துகள் குறித்து மார்க்ஸின் கருத்து

'வரலாற்றின் ஒவ்வொரு காலப் பகுதியிலும் ஆளும் வர்க்கத்தின் கருத்துகளே ஆதிக்கம் பெற்ற கருத்துகளாக உள்ளன. அதாவது, சமூகத்தின் பௌதீக ஆதிக்க சக்தியாக உள்ள வர்க்கம் அச்சமூகத்தின் ஆதிக்கம் பெற்ற அறிவாற்றல் தொடர்பான சக்தியாகவும் இருக்கிறது. பௌதீக உற்பத்திக்கான சாதனங்களைத் தன் கட்டுப்பாட்டில் கொண்டுள்ள வர்க்கமே மூளை சார்ந்த உற்பத்தியின் மீதும் தன் கட்டுப்பாட்டைக் கொண்டிருக்கிறது.'

'ஆம்,' என்று சொல்லி ஆவி தலையசைத்தது. 'டீனாதான் ஆதிக்கம் பெற்ற கருத்து. இதை எதிர்பார்த்துதான் ஆகவேண்டும். ஏனென்றால், மேட்டுக்குடிகள் தங்களுடைய நலன்களுக்கு சாதகமான ஆதிக்கக் கருத்துகளையே எப்போதும் உருவாக்குகிறார்கள். இதுதான் ஒரே மற்றும் மிகச்சிறந்த அமைப்பு முறை என்று மக்களுக்குப் போதிக்கப் பட்டாலொழிய எந்த அமைப்பும் தொடர்ந்து தன்னைத் தக்கவைத்துக் கொள்ள முடியாது.'

'ஆக, டீனா ஆதிக்கம் பெற்ற கருத்தாகத் தொடர்ந்து இருப்பதில் ஆச்சரியம் ஏதுமில்லை.'

'ஆமாம். ஆனால் அதற்கு நீங்கள் மட்டுமீறிய விலையைக் கொடுத்துக் கொண்டிருக்கிறீர்கள்.' ஆவி மீண்டும் மன சஞ்சலத்தை அடைவது தெரிந்தது. இன்றைய முதலாளித்துவம் பணக்காரர்களுக்கு சாதகமாக இருக்கும்படி செய்யப்பட்ட, தான்தோன்றித்தனமான, நிலையற்ற மோசடியான சூதாட்டக் கூடம். ஆனாலும், மிகப்பெரும் பணக்காரர்கள்கூட அதன் ஆபத்துகளிலிருந்து தப்பிக்க முடியாது. அந்த சூதாட்டக் கூடம் உங்கள் நாட்டின் சொந்த உழைப்பாளிகளின் சேமிப்புகளை சூதாட்டத்தில் இழக்கவைத்து, அவர்களின் ஆற்றலைப் பிடுங்கி, அவர்களுடைய மனிதப்பண்பை மட்டுமல்லாமல் அவர்களுடைய உயிர் வாழ்தலையும் அச்சுறுத்தலுக்கு உள்ளாக்குகிறது.'

மார்க்ஸ் சமூக அழிவை எதிர்பார்க்கிறார்

'இந்த முதலாளித்துவ அமைப்பின்கீழ் சமூகம் இனியும் வாழ முடியாது. வேறு வார்த்தைகளில் சொன்னால், அதனுடைய இருப்பு சமூகத்துக்கு ஒத்திசைவாக இருக்காது.'

அது கொஞ்சம் நிறுத்தி பின் ஆவிரீதியான சோகத்துடன் தொடர்ந்தது: 'இந்த அமைப்புமுறை உலகளாவிய போர்களில் ஈடுபடுகிறது; விலை

மலிவான எண்ணெய்க்காக மக்களைக் கொல்கிறது; காற்றில் டன் கணக்கான கார்பனைப் பரப்பி எதிர்காலத் தலைமுறைகளுக்கு நஞ்சிடுகிறது. டீனா உங்கள் மனதில் குடியேறி ஆக்கிரமிக்க ஆக்கிரமிக்க இந்த அமைப்பு முறை முழு மனித இனத்தையும் அழிவின் விளிம்பில் நிறுத்துகிறது.'

'ஆமாம், அந்த ஆபத்துக்கான வாய்ப்பு இருப்பது உண்மைதான்.'

'உங்களால் புரிந்துகொள்ள முடியவில்லையா? மனித உயிர் வாழ்தல் புரட்சிகர மாற்றத்தைக் கோரும் சரியான தருணத்தில் டீனா வருகிறது. மேலும், இந்த அமைப்பு முறையை மாற்றும் அவசியம் உங்களுக்கு எவ்வளவுக்கெவ்வளவு உண்டாகிறதோ அவ்வளவுக்கவ்வளவு நீங்கள் டீனாவின் கோவிலில் வழிபடுகிறீர்கள்.'

ஆவி சற்று நிறுத்தியது. 'மனிதர்களாகிய நீங்கள் ஏறத்தாழ ஒரு தற்கொலை உடன்படிக்கையில் கூட்டாகக் கையெழுத்திட்டுவிட்டது போலத் தோன்றுகிறது.'

நாங்கள் இருவரும் அமைதியானோம். எனக்குக் கவலையூட்டிக் கொண்டிருந்த சிந்தனைகளைத் தெளிவாக ஆவி வெளிப்படுத்திக் கொண்டிருந்தது. இந்த ஆவியுடன் ஒரு புது பந்தத்தை உணர்ந்தேன். அது பகிர்ந்துகொள்ளப்பட்ட ஒருவகை மனக்கசப்பு.

8

களிப்பான மனநிலைக்கு மாறிய ஆவி

ஆச்சரியப்படத்தக்க வகையில் முற்றிலும் புதிய திசைக்கு உரையாடலைத் திருப்பிய ஆவி, என்னை உற்சாகமாக இருக்கச் சொன்னது. 'ஆமாம், டீனாதான் புதிய மதம். ஆனால் அது நொறுங்கத் தொடங்கி விட்டது. ஊடகங்களும், அரசியல்வாதிகளும், அறிவுஜீவிகளில் பெரும்பான்மையோரும் டீனாவை உண்மையென்றே நம்புகிறார்கள். ஆனால் பொதுமக்கள் முதலாளித்துவ அமைப்பில் நம்பிக்கை இழக்கத் தொடங்கிவிட்டார்கள். புதிதான ஏதோ ஒன்று தோன்றத் தொடங்கி விட்டதை நான் பார்க்கிறேன்.' இந்த இடத்தில் ஆவி பேசியதில் நம்பிக்கையின் ஜாடை தென்பட்டதை நான் கவனித்தேன்.

‘எனக்குச் சொல்லுங்களேன்,’ என்று நான் கெஞ்சினேன். கல்லறைத் தோட்டத்தில் இருட்டத் தொடங்கியது. நல்ல செய்திக்காக ஆர்வத்துடன் காத்திருந்தேன்.

‘இந்தப் பெரும் பொருளாதாரத் தேக்கநிலை ஒருவரை விடாமல் பாதித்துக்கொண்டிருக்கும்போது, அரசியல் தளத்தின் இரண்டு பக்கங்களிலும் மாற்றத்துக்கான ஏக்கம் உண்டாகியிருப்பதை நான் பார்க்கிறேன். 2011இல் டுனீசியாவிலும், எகிப்திலும் தொடங்கி அராபிய உலகிலிருந்து அமெரிக்கா வரையிலும் பரவிய மக்கள் எழுச்சிகளை எண்ணிப் பாருங்கள். அமெரிக்காவில், குறிப்பாக விஸ்கான்ஸினிலும் ஒஹையோவிலும், பொதுத்துறைத் தொழிலாளர் சங்கங்களும், பெரிய தொழிலாளர் இயக்கங்களும், மாணவர்களும் தொழிற்சங்கங்களையும், பொதுமக்களுக்கான சேவை அமைப்புகளையும் காப்பாற்றப் போராடிக்கொண்டிருக்கிறார்கள். இடதுசாரிகளைப் பொறுத்தவரை, இதற்கு முன்பாக அண்மைக் காலத்தில் பெரும் மாற்றத்தைக் கொண்டுவந்த பலர் இருக்கிறார்கள்: moveon.org, பில் மேஹர், ஜோன் ஸ்டீவர்ட் போன்ற தொலைக்காட்சி ஆளுமைகள், மட் டேமன், ஷான் பென் போன்ற ஹாலிவுட் இடதுசாரிகள்.’

சிறு இடைவெளிக்குப் பிறகு ஆவி ஹாலிவுட் ஆஸ்கர் ஆவணப்பட இயக்குநரான மைக்கேல் மூரைப்* பற்றிக் குறிப்பிட்டது: ‘லாபம் அடைவதற்காக பெரும் வணிக நிறுவனங்கள் தங்களுடைய தொழிலாளர்களுக்கு இழைத்த கொடுமைகளை மைக்கேல் தன் வாழ்நாளைச் செலவழித்து ஆவணப்படுத்தியிருக்கிறார். முதலாளித்துவம் ஏன் ஒழிந்துபோக வேண்டும் என்பதைக் குறிப்பாக விளக்க *முதலாளித்துவம்: ஒரு காதல் கதை* என்ற திரைப்படத்தை அவர் தயாரித்திருக்கிறார்.’ ஆவி உண்மையிலேயே முறுவலிப்பதுபோலத் தோன்றியது.

ஆவியும் மைக்கேல் மூரும்

முதலாளித்துவம் முடிவுக்கு வரவேண்டிய நேரம் வந்துவிட்டது என்பதைச் சொல்லும் *முதலாளித்துவம்: ஒரு காதல் கதை* என்ற திரைப்படத்தை மைக்கேல் மூர் 2009இல் வெளியிட்டார். சமூக நீதிக்கான அடிநிலை இயக்கங்களின் பெரும் அணியோடு இணைந்து முதலாளித்துவ அமைப்பு குறித்த விமர்சன பூர்வமான சிந்தனையை நகைச்சுவை நடிகர்களான மூர், ஜோன் ஸ்டீவர்ட், ஸ்டீஃபன் கோல்பார்ட், பில் மேஹர் போன்றோர் வழங்குகின்றனர் என்று ஆவி என்னிடம் சொன்னது.

ஜெஸ்ஸி ஜேக்சன், அல் ஷார்ப்டன், சிண்டி ஷீஹன், பில் மேக்கிப்பென், மெடியா பெஞ்சமின், ரால்ஃப் நெய்டர் போன்றோரால் வழிநடத்தப்படும் அடிநிலைத் தொழிலாளர், சுற்றுச்சூழல், போர்

* மைக்கேல் மூர் 1954இல் பிறந்தவர். எழுத்தாளர், ஆவணப்பட இயக்குநர், சமூக விமர்சகர். ஃபாரன்ஹீட் 9/11 போன்ற ஆவணப்படங்களைத் தயாரித்தவர். உலகமயமாதல், இராக்கியப் போர், முதலாளித்துவம் ஆகியவற்றைக் கடுமையாக விமர்சிப்பவர். (மொ-ர்)

எதிர்ப்பு, புலம்பெயந்தோர்களுக்கான ஆதரவு, பெண்கள், குடிமக்கள் உரிமைகள் ஆகியவை தொடர்பான இயக்கங்களே இடதுசாரிகள் பக்க மிருக்கும் உண்மையான நாயகர்கள். தங்களுடைய வேலை, எதிர் காலம் தொடர்பான அச்சம் கொண்ட லட்சக்கணக்கானத் தொழிலாளர் களையும், குடிமக்களையும் உள்ளடக்கிய இந்த இயக்கங்கள்தாம் ஒபாமா குடியரசுத்தலைவராகத் தேர்ந்தெடுக்கப்படுவதற்கு உதவின. ஏனென்றால், இந்த அமைப்புமுறை நிலையற்றதாகவும், தங்களை ஏமாற்றுவதாகவும் இருப்பதை சாதாரணத் தொழிலாளர்கள் அறிந் துள்ளார்கள். அவர்கள் மாற்றத்தை விரும்பினார்கள் - 'மாற்றம்,' 'நம்பிக்கை' இந்த இரண்டு வார்த்தைகளைத்தான் ஒபாமா அதிகமும் [தன் பிரச்சாரத்தில்] பயன்படுத்தினார்.'

'வலதுசாரிகள் பக்கம் இன்னும் அதிக எழுச்சி காணப்படுவதாகத் தோன்றுகிறது,' என்று நான் சொல்கிறேன்.

எரிச்சலுற்ற ஆவி, 'நான் சொல்லி முடிக்கிறேன்,' என்றது. 'வலதுசாரி களின் எழுச்சி குறித்து பெரும் ஆரவாரம் கேட்கிறது: தேநீர் விருந்து இயக்கங்கள், தீவிர வலதுசாரி குடியரசுக் கட்சிக் குழுக்கள் சாரா பாலின், க்ளென் பெக், பில் ஓ'ரெய்லி, ஃபாக்ஸ் செய்தி அலை வரிசை; மிதச்சீர்திருத்தவாதிகள், புலம்பெயர்ந்தோர், ஓரினச்சேர்க்கையாளர், போன்றோர் களையப்பட்ட, பகுதியளவில் இறையியல் நாடாக இருக்கும் ஒன்றை விரும்பும் விவிலிய மறைக் கோட்பாட்டைப் போதிக்கும் குருமார்கள். நமக்குத் தெரிந்த வகையில் அந்த எழுச்சியும் முதலாளித்துவத்தை முடிவுக்குக் கொண்டு வரும். அவர்களின் ஆற்றலை நாம் குறைத்து மதிப்பிடக்கூடாது. சாரா பாலின்*, நவீன அரசியலின் சீமாட்டி காகா**. அவருக்கு லட்சக்கணக்கில் முகநூலில் நண்பர்கள் உண்டு. இரண்டாம் குடியரசின் வீழ்ச்சிக்குப்பிறகு ஃப்ரான்ஸுக்குப் பேரரசைத் திரும்பக் கொண்டுவந்த லூயி-நெப்போலியனைப் போன்ற ஆற்றல் மிக்க பிற்போக்குவாத சக்திகள் என்னுடைய நாளில்கூட இருந்தன.'

'சரி, இதைவைத்து நாங்கள் என்ன முடிவுக்கு வருவது?'

'இந்த அமைப்பில் - இடதுசாரிகள் தொடங்கி வலதுசாரிகள் வரை-பெரிய மாற்றம் நிகழ இருக்கிறது. அமெரிக்காவில்கூட பெரும்பான்மை யான சாதாரண மக்களிடம் பெரும் மாற்றத்துக்கான ஆர்வ உணர்ச்சி

*பிறப்பு 1964. அமெரிக்க அரசியல்வாதி, எழுத்தாளர். தேநீர்க் கட்சியின் ஆதரவாளர். இளவயதில் அலாஸ்காவின் கவர்னராக இருந்தவர். (மொ-ர்)

** லேடி ககா என்ற மேடைப் பெயரைக்கொண்டவர். ஸ்டெஃபானி ஜோஆன் ஆஞ்சலினா ஜெமனோட்டா - பிறப்பு 1986. மிக அதிகமாக சம்பாதிக்கும் பெண் பாடகர், பாடலாசிரியர், சமூக செயற்பாட்டாளர். இவர் பெயரைத் தாங்கிய உதட்டுச் சாயம் ஒன்றின் விற்பனையில் கிடைத்த 202 மில்லியன் டாலர்களை எச்ஐவி/எய்ட்ஸ் பாதித்தவர்களுக்கு வழங்கியவர். ஐந்து முறை கிராமி விருதைப் பெற்றவர். (மொ-ர்)

காணப்படுகிறது. உலகம் முழுக்க இதே உணர்ச்சியை நாம் பார்க்கிறோம். சர்வாதிகாரி முபாரக்கின் ஆட்சியின்கீழ் அதீத அடக்குமுறைக்கு ஆளான எகிப்திய மக்களிடமும்கூட இந்த உணர்ச்சியைப் பார்க்கிறோம்.'

மேலும் மேலும் முதலாளித்துவ அமைப்பு பெருகி வரும் இன்றைய உலகில் பரந்துபட்ட மக்களுடைய மனதின் ஆழத்தில் உறையும் மாற்றத்துக்கான உணர்ச்சி குறித்த ஆவியின் நம்பிக்கையை நான் அன்புடன் போற்றினேன். அதே சமயம், முதலாளித்துவவாதிகள் 'தங்களுடைய புதைகுழியைத் தாங்களே தோண்டிக்கொள்பவர்கள்' என்று சொன்ன இதே ஆவிதான் புரட்சி அருகிலேயே இருக்கிறது என்று எப்போதும் பார்த்தது.

'நீங்கள் எப்போதும் நம்பிக்கை கொண்ட மனநிலையில் இருந்தீர்கள். 1871இல் தொழிலாளர்கள் எழுச்சி பெற்று, அதிகாரத்தைக் கைப்பற்றி, பாரிஸை இரண்டு மாதங்கள் தாங்களே ஆட்சியும் செய்த நிகழ்வான பாரிஸ் கம்யூன் கலகம் முதலாளித்துவத்தின் முடிவை முன்னறிவித்தது என்று நினைத்தீர்கள். உங்களுடைய எண்ணம் முற்றிலும் தவறாகிப் போனது.'

பெருமூச்செறிந்த ஆவி, 'ஆமாம். பாரிஸ் கம்யூன் குறித்த பகுப்பாய்வில் நான் சில தவறுகளைச் செய்துவிட்டேன். அது ஐரோப்பா முழுக்க தொழிலாளர் புரட்சியைத் தூண்டிவிடும் என்று நம்பினேன். 1848இல் ஃப்ரான்ஸிலிருந்து ஐரோப்பா முழுக்க பரவிய புரட்சிகளின் விளைவு பற்றி நான் மிகையான நம்பிக்கையில் இருந்திருக்கிறேன் என்பதை ஒத்துக்கொள்கிறேன். முதலாளித்துவம் எவ்வளவு ஆற்றல் மிக்கது என்பதும், சபலத்தைத் தூண்டுவது என்பதும் எனக்குத் தெரியும். ஆனால், அதிர்ச்சிக்கும், மாற்றத்துக்கும் ஈடு கொடுக்குமளவுக்கு உள்ள அதன் உறுதியை நான் குறைத்து மதிப்பிட்டுவிட்டேன்.'

புதைகுழி தோண்டுபவர்கள்

'எல்லாவற்றுக்கும்மேலாக, பூர்ஷ்வா வர்க்கம் தனக்கான புதைகுழியைத் தோண்டுபவர்களையும் தயாரித்துக் கொள்கிறது. அதனுடைய வீழ்ச்சியும், உழைக்கும் வர்க்கத்தின் வெற்றியும் சம அளவில் தவிர்க்கமுடியாதவை.'

'ஆஆஆஆஆ.' சத்தம் என்னுடைய தொண்டையிலிருந்து அனிச்சையாக வெளிப்பட்டது. தவறை ஒத்துக்கொள்வது மார்க்ஸுக்கு சிரமமான காரியம் என்பதை என்னால் உறுதியாகச் சொல்ல முடியும். ஆனால், தன் கருத்துகள் தொடர்பாக மிகுந்த தன்னம்பிக்கையுடன் இருக்கும் இந்தத் தருணத்தில், தன்னுடைய சில கடுமையான தவறுகளை, வேண்டா வெறுப்புடன் ஒத்துக்கொள்ள விரும்பியதாகத் தோன்றினார். அது எனக்கு ஆறுதலாக இருந்தது.

ஆவி தொடர்ந்தது: 'ஆனாலும், உங்கள் நாடான அமெரிக்காவைப் பற்றி யோசியுங்கள். 'ஆம், நம்மால் முடியும்,' என்ற முழக்கத்தை

முன்வைத்த ஒரு கறுப்பரை 2008இல் அமெரிக்க மக்கள் தேர்ந்தெடுத்தார்கள். அவர் பேசியதெல்லாம் மாற்றத்தைப் பற்றித்தான். அதற்காகவே மக்கள் அவரை நேசித்தார்கள் போலிருக்கிறது.'

'ஆமாம். ஆனால், நீங்கள் ஏற்கனவே சொன்னதுபோல, மொத்த அமைப்புமுறையையே மாற்றுவது பற்றி அவர் பேசவில்லை. புரட்சியாளருக்குரிய பண்பு கொஞ்சமும் ஒபாமாவுக்கு இல்லை என்பது இப்போது எங்களுக்கு உறுதியாகத் தெரிகிறது. ஆஃப்கானிஸ்தானில் அவர் நடந்துகொள்வது இதே முறையில்தான். பங்குச்சந்தையோடும், பிக் ஆயில்* போன்ற எண்ணெய் நிறுவனங்களோடும் அவர் அளவுக்கு அதிகமான கனிவோடும், நட்போடும் இருந்து வருகிறார்.'

'ஆ, உங்களுடைய அரசியல்வாதிகள், ஒபாமாவையும் உள்ளிட்டு, டீனாவையும், முதலாளித்துவத்தையும் ஆதரிப்பார்கள். என்னுடைய காலத்திலும் இதேதான் நடந்தது. புதிதாக உருவாகிக் கொண்டிருந்த நிதிசார்ந்த மற்றும் தொழில்துறை வர்க்கங்களுக்கு ஐரோப்பியத் தலைவர்கள் அனைவரும் தலை வணங்கிக்கொண்டிருந்தார்கள். இந்தப் பண்பு முதலாளித்துவத்தின் மரபணுவிலேயே இருக்கிறது. ஆனால், மக்கள். அங்கேதான் சாத்தியங்கள் காணப்படுகின்றன. ஒபாமா வெற்றியடைந்துவிட்டார் என்று கேள்விப்பட்டவுடன் சிகாகோவின் பொதுப் பூங்காவில் கூடியிருந்த மக்களின் முகங்களில் தென்பட்ட கண்ணீர்ப்பெருக்கு உங்களுக்கு நினைவிருக்கிறதா?'

> **அரசு குறித்து மார்க்ஸ்**
>
> ''நவீனகால அரசின் நிர்வாகத்துறை [Executive] என்பது ஒட்டுமொத்த பூர்ஷ்வாவின் பொதுவான விவகாரங்களை நிர்வகிக்கும் ஒரு குழு அன்றி வேறல்ல.''

'நான் அந்த இடத்தில் இல்லை. ஆனால், தொலைக்காட்சியில் பார்த்தேன். நானும் அழுதுவிட்டேன்.'

உண்மையான மாற்றம் வரவேண்டும் என்று உங்களுடைய மனதில் புதைந்திருந்த பெரும் ஆர்வம் வெளியே வர உங்களுடைய புதிய குடியரசுத் தலைவர் ஒபாமா ஒரு கணமாவது உதவியிருக்கிறார். ஒரு மந்திரக் கணத்தில், அமெரிக்கர்கள் தங்களை 'நான்' என்று இல்லாமல் 'நாம்' என்று, உலகை மாற்றமுடிகிற நாம் என்று உணர்ந்தார்கள். சாதாரண அமெரிக்க மக்களின் இந்தக் கணமும், முதல் ஆஃப்ரிக்க-அமெரிக்க குடியரசுத்தலைவரின் குறிப்பிடத்தக்கத் தேர்வும், உலகம் முழுக்க 'மக்கள் இயக்கங்கள்' - டுனீசியாவிலும், எகிப்திலும், பிற இடங்களிலும் 2011இல் பெரும்பான்மை மக்கள் பங்குகொண்ட

* எக்ஸான், பிரிட்டீஷ் பெட்ரோலியம் போன்ற பெரும் எண்ணெய் நிறுவனங்களின் கூட்டமைப்பு. அமெரிக்க அரசியலில் பெரும் செல்வாக்கு செலுத்துகிறது. பின் கோல் இதேபோன்ற இன்னொரு அமைப்பு. (மொ-ர்)

எழுச்சிகள் தோன்றுவதற்கு ஆதர்சமாக இருந்தன. புரட்சிக்கான தருணம் அப்படி ஒன்றும் மறைந்துவிடவில்லை. அது எதிர்காலத்தில் உள்ளது'

தற்சமயம் அமெரிக்காவில் நிகழும் சம்பவங்கள் பற்றி இந்த ஆவிக்கு எவ்வளவு விஷயங்கள் தெரிந்திருக்கின்றன என்று எண்ணி நான் வியந்துபோனேன். ஆனாலும் நான் மீண்டும் விவாதத்துக்குத் தயாரானேன். ஏனென்றால், இந்த சமகால நிகழ்வுகள் என்னுடைய களம். 'சரிதான். உலகம் முழுக்க உண்டான சில குறிப்பிடத்தக்க மக்கள் எழுச்சிகளை நாம் பார்த்தோம். புரட்சிக்கான உணர்வு மறைந்துவிடவில்லை என்பதை ஒத்துக்கொள்கிறேன். ஆனாலும், அது முதலாளித்துவத்தைவிட மோசமான விளைவுகளுக்கு இட்டுச் செல்லலாம். முன்பைவிட கூடுதலாக மத்தியக்கிழக்கில் சர்வாதிகார, மதத் தலைவர்கள் ஆட்சிக்கும், அமெரிக்காவில் வலதுசாரி ஆட்சிக்கும் அது இட்டுச் சென்றுவிடலாம்.'

'நீங்கள் சொல்வதுதான் முக்கிய விஷயமே,' என்று ஆவி பதில் சொன்னது. 'பொருளாதாரம் தடுமாறும்போது, வேலைவாய்ப்புகள் மறையும்போது, போர்கள் மேலும் மோசமாக நிகழ்த்தப்படும்போது, பருவநிலை நெருக்கடி உண்மையில் பீதியடைய வைக்கும்போது எல்லாப் பக்கங்களிலிருந்தும் மக்கள் புதிதான ஒன்றைத் தேடுகிறார்கள். இப்போதுள்ள அமைப்புமுறையோடு இணைந்து போவதால் மனித குலத்தின் இருப்புக்கு அச்சுறுத்தல் ஏற்படும்போது டீனா (System) முட்டாள்தனமான ஒன்றாகத் தோன்றத் தொடங்குகிறது.'

'பின்னர் நேரும் கேடுகளைப்பற்றி சிந்திக்கும் உங்கள் மனதின் பழக்கத்தை நீங்கள் இன்னும் இழக்கவில்லை போலிருக்கிறதே. தற்காலத்தில் இடதுசாரி அல்லது வலதுசாரி புரட்சியாளர்களைவிடவும் மக்கள் அதிக சோம்பேறிகளாக இருப்பதாகத் தோன்றுகிறது.'

'இல்லை. நான் மாறிவிட்டேன். வரலாற்றின் போக்கைக் கவனித்தேன். எந்த இடத்தில் தவறுசெய்திருக்கிறேன் என்பதைப் பார்த்துவிட்டேன். சோவியத் ஒன்றியத்தின் அதிபர் ஸ்டாலினும், சீனத் தலைவர் மாவோவும் என்னுடைய பெயரால் இழைத்த பயங்கரக் குற்றங்களுக்காக* நரகத்தின் ஒன்பதாவது வட்டத்துக்கு இறங்கிப் போய் நான் நீண்ட காலத்தைக் கழித்தேன். என்னுடைய கதை உருவானது.'

* தாந்தேயின் *Divine Comedy*இல் நம்பிக்கைத் துரோகிகளுக்கானது என்று சித்திரிக்கப் படுவது. (மொ-ர்)

9

பெரும் நிலைமாற்றம் குறித்த புதிய கதையை எனக்குச் சொல்வதாக ஆவி வாக்களிக்கிறது

ஆர்வப் பெருக்கில் நான் இருக்கிறேன். 'உங்களுடைய புதிய கதையை எனக்குச் சொல்வீர்களா?' என்று ஆவியைக் கேட்கிறேன். அதைப் பற்றி அவரோடு பேசவும், அவர் சொல்வதைக் கேட்கவும் உண்மையிலேயே விருப்பம் கொண்டிருந்தேன். இன்றைய உலகின் நிலை குறித்துத் தன்னுடைய கருத்துகளை எனக்குத் தெரிவிக்க அவர் அமைதியாக ஒப்புக்கொண்டது போல இருந்தது எனக்குப் பரவசத்தை அளித்தது.

ஆவி பேசாமல் இருந்தபோது, 'இந்த கதை எதார்த்தமாக, அதே சமயம் மகிழ்ச்சியான முடிவைக் கொண்டதாக இருக்கும் என்று நம்புகிறேன்' என்று நான் மேலும் சொன்னேன். 'உங்களுக்குத்தான் தெரியுமே, மகிழ்ச்சியான முடிவை எதிர்பார்க்க எங்கள் எல்லாருக்கும் ஹாலிவுட் சொல்லிக் கொடுத்திருக்கிறது.'

'டீனாவின் ஆதிக்கம் பற்றிப் பேசத் தொடங்கியுள்ளோம். அது மகிழ்ச்சியடைவதற்கான விஷயமே இல்லை. ஆனால், ஏற்றுக்கொள்ள முடியாது என்று ஒருவராலும் சொல்லமுடியாத பயங்கர மாற்றங்கள் உங்களுடைய பொருளாதாரத்திலும் சுற்றுச் சூழலிலும் நிகழும் யுத்தமாக இருபத்தோராம் நூற்றாண்டு இருக்கப் போகிறது.'

என்னைச் சுற்றி நடந்தபடியிருந்த ஆவியின் உணர்ச்சி வேகம் அதிகரித்தது. 'சந்தேகமேயில்லாமல், இது எல்லாமும் அரசியலில் நிகழப்போகிறது. நீடித்த வளர்ச்சியைத் தராத முதலாளித்துவத்துக்கும் டீனா நம் பார்வையிலிருந்து பெரிதும் மறைத்துவிட்ட மாற்றுகளுக்கும் இடையேயான யுத்தமாக அது இருக்கும். பழைய அமைப்பு நொறுங்கிக் கொண்டிருக்கும்போது பல்வகை புதிய அமைப்புகள் தோன்றுவதை நாம் பார்க்கத் தொடங்குகிறோம். *இதைத்தான் பெரும் நிலைமாற்றம்* (Great Transition) *என்று அழைக்கிறேன்.'*

'நீங்கள் குறிப்பாக என்ன சொல்ல வருகிறீர்கள்?'

'உலகம் முழுதும், அமெரிக்காவின் சில பகுதிகளிலும், முளைவிட்டு சப்தமில்லாமல் பரவும் மாற்று அமைப்புகளே நான் சொல்லும் பெரும் நிலைமாற்றம்.'

'உங்களுடைய எழுத்தில் இந்த பெரும் நிலைமாற்றம் என்ற கருத்தை நீங்கள் பயன்படுத்தியதாக எனக்கு நினைவில்லை. ஆனாலும், என்னுடைய சொந்த ஊரான பாஸ்டனிலுள்ள டெல்லஸ் நிறுவனத்தில் செயல்படும் உலகளாவிய வல்லுநர் குழுவினர், நியாயமான, நீடித்த வளர்ச்சியுடைய ஓர் எதிர்கால உலகத்தைக் காணும் தங்களுடைய திட்டத்தை விவரிக்க இந்தச் சொற்றொடரைப் பயன்படுத்துகிறார்கள்.'

'தற்காலப் பயன்பாட்டில் அது ஏற்றுக்கொள்ளப்பட்டதை அறிந்து மகிழ்ச்சி. இதே முறையில் நான் இந்தப் பதத்தைப் பயன்படுத்த வில்லையென்றாலும், அது என்னுடைய சிந்தனையின் ஒரு பகுதியாக இருந்தது. முதலாளித்துவம் கண நேரத்தில் மறைந்துவிடாது என்பது எனக்குத் தெரிந்திருந்தது. ஒரு சோஷலிச சமூகம் கணநேரத்தில் உருவாக்கப்பட முடியாதது என்பதும் எனக்குத் தெரிந்திருந்தது. மூலதனம் மற்றும் கோதா திட்டம் பற்றிய ஆய்வுக் கட்டுரை உள்ளிட்ட என்னுடைய பல படைப்புகளில், முதலாளித்துவத்துக்கும் முதலாளித் துவத்துக்குப் பிந்தைய சமூகங்களுக்குமிடையேயான நிலை மாற்றம் நிகழும் காலம் நீண்டதாகவே இருக்கும் என்று எழுதினேன்.'

'முதலாளித்துவத்துக்கு முடிவுகட்டி பாட்டாளி வர்க்கத்தின் சர்வாதிகாரத்தை நடப்புக்குக் கொண்டுவரும் ஒரு பெரும் சம்பவத்துக்கு வழிகோலுகிற புரட்சி யைப் பற்றி நீங்கள் நிறைய பேசினீர்கள். அது ஒன்றுதான் முன்னேற்றத்துக்கான ஒரே வழி என்றும் சொன்னீர்கள்.'

பெரும் நிலை மாற்றம் குறித்து மார்க்ஸ் சொன்னது

உழைக்கும் மக்கள் அரசியல் அதிகாரத் தைப் பெற்ற பிறகு *'வரலாற்று முக்கியத் துவம் வாய்ந்த தொடர்ந்த செயல் முறைகள் மூலம் சூழ்நிலைகளை யும், மனிதர்களையும் மாற்றத்துக்கு உள்ளாக்கியவாறே அவர்கள் நீண்ட போராட்டங்களைக் கடக்க வேண்டும்'* என்று மார்க்ஸ் எழுதினார். இந்தப் பெரும், நீண்ட மாற்றத்தின் முடிவில் அரசு உதிரும்; 'எல்லாவற்றின் முழு வளர்ச்சியின் மூலமாக ஒவ்வொன்றின் முழு வளர்ச்சியையும்' சுய-ஆட்சி செய்து கொள்ளும் ஒரு சமூகம் உறுதி செய்யும்.'

'ஆமாம். இம்மாதிரியான மொழி நடையை அடிக்கடி நான் பயன் படுத்தினேன். ஆனால், முதலாளித் துவம் மெதுவாகத்தான் மறையும் என்பதும், சோஷலிஸம் ஒரே கணத்தில் முழுமையாக முகிழ்த்து விடாது என்பதும் எனக்குத் தெரியும் என்பதை ஒரு கவனமான வாசகர் காண்பார். முதலாளித்துவத்தின் பழைய சக்திகளுக்கும், ஒரு புதிய சமூகத்திலிருந்து வெளிப்பட்டுத் தோன்றும் சக்திகளுக்கும் இடையே நிகழும் பெரும் நிலைமாற்றத்தின் போது, பலரை உள்ளடக்கிய நீண்ட பல்வேறு வகைப் போராட்டங்கள்

நடக்கும் என்பது எனக்குத் தெரிந்திருந்தது. இவ்வகையான மாற்றங்களை உருவாக்கிய இயக்கங்களை - பொருளாதாரத்திலும், சமூகத்திலும் ஒரு மேலதிக ஜனநாயகப்பூர்வ, கூட்டுறவு மாதிரியை (Model) முதலாளித்துவத்துக்கு அப்பால் அவை உருவாக்கிய பட்சத்தில் - நான் என்னுடைய வாழ்நாளிலேயே ஆதரித்தேன்.'

'ஆக, நாடுகள், பொருளாதார மாதிரிகள், சமூக இயக்கங்கள் ஆகியவற்றை உள்ளடக்கியதே அந்த பெரும் நிலைமாற்றம், அப்படித்தானே?'

'ஆமாம். அது மிகப் பலவற்றை உள்ளடக்கியதுதான். முதலாளித்துவத்துக்குப் பிந்தைய ஓர் உலகத்தை உருவாக்குவதற்காக முதலாளித்துவத்தின் எல்லா வடிவங்களையும் ஒழிக்க லத்தீன் அமெரிக்காவிலும், ஆசியாவிலும், ஆப்பிரிக்காவிலும் சில நாடுகள் விரும்புகின்றன. முதலாளித்துவ ரீதியானது என்றாலும், அமெரிக்காவின் முதலாளித்துவத்திலிருந்து மிகவும் வேறுபட்ட - ஐரோப்பிய சமூக ஜனநாயகம்* போன்ற ஒன்றை- புதிய அமைப்புகளை வேறு சில நாடுகள் விரும்புகின்றன.'

சற்று இடைவெளிவிட்டு ஆவி தொடர்ந்தது: 'இந்த பெரும் நிலைமாற்றத்தில் இரண்டு வகைப்பட்ட முக்கிய முற்போக்கான இயக்கங்களை நாம் காண்கிறோம். ஒன்று, *முதலாளித்துவத்துக்குப் பிந்தையது.* இது முதலாளித்துவத்தை வெளிப்படையாக நிராகரித்து சோஷலிஸத்தை அல்லது முதலாளித்துவம் சாராத பிற ஜனநாயக மாற்றுகளை ஏற்றுக்கொள்கிறது. மற்றதை, *முதலாளித்துவத்தில் மாற்றம் விரும்புவது* என்று அழைக்கலாம். ஏனென்றால், அது அமெரிக்காவின் மட்டுமீறிய முதலாளித்துவத்துக்கு அப்பால் போக முயல்கிறது. ஆனால், அது சோஷலிஸத்தை வெளிப்படையாக ஏற்றுக்கொள்வதில்லை; முதலாளித்துவத்தை முழுக்கவும் நிரகரிப்பதும் இல்லை.'

'இரண்டையும் வேறுபடுத்திப் பார்ப்பது சற்று சிரமம்தான்,' என்றேன் நான். 'இந்த சிரமத்துக்குப் பகுதியளவு காரணம் முதலாளித்துவம்

பெரும் நிலைமாற்றத்தின் செயல்பாட்டாளர்கள்

1. *முதலாளித்துவத்துக்கு எதிரானவர்கள்.* முதலாளித்துவத்தைத் தூக்கி எறிந்துவிட்டு அந்த இடத்தில் சோஷலிஸம், பொது உடமைத்துவம், அல்லது கூட்டுறவுத்துவம் ஆகியவற்றை இடம்பெறச் செய்ய முயல்பவர்கள்.
2. *முதலாளித்துவத்தில் மாற்றம் காண விழைபவர்கள்.* முதலாளித்துவத்தில் பெரிய அளவில் மாற்றங்களை செயல்படுத்த முயல்பவர்கள். ஆனால் அதே நேரத்தில், ஐரோப்பிய சமூக ஜனநாயகத்தில் நிகழ்ந்ததை எடுத்துக்காட்டாகக் கொண்டு, சில முறைப்படுத்தப்பட்ட சந்தைகளையும், வணிக நிறுவனங்களையும் தொடர்ந்து நடைமுறைப்படுத்த விரும்புபவர்கள்.

* புரட்சியின் மூலமாக அல்லாமல் ஜனநாயக ரீதியில் தேர்ந்தெடுக்கப்படும் அரசுகள் அரசியல் சாசன நடைமுறைகள் வழியாக சோஷலிசத்தை நிறுவலாம் என்று நம்பும் அரசியல் சித்தாந்தம். (மொ-ர்)

குறித்து நீங்கள் எழுதிய ஆயிரக்கணக்கான பக்கங்களில் நீங்கள் ஒருபோதும் அதைத் தெளிவாக வரையறுத்ததில்லை.' முதலாளித் துவத்தை வரையறை செய்ய மார்க்ஸ் தவறியிருக்கிறார் என்ற அடிப்படை விஷயத்தைக் கேள்விக்குள்ளாக்கிய முறையில் நான் துணிச்சலுடனும், அவரைக் கடிந்துகொள்ளும் விதமாகவும் பேசினேன்.

நான் சொன்னது பற்றி ஆவி கவலைப்பட்டதாகவோ, ஆச்சரியப் பட்டதாகவோ தோன்றவில்லை. 'தொழில்நுட்பம் சார்ந்த அர்த்தத்தில் அது உண்மைதான். தொழிற்சாலைகளைப் போன்ற உற்பத்தி செய்யும் சொத்துகளின், அதாவது 'உற்பத்திச் சாதனங்க'ளின், தனி உடமை யாளர்களுக்கும், தங்களையும் தங்களின் 'உழைப்புச் சக்தி'யையும் சந்தையில் விற்கவேண்டியுள்ள கூலி உழைப்பாளிகளுக்குமிடையே உள்ளார்ந்து இருக்கிற சுரண்டல் உறவு முறையை முதலாளித்துவம் உள்ளடக்கியுள்ளது.' இதற்கு முன்பு தெளிவாகச் சொல்லாத வரை யறையை ஆவி எனக்குத் தந்ததை உணர்ந்த நான் உற்சாகம் அடைந்தேன். 'முதலாளித்துவத்தின் மையத்தில் சொத்தின் அமைப்பு முறையும், முதலாளிகளுக்கும் உழைப்பாளிகளுக்கும் இடையே இருக்கிற வர்க்க வேறுபாடும் உள்ளன என்றும், உழைப்பாளிகளின் பணி நேரத்தை அதிகப்படுத்துதல், அவர்களின் பணி செய்யும் வேகத்தைக் கடுமையாகக் கூட்டுதல், அவர்களுக்குக் கூலியைக் குறைவாகக் கொடுத்தல் ஆகியன மூலம் முதலாளிகள் தங்களின் லாபத்தை மேலும் அதிகரிக்க முனைவதன் கட்டாய விளைவாக உழைப்பாளிகளின் மேல் அவர்களுக்குக் கட்டுப்பாடு அதிகரிப்பதோடு உழைப்பாளிகள் சிறுமைக்கும் உள்ளாவர்கள் என்றும் என்னுடைய முக்கிய நூலான *மூலதனத்தில்* தெளிவுபடுத்தியிருக்கிறேன். மேலும், உலகளாவிய பெரும் வணிக நிறுவனங்களில் செல்வத்தையும், முதலை யும் மேலும் மேலும் குவிக்கும் அமைப்புமுறையே முதலாளித்துவம் என்பதையும் தெளிவுபடுத்தியிருக்கிறேன். இதன் விளைபயனாக, சிறு வணிகத்தையும் விவசாயிகளையும் இல்லாதாவையாக்கிவிட்ட இந்த பூதாகர ஏகபோக வணிக நிறுவனங்கள், அரசையும், ஊடகங்களையும் தங்கள் கட்டுப்பாட்டுக்குள் கொண்டு வந்து, முழு சமூக, அரசியல் அமைப்புமுறையையும் தங்களுடைய பணிப் பெண்ணாக மாற்றி விட்டன.'

இந்த நீண்ட வரையறைக்குப் பிறகு, அதை நான் உள்வாங்கிக் கொள்ளும் வகையில், ஆவி சற்று இடைவெளி விட்டது. 'வரையறை யில் இன்னும் ஒரு பகுதி,' என்று சொல்லிவிட்டு அதை விளக்கியது. 'விற்பனைப் பொருள்களையும், சேவைகளையும் அவற்றின் 'பரிவர்த்தனை மதிப்'பைக்கொண்டே, அதாவது, சந்தையில் அவை கொண்டுவரும் பணத்தைக்கொண்டே, முதலாளித்துவம் விலைமதிப்பிடுகிறது; அவற்றின் 'பயன் மதிப்'பைக்கொண்டு, அதாவது, மனிதர்களுக்கு

பெரும் நிலைமாற்றம் குறித்த புதிய கதை ❧ 37

முதலாளித்துவம் குறித்த மார்க்ஸின் வரையறை

1. உற்பத்தி சாதனங்களின் அல்லது (தனி நபருக்குரியதற்கு மாற்றாக) உற்பத்தியைச் செய்யும் சொத்தின் தனி உடமை அமைப்பு முறை. இதன் அர்த்தம், பெரும் பணம், பெரும் தொழிற்சாலைகள், பெரும் நில உடமை.
2. அந்நியமாக்கப்பட்ட உழைப்பு முறை. இந்த முறையில் உடமை வர்க்கம் - முக்கியமாக, பெரும் வங்கியாளர்கள், பெரும் வணிக நிறுவனங்களின் மேலாண்மை அலுவலர்கள் - பொருளாதாரத்தையும், அரசியலையும் கட்டுப்படுத்துகிறது; உழைக்கும் வர்க்கம் உருவாக்கும் மிகை மதிப்பு மற்றும் செல்வம் ஆகியவற்றில் பெரும் பகுதியை இந்த வர்க்கம் உறிஞ்சிக்கொள்கிறது.
3. வணிக நிறுவன முதலாளி வர்க்கம் மற்றும் உழைப்பாளிகள் என்ற இரு பெரும் வர்க்கங்களுக்கிடையே வர்க்கப் பிரிவினையை அதிகரித்துக்கொண்டே போகும் அமைப்பு முறை. இந்த அமைப்பு முறை, சிறு வணிகங்களை மேற்கொள்வோர், சிறு விவசாயிகள், மாதச்சம்பளம் பெறும் அலுவலகப் பணியாளர்கள் போன்ற இடைநிலைப்பட்டோரை உழைக்கும் வர்க்கத்துக்குள் விரைந்து தள்ளுகிறது.
4. பெரிதாகிக்கொண்டே போகும் உலகளாவிய வணிக நிறுவனங்களை உள்ளடக்கிய முதலாளி வர்க்கத்துக்கும் உழைப்பாளி வர்க்கத்துக்கும் இடையே சமத்துவ மின்மையை வளரச் செய்யும் அமைப்பு முறை. இந்த அமைப்பில், உழைக்கும் கூட்டம் மேலும் மேலும் சுரண்டப்படுகிறது; கடனாளியாக்கப்படுகிறது; துயரத்துக்கு உள்ளாக்கப்படுகிறது.
5. விற்பனைப் பொருள்களை அவற்றின் உண்மையான மனிதப்பயன்பாட்டைச் (பயன்மதிப்பைச் சார்ந்து) சார்ந்து அல்லாமல் அவற்றின் சந்தை விலைகளைச் (பரிவர்த்தனை மதிப்பைச் சார்ந்து) சார்ந்து உற்பத்தியையும், மதிப்பிடலையும் செய்யும் அமைப்பு முறை. இவ்வாறாக, உண்மையான மனிதத் தேவைகளைப் பூர்த்தி செய்யும் பொருள்களையும் சேவைகளையும் உற்பத்தி செய்யாமல் லாபத்தை உருவாக்குவனவற்றை மட்டுமே நோக்கி இந்த அமைப்பு முறை உற்பத்தியைத் தகவமைக்கும்.
6. 'சரக்கை வழிபடும்' அமைப்பு முறை. இதில், உற்பத்திப் பொருள்கள், தொழிலாளர்களைச் சாராமல், அந்நியமானவையாகவும் கவர்ச்சிகர மானவையாகவும் அற்புதமாக உருமாற்றம் பெறுகின்றன. இவற்றை அந்தத் தொழிலாளர்கள்தான் உற்பத்தி செய்கின்றனர்; ஆனால், அவர்கள் தாங்கள் தொடர்ந்து வாழ அவற்றைக் கட்டாயம் வாங்க வேண்டும்.

அவை கொடுக்கும் உண்மையான பயனைக்கொண்டு, அது விலை மதிப்பிடுவதில்லை. இவ்வாறாக, உண்மையான பயனை அல்லது மதிப்பைக் கொண்டுள்ள பொருள்களை உற்பத்தி செய்வதற்குப் பதிலாக சந்தையில் பணத்தை உண்டுபண்ணும் 'சரக்குக'ளை அது உற்பத்தி செய்கிறது. அவ்வகை சரக்குகளை வாங்கவேண்டும் என்று மக்களுக்கு சபலத்தை ஏற்படுத்த அவை 'கவர்ச்சியூட்டப்பட' வேண்டும்; அவற்றை உற்பத்தி செய்யும் தொழிலாளர்களைச் சார்ந்திராமல் அவை

அற்புதமான முறையில் கவர்ச்சித் தோற்றம் பெற வைக்கப்படுகின்றன; மக்களுக்கு சபலம் ஊட்டி அவை அவர்களைப் பெரும் வணிக வளாகங்களை நோக்கி ஈர்க்கின்றன. இவ்வாறாக, மனித வாழ்வுக்கான மகிழ்ச்சியையோ அல்லது சமூக அல்லது சுற்றுச்சூழல் நலத்தையோ உருவாக்க வேண்டிய அவசியமில்லாத, ஆனால் லாபத்தை ஈட்டித் தரும் ஏராளமான விற்பனைப் பொருள்களாலும், சேவைகளாலும் நிரம்பியிருக்கிற முதலாளித்துவ சமூகத்தில் மக்கள் அவர்களுடைய நுகர்தலிலும், உற்பத்தியிலும் அந்நியமாக்கப்படுகிறார்கள்.'

'எனவே, மிகப் பெரும் வணிக நிறுவனங்களிடமிருந்து உடைமை யையும், பொருளாதாரத்தின்மீது அவற்றுக்கு இருக்கும் கட்டுப் பாட்டையும் நீக்கிவிட்டு உடைமையைக் குடிமக்களின் பகிர்ந்து கொள்தலுக்கும், கட்டுப்பாட்டுக்கும் உரிய 'பொதுஉரிமை'யாக உருமாற்றும் முயற்சியில் முதலாளித்துவ எதிர்ப்பாளர்கள் ஈடுபடு கிறார்கள்; இதன்மூலம், உடைமை மற்றும் பெரும் வணிக நிறுவனங் களின் லாபம் ஈட்டும் மொத்த அமைப்புமுறையையே அவர்கள் மாற்ற முயல்கிறார்கள். வெறும் லாபம் ஈட்டுபவைக்கு மாற்றாக, உண்மை யில் பயன் மதிப்புடைய, பயன் விளைவிக்கும் பொருள்களை உற்பத்தி செய்யும் ஒன்றாக அமைப்புமுறை வடிவமைக்கப்படும். பெரும் வணிக நிறுவனங்கள் சார்ந்த சொத்து மற்றும் லாபம் தொடர்பான அமைப்பு முறையைப் பெரும் பகுதி ஏற்றுக்கொண்டு, ஆனால் பொது நலன் கருதி அதை ஒழுங்குபடுத்தவும், அதன் விளைபயன்களை மறுவிநியோகம் செய்யவும் முயல்பவர்களான முதலாளித்துவத்தில் மாற்றம் காண விழைபவர்கள் முதலில் குறிப்பிடப்பட்டவர்களைவிட குறைவான புரட்சிகர நோக்கம் கொண்டவர்கள்.'

இந்த வேறுபாட்டை ஆவி ஒத்துக்கொண்டது போலத் தோன்றியது. 'ஆமாம், மக்கள் தங்களுடைய தனிப்பட்ட உடமைகளான உடைகள், அறைகலன்கள் போன்றவற்றை இயல்பாகவே தங்கள் வசம் வைத்துக் கொள்வார்கள் என்று நான் எதிர்பார்த்தேன். சிறு வணிகங்கள் எல்லாவற்றையும் அரசு தன் உடமையாக வைத்துக்கொள்ள வேண்டும் என்பதை நான் ஒப்புக்கொள்ளவில்லை; முதலாளித்துவ அமைப்பு முறையிலுள்ள தீங்கின் மையப்பகுதியாக இருந்தவை பெரும் வணிக நிறுவனங்களே; அவைதான் சிறு வணிகங்களை அழித்துக்கொண்டி ருந்தன. ஆனாலும், பெரும் வணிக நிறுவனங்களை சிறுசிறு நிறுவனங் களாகப் பிரிப்பது அல்லது அவற்றை அரசின் கட்டுப்பாட்டில் கொண்டு வருவது என்பதே முதலாளித்துவத்துக்குப் பிந்தைய சமூகம் குறித்த என் பார்வையில் எப்போதும் முக்கியப் பங்கு வகித்தது.'

'நீங்கள் கடந்த காலத்தில் ஆதரித்த இயக்கங்களைவிட குறை வான புரட்சிகரக் குணத்தைக்கொண்ட இயக்கங்களை - தனிச் சொத்துடைமையை அனுமதிக்கும் அமைப்புமுறையையும், மிகப்பெரும்

வங்கிகள், வணிக நிறுவனங்கள் போன்றவற்றின் இருப்பையும் ஏற்றுக்கொள்ளும் பல்வேறுபட்ட, சீர்திருத்த நோக்கம் கொண்ட இயக்கங்களை - இப்போது நீங்கள் அதிகமும் பரிசீலிக்க விரும்புவது போலத் தோன்றுகிறதே.'

'இல்லை, நான் வாழ்ந்த காலத்தில் இருந்தவற்றைவிடவும், மனிதகுலம் நீடித்திருப்பதற்காக, அதிக முற்போக்கான மாற்றங்களைக் கொண்டுவரும் இயக்கங்களுக்கான தேவையை நான் தற்போது காண்கிறேன். ஏனென்றால், உங்களுக்கு இன்று உள்ள பிரச்சினைகள் முன்பு இருந்தவற்றைவிட அதிக அழிவை உண்டாக்கும் தன்மை கொண்டவை. முற்றிலும் எதிர்பாராத இடங்களின் -பொலீவியா தொடங்கி பர்மா, எகிப்து மற்றும் மத்திய கிழக்கு முழுவதிலுமுள்ள நாடுகளின் - தெருக்களில் திடீரெனத் தோன்றியுள்ள மக்கள் மற்றும் தொழிலாளர் இயக்கங்களின் துணிச்சல் நமக்குத் தேவைப்படுகிறது. ஆனாலும், தற்போதைய பெரும் நிலைமாற்றத்தில், முதலாளித்துவத்தின் பேரளவு பகுதியைத் தக்கவைத்துக்கொள்ளவும், அதிகாரத்தில் இருப்போரை பேரளவில் ஏற்றுக்கொள்ளவும் விரும்பும் பல இயக்கங்கள் இப்போது உள்ளன. பெரும் மாற்றங்களைக் கண்டு பயந்து ஒதுங்கும், நம்பிக்கை தராத இயக்கங்கள் அவை. மனிதகுலத்தை அழிவுக்கு இட்டுச்செல்லும் பெரும் இருத்தலியல் நெருக்கடிகளை அவற்றால் ஒருபோதும் வெல்லமுடியாது.'

'உதாரணமாக, சில ஐரோப்பிய சமூக ஜனநாயக நாடுகள் போன்ற முதலாளித்துவத்தில் மாற்றம் காண விழையும் நாடுகள் பலவற்றை நீங்கள் அவற்றில் உள்ளடக்குகிறீர்கள் என்று யூகிக்கிறேன்.'

'ஆமாம், ஒன்றை ஞாபகத்தில் வைத்துக்கொள்ளுங்கள். நிலை மாற்றம் எனும் நீண்ட போராட்டத்தின் ஊடாக ஒரு புதிய சமூகத்தின் வருகையை விரைந்து கொண்டுவரும் என்று நான் நம்பினால் சீர்திருத்தக் குழுக்களோடு கூட்டணி வைத்துக்கொள்வதை - தனிப்பட்ட முறை யில் நான் அவற்றோடு சேரமாட்டேன் - எப்போதும் ஆதரித்தேன்.'

'இந்த புதியப் பெரும் நிலைமாற்ற இயக்கங்களைப் புது வலிமை சேர்ப்பவையாகப் பார்க்கிறீர்களா?'

'எல்லாவற்றையும் அப்படிப் பார்க்கவில்லை. தற்போதைய பெரும் நிலை மாற்றத்தில் மூன்றாவது பிரிவைச் சேர்ந்த இயக்கங்கள் என்று ஒரு வகை உண்டு. அவை அமைப்பு முறை மாற்றத்தில் வேறுபட்ட வடிவ மாறுதலைக் கொண்டுவரலாம். உங்கள் நாட்டு தேநீர்க் கட்சிகள் போன்ற அதி தீவிர வலதுசாரிகளிடமிருந்து அவை வரலாம். இன்றைய முதலாளித்துவத்தைவிடவும் கொடியதான ஆட்சிமுறையை அவை உருவாக்கலாம். அவற்றை நாம் கருத்தூன்றிக் கவனிக்க வேண்டும். ஆனால், மனித நல்வாழ்வுக்காகப் பரிந்து பேசும் இரண்டு பெரும் நிலைமாற்ற இயக்க வடிவங்கள் பரவி வருகின்றன; அமெரிக்க

முதலாளித்துவத்தின் மரணக் கூறுகளோடு அவை போரிட்டுக் கொண்டிருக்கின்றன. நான் குறிப் பிடும் மரண அறிகுறிகள் எவை என்று உங்களுக்குத் தெரியும்: நீக்கமற நிறைந்திருக்கும் பேராசை, காட்டு மிராண்டித்தனமான தொழிலாளர் சுரண்டல், நிதிசார்ந்த நடவடிக்கைகளில் வீழ்ச்சி, நீடித்திருக்கும் பொருளாதார நெருக்கடிகள், கடுமையான வர்க்க வேறுபாடுகள், தொழிலாளர் சங்கங்கள், பாட்டாளிகளுக்கு எதிரான வர்க்கப்போர், மனித வாழ்வை முடிவுக்குக் கொண்டுவரும் வாய்ப்புள்ள இருத்தலியல் நெருக்கடிகளான புவி வெப்பமடைதல், அணுப் போர்.'

மரணத்தின் மந்திரவாதி

'தன்னுடைய வசியத்தால் பாதாள உலகத்திலிருந்து வரவழைத்த சக்திகளை இனியும் கட்டுப்படுத்த முடியாமல் தவிக்கும் மந்திரவாதியின் நிலையை ஒத்தது முதலாளித்துவம்' என்று மார்க்ஸ் எழுதினார்.

'இவையெல்லாம் வாழ்வில் மரணத்தை உண்டாக்குபவை,' என்று சொல்லி அவர் சொன்னதை ஒத்துக்கொண்டேன். 'நிலைமாற்றம் தொடர்பான பெரும் இயக்கங்கள் இந்த ஆபத்தைப் புரிந்துகொண்டு அதற்கான தீர்வை அளிக்கும் என்று நாம் நம்புவோம்.'

10

முதலாளித்துவமும் சோஷலிஸமும் பெரும் நிலைமாற்றமும்

'முதலாளித்துவத்துக்குப் பிந்தைய நிலை அல்லது சோஷலிஸத்துக்கு மாறிப்போவது என்பது பற்றி நீங்கள் ஏன் பேசக்கூடாது?' என்றேன் நான்.

'பெரும் நிலை மாற்றம் என்பது முதலாளித்துவ அமைப்பு முறையைத் தாண்டிப்போவது பற்றியதுதான்.'

'உங்கள் வாழ்நாளில் நீங்கள் முதலாளித்துவத்துக்கு எதிரான ஒரு வெளிப்படையான புரட்சியாளர். இப்போது நீங்கள் நிலைமாற்றங் களைப் பற்றி இப்படி நாசூக்கான மொழியில் ஏன் பேசுகிறீர்கள்?'

'நான் இன்னும் புரட்சிகரமான முதலாளித்துவ எதிர்ப்பாளன்தான். நாம் விவாதித்துக்கொண்டிருக்கும் பொருளான முதலாளித்துவத்துக்கும்

முதலாளித்துவத்துக்குப் பிந்தைய சமூகத்துக்கும் இடையேயான மிக முக்கியக் காலப் பகுதியைப்பற்றி கம்யூனிஸ்ட் அறிக்கையிலாகட்டும் ஃப்ரான்ஸின் உள்நாட்டுப்போர் என்ற நூலிலாகட்டும் நான் திரும்பத் திரும்ப எழுதினேன் என்பதை நீங்கள் மறந்துவிட்டதாகத் தோன்று கிறது. நீண்ட நிலை மாற்றக் காலத்தில் தோன்றும் இயக்கங்கள் பல சமூக, அரசியல் பிரச்சினைகளில் தம்முடைய கவனத்தைக் குவிக்கும் என்றும், வன்முறை சார்ந்த அல்லது வன்முறை சாராத, படிப்படியான மாற்றங்களைக் கொண்டுவருகிற அல்லது புரட்சிகரமான உத்திகளை அவ்வியக்கங்கள் கைக்கொள்ளும் என்றும் நான் எப்போதும் வலியுறுத்தி வந்தேன். எடுத்துக் காட்டாக, "நியூகாஸிலிலும் பார்ஸிலோனாவிலும், லண்டனிலும் பெர்லினிலும் பாட்டாளிகள் கடைப்பிடிக்கும் உத்திகள் துல்லிய மாக ஒரே மாதிரியாக இருக்க முடியாது" என்று நான் எழுதினேன். மேலும் இப்படி நான் எழுதினேன்: "உதாரணத்துக்கு சொன்னால், தன்னுடைய அரசியல் வலிமையை எப்படி வளர்த்துக்கொள்ள முடியும் என்ற விருப்பத்தேர்வை இங்கிலாந்துப் பாட்டாளிவர்க்கம் கொண்டுள்ளது. அமைதியான வழிமுறைகளில் விரைவாகவும், உறுதியாகவும் இலக்கை அடைய முடியும் என்பது சாத்தியமாக இருக்கும் ஒரு நாட்டில் அரசுக்கு எதிரான ஆயுதப் போராட்டம் ஒரு முட்டாள்தனம். ஃப்ரான்ஸில் சமூகப் பிரிவுகளுக்கிடையே உள்ள வேறுபாடுகளை நீக்க அங்கே இருக்கும் எண்ணற்ற அடக்குமுறைச் சட்டங்களும் வர்க்கங்களுக்கிடையேயான கடும் பகையும் வன்முறை சார்ந்த தீர்வைக் கட்டாயமாக்குகின்றன. அம்மாதிரியான தீர்வைத் தேர்ந்தெடுக்க வேண்டுமா என்பது அந்த நாட்டின் உழைக்கும் வர்க்கம் தீர்மானிக்க வேண்டிய விஷயம்." '

'அப்படியானால், முதலாளித்துவ அமைப்புமுறைக்கு உள்ளாக பெரும் மாற்றங்களை நாடும் இன்றைய சுற்றுச்சூழல், அமைதி இயக்கங்கள் குறித்து உங்கள் கருத்து என்ன? இவையெல்லாம் உங்களுடைய பெரும் நிலை மாற்றத்தின் ஒரு பகுதியா?'

'இந்தப் பிரச்சினைகள் முதலாளித்துவ அமைப்புமுறையோடு நெருங்கிய தொடர்பு கொண்டவை என்பதையும், அந்த அமைப்பைத் தாண்டிப்போகும் முயற்சியில் அவை முக்கியமானவை என்பதையும் நான் எப்போதும் புரிந்துவைத்திருந்தேன். முதலாளித்துவத்தை மாற்றாமல் சுற்றுச்சூழல் பிரச்சினைகளைத் தீர்க்கவோ, அமைதியை அடையவோ உங்களால் முடியாது. சுற்றுச்சூழல் குறித்து மிக விரிவாகவே, என்னுடைய கூட்டாளி எழுத்தாளரான எங்கெல்ஸ் செய்தது போல, எழுதியுள்ளேன். பெண்கள் மற்றும் சிறுபான்மையினர் விடுதலைக்கும் இதுவே வழி. இது பற்றி நிறைய எழுதியிருக்கிறேன். பெரும் நிலைமாற்றத்தில் இந்த இயக்கங்களெல்லாம் முக்கியப் பங்கை

வகிக்கின்றன. ஏனென்றால், முதலாளித்துவத்துகே உரிய நோய் போன்ற மிகப் பெரும் அநீதிகளை நீக்க அவை முயல்கின்றன.'

'ஆனால் அவை முதலாளித்துவத்திலிருந்து கவனத்தைத் திசை திருப்பி விடாதா? ஒருவேளை அவை நடப்பிலுள்ள அமைப்பு முறையை - தான் சுற்றுச்சூழலைப் பாதுகாப்பதாகவும் பெண்கள், சிறுபான்மை இனத்தவரின் உரிமைகளுக்கு ஆதரவாக இருப்ப தாகவும் தன்னை சொல்லிக்கொள்ளும் அமைப்புமுறை அது - மேலும் வலுவானதாகக்கூட மாற்றலாமே?'

'இது ஆபத்தானதுதான். ஆனால், அமெரிக்கர்களாகிய நீங்கள் 'தொழிலாளர் அல்லாத' இயக்கங்கள் என்று அழைக்கும் இந்தப் 'புதிய சமூக இயக்கங்கள்' என் காலத்தில் இருந்த முதலாளித்துவத்தை எதிர்த்த தொழிலாளர் இயக்கங்களின் பார்வையை விசாலப்படுத்தியிருக்கின்றன. அடிமைத்தனத்தையும், பெண்கள் மீதான அடக்குமுறையையும் கடுமையாக நான் கண்டித்தபோது இந்தப் பிரச்சினையைப் பற்றி எழுதியிருக்கிறேன். கம்யூனிஸ்ட் அறிக்கையில், இது மிகச்சிறிய ஆவண மாக இருந்தபோதும், இதற்கு இடம் ஒதுக்கினேன். இனவாதத்தையும் பெண்கள் மீதான அடக்குமுறையையும் முதலாளித்துவத்தின் பிரிக்க முடியாத பகுதிகளாக நான் பார்த்தேன். முதலாளித்துவ அநீதியின் கொடூரமான அர்த்தத்தைத் தனி நபர்கள் உணர அவை உதவுகின்றன. அடிமைத்தனத்தை முடிவுக்குக் கொண்டுவரவேண்டியதன் அதி முக்கியத்துவம் பற்றி ஆப்ரகாம் லிங்கனுக்கு எழுதினேன்.'

'ஆனால், அமைதி, சுற்றுச்சூழல் குடியுரிமைகள், மற்றும் பெண்கள் இயக்கங்கள் பலவும் தம்மைச் சோஷலிஸ வாதிகளாகவோ, மார்க்சீய வாதிகளாகவோ கருதிக்கொள்வதில்லை.'

இதை நம்புவது ஆவிக்குக் கடினமாக இருந்தது போலத் தோன்றியது. 'உண்மைதான். புதிய, நீடித்த வளர்ச்சி கொண்ட கிரகம் போல ஒன்றை - நிர்மாணிப்பவர்களைப் போல அவர்கள் தங்களைக் கருதிக்கொள் கிறார்கள். முதலாளித்துவ எதிர்ப்பாளர்களாகத் தங்களைக் கருதிக் கொள்ளாமலேயே முதலாளித்துவ அமைப்புமுறையை மாற்ற அவர்கள் முயல்கிறார்கள். தாங்கள் கவிதையில் பேசிக்கொண்டிருக்கிறோம் என்பதை அறியாத கவிஞர்கள் அவர்கள். ஆனால் முதலாளித்துவத் துக்குப் பிந்தைய உலகை நோக்கிச் செல்லும் பெரும் நிலைமாற்றத்தை முழு மனதுடன் தழுவ அவர்களுடைய இலக்குகள் இறுதியில் அவர்களை இட்டுச் செல்லும். இந்த பல்வேறுபட்ட இயக்கங்கள் ஒன்றிணைவதை நாம் பார்க்கத் தொடங்கியிருக்கிறோம். எடுத்துக் காட்டாக, தொழிலாளர் இயக்கத்தாலும், தொழிற்சங்கங்களும் ஆஃப்ரிக்க-அமெரிக்கர்களும் இணைந்த NAACP [National Association for the Advancement of the Coloured People]யாலும் வழிநடத்தப்பட்டு 400

தொழிலாளர், அமைதி, சுற்றுச்சூழல், பல முற்போக்கு இயக்கங்கள் வேலைவாய்ப்பையும், சமூக நீதியையும் கோரி வாஷிங்டன் டிசியில் பிரம்மாண்டமான ஒரு பேரணியை நடத்தின. அது ஒரு கண்கொள்ளாக் காட்சி - தங்களுடைய தொழிற்சங்கங்களின் சின்னம் பொறித்த சட்டைகளை அணிந்த, வெவ்வேறு இனங்களையும், நிறங்களையும் சேர்ந்த அடித்தட்டுத் தொழிலாளர்களின் வரிசைகள்; சேவைகளை வழங்கும் பணியாளர்கள், தானியங்கித் தொழிற்சாலைகளில் உள்ள தொழிற்சங்கங்களுடைய ஐக்கிய அமைப்பின் உறுப்பினர்கள், ஆசிரியர்கள், எஃகுப் பணியாளர்கள், பிற 'உழைக்கும் மக்கள்.' அவர்கள் தங்களை ஒரே தேசம் என்று அழைத்துக் கொள்கிறார்கள். முக்கியமாக முதலாளித்துவத்தில் மாற்றம் காண விழையும் அவர்களைப் புரட்சிகரமானவர்கள் என்று கருத வாய்ப்பில்லை. அதே நேரத்தில் பெரும் நிலை மாற்றத்தில் ஒன்றிணைய பலவகைப்பட்ட இயக்கங்கள் கூடி வருவதின் நம்பிக்கை தரும் பல அறிகுறிகளில் ஒன்றாக அவர்கள் உள்ளனர்.'

கொஞ்சம் இடைவெளி விட்டு ஆவி சொன்னது, 'இன்னொன்றையும் ஞாபகம் வைத்துக் கொள்ளுங்கள். இந்தப் புதிய சமூக இயக்கங்களுக்கு அப்பால் பெரும் எண்ணிக்கையில் வளர்ந்து வரும் வெளிப்படையான சோஷலிஸ்ட்டுகள் பலர் உலகம் முழுதும் இருக்கிறார்கள். தொழிலாளர், சோஷலிஸ்ட் இயக்கங்களில் லட்சக்கணக்கில் உறுப்பினர்களாக உள்ளவர்கள் லத்தீன் அமெரிக்கா, ஆஃப்ரிக்கா, மற்றும் ஆசியாவில் மட்டுமல்ல அமெரிக்காவிலேயும் இருக்கிறார்கள்.'

'ஆம்' என்று நான் ஒத்துக்கொண்டேன். 'தங்களை வெளிப்படையாக முதாளித்துவத்துக்கு எதிரானவர்கள் என்று அடையாளம் காட்டிக்கொண்டவர்களின் எண்ணிக்கை ஆச்சரியப்படும் அளவுக்கு அமெரிக்காவிலும்கூட அதிகமாக உள்ளது. ஏறத்தாழ 20 சதவீத அமெரிக்க மக்கள் தங்களை சோஷலிஸ்ட்டுகள் என்று அடையாளப்படுத்திக்கொண்டதை 2010 மற்றும் 2011இல் நடந்த Pew* மற்றும் Gallup** போன்ற உயர்வாக மதிக்கப்படும் நிறுவனங்களின் கருத்துக் கணிப்புகள் காட்டுகின்றன. 50 சதவீத மக்கள் மட்டுமே முதலாளித்துவம் குறித்த நேர்மறையான உணர்வைக் கொண்டிருக்கிறார்கள்; தற்போதுள்ள அமைப்புமுறையின்மீது பல அமெரிக்கர்களும்

---

*சமூக, அரசியல், பொருளாதாரப் போக்குகள், அவை குறித்து மக்களின் கருத்துகள், அணுகுமுறைகள் ஆகியவை குறித்து சுதந்திரமாகக் கருத்துக் கணிப்பும், ஆய்வும் செய்யும் ஒரு நிறுவனம். (மொ-ர்)

**வாஷிங்டனைத் தலைமையகமாகக் கொண்டு, பணியாட்கள், வாடிக்கையாளர்கள் குறித்த ஆய்வை மேற்கொள்ளும் ஒரு பன்னாட்டு நிறுவனம். பொதுமக்கள் தங்களுடைய அரசுகளைக் குறித்து வைத்துள்ள கருத்துகளை எந்த பக்கச் சார்பும் இன்றி வெளிப்படுத்தும் நம்பகமான, சுதந்திரமான அமைப்பு. (மொ-ர்)

அதிருப்தியையே கொண்டுள்ளார்கள் என்பதையும் அக்கணிப்புகள் வியப்புக்குரிய முறையில் உணர்த்து கின்றன. வேலையின்மையும், தங்களுடைய எதிர்காலத்தைப் புவி வெப்பம் அழிக்கப் போகிறது என்ற அவர்களுடைய உணர்வும் இப்படி அவர்களை நினைக்கத்தூண்டுவது ஒன்றும் ஆச்சரியமில்லை.'

புகழ்பெற்ற அமெரிக்க முதலாளித்துவ எதிர்ப்பாளர்கள்

ஹேரி பெல்ஃபாண்ட்

பெர்னீ சேண்டர்ஸ் (செனட் உறுப்பினர்)

பார்பரா எஹ்ரென்ரைக்

மைக்கேல் மூர்

க்ளோரியா ஸ்டைனம்

கார்னெல் வெஸ்ட்

ஹோவர்ட் ஸின்

பீட் சீகர்

டெனிஸ் கூஸினிச் (பிரதிநிதிகள் சபை உறுப்பினர் - ஒஹையோ)

'ஓ, ஆமாம்,' என்று ஆவி விரைந்து சொல்லி நான் சொன்னதை ஆமோதித்தது. 'முதலாளித்துவ எதிர்ப்பாளர்களும், உலகெங்கும் உள்ள சோஷலிஸ்ட்டுகளும் பெரும் நிலை மாற்றத்தில் முக்கியப் பங்கு வகிக்கிறார்கள். நான் ஒரு மார்க்ஸியவாதி அல்ல என்று ஒருமுறை சொன்னேன். இருபத்தோராம் நூற்றாண்டு மார்க்ஸீயவாதிகளைக் குறைத்து மதிப்பிட நான் யார்?'

ஆவி என்னைக் கேலி செய்தது. உடன்படாத குழுக்களைக்கூட ஆதரிக்க விரும்பினாலும் தான் இன்னும் முதலாளித்துவத்தை நிராகரித்து சோஷலிஸத்தை ஏற்றுக்கொள்வதை அது தெளிவாக்கிக் கொண்டிருந்தது.

'பெரும் நிலை மாற்றத்தின் எழுச்சி, டீனாவின் ஆதிக்கம் பற்றி நீங்கள் சொல்லிக்கொண்டிருந்ததற்கு முரணாகத் தெரிகிறது,' என்றேன் நான். 'பெரும் நிலை மாற்றம் மாற்றுகளைக் குறித்தது. ஆனால், மாற்றுகள் எவையும் கிடையாது என்று டீனா சொல்கிறது.'

'ஆம்,' என்று ஆவி ஒப்புக்கொண்டது. 'முரணாகத்தான் தோன்று கிறது. ஆனால், டீனா மதத்தில் பிளவுகள் இருப்பதை அது காட்டுகிறது. மாற்றுகள் மாற்றத்தின் சிறு விதைகள். உலகளாவிய முதலாளித்துவம் நீண்ட நெருக்கடிக்குள் ஆழ அமிழும்போது அவ்விதைகள் வளர்ந்து தழைக்கும்.'

நான் சொன்னேன்:'உங்கள் வாழ்நாளில் புரட்சிக்கான ஒரே ஒரு பணித்திட்ட வரைவைத்தான் நீங்கள் பார்த்தீர்கள். தொழிற்சாலை களின் தொழிலாளர்கள் தங்களுடைய விலங்குகளை நொறுக்கிவிட்டு, உழைக்கும் வர்க்கம் நிர்வகிக்கும் அரசை நிர்மாணித்து சோஷலிஸ நிலைமாற்றத்தை உருவாக்குவார்கள். கம்யூனிஸ்ட் அறிக்கையில் நீங்கள் எழுதினீர்கள்: 'உழைக்கும் வர்க்கம் மட்டும்தான் உண்மையில் ஒரு புரட்சிகர வர்க்கம்.' இப்போது ஆயிரம் புதிய பூக்கள் பூப்பதையும், நிலைமாற்றத்தைக் கொண்டுவரும் ஓராயிரம் வகையான வர்க்கங் களை சேர்ந்த தோட்டக்காரர்களையும் நீங்கள் காண்பதாகத்

தோன்றுகிறது. சுற்றுச்சூழல் ஆர்வலர்கள், பெண்ணியவாதிகள், இயற்கை ஆர்வலர்கள்.'

'ஆம், இன்றைய நிலைமாற்ற இயக்கங்களில் மிகப்பெரும் பல்வகைமையை நாம் பார்க்கிறோம். காலம் மாறிவிட்டது என்று நான் உங்களிடம் சொன்னேன். ஆனால், இந்த இயக்கங்களில் பலவும் இறுதியில் தொழிலாளர் இயக்கத்தோடு ஒன்றிணையும். அவை கூட்டுணர்வையும், சமுதாயத் தோழமை உணர்வையும், லாபத்துக்கு மேலாக மக்களை மதிப்பதையும் மேலெடுத்துச் செல்லும். இதைப் பற்றி 175 ஆண்டுகளுக்கு முன்னால் எழுதினேன். அவை எல்லா வற்றையும் நான் ஆதரிக்கவில்லை. ஆனால் எவற்றை புரட்சிகர மானவை என்று காண்கிறேனோ அவற்றைப் பற்றியும் தொடர்ந்து முன்னேற்றம் காண முடியாதவை பற்றியும் நான் உங்களிடம் உண்மையைத்தான் சொல்வேன்.'

11

மகிழ்ச்சியான எதிர்காலத்தை நான் உங்களுக்கு உறுதியளிக்கவில்லை: தேநீர்க் கட்சிகளும் தீங்கின் மாற்றுகளும்

தேநீர்க் கட்சியைப்பற்றி மீண்டும் யோசித்த நான், 'பெரும் நிலை மாற்றம் தொடர்பான மாற்றுகள் இடது, வலது என இரண்டு பக்கங்களிலிருந்தும் வருகின்றன. அதிதீவிர வலதுசாரிகளிடமிருந்து வரும் மாற்றுகளும், அதிதீவிர இடதுசாரிகளிடமிருந்து வரும் சிலவும் முதலாளித்துவத்தைவிட அதிகம் அச்சமூட்டுபவையாக மாறலாம்', என்றேன்.

'ஓ, அதைப்பற்றி கேள்வியே வேண்டாம். உலகின் பெரும்பகுதி களில் விடுதலை தரும் ஒரு சோஷலிஸப் புரட்சி வெல்லும் என்பதில் நான் இன்னும் நம்பிக்கை கொண்டிருந்தாலும் பிரகாசமான ஓர் எதிர் காலத்தை நான் உங்களுக்கு உறுதியளிக்கவில்லை. இதெல்லாம் நிகழும் வேகம் குறித்த அனுமானத்தில் நான் தவறிழைத்ததை வரலாறு

நிரூபித்துவிட்டது. அமெரிக்காவின் இன்றைய முதலாளித்துவத்தை விடவும் மோசமான அமைப்பு முறையைத் தேநீர்க் கட்சியோ அதிதீவிர வலதுசாரி வகைகளோ உருவாக்கலாம் என்று ஏற்கனவே உங்களிடம் சொல்லியிருக்கிறேன். ஆனாலும், நம்பிக்கை தொடர்ந்து இருக்கிறது. ஒரு மகிழ்ச்சியான முடிவை நான் உறுதியளிக்கவில்லை. அப்படியான ஒரு முடிவுக்கான சாத்தியத்தைத் தான் நான் உறுதியளிக்கிறேன்.'

நான் சொன்னேன்: 'ஆனால், இப்போது, 2010இல், 2011இல் அமெரிக்கர்கள் பலர், முதலாளித்துவம் காரணமாகப் பொருளாதார ரீதியில் துன்பப்படுபவர்கள், பெரும் வணிக நிறுவனங்களை அல்லது முதலாளித்துவத்தை வெறுப்பதன்மூலம் வலுப் பெறுவதற்குப் பதிலாக அரசை வெறுப்பதன்மூலம் அச்சம் தரும் அளவுக்கு அதிக வலுவைப் பெறுகிறார்கள் என்று தோன்றுகிறது. தவிர்க்க முடியாதது என்று நீங்கள் நினைத்த சோஷலிஸப் புரட்சிக்கு இது ஒரு வகைமுறையாக இருக்க வாய்ப்பில்லை. சந்தைகள் சரிந்து, வேலைவாய்ப்புகள் மறையும் போது தொழிற்சங்கங்களையும், தாராளவாதிகளையும், மக்கள்மீது அதீதமான கட்டுப்பாடு கொண்ட அரசாங்கங்களையும் பழிப்பதன் மூலம் தங்களுடைய எதிர்வினையை அமெரிக்கர்கள் காட்டுகிறார்கள். இதை நீங்கள் எப்படி விளக்குவீர்கள்?'

'ஆ, முக்கியமான ஒரு கேள்வி,' என்று ஆவி சொன்னது. 'இதற்கு முன்பாக, இருபதாம் நூற்றாண்டிலும் இதைப் பார்த்திருக்கிறோம். முதல் உலகப் போருக்குப் பின்பு நிகழ்ந்த பொருளாதார நெருக்கடிகள் மக்களை முற்போக்குத் தலைவர்களை நோக்கித் திருப்பாமல் தங்களுடைய பேச்சு வன்மையால் மக்களைக் கிளர்ந்தெழச்செய்த வலதுசாரிகளான ஹிட்லர், முசோலினி போன்றவர்களை நோக்கித் திரும்பச் செய்தன. 1852ஆம் ஆண்டு லூயி நெப்போலியன் தலைமையில் ராணுவமயப்படுத்தப்பட்ட, பிற்போக்குவாத நெப்போலினியப் பேரரசு மீட்டெடுக்கப்பட்டபோது இதே போன்ற நிகழ்வை என்னுடைய வாழ்நாளில் நான் கண்டிருக்கிறேன். இது போன்ற பேரிடர்களைத் தவிர்க்க நாம் விரும்பினால் நாம் அந்த வரலாற்று நிகழ்வுக்குத் திரும்பப் போய் அதிலிருந்து பாடங்களைக் கற்க வேண்டும்.'

'அந்தப் பாடங்களை எனக்குச் சொல்லுங்களேன்,' என்று நான் ஆர்வம் மேலிடக் கேட்டேன்.

'பொறுமை, பொறுமை,' என்றது ஆவி. என்னுடைய ஆர்வக் கிளர்ச்சியைப் பார்த்து ஆவி நகைத்திருக்கும்.

ஃபாசிஸம் குறித்து மார்க்ஸியவாதிகள்

இத்தாலிய ஃபாசிஸம் குறித்து எழுதிய பெரும் மார்க்ஸிய எழுத்தாளர் அந்தோனியோ கிராம்ஸி. நாஜி ஜெர்மனி குறித்து எழுதிய அதி நுண்ணறிவு கொண்ட மார்க்ஸிய மற்றும் நவ மார்க்ஸிய எழுத்தாளர்கள் தங்களை 'ஃப்ராங்க்ஃபர்ட் கருத்துக் குழு' என்று அழைத்துக்கொண்டார்கள். இவர்களில் தியோடர் அடார்னோ, மேக்ஸ் ஹோர்க்ஹைமர், ஹெர்பர்ட் மார்க்யூஸ் ஆகியோர் அடங்குவர்.

'நாம் தீவிர வலதுசாரி கருத்துகளை விவாதிப்போம். நாம் அறிந்த முதலாளித்துவத்துக்கு அவை எவ்வாறு 'பிற்போக்குத்தனமான மாற்று க'ளை முன்வைக்கின்றன என்பதைப் பார்ப்போம். 1852இல் லூயி போனபர்ட்டால் எதேச்சதிகார போனபர்ட் முடியரசு மீட்டெடுக்கப் பட்ட நிகழ்வை நான் ஃப்ரான்ஸில் பார்த்தேன். இது பற்றி லூயி போனபர்ட்டின் *பதினெட்டாவது ப்ரூமைர்* மற்றும் *ஃப்ரான்ஸின் உள்நாட்டுப் போர்* என்ற இரண்டு நூல்களிலும் எழுதியுள்ளேன். அந்தக் கொடூர விளைவு உண்மையான சாத்தியமே. தொலைநோக்குடைய ஜனநாயக மற்றும் பசுமை மாற்றுகள் உங்களுக்கு எவ்வாறு மிக உயர்ந்த நம்பிக்கையைத் தருகிறன்றனவோ அதைப்போல அது உங்களை திகிலடையச் செய்யவேண்டும். ஆனால், முதலில் டீனாவின் தோற்றத்தை நாம் ஆராய வேண்டியுள்ளது. வலதுசாரி அல்லது இடதுசாரி ஆகிய இரண்டு பக்கங்களிலிருந்தும் மாற்றுகள் வரும் சாத்தியத்தையே அது மறுதலிக்கும் போலத் தோன்றுகிறது.'

'சரி.' அது எனக்குப் போதுமான அளவுக்கு இருந்தது. ஆவி மீண்டும் இடைவெளி விட்டு தன்னுடைய கதையைச் சொல்ல தயாரானது. நடு நிசியைக் கடந்து, மார்க்ஸின் ஆவி மட்டுமே உடனிருக்க, இந்தக் கல்லறைத் தோட்டத்தில் சுற்றிக்கொண்டிருப்பது எனக்கு முழுக்க சௌகரியமான் உணர்வைக் கொடுக்காவிட்டாலும் அந்தக் கதையைக் கேட்க முழு இரவும் நான் காத்திருப்பேன்.

பகுதி இரண்டு

டீனாவால் கவர்ச்சியூட்டி
இந்த ஆவியை இழுக்க முடியாது

12

ஹார்வர்ட் முற்றத்தில் கதை தொடங்குகிறது

டீனாவின் உலகத்துக்குள் ஓர் ஆழ்ந்த பயணத்தோடு ஆவியின் கதை தொடங்கியது.

'டீனா எவ்வாறு தோன்றி உங்களுடைய மனங்களைத் தன் வசப் படுத்தியது என்பதைப்பற்றி நான் மேலும் சொல்ல வேண்டியுள்ளது' என்று ஆவி பேசத் தொடங்கியது. 'காரணம், அதுதான் உங்களுடைய காலத்தின் ஆதிக்கக் கருத்து. அது பேராபத்தான கருத்தும்கூட. மாற்று முதலாளித்துவம் மற்றும் முதலாளித்துவத்துக்குப் பிந்தைய இயக்கங் களின் வளர்ச்சியை அது தடுக்காவிட்டாலும் அப்படியான வளர்ச்சி யின் மெய்மையையும், அது குறித்தான நம்பிக்கையையும் நீங்கள் நல்லறிவுடன் பார்ப்பதை இயலாததாக்கிவிடும்.'

'சரி, எங்கள் சிந்தனையின் மீது டீனா ஆதிக்கம் செலுத்துகிறது என்பதை ஒத்துக்கொள்கிறேன். அதை நீங்கள் எப்படி விளக்குகிறீர்கள் என்பதைத் தெரிந்து கொள்ள விரும்புகிறேன். ஓர் அமைப்பு முறை வெகுமக்களை நீண்ட காலம் கொடூரமாக நடத்தினால் ஒரு கட்டத்தில் அவர்கள் அதற்கு எதிராகக் கிளர்ந்தெழுந்து போரிடுவார்கள் என்று நீங்கள் எப்போதும் சொல்லி வந்தீர்கள்' என்று நான் சொன்னேன்.

'அது சரிதான். ஆனால் இன்னொன்றையும் நீங்கள் ஞாபகத்தில் வைக்க வேண்டும். முதலாளித்துவம் புரட்சிகரமான, ஆக்க வளமுடைய ஓர் அமைப்பு முறை என்றும் உலக வரலாற்றிலேயே தொழில்நுட்ப ரீதியில் புதுமை புகுத்தலில் மிக உயர்ந்த அமைப்புமுறை என்றும் வலியுறுத்தி சொன்னது மட்டுமல்ல, அதைப் பாராட்டியும் இருக் கிறேன். அது கொடுங்கோன்மையையும், நாட்டுப்புற மடமை என்று நான் அழைத்ததையும் அழித்தது. ''பூர்ஷ்வா வர்க்கம் தன்னுடைய வெறும் நூறு வருட ஆதிக்கத்தில் தனக்கு முந்தைய எல்லா தலை முறைகளும் சேர்த்து உருவாக்கிய மலைக்க வைக்கும், பிரம்மாண்ட மான உற்பத்தி சக்திகளை விடவும் அதிகமாக உருவாக்கியுள்ளது''

என்று கம்யூனிஸ்ட் அறிக்கையில் நான் உரக்கச் சொல்லியிருக்கிறேன். தனக்கு முன்பு இருந்த எந்த அமைப்பு முறையை விடவும் கூடுதலான மக்களுக்குக் கூடுதலான பொருள்களை அது அளித்தது. அது ஒரு சுரண்டும் இயல்புடைய அமைப்பாக இருந்தாலும் நான் சொல்வதை ஏற்றுக்கொண்டு தான் ஆகவேண்டும். அமெரிக்கத் தொழிலாளர்கள் கூட, நான் கனவு கண்டதற்கும் அதிகமாகப் பணம் சம்பாதிக்கிறார்கள். அவர்கள் ஐஃபோன் வசதிகளையும், தங்களுக்கென்றே சொந்தமாக உள்ள பெரிய வீடுகளையும், நவீன அம்சங்கள் கொண்ட கார்களையும் அனுபவிக்கிறார்கள். இவ்வகையான வாழ்க்கை சௌகரியங்களையும், வர்க்கத் தன்னுணர்வை அவை அழித்தொழிக்கும் வழிமுறையையும் நான் மிகத் தவறாக மதிப்பிட்டுவிட்டேன்.'

ஆவி மீண்டும் பதற்றமடையத் தொடங்கியது. 'போலிப் பிரக்ஞை'* என்ற கொள்ளை நோயை டீனா பிரதிநிதித்துவப்படுத்துகிறது. 'தாங்கள் யார் என்பது பற்றியும் என்னவாக இருக்க வேண்டும் என்பது பற்றியும் மக்கள் எப்போதுமே போலியான எண்ணப்பதிவுகளைக் கொண்டிருந்திருக்கிறார்கள்...' என்று நான் எழுதினேன். அதைத்தான் 'போலிப் பிரக்ஞை' என்று நான் சொல்கிறேன். டீனாதான் உங்கள் காலத்தின் உச்சபட்ச போலிப் பிரக்ஞை. முதலாளித்துவ வாதிகளைப் போல உங்கள் அனைவரையும் தற்போது அது சிந்திக்க வைக்கிறது. அமெரிக்காவில், வேறொரு உலகத்தைப் பற்றி உங்களால் சிந்திக்கக் கூட முடியாது.'

அவருடைய கோபத்தைத் தணிப்பதற்காக 'நீங்கள் சொல்வதை ஒப்புக் கொள்கிறேன்' என்று சொன்னேன். மேலும், தற்காலத்தின் ஆதிக்கக் கருத்தாக டீனா இருப்பதை நான் நம்பினேன். என்னுடைய எண்ணங்களுக்காக ஆவி காத்துக் கொண்டிருக்கவில்லை. 'டீனா ஒரு மதம். குருட்டு நம்பிக்கையை எதிர்பார்க்கும் ஒரு கோட்பாடு. நீடித்த வளர்ச்சி கொண்ட ஓர் எதிர்காலத்தைக் கற்பனை செய்ய முடிகிற உங்களுடைய திறனை அது நொறுக்கிக்கொண்டிருக்கிறது.'

ஒத்துக்கொள்வதாக தலையசைத்தேன். 'முதலாளித்துவவாதிகளைப் பொறுத்தவரை, தங்களுடைய அமைப்பு முறைதான் ஒரே அமைப்பு முறை என்ற கருத்தைப் போதிப்பதற்கு டீனாவை விட எந்தப் புனைவு சிறப்பானதாக இருக்கப் போகிறது! இப்போது அவர்கள் வசம் ஃபாக்ஸ் செய்தி அலைவரிசையும், பிற ஊடகங்களும், பல்கலைக்கழகங்களும், நிபுணத்துவமும் இருக்கின்றன. இவை அனைத்தும் டீனாவைத் தொழிலாளிகளுக்கும், உலகத்துக்கும் போதிக்கின்றன.'

*முதலாளித்துவ சமூகத்தில், மேலாதிக்கம் பெற்ற வர்க்கங்கள், பொருள் மற்றும் நிறுவனங்கள் சார்ந்த செயல்முறைகள் மூலம், தம்முடைய சுரண்டலை மறைத்து, பொய்யான எண்ணத்தை உழைக்கும் வர்க்கங்களின் மனதில் திட்டமிட்டுப் பதிய வைப்பது குறித்த மார்க்ஸியக் கோட்பாடு. (மொ-ர்)

‘உங்கள் காலத்தின் புகழ்பெற்ற அறிவுஜீவிகள் சொல்வதைப் படித்து வருகிறேன். ஊடகங்களாலும், அரசியல்வாதிகளாலும், அரசின் துதிபாடிகளாலும் முக்கியமானவர்கள் என்று கருதப்படும் அறிவு ஜீவிகள் எல்லாருமே டீனாவின் பிரச்சாரகர்களாகத்தான் இருக்கிறார்கள். சுமார் ஐம்பது ஆண்டுகளுக்கு முன்னால் டீனா தொடங்கியது. இருபதாம் நூற்றாண்டின் மத்தியில் *சித்தாந்தத்தின் முடிவு* என்ற புகழ் பெற்ற நூலை எழுதிய ஹார்வர்ட் பல்கலைக்கழகத்தின் சமூகவியல் பேராசிரியரான டேனியல் பெல் என்பவரை நினைவிருக்கிறதா? தற்போதைய டீனா என்ற பித்து தொடங்க அவர்தான் உதவினார்.’

1950களில் கைக்கூடியிருந்த மகிழ்வான வாழ்க்கையைப் பிரதி பலிக்கும் விதமாக, புரட்சிகர மாற்றங்கள் தொடர்பான சித்தாந்தங்கள் மறைந்து கொண்டிருந்தன என்று பெல் எழுதினார். முதலாளித்துவம் ஒரு பைத்தியக்காரத்தனம் என்று கருதிய ஆலென் கின்ஸ்பார்க்* போன்ற பீட்னிக்குகள்** சிலரைத் தவிர வேறு யாரும் நடைமுறையில் உள்ள அமைப்புமுறையை மாற்றுவதில் நம்பிக்கை கொள்ளவில்லை. இருபதாம் நூற்றாண்டின் அற்புதமான கவிதைகளில் ஒன்றான Howl என்ற கவிதையில் சமகால அமைப்பு முறையின் பைத்தியக்காரத் தனம் குறித்து அவர் எழுதினார். ஒரு விசித்திர வகையில், அது மார்க்ஸின் தொலை நோக்குப் பார்வையின் கவிதை வடிவம்.

டீனாவுக்கு எதிராக Howl

கின்ஸ்பார்க் பின்வருமாறு எழுதினார்: ‘என் தலைமுறையின் மிகச் சிறந்த மனிதர்கள் பைத்தியம் பிடித்து அழிந்ததை நான் பார்த்திருக்கிறேன்... முதலாளித்துவம் உருவாக்கும் போதை தரும் புகையிலைக் காற்றை எதிர்த்து அவர்கள் தங்கள் கைகளில் சிகரெட் தணலால் துளையிட்டுக் கொண்டார்கள்; யூனியன் சதுக்கத்தில் நின்று அழுது கொண்டும், உடைகளைக் களைந்து கொண்டும் அதிமேன்மையான கம்யூனிஸ்ட் துண்டு அறிக்கைகளை அவர்கள் விநியோகித்துக் கொண்டிருந்தபோது லாஸ் அலாமோஸின் [ரகசியமாக அணு ஆயுதங்களை வடிவமைக்கும் ஒரு சோதனைச்சாலை] சங்கின் ஓசை அவர்களின் புலம்பலை நசுக்கி விட்டது.’

**1926-97*. அமெரிக்க பீட் கவிஞர். போர்கள், முதலாளித்துவம், பாலியல் ஒடுக்கம் ஆகியவற்றை எதிர்த்தவர். கொல்கத்தாவில் சில மாதங்கள் வசித்து இந்தியாவின் விளிம்புநிலை மனிதர்களின் வாழ்வையும், சுடுகாடுகளில் தங்கி மரணம் குறித்தும், போதை மருந்துகள் உட்கொண்டு சில ஆன்மிக அனுபவங்களையும் நேரடியாக அனுபவித்தவர். (மொ-ர்)

**Beat என்ற வார்த்தை விளிம்புநிலை மனிதர்களைக் குறிக்கும் அமெரிக்கப் பேச்சு வழக்கு சொல். *1950, 60*களில் அமெரிக்காவின் பொருள்முதல் வாதத்தைச் சாடிய எதிர்-கலாச்சாரவாதிகள். (மொ-ர்)

13

கம்யூனிசம் வீழ்கிறது, வரலாறு முடிகிறது

ஆவி தன் கதையை விரைந்து சொல்லத் தொடங்குகிறது. தான் ஏன் வேகமாக பேசத் தொடங்குகிறேன் என்பதற்கானக் காரணத்தையும் விளக்குகிறது.

'உங்களுக்குத் தெரியுமா, இரவில் என்னுடைய சக்தி அதன் உச்சத்தில் இருக்கும்; மறு நாளைய சூரியன் உதிக்கும்போது அது மங்கத் தொடங்கும்.'

அது மார்க்ஸுடைய உடலின் வடிவத்தைக் கொண்டிருந்ததால் ஓர் ஆவியுடன் பேசிக்கொண்டிருக்கிறேன் என்பதை நான் ஏறத்தாழ மறந்து போயிருந்தேன். கறாரான ஒரு ஜெர்மானியப் பேராசிரியரின் தொனியில் ஆவி தொடர்ந்து பேசியது: 'சோவியத் யூனியன் வீழ்ந்தது. கடைசி மாற்று மறைந்துபோனதாகத் தோன்றியது. மேற்கத்திய அறிவு ஜீவிகளும், அரசியல் பிரச்சாரகர்களும் இந்த நிகழ்வை சட்டென்று பாய்ந்து பிடித்துக் கொண்டார்கள். மார்க்சியம் மற்றும் மேற்கத்திய முதலாளித்துவத்துவத்துக்கான பிற மாற்றுகள் ஆகியன முடிந்து போய்விட்டன என்று பிரகனப்படுத்த சோவியத்தின் வீழ்ச்சியை அவர்கள் பயன்படுத்திக்கொண்டார்கள்.'

சோவியத்தின் வீழ்ச்சி நிகழ்ந்த கொஞ்ச நாளில், *வரலாற்றின் முடிவு* என்ற புகழ்பெற்ற புத்தகத்தை எழுதிய அமெரிக்க வெளியுறவுத் துறையின் கொள்கைப் பகுப்பாய்வு வல்லுநரும், எழுத்தாளருமான ஃப்ரான்ஸிஸ் ஃபுகுயாமாவைப் பற்றி ஆவி குறிப்பிடுகிறது என்பது எனக்குத் தெரிந்தது.

'டீனாவின் தற்கால ஆதிக்கத்துக்கு ஃபுகுயாமா உண்மையில் அறிவார்ந்த நம்பகத் தன்மையைக் கொடுத்தார்' என்று உறுதிபட ஆவி சொன்னது. 'அவர் அறிவு நிரம்பிய, சாமர்த்தியமான எழுத்தாளர். கம்யூனிசத்தின் வீழ்ச்சி, முதலாளித்துவம் இறுதிப் போரை வென்று விட்டது என்பதையே குறிக்கிறது என்று அவர் மக்களை நம்ப வைத்தார். வரலாறு முடிவுக்கு வந்துவிட்டது.'

இந்த இடத்தில் நான் மென்மையாக சொன்னேன்: 'மார்க்ஸ், சோஷலிஸம், அமைப்பு முறைக்கான மாற்றுகள் ஆகிய அனைத்தின் மரணங்களுக்கும் ஒப்பானதாக சோவியத்தின் மரணம் தோன்றியது.'

மிகுந்த துயரத்தில் இருந்ததைப்போல பெருமூச்செறிந்து, 'சரியாகச் சொன்னீர்கள்' என்றது ஆவி. 'டீனா தன்னுடைய பிடியை இறுக்கியது. முதலாளித்துவம் இல்லாத ஓர் உலகத்தின் சாத்தியத்தின் மீது இருந்த நம்பிக்கையை சோவியத்தின் மரணம் அநேகமாக முழுக்கக் கொன்று விட்டது. சோவியத் கம்யூனிசத்தின் மரணமும், டீனாவும் ஒப்பானவை என்று மக்கள் தவறாகக் கருதிவிட்டார்கள்.'

அது சொன்னது சரி என்று நான் தலையசைத்தேன். 'ஆமாம். கம்யூனிஸத்தின் முடிவு, முதலாளித்துவம் நிரந்தரமாக வென்று விட்டது என்ற அர்த்தத்தைத் தருவதாகத் தோன்றியது. இரண்டே இரண்டு சாத்தியங்கள்தான் உண்டு என்று பனிப்போர் தொடர்பான சொல்லாட்சியும் பிரச்சாரம் செய்தது உண்மைதானே: மேற்கத்திய முதலாளித்துவம் அல்லது கிழக்கத்திய கம்யூனிசம்.'

'நீங்கள் இதை சரியாகப் புரிந்து கொள்கிறீர்கள்! ஆனால் இதில் இன்னும் பெரிய முரண்நகை இருக்கிறது. முதலாளித்துவம் நொறுங்கத் தொடங்கி, தன்னோடு சேர்த்து உலகத்தையும் வீழ்ச்சி யடைய வைக்கும் அச்சுறுத்தலைத் தொடங்கிய அதே நேரத்தில் தான் சோவியத் கம்யூனிசத்தின் வீழ்ச்சியும் நிகழ்ந்தது.'

'கம்யூனிசத்தின் முடிவு நிகழ்ந்த வேளை, டீனாவை விரும்பி ஏற்றுக் கொள்வதற்கான மிகத் தவறான தருணம் என்று சொல்ல வருகிறீர்கள். ஏனென்றால், முதலாளித்துவத்தைத் தொடர்ந்து நீடிக்க வைப்பது என்பதாக வைத்துக்கொண்டாலும் துயரமான விளைவுகளோடு மட்டுமே அதைச் செய்ய முடியும்.'

'ஆமாம், ஆமாம்.' ஆவி என்னைச் சுற்றி வேகமாக நடந்தது. 'சோவியத் யூனியன் வீழ்ச்சி அடைந்து வெகுசீக்கிரத்திலேயே நிதி சார்ந்த பேரிடர்கள், கடுமையான வேலையின்மை, பெரும் ஏற்றத் தாழ்வு, உலகளாவிய வறுமை, பட்டினி, இவை எல்லாவற்றுக்கும் மேலாக, பெரும் கேட்டைக் கொண்டு வரப்போகும் புவி வெப்பமயமாதல், அணு ஆயுதங்களைப் பயன்படுத்த வாய்ப்புள்ள ஆதாயத்துக்கான போர்கள் என்று முதலாளித்துவத்தின் மிக முக்கியமான விளை பொருட்களின் தாக்குதலை உலகம் எதிர்

முதலாளித்துவமா உயிரைத் தக்கவைத்துக்கொள்ளுதலா

நிதி மற்றும் பொருளாதார நெருக்கடிகளோடு சேர்த்து அணு ஆயுதப் போர், புவி வெப்பமயமாதல் ஆகிய இரண்டு புதிய விளைபொருள்களை முதலாளித்துவவாதிகள் கொண்டு வந்துள் ளார்கள் என்று ஆவி சொன்னது. முதலாளித்துவத்தின் தொடர்ச்சி நாகரிகத்தின் முடிவை உறுதிப்படுத்தும் அதே வேளையில் டீனா மேலும் வலிமை பெறுகிறது.

கொள்ளத் தொடங்கியது. இருபத்தோராம் நூற்றாண்டில் முதலாளித் துவம், தொடர்ந்து உயிரைத் தக்கவைத்துக் கொள்ளுதல் ஆகிய இரண்டில் ஒன்றை மக்கள் தேர்ந்தெடுக்க வேண்டியிருக்கும்.'

தனக்கே உரித்தான பெருமூச்சை மீண்டும் ஒருமுறை ஆவி வெளிப் படுத்தியது. ஆவிகள் இந்த அளவு உணர்ச்சிவசப்பட முடியும் என்பதை நான் ஒருபோதும் கற்பனை செய்ததில்லை. அதே சமயம், மார்க்ஸ் தன்னுடைய தனிப்பட்ட மற்றும் அரசியல் வாழ்க்கை இரண்டிலும் மிகத் தீவிர உணர்ச்சிவசப்படலுக்கு ஆளானவர் என்பதை நினைவு கூர்ந்தேன். 'சோவியத்தின் இரக்கமற்ற கொடுங்கோன்மை விளைவித்த அச்சமூட்டும் நினைவுகள் அமெரிக்கர்களை அமெரிக்க முதலாளித் துவத்திலும், டீனாவிலும் அழுத்தமான நம்பிக்கை கொள்பவர்களாக ஆக்கின. எனவே, தங்களுடைய வாழ்வைக்கூட இரண்டாம்பட்ச மாக்கிவிட்டு அவர்கள் முதலாளித்துவத்தைத் தேர்ந்தெடுப்பார்கள்!'

14

டீனா உலகமயமாதல்

பிறகு ஆவி சொன்னது: 'டீனாவைப் பரப்பியதிலும், அதற்கு வலு சேர்த்ததிலும் நூற்றாண்டுகளுக்கு முன்பு தோன்றிய உலகமயமாதலும் மிகப்பெரிய பங்கை வகித்துள்ளது. சோவியத் வீழ்ச்சிக்குச் சற்று பிந்தி, 1990களின் மத்தியில் அமெரிக்க மனதை டீனா ஏற்கனவே தன்னுடைய வலிமையான ஆதிக்கப் பிடியில் வைத்திருந்தது. ஆனால், முதலாளித் துவத்துக்கு மாற்றுகள் உண்டு என்று இன்னும் நம்பிய பிற நாடுகள் உலகில் இருந்தன. மாற்று முதலளித்துவத்தைக் கட்டமைப்பதன் முதல் நிலைகளில் அவை ஏற்கனவே ஈடுபட்டிருந்தன.'

'ஆம்' என்று அது சொன்னதை ஒப்புக்கொண்ட நான், 'முன்னேறும் நாடுகள் பலவற்றின் மக்கள் வழிகாட்டலுக்கு உங்களை எதிர்நோக்கி இருந்தார்கள்' என்று சொன்னேன்.

'உலகமயவாதிகள் அந்தப் பிரச்சினையைத் தீர்க்கத் திட்ட மிட்டார்கள்' என்று ஆவி சொன்னது. 'அமெரிக்கர்களின் சித்தாந்த மற்றும் பொருளாதார செயல்திட்டமே உலகமயப்படுத்தல். தன்னுடைய

அமெரிக்க பாணி முதலாளித்துவத்தையும், டீனா சித்தாந்தத்தையும் உலகத்துக்குக் கொண்டு சேர்ப்பதே அமெரிக்காவின் நோக்கம். தாங்கள் சென்ற இடத்துக்கெல்லாம் முதலாளித்துவத்தையும் டீனாவையும் அமெரிக்காவின் ராட்சச பன்னாட்டு நிறுவனங்களும், உலகளாவிய ஊடகங்களும், ராணுவமும் எடுத்துச் சென்றன.'

'வேறு வார்த்தைகளில் சொன்னால், உலகமயப்படுத்தல் என்பது வேறெதையும்விட மனத்தைக் காலனியப்படுத்தலும், டீனாவை முழு உலகத்துக்கான மதமாக மாற்றுவதுமே' என்று நான் சொன்னேன்.

உலகமயமாதல் குறித்து மார்க்ஸ்

'தொடர்ந்து பெருகிக்கொண்டே போகும் சந்தைக்கான தேவை முதலாளித்துவ வாதிகளை முழு உலகப் பரப்புக்கும் துரத்துகிறது... மறைந்து போய் விடுவோம் என்ற துயரம் காரணமாக உற்பத்தியில் முதலாளித்துவ முறையைக் கைக்கொள்ள எல்லா நாடுகளையும் (முதலாளித்துவம்) கட்டாயப்படுத்துகிறது... அந்நாடுகளே முதலாளித்துவ வாத நாடுகளாக மாறவும் அது கட்டாயப் படுத்துகிறது... ஒரே வார்த்தையில் சொன்னால், தன்னுடைய பிம்பத்திலேயே ஓர் உலகத்தை அது உருவாக்குகிறது.'

'உலகமயமாதல் நீண்ட காலத்துக்கு முன்பே தொடங்கிவிட்டது. ஏனென்றால், மலிவான உழைப்பு, சந்தைகள், லாபம் ஆகியவற்றுக்கான முதலாளித்துவத்தின் வேட்கை தொடக்கத்திலிருந்தே முடிவற்றதாக இருந்தது. *கம்யூனிஸ்ட் அறிக்கை* உள்ளிட்ட என்னுடைய படைப்புகளில் எல்லாம் இது பற்றி நான் எழுதினேன். ஆனால், உலகெங்கிலும் உள்ள மக்கள் டீனாவை ஆதரிக்கத் தொடங்கும்வரை உலகளாவிய முதலாளித்துவத்தால் பரவலான ஏற்பைப் பெற இயலவில்லை. ஏற்கனவே டீனா வலுவான இடத்தைப் பெற்றுவிட்ட அமெரிக்காவில் நிகழ்ந்ததை விடவும் பல ஏழை, சோஷலிச நாடுகளில் பெரிய மாற்றத்தை இது உண்டு பண்ணியது' என்றது ஆவி.

இஸ்லாமிய உலகத்தையும், ஹ்யூகோ சாவேஸ் மற்றும் இவா மொராலிஸ் ஆகியோரின் செல்வாக்கு வளர்ந்துவரும் வெனிசுவாலாவையும், பொலிவியாவையும் மனதில் வைத்துக் கொண்டிருந்த நான், 'பல நாடுகள் டீனா என்ற கருத்தாக்கத்தை இன்னும் நம்பி ஏற்றுக் கொள்ளவில்லை' என்றேன். 'மேலும், செயல்முறையில் முதலாளித்துவ வாதிகளாகவும், சித்தாந்தத்தில் இன்னும் கம்யூனிஸ்ட்டுகளாகவும் இருக்கும் சீனத் தலைவர்களும், இவர்களோடு சேர்த்துத் தங்களுடைய சிந்தனையில் சோஷலிசத்தைச் சிறு அளவில் பேணி வரும் ஐரோப்பியர்களும் டீனாவை நம்பவில்லை.'

'அதனால்தான் *நியூயார்க் டைம்ஸ்* பத்திரிகையில் தொடர் எழுதி வரும் செல்வாக்கு பெற்ற தாமஸ் ஃப்ரீட்மன் போன்ற உலகமயமாதலின் ஆதரவாளர்கள் தங்களுடைய படைப்பின் மைய சித்தாந்தமாக டீனாவை ஆக்கியுள்ளார்கள். அதிகம் விற்ற அவருடைய உலகமயமாதல் குறித்த நூலான *The Lexus and Olive Tree*இல் அவர்

டீனா என்ற ஐஸ்க்ரீம்

ஃப்ரீட்மன் எழுதியிருப்பது: 'சித்தாந்த ரீதியில் சொன்னால், சாக்கலேட் நிரம்பிய பிஸ்கட்டுகளோ, ஸ்ட்ராபெரிச் சுருளோ, எலுமிச்சைச் சாறோ இனி கிடையாது. இன்று இருப்பவை சுதந்திரச் சந்தை எனும் வெனிலாவும்(ஐஸ்க்ரீம்), வட கொரியாவும் மட்டுமே.

'வரலாற்று ரீதியான விவாதம் முடிவடைந்து விட்டது. சுதந்திரச் சந்தை முதலாளித்துவமே தீர்வு' என்று டீனாவை நயமின்றி வரையறுத்தார்.

ஆவி மேலும் சொன்னது: 'செயல் திறமையிலும், புது முறைகள் காண்பதிலும், ஜனநாயகத்திலும் முதலாளித்துவம் மேலதிக சிறப்பை கொண்டது என்று ஃப்ரீட்மன் சொல்லியிருக்கிறார். எனவே, அவரைப் பொறுத்தவரை, பிற அமைப்பு முறைகளுக்குப் பதிலாக முதலாளித்துவத்தைத் தெரிவு செய்வது என்ற பேச்சுக்கே இடமில்லை [அது ஒன்று மட்டுமே உள்ளது]. வேறுபட்ட ஓர் அமைப்புமுறையை இப்போது நம்மால் கற்பனை செய்யக்கூட முடியாது. வட கொரியாவைத் தவிர.'

யோசிப்பதற்காக ஆவி கொஞ்சம் நிறுத்தியது.'சந்தேகமில்லாமல், ஃப்ரீட்மன் உண்மையான உலகத்தை விவரிக்கவில்லை. சீனா தொடங்கி இந்தியா, பிரேஸில், பல ஐரோப்பிய நாடுகள் வரை ஏற்கனவே மாற்று முதலாளித்துவம் எனும் உலகத்துக்குள் நுழையத் தொடங்கி விட்டன. இந்நாடுகள் உலகமயமாதலோடு பிணைக்கப்பட்டிருந்தாலும், மாற்றுகள் இல்லையென்று டீனா அவற்றிடம் சொன்னாலும் அவை அமெரிக்க முதலாளித்துவத்துக்கு மாற்றுகளைத் தேடுகின்றன. ஃப்ரீட்மன் தேவதைக் கதை ஒன்றை சொல்லிக் கொண்டிருக்கிறார். ஆனால், உலகமயமாதல் என்பது டீனாவைப் பரப்புவதுதான் என்று சொல்லும்போது அவர் தவறிழைக்கவில்லை.'

15

மிதச் சீர்திருத்தவாதிகளும் (லிபரல்கள்) டீனாவும்

ஆவி தொடர்ந்து சொன்னது: 'அமெரிக்க அரசியல்வாதிகளும், பெரும் வணிக நிறுவன மேட்டுக்குடியினரும், மையநீரோட்டப் பத்திரிகையாளர்களும் டீனாவைப்பற்றிப் பெருமிதத்துடன் பேசுவது ஒன்றும்

ஆச்சரியமில்லை. இதில் குறிப்பிடத்தக்கது என்னவென்றால், குறைந்த பட்சம் அமெரிக்காவிலேயாவது எந்த அளவுக்கு மிதச் சீர்திருத்தவாதி களும், இடதுசாரிகளும் ஆவியை நம்புவதை விட்டுவிட்டார்கள் என்பது தான். நான் பயன்படுத்திய சிலேடைக்கு என்னை மன்னிப்பீர்களாக.'*

அந்த சிலேடையைக் கேட்டு புன்முறுவல் செய்த நான், 'என்ன சொல்ல வருகிறீர்கள்'? என்றேன்.

'மிதச் சீர்திருத்தவாதிகளையும், இடதுசாரிகளையும் நாம் பிரித்துப் பார்ப்போம்' என்றது ஆவி. 'மிதச்சீர்திருத்தவாதிகள் எப்போதும் டீனாவின் ஆதரவாளர்கள். அவர்கள் முதலாளித்துவத்தை மாற்றி யமைக்க விரும்புகிறார்கள். அதிலிருந்து விடுபட விரும்புவதில்லை. மிதச் சீர்திருத்தத்தின் மிக முக்கியப் பத்திரிகையான *த நியூ ரிபப்ளிகின்* முன்னாள் ஆசிரியரும், அதில் தொடர்ந்து பங்கேற்றவருமான மைக்கேல் டொமாஸ்கிகூட எழுதினார்: ''முதலாளித்துவத்தை முடிவுக்குக் கொண்டு வருவது பற்றி இன்று யாராலும் தீவிரமாகப் பேச முடியாது.'' அதே போலவே, உலக சோஷலிசத்தின் சாத்தியம் பற்றி ஒருவராலும் பேச முடியாது.'

நான் சொன்னேன்: 'ஆனாலும் மிதச் சீர்திருத்தவாதிகள் சிலர், இப்போக்கை ஆதரிக்கின்றனர். முக்கியப் பத்திரிகையான *த அமெரிக்கன் ப்ராஸ்பெக்ட்* இதழின் ஆசிரியரான ராபர்ட் கட்னர் போன்றோர், 'முழு மாற்ற'த்தின் மொழியைப் பயன்படுத்து கிறார்கள். பெரிய அளவிலான அரசின் தலையீட்டுடன், பொருளா தாரத்தை அதன் தேக்கநிலையி லிருந்து மீட்டெடுக்க வேண்டி முக்கிய சீர்திருத்தங்களைச் செய்யுமாறு அவர்கள் ஒபாமாவை நெருக்கித் தள்ளுகிறார்கள்.'

புகழ்பெற்ற அமெரிக்க மாற்று-முதலாளித்துவவாதிகள்

டீனாவுக்கு அப்பால் மிதச் சீர்திருத்தத்தை நகர்த்தத் தொடங்கியுள்ள இவர்கள் ஒரு பிரத்யேக வகைமையைச் சேர்ந்தவர்கள். ஆனால், இவர்கள் முதலாளித்துவத் துக்குப் பிந்தைய ஓர் உலகத்தை அங்கீ கரிக்கத் தயங்குகிறார்கள். அவர்கள்:

பால் க்ரக்மன், ஜோசஃப் ஸ்டிக்லிட்ஸ், அரியனா ஹஃபிங்டன், பில் மோயர்ஸ், ராபர்ட் ரைக், மட் டேமன், ஷான் பென், ஜெஸி ஜேக்சன், ரேச்சல் மேடோ, ரிச்சர்ட் ட்ரம்கா, ஜோன் ஸ்டீவர்ட் போன்றோர்.

* இந்த இடத்தில் ஆங்கிலத்தில் பயன்படுத்தப்பட்டுள்ள மரபுத் தொடர் 'to give up the ghost.' இதன் ஒரு பொருள் 'வெற்றி அடையப்போவதில்லை என்று தெரிந்த பிறகு ஒரு விஷயத்துக்காக முயல்வதை நிறுத்திவிடுவது.' give up (something) என்ற சொற்றொடருக்கு 'வழக்கமாக செய்த/கொண்டிருந்த ஒன்றைக் கைவிடுவது' என்று பொருள். இந்தப் பொருள்களிலும், ghost என்ற வார்த்தையிலும் மார்க்ஸின் ஆவி சிலேடையைப் பயன் படுத்துகிறது. முதலாளித்துவம் மற்றும் மார்க்ஸிசம் (இங்கு ஆவி மார்க்ஸிசத்தைப் பிரதிநிதித்துவப்படுத்துகிறது) என்ற இரண்டையும் இந்த வார்த்தையும், மரபுத் தொடரும் குறிக்கின்றன. மொழிபெயர்ப்பில் காணாமல் போகும் அழகுகளில் முதன்மையானது சிலேடை. *(மொ-ர்)*

'கட்னர், முன்னாள் தொழிலாளர் துறை அமைச்சரான ராபர்ட் ரைக், நோபல் பரிசு பெற்ற பொருளாதார நிபுணரும் *நியூயார்க் டைம்ஸில்* பத்தி எழுதுபவருமான பால் க்ரக்மன், நோபல் பரிசு பெற்ற பொருளாதார வல்லுநர் ஜோசஃப் ஸ்டிக்லிட்ஸ், அவருடைய சக மிதச் சீர்திருத்தப் பொருளாதார நிபுணர்கள், அனைவருக்கும் வேலை வாய்ப்பு, சுற்றுச் சூழலைப் பேணுதல் தொடர்பான பணிகள், பங்குச்சந்தையின் விஷப் பல்லைப் பிடுங்குதல், பெரும் வணிக நிறுவனங்களைக் கட்டுக்குள் வைத்தல் போன்றவற்றை நடைமுறைப்படுத்த அழுத்தம் கொடுப்பதில் முழுமையாகத் தங்களை ஈடுபடுத்திக் கொண்டிருக்கிறார்கள். இந்த மாற்றங்கள் இறுதியில் முதலாளித்துவத்தை செயல் இழக்கச் செய்து விடும் என்பது நமக்குத் தெரியும். ஆனால், இவையெல்லாம் தொடக்க கால நடவடிக்கைகள்தாம். நீங்கள் தற்போது மேற்கொண்டிருக்கும் மரண யாத்திரையை அவை தடுத்து நிறுத்தாது.'

கொஞ்சம் இடைவெளி விட்டு, 'அதே சமயம், மிதமான சீர்திருத்தங்களை ஆதரிக்கும் செல்வாக்கு மிகுந்த இவர்கள் சமூக மாற்றத்துக்கான அடிப்படைப் பணிகளுக்கு உதவும் மாற்று முதலாளித்துவவாதிகள் ஆவர். டீனாவின் பிடியிலிருந்து இவர்கள் முற்றிலுமாகத் தப்பிக்க வில்லையென்றாலும் இவர்களை நான் மதித்துப் பாராட்டுகிறேன்,' என்றது ஆவி.

மீண்டும் இடைவெளிவிட்டு ஆவி தொடர்ந்தது. 'இன்னொரு விஷயம். ஒபாமா உள்ளிட்ட ஜனநாயகக் கட்சித் தலைவர்கள் ரைக்குகளையும், கட்னர்களையும், க்ரக்மன்களையும், ஸ்டிக்லிட்ஸ் களையும் பெரும்பாலும் பொருட்படுத்துவதில்லை. ஒபாமாவின் முன்னாள் பொருளாதார ஆலோசகரான லேரி சம்மர்ஸ், நிதித்துறை அமைச்சரான டிமோதி கெய்த்னர், பங்குச்சந்தையோடு மிக நெருங்கிய தொடர்பு கொண்டவரும் சம்மர்ஸுக்குப் பதிலாக அவருடைய பதவியில் அமர்த்தப்பட்டவருமான ஜீன் ஸ்பெர்லிங், ஒபாமாவின் இரண்டாவது ராணுவ ஆலோசகரும் நீண்ட நாள் பெரு வணிக சகாவுமான வில்லியம் டேலி ஆகியோரின் ஆலோசனைகளை மட்டுமே அவர்கள் காது கொடுத்துக் கேட்கிறார்கள். முதலாளித்துவத்தைப் பெரும் அளவில் மாற்றுவதில் ஒபாமாவின் ஆலோசகர்களுக்கு ஆர்வம் இல்லை. பங்குச்சந்தையை நிதி நெருக்கடியிலிருந்து மீட்பதிலும், பன்னாட்டு முதலீட்டு வங்கி நிறுவனமான கோல்ட்மன் சாக்ஸ் மற்றும் பன்னாட்டுக் காப்பீட்டு நிறுவனமான ஏஐஜி ஆகியவற்றுக்கு மில்லியன் கணக்கான டாலர்களை அள்ளித் தருவதிலும் ஆர்வம் காட்டும் அவர்கள் வணிக, தொழில்துறைகள் சார்ந்த சீர்திருத்தங்களுக்கு சொற்ப அளவிலேயே ஆதரவு காட்டுகிறார்கள். சாரா பாலின், மிட் ரோம்னி, மற்றும் தேநீர் விருந்துக் கட்சி ஆகியோர் இந்த ஆலோசகர்கள் சோஷலிசத்தை ஆதரிப்பதாகக் குற்றம் சாட்டுகிறார்கள். அவ்வகை

சோஷலிசம் குறித்த தங்களுடைய பயத்தை இந்த ஆலோசகர்கள் வெளிப்படையாகத் தெரிவிக்கிறார்கள்.'

'வேறு வார்த்தைகளில் சொன்னால், மிதமான சீர்திருத்தங்களை ஆதரிக்கும் கட்சி என்று அமெரிக்காவில் கருதப்படும் ஜனநாயகக் கட்சி டீனாவின் ஆலயத்தில் வழிபாடு செய்கிறது' என்று நான் சொல்கிறேன்.

'ஆமாம், மாறுபட்ட வழிகளில் என்றாலும், சிறிய அளவில் குடியரசுக் கட்சியினர், ஜனநாயகக் கட்சியினர் ஆகிய இரண்டு தரப்பு களுமே டீனாவை வழிநடத்திக் கொண்டிருக்கிறார்கள். வாஷிங்டனில் பெரும் கட்சிப் பிரிவினைகள் இருப்பதுபோலத் தோன்றும். சில வேறுபாடுகள் முக்கியமானவை என்றாலும், அவர்களிடையே உள்ள சச்சரவுகளைப் பார்த்து ஏமாந்து விடாதீர்கள். சச்சரவுகள் மேலோட்ட மானவைதான். அடியில், எப்போதுமே டீனாதான்.'

'மனித முகமூடியுடன் முதலாளித்துவத்துக்கான குரலாக மைய நீரோட்ட மிதச் சீர்திருத்தவாதம் ஆகியிருக்கிறது என்று சொல்கிறீர்கள். என்னை பொறுத்தவரை, அது ஒரு துயரமான உண்மை.'

ஆவி என்னை நெருங்கி வந்தது. அப்படிச் செய்வது ஆறுதலைத் தருவதற்கான அதனுடைய வழியாக இருக்கலாம்.

16

இடதுசாரிகள்கூட ஆவியைக் கைவிட்டுவிட்டார்கள்

'சரி, மிதச் சீர்திருத்தவாதிகள் எப்போதுமே முதலாளித்துவத்தின் ஆதரவாளர்கள்தாம். இதில் இடதுசாரிகளின் நிலை என்ன?' என்று ஆவியை நான் கேட்டேன். 'டீனாவை எதிர்ப்பதுதானே அவர்களின் நோக்கமாக இருக்க முடியும்? இடதுசாரிகளின் இருப்பே **"இயலாததை வற்புறுத்திக் கோருவதுதானே?"** மிதச் சீர்திருத்தவாதிகளின் கருத்து களை வலுப்படுத்துவதும், டீனாவின் போலி மதிப்பை அம்பலப் படுத்துவதும் முக்கியம். குறிப்பாக, மனித நாகரிகம் ஒரு பேரிடரின் விளிம்பில் இருக்கும்போது இது முக்கியம்.'

'அதில் சந்தேகமில்லை' என்றது ஆவி. 'ஆனால், இன்று இடதுசாரிப் புரட்சியை நோக்கிப் போகும் வழியில் ஒரு விநோத விஷயம்

நடந்துவிட்டது. நான் எழுதியதையே குறிப்பிட்டுச் சொல்ல நீங்கள் அனுமதித்தால், இடதுசாரிப் புரட்சியும் பெருமளவில் ஆவியைக் கைவிட்டுவிட்டது' எனலாம்.

'நீங்கள் எப்படி அவ்வாறு சொல்ல முடியும்? எனக்கு இந்த இடதுசாரிகளைத் தெரியும். பெரும் மாற்றம் நிகழ வேண்டுமென்பதில் அவர்கள் மிக முனைப்பாக இருக்கிறார்கள்.'

பிரத்யேக சமூகப் பிரிவு X வர்க்கம்

பொருளாதார அமைப்புமுறையில் உள்ள படிநிலையால் வரையறுக்கப்படுவது வர்க்கம். அது ஒருவருடைய வாழ்நாளில் மாற்றமடையலாம்.

இனக்குழு, பாலினம், தனி நபர் பாலியல் பழக்கம், மற்றும் தேசியம் ஆகியவற்றால் வரையறுக்கப்படுவது *பிரத்யேகச் சமூகப் பிரிவு*. இது ஒருவருடைய பிறப்பிலேயே வருவது. எளிதில் மாறாதது.

'சரி. உங்களுடைய நண்பர்களை எனக்குத் தெரியாது. ஆனால், ஓர் இடதுசாரி என்பவர் இன்று அபூர்வ மாகவே இருக்கிறார் என்று பலரும் நினைக்கிறார்கள். மிதச் சீர்திருத்த வாதிகள் இப்போது இடதுசாரிகள் என்று அழைக்கப்படுகிறார்கள். 1960 களோடு இடதுசாரிக்குழு இறந்து போய்விட்டதாகத் தோன்றுகிறது. மேலும், வர்க்கப் பிரிவை விலக்கி விட்டு, பாலினம், இனக்குழு, மற்றும் தனிநபர் பாலியல் பழக்கம் ஆகியவை தொடர்பான பிரச்சினைகளை உள்ளடக்கிய பிரத்யேக சமூகப் பிரிவின்மீது [இங்கு Caste என்ற வார்த்தை பயன்படுத்தப்பட்டுள்ளது.] இன்று கவனத்தைக் குவிக்கும் இயக்கங்களாக பெரும்பாலான இடதுசாரிக் குழு இருப்பதால் அது ஒரு வகையில் இறந்து போனது.'

'பிரத்யேக சமூகப் பிரிவுகள் முன்வைக்கும் தடைகளை வெல்வது உண்மையில் ஒரு புரட்சிகரமான நடவடிக்கையாக இருக்க முடியும்,' என்கிறேன் நான்.

'ஓ, ஆமாம், ஆமாம்,' என்றது ஆவி. 'முன்பு குறிப்பிட்டதுபோல, அடிமைமுறைக்கு எதிரான புரட்சியின் வரலாற்று முக்கியத்துவம் பற்றியும் அமெரிக்காவில் இனக்குழுவுக்கு உள்ள முக்கியத்துவம் பற்றியும் நான் எழுதினேன். அடிமை முறையின் மிக முனைப்பான எதிர்ப்பாளன் என்ற முறையில், அமெரிக்காவில் உள்ள அடிமைகளின் விடுதலை, உலகில் நிகழ்ந்துகொண்டிருக்கும் 'இரண்டு மிக முக்கிய சம்பவங்க'ளில் ஒன்று எழுதினேன். இனவாதச் சிக்கலின் கூறுகள் பற்றி விரிவாக ஆய்வு செய்து, இனவாதம் தொடர்ந்து இருக்கும்வரை முதலாளித்துவத்தை வென்றெடுக்க முடியாது என்று விளக்கினேன். அமெரிக்காவில் அடிமை முறையை ஒழிப்பது வரலாற்றில் மிக உன்னத செயலாக இருக்கும் என்று எழுதினேன். மேலும், நான் உங்களிடம் சொன்னது போல, அடிமைகளை விடுதலை செய்வதன் ஒப்பற்ற முக்கியத்துவம் குறித்து குடியரசுத் தலைவர் லிங்கனின் முயற்சியைப் பாராட்டி எழுதினேன்.'

'ஆக, அடையாளம், இனக்குழு, பாலினம் குறித்த சமூகப் பிரிவின் அரசியல், பெரும் நிலை மாற்றத்தை மேலெடுத்துச் செல்லும் முக்கியக் காரணியாக இருக்கிறது, இல்லையா?'

'ஆமாம். இனக்குழுப் பிரச்சினைக்கும் மேலாக பெண்களைச் சுரண்டுவது முதலாளித்துவத்தின் மையமாக இருக்கிறது என்று எனக்குப் பட்டது. ஏனென்றால், ஒட்டுமொத்தத் தனி உடமை அமைப்புக்கு முட்டுக் கொடுக்கும் ஓர் உடமை வடிவமாக பெண்கள் நடத்தப்பட்டார்கள். என்னுடைய நண்பர் ஃப்ரெடெரிக் எங்கெல்ஸுக்கு 1864இல் எழுதிய ஒரு கடிதத்தில், பெண்களின் நிலை சமூக முன்னேற்றத்தின் ஆகச் சிறந்த அடையாளம் என்று நான் குறிப்பிட்டிருந்தேன். என்னுடைய மனைவி ஜென்னியும், என்னுடைய மகள்களில் இருவரும் செயல் துடிப்பு மிக்க பெண்ணியவாதிகளாக இருந்தார்கள் என்பதையும் இங்கு சொல்ல வேண்டும். பெண்களின், குறிப்பாக பட்டினியிலும், வறுமையிலும் இருந்த பெண்களின், இன்னல்களை நான் ஒருபோதும் மறக்காமலிருக்குமாறு ஜென்னிகள் [தன் மகள்களுக்கும் தன்னுடைய மனைவியின் பெயரை மார்க்ஸ் வைத்தார். பார்க்க அத்: 7.] பார்த்துக் கொண்டார்கள். இனக்குழு மற்றும் பாலின இயக்கங்கள் முதலாளித்துவத்துக்கு எதிரான போராட்டத்தில் முக்கியப் பகுதிகளாக இருந்தன என்பதை நான் எப்போதும் கண்டது, சமூகப் பிரிவுகள் மீது செலுத்தப்படும் ஒடுக்குமுறையின் பயங்கர வடிவங்களை அவை எதிர்த்து நின்றன என்பதால் மட்டுமே அல்ல, பாலின மற்றும் இனக்குழு ஒடுக்குமுறை என்பது வர்க்க அமைப்புமுறை யோடு பின்னிப் பிணைந்திருந்தது என்பதாலும்தான். *முழுமையான மனித உரிமைகளும், கண்ணியமும் இல்லாத பொருளாதார ஜட சொத்தாக மக்கள் பிரிவுகளை சொத்து தொடர்பான உறவுகள் ஆக்குகின்றன என்பதை அந்த இயக்கங்கள் உலகுக்குக் காட்டுகின்றன.*'

பெண்கள், பாலினப் பாகுபாடு, சொத்துடைமை ஆகியன குறித்து மார்க்ஸ்

'பூர்ஷ்வா தன்னுடைய மனைவியை வெறும் ஓர் உற்பத்திச் சாதனமாகவே பார்க்கிறான்... வெறும் உற்பத்தி சாதனங்கள் என்ற நிலையிலிருந்து பெண்களை அகற்றுவதே முக்கிய விஷயம் என்ற உணர்வு கொஞ்சம்கூட அவனுக்கு இல்லை... விலைமகளிரோடு திருப்தியடையாத நம்முடைய பூர்ஷ்வாக்கள் பரஸ்பரம் தங்கள் மனைவிகளை ஆசைகாட்டி ஈர்ப்பதில் பெரும் சுகம் காண்கிறார்கள்.'

'பிறகு ஏன் நீங்கள் சமூகப் பிரிவு தொடர்பான பிரச்சினையை எழுப்பினீர்கள்? அடையாள அரசியலின் புதிய முக்கியத்துவத்தை நீங்கள் கண்டிப்பதாகத் தோன்றியது. ஏதோ பிரத்யேக சமூகப் பிரிவின் அரசியல், வர்க்கத்தின் மீதான கவனக் குவிப்பிலிருந்து நம்மைத் திசை திருப்புகிறது என்பதைப்போல.'

'நாம் சொல்வதில் தெளிவாக இருப்போம். கடந்த அரை நூற்றாண்டாக அடையாளம் தொடர்பான அல்லது பிரத்யேக சமூகப் பிரிவு தொடர்பான இயக்கங்கள் இடதுசாரிகளுக்குக் கிளர்ச்சி யூட்டியது மட்டுமல்லாமல் சமூகப் பிரிவு மற்றும் வர்க்கம் ஆகிய இரண்டின் விடுதலைக்குக் கிரியா ஊக்கியாகவும் செயல்பட்டுள்ளன. ஆனால், சமூகப் பிரிவு இயக்கங்களுக்கும் வர்க்க அமைப்பு முறைக்கு எதிரான தொழிலாளர் போராட்டங்களுக்கும் இடையே உள்ள இன்றியமையாத தொடர்பை மேட்டுக்குடியினர் தகர்க்க முயல் கிறார்கள். பெண்களை, ஆஃப்ரிக்க-அமெரிக்கர்களை, ஓரினச்சேர்க்கை யாளர்களை ஆட்சிக்குழுக் கூட்ட அறைக்குள் [Board Room] அழைத்து வரும் தன்னுடைய திறமையால் தான் முதலாளித்துவம் செழித்தோங்கி வளர்கிறது. ஆட்சிக்குழுக் கூட்ட அறை எவ்வளவு காலத்துக்கு நீடித்து இருக்கிறதோ அவ்வளவு காலத்துக்கும். ஆஃப்ரிக்க-அமெரிக்கக் குடியரசுத் தலைவர் என்ற முறையில் பாரக் ஒபாமாவும், பெண் வெளியுறவு அமைச்சர் என்ற முறையில் ஹிலாரி க்ளின்டனும் உதாரணங்கள். அவர்கள் சார்ந்த சமூகப் பிரிவின் வெற்றிகள் முதலாளித்துவத்தின் சட்டப்பூர்வ நிலைக்கு வலு சேர்க்கின்றன.'

'ஆக, பெண்களின் உரிமைகள், குடியுரிமைகள், ஓரினச்சேர்க்கை யாளர்களின் உரிமைகள் போன்றவை தொடர்பான இடதுசாரிகளின் சமூகப் பிரிவு இயக்கங்கள் டீனாவுக்கு வார்த்தையில் சொல்லப்படாத உடந்தையாக உள்ளன என்று சொல்கிறீர்கள்.'

'நான் சொல்வதைக் கவனமாகக் கேளுங்கள். முதலாளித்துவத்தை எதிர்த்து நடக்கும் விடுதலைக்கான புரட்சியில் சமூகப் பிரிவு இயக்கங்கள் முக்கியப் பங்கை வகிக்கின்றன என்று முன்பு சொன்னேன். பெண்கள் மற்றும் இனச் சிறுபான்மையினர், முதலாளித்துவ சொத்து உறவுகளால் பெரிதும் பாதிக்கப்பட்டவர்கள்.'

'நீங்கள் சொன்னதோடு நான் முழுக்க உடன்படுகிறேன்.'

'ஆனால், இந்த அடையாள இயக்கங்கள் சிலவற்றைத் தங்களு டைய சுயநலத்துக்குச் சிலர் பயன்படுத்திக்கொண்டார்கள். ஏனென் றால், எப்போதுமே சகிப்புத்தன்மை கொண்டதும், பலவகைகளை உள்ள டக்கியதும், விடுதலை தருவதுமான ஒரு முதலாளித்துவ சமூகத்தின் ஓர் அறிகுறியாக அந்த இயக்கங்களின் முன்னேற்றத்தை மேட்டுக்குடியினர் சித்திரித்தார்கள். சில சமயங்களில் சமூகப்பிரிவு இயக்கங்கள் தாம் சார்ந்த பிரிவுகளின்மீது மட்டும் கவனம் குவித்து, வர்க்கத்தின்

வர்க்கம் இல்லாமல் டீனா வெல்கிறது

மார்க்ஸ் எழுதினார்: 'இதுவரையிலு மிருக்கும் சமூகத்தின் வரலாறு என்பது வர்க்கப் போராட்டங்களின் வரலாறுதான்.'

ஆனால், நவீன இடதுசாரி இயக்கம் சமூகப்பிரிவின் அடையாள அரசியல் மீது கவனம் குவிக்கிறது. சமூகப் பிரிவின் போராட்டம் இங்குப் பிரச்சினை இல்லை; வர்க்கப் போராட்டத்தைக் கைவிட்டதுதான் பிரச்சினை.

மொழியையும், அரசியலையும் புறக்கணித்துவிடும் தருணங்களில், டீனாவின் சித்தாந்தக் கூட்டாளிகளாகவும், டீனாவின் ஊக்க ஆதரவாளர்களாகவும்கூட செயல்படும்படி அவை ஏமாற்றப்படுகின்றன. அடையாள இயக்கங்களில் உள்ள மிகப்பெரிய ஆபத்து இதுதான். அடையாளத்தின் பெயரால், வர்க்கம் களையப்பட்ட அடையாளம் அது, அவை செழித்தோங்கும் ஆபத்து. சந்தேகமில்லாமல், அடையாள இயக்கங்களுக்கே இது ஆபத்தானதுதான். ஏனென்றால், அவற்றின் வெற்றிக்கு முதலாளித்துவத்தின் உருமாற்றம் தேவைப்படுகிறது.'

'பொருளாதாரச் சமமின்மை கட்டுக்குள் இல்லாமல் படிப்படியாக உயரும்போது, பெரும் ஏகபோக வணிக நிறுவனங்கள் உலகை ஆளும்போது வர்க்கம் என்ற வார்த்தை அமெரிக்கச் சொல்லாடலில் விலக்கப்பட்ட ஒன்றாக இருப்பது ஒரு முரண்நகை. இடதுசாரிகளில் பலரேகூட அந்த வார்த்தையைப் பயன்படுத்துவதில்லை,' என்றேன் நான்.

'இதுதான் டீனாவை அமெரிக்காவில் மிக வலுவானதாக ஆக்கு கிறது,' என்று சொன்னது ஆவி. 'நம்பத்தகுந்த வர்க்கப் பகுப்பாய்வு எதுவும் இடதுசாரிகளிடமிருந்துகூட வருவது இல்லாமல் போய் விட்டது. அது ஏதோ காலாவதியான, பத்தொன்பதாம் நூற்றாண்டு வார்த்தையாகப் பார்க்கப்படுகிறது. அருவருப்பானதாக, பிரிவினையை ஏற்படுத்துவதாக, பொது நன்மைக்கான உணர்வு இல்லாததாக வர்க்கப்போர் பார்க்கப்படுகிறது.'

'டீனா இடதுசாரிக் குழுக்களை ஊடுருவி விட்டது. அவற்றை மறையச் செய்துவிட அதனால் இயலும் – இடதுசாரித் தற்கொலையின் ஒரு வடிவம் அது – என்று நீங்கள் சொல்வதாக எனக்குத் தெரிகிறது.'

'இன்று சிலர் இது குறித்த கவனத்தைக் கோருகிறார்கள்' என்றது ஆவி. 'எல்லாமும் இலட்சிய பூர்வமாக இருக்கும் கற்பனை உலகின் [உட்டோப்பியா] முடிவைப் பற்றியும், இடதுசாரிகளின் கற்பனை வறட்சியைப் பற்றியும் நூல்கள் எழுதிக் கொண்டிருக்கும் வரலாற்றா சிரியரான ரஸ்ஸல் ஜெகோபியைப் பற்றி நினைத்துப் பாருங்கள்.' மெத்தப் படித்த ஆவி ஜெகோபியை மேற்கோள் காட்டுகிறது: 'தற்போது தொலைநோக்கு தடுமாறிவிட்டது, தன்னம்பிக்கை வற்றிவிட்டது, சாத்தியப்பாடுகள் மங்கிவிட்டன.... அதிகபட்சமாகப் பார்த்தால், முற்போக்காளர்களும் இடதுசாரிகளும் இன்னும் அதிக வாடிக்கை யாளர்களுக்கு இன்னும் பெரிய அப்பங்கள் கிடைக்கும் என்று மாற்றி யமைக்கப்பட்ட ஓர் எதிர்கால சமூகத்தைக் கற்பனை செய்கிறார்கள்.... சுரண்டல் மயமானது என்று இடதுசாரிகள் ஒரு காலத்தில் சந்தையை நிராகரித்தார்கள்; தற்போது அவர்கள் அது நியாயபூர்வமானது, பரிவுடையது என்று சொல்லி அதை கௌரவிக்கிறார்கள்.'

மிக அதிகமாக விற்பனையான முதல் அமெரிக்க சோஷலிச நூல்

எட்வர்ட் பெல்லமி எழுதிய *Looking Back ward* என்னும் சோஷலிச உட்டோப்பிய நூலின் பத்து லட்சத்துக்கும் அதிகமான கெட்டி அட்டைப் பிரதிகள் அது வெளி யான முதல் ஆண்டான 1888இல் விற்றன. இந்நூலின் தலைமைப் பாத்திரம் 2000 ஆவது ஆண்டை ஒட்டி சோஷலிஸ்ட் நகரமான பாஸ்டனில் கண்விழிக்கிறார். பெரும் வணிக நிறுவனங்கள் எல்லாமும் பொதுச் சொத்தாக இருக்கின்றன; செல்வப் பங்கீடு சரிசமமாக இருக்கிறது. எல்லாரும் 45ஆவது வயதில் முழுப் பலன்களோடு பணியிலிருந்து ஓய்வு பெறுகிறார்கள். விரும்பினால் பொதுச் சமையல் கூடங்களில் அவர்கள் கட்டண மில்லாமல் உண்ணலாம். அமெரிக்கா வைக் குறித்த மார்க்ஸியச் சித்திரத்தை உயர்த்திப் பிடித்து ஆதரிக்கும் பெல்லமிக் குழுக்கள் நாடு முழுதும் வேகமாகப் பரவின.

ஆவி தொடர்ந்தது: 'ஜெகோபி யைப் பொறுத்தவரை, உட்டோப்பியா என்பது டீனாவைத் தாண்டிப் போவதைப் பற்றி சிந்திப்பதன் இன்னொரு வழி. நவீன உலகின் 'எதார்த்தப் பூர்வமான' அல்லது 'நடைமுறை உண்மைகளைச் சார்ந்த' மனப்போக்குக்கு அப்பால் போக உட்டோப்பியச் சிந்தனை கற்பனை யைத் தூண்டுகிறது.'

ரால்ஃப் நெய்டர் இதே கருத்தை வெளியிட்டிருக்கிறார் என்று நான் ஆவிக்கு சொன்னேன். 2009இல், அரசியல் கற்பனை சார்ந்த *Only the Super-rich Can Save Us* என்ற நூலை நெய்டர் எழுதினார். அதில் நெய்டர் ஓர் உட்டோப்பியத் தொலைநோக் கைப் புதுப்பிக்க பிரக்ஞை பூர்வமாக முயன்றார். எட்வர்ட் பெலமி என்ற பத்தொன்பதாம் நூற்றாண்டு எழுத் தாளர் தன்னுடைய மிகப் பிரபல மான நாவலான *Looking Backward*ஐ எழுதிய பிறகு இடதுசாரிகள் பெரும்பாலும் கைவிட்டு விட்ட ஒரு முயற்சி அது.'

'நெய்டருக்கு ஒரு தொலைநோக்கு இருந்தது,' என்றது ஆவி. 'ஜனநாயகக் கட்சியினர், குடியரசுக் கட்சியினர் ஆகிய இரண்டு தரப்பினர் மீதும் டீனா ஆதிக்கம் செலுத்துகிறது என்பது அவருக்குத் தெரியும். அதே சமயம், இடதுசாரிகளில் சில பகுதியினரை அது தன் கட்டுப்பாட்டில் வைத்திருப்பதும் அவருக்குத் தெரியும். எப்போது இடதுசாரிகள் டீனாவை ஆதரிக்கிறார்களோ அப்போது நமக்கு உண்மையான தொல்லை தொடங்குகிறது.'

'நெய்டரின் நூல் மிகப் பிரபலமாக இருக்கிறது. போதும் என்ற அளவுக்கு டீனாவை மக்கள் அனுபவித்துவிட்டார்கள் போலிருக்கிறது. அதைவிட அதிகமான ஏதோ ஒன்று அவர்களுக்குத் தேவைப்படுவதாகத் தோன்றுகிறது,' என்றேன் நான்.

'நம்பிக்கை இன்னும் இருக்கிறது என்று நான் உங்களிடம் சொன்னேன். ஆனால், முதலில், உங்களுடைய உலகின் எதிர்காலம் பற்றியும், மனித இனத்தின் தொடர் இருப்புக்கு டீனா ஏன் ஒரு அச்சுறுத்தலாக இருக்கிறது என்பது பற்றியும் நாம் இன்னும் கொஞ்சம் பேச வேண்டும்,' என்றது ஆவி.

பகுதி மூன்று

மீமிகை முதலாளித்துவ நெருக்கடிகளும் மரணத்தின் ஆட்சிமுறையும்

17

சாக்ரடீஸின் வினா-விடை முறையைக் கைக்கொண்டு ஆவி வரலாற்றை விவாதிக்கிறது

பிற்பகல் சூரியன் மறைந்துகொண்டிருந்த நிலையில் ஆவி பேசுவதற்கு உற்சாகமாகத் தயாராகிக் கொண்டிருந்தது. 'மாற்று முதலாளித்துவ மற்றும் முதலாளித்துவத்துக்குப் பிந்தைய உலகம் ஒன்றிற்கான விதைகளை மக்கள் ஊன்றும்போதே எவ்வாறு அவர்கள் தங்களை முழுவதுமாக விடுவித்துக் காப்பாற்றிக்கொள்ள முடியும் என்பதை நான் உங்களுக்கு சொல்லும் முன்பாக, டீனா ஏன் தவறானது என்பதையும், எவ்வாறு அது மனித இனத்தைத் தற்கொலைக்கு இட்டுச் சென்றுள்ளது என்பதையும் நீங்கள் புரிந்துகொள்ள வேண்டும் என்பதை நான் உறுதி செய்துகொள்ள வேண்டியுள்ளது.'

'அது பற்றி நான் உங்களிடமிருந்து தெரிந்துகொள்ள ஆசைப்படுகிறேன். ஏனென்றால், எனக்குத் தெரிந்த பலரும் முதலாளித்துவம் மட்டுமே ஒரே பாதை என்று நம்புகிறார்கள். அழிவு ஏற்படுத்தும் அதன் பிரச்சினைகளை அவர்கள் பார்த்துக் கொண்டிருந்தாலும், நடைமுறை பூர்வமான மாற்று ஒன்றை அவர்களால் கற்பனை செய்ய முடிய வில்லை' என்றேன் நான்.

'எதிர்காலத்துக்கான மிகச் சிறந்த வழிகாட்டியாக வரலாற்றை நான் பார்க்கிறேன் என்பதைத் தெரிந்துகொண்ட அளவுக்கு நீங்கள் என்னைப் படித்திருக்கிறீர்கள். டீனாவைப் பொறுத்தவரை, வரலாற்றுப் பாடம் தெளிவாகவும், வெளிப்படையாகவும்கூட இருக்கிறது.'

'எனக்கு அது தெளிவாக இல்லையே.'

ஆவி என்னை ஒரு கேள்வி கேட்கிறது. 'மனித வரலாறு முழுவதையும் நீங்கள் பின்னோக்கிப் பார்க்கும்போது, பொருளாதார அமைப்பு முறைகள், பரிணாம வழியிலோ அல்லது புரட்சி வழியிலோ எப்போதும் தொடர்ந்து மாறி வந்துள்ளன என்பதை ஒத்துக்கொள்வீர்களா?'

கேள்விகள் மூலம் விவாதத்தை வளர்த்தெடுக்கும் சாக்ரடீஸ் கடைப்பிடித்த போதிக்கும் முறையை ஆவி மேற்கொள்ளத் தொடங்கியிருக்கிறது. 'ஆமாம், நான் அதை ஒத்துக்கொள்ளத்தான் வேண்டும். ஒவ்வொரு அமைப்பு முறையும் வேறொரு அமைப்பு முறையாக உருமாற்றம் செய்யப்பட்டது; அல்லது, மறைந்தொழிந்தது.'

'அப்படியானால், முதலாளித்துவத்தை இட மாற்றீடு செய்யும் வகையில் இறுதியில் மேலெழும்பி வர எந்த ஒரு மாற்று முறையும் இல்லை என்று கொண்டால், அது (முதலாளித்துவம்) எப்போதும் தொடர்ந்து இருக்கும் என்ற முதல் வரலாற்று நிகழ்வை நீங்கள் ஒப்புக்கொள்வீர்களா?'

'ஆமாம். அப்படி நிகழ்வது அதுதான் முதல் முறையாக இருக்கும் என்று கருதுகிறேன்.'

'ஆஹா,' என்று சொல்லி ஆவி என் தவறைப் பிடித்துக்கொண்டது. 'கொஞ்சம் கவனியுங்கள். டீனா உண்மையாக இருக்கும் பட்சத்தில், மனித வரலாற்றின் பாங்கை அது தகர்க்கும் என்று வரலாறு நமக்குச் சொல்கிறது. வரலாற்றாசிரியன் என்ற முறையில் ஐயுறும் மனநிலையிலேயே அதை (டீனா) ஒருவர் கருதிப் பார்க்க வேண்டும். எல்லாமும் மாறுகின்றன; குறிப்பாக, மனித சமூகத்துக்கு உருக் கொடுக்கும் பெரும் அமைப்பு முறைகள் மாறுகின்றன என்பதே வரலாறு சொல்லித்தரும் பாடம்.'

அவர் சொன்னதை ஏற்க மறுக்கும் தொனியில், 'ஆனால், இறுதியில் நிறைவான செல்வ வளம், வர்க்க வேறுபாடுகளின் மறைவு ஆகியவற்றை அடிப்படையாகக் கொண்டு கம்யூனிஸப் புரட்சி ஒரு சாசுவத கம்யூனிஸ சொர்க்கத்தை உருவாக்கும் என்றல்லவா நீங்கள் எழுதினீர்கள்?' என்று நான் கேட்டேன்.

நான் சொன்னது ஆவிக்கு அதிர்ச்சியை ஊட்டியது. ஒரு கணம் அது அமைதியாக இருந்தது. 'நீங்கள் சொன்னது சரி என்பதை நான் ஒத்துக்கொள்ளத்தான் வேண்டும். இடதுசாரிப் புரட்சிகள் ஒரு சாசுவத கம்யூனிஸ சொர்க்கத்தையோ, அல்லது சாசுவதமான எந்த ஒன்றையுமோ உருவாக்குவதில்லை என்பதை வரலாறு நிரூபித்துவிட்டது. அணு ஆயுதப் போர், புவி வெப்பமடைதல் போன்ற ஏதோ ஒரு பேரிடர் மூலமாக அன்றி மனித வரலாறு ஒருபோதும் முடிவுக்கு வராது என்பதை நான் இப்போது நம்புகிறேன். ஆனால், இடதுசாரிகள் அல்லது வலதுசாரிகள் என்று யார் மூலம் அரசியல் புரட்சிகள் வந்தாலும் சரி, வரலாற்றை அவை முடிவுக்குக் கொண்டுவரா.'

'ஆக, ஒருவர் வரலாற்றின்மீது நம்பிக்கை, டீனா ஆகிய இரண்டில் ஒன்றைத் தேர்ந்தெடுக்க வேண்டுமா?'

'டீனா மிகப் பெரிய அளவில் எதிர்-வரலாற்றுத் தன்மை கொண்டது.

சாசுவதமாகத் தாக்குப்பிடித்து இருக்கும் என்று சொல்லி ஒரு பொருளாதார அமைப்பு முறையை, அதாவது முதலாளித்துவம் எனும் அமைப்பு முறையை அது முன்மொழிகிறது. உண்மையைச் சொன்னால், ஃபுகுயாமா குறிப்பிட்டதுபோல, டீனா என்றால் வரலாற்றின் முடிவு என்று பொருள். அது சாத்தியமே இல்லாத ஒன்று.'

'ஆக, டீனா பொய்யானது என்று வரலாறு நமக்கு சொல்கிறது.'

அது (டீனா) வரலாற்றுக்குப் பொருத்தமானதாக இல்லை என்பதை நான் ஒத்துக்கொள்ள வேண்டியிருந்தது.

18

முதலாளித்துவம், பெரும் பொருளாதார மந்தநிலை குறித்து ஆவி பேசுகிறது

ஆவி தொடர்ந்து பேசியது: 'பெரும் பொருளாதார மந்தநிலை [1930களில் அமெரிக்காவில் உண்டான Great Depression] க்குப் பிறகு அமெரிக்காவும் மொத்த உலகமும் கடும் முதலாளித்துவ நெருக்கடியிலிருந்து மீள முயன்றுகொண்டிருக்கும்போது டீனா இவ்வளவு செல்வாக்குடன் இருப்பது ஒரு முரண்நகைதான். குறிப்பாக, வேலை வாய்ப்புகளையும், வீட்டு வசதியையும் பொறுத்தவரை, 2011இல் நீங்கள் (அமெரிக்கா) ஜப்பானின் நோயுற்ற பொருளாதார நிலையை அடையப் போவதாகத் தோன்றுகிறது. குறிப்பாக, ஜூலை 2010இல் வீட்டு வசதிச் சந்தை இரட்டை வீழ்ச்சியை சந்தித்தது. முதலில் ஏற்பட்ட வீட்டு வசதித் துறையில் உண்டான நெருக்கடி; இதற்கு இரண்டு ஆண்டுகள் கழித்து மோசமாக சரிந்த வீடுகளின் விலைகள்.'

'இப்போது நீங்கள் பெரும் பொருளாதாரத் தேக்கநிலை (Great Recession) பற்றிப் பேசுவது எனக்கு மகிழ்ச்சியை அளிக்கிறது. அதுதான் உங்களைச் சந்திக்கும் எண்ணத்தை எனக்கு ஏற்படுத்தியது. எனக்கு அது ஒரு பேரிடராகத் தோன்றுகிறது. ஆனால், பலர் அதை ஓரளவுக்கு மோசமானதுதான் என்றாலும் வெறும் இன்னொரு வணிகச் சுழற்சி என்று சொல்லி அசட்டை செய்கிறார்கள்.'

'இந்த பெரும் பொருளாதாரத் தேக்கநிலை வழக்கமான ஒரு சரிவு அல்ல. அமெரிக்கப் பங்குச்சந்தையையும், உலகின் பல நாடுகளுடைய பொருளாதாரத்தையும் கிட்டத்தட்ட முழு வீழ்ச்சிக்கு அது இட்டுச் சென்றது; நீண்ட கால, அச்சுறுத்தும் வேலையின்மையையும், கடனையும் உண்டாக்கிய இரண்டாவது பெரும் உலகாளாவிய பொருளாதார மந்தநிலை அது. இது உங்களுக்கு எதை உணர்த்துகிறது?'

'சந்தேகமேயில்லாமல், முதலாளித்துவம் ஒரு கொந்தளிப்பான காலத்துக்குள் நுழைந்துகொண்டுள்ளது.'

'அது நிலைமையை மிகவும் குறைத்து மதிப்பிட்டு சொல்லப்பட்ட கூற்று. பல நாடுகள் முழு அளவில் அழிவின் விளிம்பில் நின்று தள்ளாடிக்கொண்டிருக்கின்றன. 2008இல் அமெரிக்கப் பங்குச்சந்தை பெரும் சரிவைக் கண்டது; அமெரிக்க அரசின் உதவியால் அது காப்பாற்றப் பட்டது. 2010இன் மத்தியில், கடன் களுக்கான தவணையைச் செலுத்த முடியாத நிலையை கிரீஸ் அடைந்தது; ஐஸ்லாந்து மற்றும் அயர்லாந்து என்று தொடங்கி ஸ்பெயின், போர்ச்சுகல் வரையிலான முன்னேறிய நாடுகள் சரிவின் விளிம்பில் ஊசலாடின. அடிக்கடி நிகழுவதும் தீவிர நடை முறைக்கு ஒவ்வாததுமான நிதிநிலை சார்ந்த திட்டங்கள், மந்தநிலை, உச்சபட்ச வேலைவாய்ப்பின்மை, வீட்டு வசதி தொடர்பான நிலையற்ற சந்தைகள், மலைக்க வைக்கும் கடன் போன்ற அறிகுறிகள் வெளிப் படும், வயிற்றைக் கலக்கும், முடிவற்ற ஒரு பொருளாதார ரோலர் கோஸ்டர்* பயணத்தைத் தொடங்கியிருக்கிறீர்கள்.'

பேரிடர் விளைவிக்கும் நெருக்கடிகள்

மார்க்ஸ் எழுதினார்: 'பெரும் இடர் களும், நெருக்கடிகளும் தோன்றுகின்றன - உற்பத்திப் பொருள்களுக்குப் பரிவர்த்தனை மதிப்பை உண்டாக்கும் இரங்கத்தக்க வெற்றுப் பேச்சின் மூலம் எந்த வழியிலும் இந்த நெருக்கடிகளி லிருந்து விடுபட முடியாது... சந்தையின் இருப்பே பேரிடரை உண்டாக்கும் நெருக்கடிகளை உத்தரவாதப்படுத்து கிறது; இந்த நெருக்கடிகளை, தவிர்க்க இயலாத வகையில், சந்தைப் பரிவர்த் தனையே உண்டாக்குகிறது. தான் உண்டாக்குவதை அதனால் இல்லாத தாக ஆக்க முடியாது.'

'முதலாளித்துவம் வீழ்ச்சியின் விளிம்பில் இருக்கிறது என்பதை நீங்கள் முன்னுணர்ந்து எப்போதுமே சொல்லி வந்தீர்கள். ஆனால், முதலாளித்துவ வாதிகள் ஒவ்வொரு முறையும் நீங்கள் சொன்னது தவறு என்று நிரூபித்தார்கள்,' என்று நான் குத்தலாக சொன்னேன். 'தானே தேடிக்கொண்ட அழிவின் விளிம்பில் முதலாளித்துவம் இருக்கிறது என்பதை இன்னொரு முறை எனக்குச் சொல்லத்தான்

* பொழுது போக்குப் பூங்காக்களில் காணப்படுவது. உலோகப் பாதையில் திடீர் திடீரென்று மேலும் கீழுமாக விரைந்து செல்லும் ஓர் ஊர்திப் பயணம். இங்கு அது பொருளாதார ஏற்றத் தாழ்வுகளைக் குறிக்கிறது. (மொ-ர்)

கல்லறையிலிருந்து திரும்ப வருகிறீர்களா? அதனால்தான் டீனா நிச்சயமாக பொய்யானதா?'

என்னை பொறுமையற்றுப் பார்த்துக்கொண்டு, 'அப்படியல்ல,' என்று ஆவி சொன்னது. 'தீவிரமான நெருக்கடிகள் தவிர்க்க முடியாதவை என்றாலும், குறைந்த பட்சம் நம்மால் முன்னுணரக்கூடிய எதிர்காலம் வரையிலாவது, முதலாளித்துவத்தால் தொடர்ந்து இருக்க முடியும். ஆனால், அதை முட்டுக்கொடுக்க நாம் கொடுக்கும் மனித, சுற்றுச்சூழல் விலை மிகப் பெரியதாக இருக்கும் என்பதை உங்களுக்கு சொல்லவே நான் இங்கு இருக்கிறேன். டீனாவை நிராகரித்துவிட்டு பெரும் மாற்றத்தை மக்கள் எதிர்பார்க்கும் அளவுக்கு அந்த விலை பெரியதாக இருக்கும்.'

சூரியன் மெதுவாகக் கீழிறங்கத் தொடங்குவதைப் பார்த்துக் கொண்டிருந்த ஆவி கொஞ்சம் கழித்து, 'இருக்கும் அமைப்பு முறையை உயிருடன் வைக்க முயன்றால் அது உங்களை அழித்து விடும் என்ற அளவுக்கு அது நெருக்கடிகளில் சிக்கிக்கொண்டிருக்கும் வேளையில், மனிதகுலத்தைத் தற்கொலைக்கு இட்டுச் செல்லும் டீனா, புதிய அமைப்பு முறைகளைப்பற்றி சிந்திப்பதை நீங்கள் நிறுத்த வேண்டும் என்று சொல்கிறது,' என்றது.

19

நெருக்கடியைப் பற்றியும் அமைப்பு முறைக்கு ஆபத்து நேரும் வாய்ப்புப் பற்றியும் ஆவி பேசுகிறது

ஆவி மீண்டும் கொஞ்சம் இடைவெளி விட்டது. 'ஆனால், நாம் நம்மைத் தாண்டி முன்னால் போய்க்கொண்டிருக்கிறோம். அமெரிக்காவின் பங்குச்சந்தையையும், உலகத்தின் ஒட்டுமொத்த பொருளாதாரத்தை யும் ஏறத்தாழ துடைத்தெறிந்துவிட்ட பெரும் தேக்கநிலையைப் பற்றி இன்னும் கொஞ்சம் நாம் கவனம் செலுத்த வேண்டும். 2008இன் பிற்பகுதியில், அமெரிக்கப் பொருளாதார நிபுணர்களும், அரசியல் வாதிகளும் பீதியடைந்து வங்கிகள், காப்பீட்டு நிறுவனங்கள், கார் தயாரிக்கும் தொழிற்சாலைகள், இன்னும் மற்ற பெரும் வணிக நிறுவனங்களையும் நாட்டுடமையாக்க வேண்டும் என்று பேசத்

வீழ்ச்சி என்ற பூதம்: மார்க்ஸியம் சார்ந்ததிலிருந்து மைய நீரோட்டத்துக்கு

2008இல் வீழ்ச்சி குறித்த பயம் மிகப் பெரிய அளவில் இருந்ததால் அஐஎ யை 180 பில்லியன் டாலர் அளித்து அரசு காப்பாற்றியது. வரலாற்றின் ஆகப்பெரிய காப்பாற்றல் அதுதான். 2011 வாக்கில், அமைப்பு முறையைக் காப்பாற்ற ஃபெடரல் ரிசர்வ் வங்கி 3 ட்ரில்லியன் டாலர்களுக்கும் மேலாக ஒதுக்கியது.

தொடங்கினார்கள். ஆச்சரியப்படத் தக்க முறையில் ஜார்ஜ் புஷ் அந்த வழியில் போகவும் தொடங்கி ஏஐஜி [American international group – ஒரு பன்னாட்டுக் காப்பீட்டு நிறுவனம்], கோல்ட்மேன் சேக்ஸ், பாங்க் ஆஃப் அமெரிக்கா போன்ற நிறுவனங் களைப் பல மில்லியன் டாலர் அரசுப் பணத்தைச் செலவழித்துச் சரிவில் இருந்து மீட்டார். ஏஐஜி, ஜெனரல் மோட்டார்ஸ், மற்றும் பிற பெரிய நிறுவனங்களின் மிகப் பெரும்பகுதி உடைமைப் பங்கை அரசு எடுத்துக் கொண்டது.' பேசுவதைச் சட்டென்று நிறுத்திய ஆவி இந்த முரண்நகை குறித்துச் சிரித்ததாகத் தோன்றியது. 'கட்டளைகளைப் போன்ற என்னுடைய வழிகாட்டுதல்களைப் பின்பற்றி குடியரசுத் தலைவர் புஷ் ஆகப் பெரிய வங்கிகளை சமூகமயாக்கத் தொடங்குவதும், ஏஐஜி அரசுடமை ஆவதும், ஜெனரல் மோட்டார்ஸ் (GM) கவர்மெண்ட் மோட்டார்ஸ் (GM) ஆவதும் உங்களுக்கு எவற்றை உணர்த்துகின்றன?'

என்னுடைய பதிலுக்காக ஆவி காத்திருக்கவில்லை. 'திடீரென்று எல்லாரும் 'அமைப்பு முறைக்கு ஆபத்து நேரும் வாய்ப்பு' பற்றி பேசத் தொடங்குகிறார்கள்,' என்று வெளிப்படையான திருப்தியுடன் ஆவி சொன்னது. 'ஏஐஜி அல்லது சிட்டி பாங்க் போன்ற ஓரிரு பெரும் நிதி சார்ந்த நிறுவனங்கள் வீழ்ச்சியடைந்து தம்மோடு சேர்ந்து ஒட்டுமொத்த அமைப்பு முறையையுமே சிதைவுக்கு இட்டுச் செல்லும் என்பதை மேட்டுக் குடியினர் திடீரென்று உணர்ந்தார்கள். டீனாவுக்கு அடிமை யாகிவிட்ட ஓர் உலகத்துக்கு இது பெரிய அளவில் முக்கியமானது.'

'ரோலர் கோஸ்டர் பயணம் திகிலூட்டுவதுதான்,' என்று நான் ஒப்புக்கொண்டேன். 'ஆனால், இதில் சரியாக உங்களுக்கு என்ன புரிகிறது?'

ஆவி தனக்கே உரிய விசித்திர முறையில் சிரித்துக்கொண்டு, 'அமைப்பு முறைக்கு ஆபத்து நேரும் வாய்ப்பு' என்ற சொற்றொடர் அன்றாட மொழிப் பயன்பாட்டில் நுழையும்போது, முழு அமைப்பு முறையும் தொடர்ந்து நீடித்திருக்குமா என்பது பற்றியும், உண்மையில் அது தன்னைத் தானே அழித்துக்கொள்ளுமா என்பது பற்றியும் மக்கள் திடீரென்று பேசத் தொடங்குகிறார்கள்' என்றது.

'என்ன சொல்ல வருகிறீர்கள்?'

'டீனாவின் உலகத்தில் இது ஒரு புதிய விஷயம். ஏனென்றால், நம்முடைய முதலாளித்துவ உலகுக்கு உண்மையில் ஒரு மாற்று

இருக்கிறது என்பதை அது உணர்த்துகிறது. இன்னும் சொன்னால், பல மாற்றுகள் இருக்கின்றன! ஒன்று, எந்த அமைப்பு முறையுமே இல்லாமல் முழுவதும் சிதைந்து போவது. இரண்டு, இப்போது இருப்பதைவிட மேலும் கூடுதலான நியாயமும், ஜனநாயகமும் கூடிய மாற்று- முதலாளித்துவம் அல்லது முதலாளித்துவத்துக்குப் பிந்தைய ஓர் அமைப்பு முறை. மூன்றாவது, மிகவும் அச்சுறுத்தக்கூடிய புதிய நவ-ஃபாசிச அல்லது மதத் தலைவர்கள் வழிநடத்தும் அரசு.'

வாதம் செய்யும் தொனியில், 'நீங்கள் சொல்வது எனக்குப் புரிய வில்லை. முதலாளித்துவம் மிகவும் ஊசலாட்டமாக இருக்கிறது என்பதாலேயே அதற்கு ஏதோ ஒரு மாற்று தோன்றிவிடும் என்று அர்த்தமில்லை. இப்போதுள்ள அமைப்பு முறை தட்டுத் தடுமாறி தாக்குப் பிடித்துவிடும்,' என்றேன் நான்.

நான் ஒரு மூடன் என்பதைப் போல ஆவி என்னைப் பார்த்தது. 'நீங்கள் மைய விஷயத்தைத் தவற விடுகிறீர்கள். ஒவ்வொரு புதிய நெருக்கடியும் நம்ப இயலாத வகையில் அழிவை உண்டாக்கக் கூடியதாக இருக்கிறது. நாம் ஆக்கப்பூர்வமான அழிவை பற்றிப் பேசவில்லை. 2008இல் நிகழ்ந்த பங்குச்சந்தைச் சரிவில் பல ட்ரில்லியன் டாலர்கள் காற்றில் மாயமாய் மறைந்தன. அமெரிக்காவைக் கிட்டத்தட்ட ஓட்டாண்டியாக்கிய அந்நிகழ்வு பல ட்ரில்லியன் டாலர்கள் பெறுமானமுள்ள புதிய பொது மற்றும் தனியார் கடன்களுக்கு இட்டுச் சென்றது. 2010, 2011 ஆகிய ஆண்டுகளில் 15 மில்லியன் அமெரிக்கர்கள் வேலையின்றி இருந்தார்கள். நிரந்தர, நீண்டகால வேலைவாய்ப்பின்மை என்ற பயங்கரத்தை உங்களுடைய தொழிலாளர்கள் எதிர்கொள்கிறார்கள். [ஆனால்] பயங்கரவாதம் பற்றிய பேச்சு!!! வேலையையும், ஓய்வூதியத்தையும், அல்லது வீட்டையும் இழப்பது பற்றி அமெரிக்காவின் பாதி ஜனத்தொகை கவலைப் படுகிறது. வேலைவாய்ப்பற்ற மீண்டெழலுக்கான வாய்ப்பும் [பொருளாதாரத் தேக்கநிலையின்போது, இருக்கும் வேலைவாய்ப்பின் அளவைத் தக்கவைத்து அல்லது அதைக் குறைத்து நாட்டின் பொருளாதாரத்தை வளர்ச்சியடையச் செய்யும் ஒரு நிகழ்வு. 1930களில் அமெரிக்காவில் ஏற்பட்ட பெரும் பொருளாதார மந்தநிலையின்போது

நெருக்கடிகளும் காட்டுமிராண்டித்தனமும்

'வணிக நெருக்கடிகள் திரும்பத் திரும்ப நிகழும்போது முன்னைவிடக் கூடுதலாக அச்சுறுத்தும் வகையில் ஒட்டுமொத்த முதலாளித்துவச் சமூகத்தின் இருப்பையே சோதனைக்கு உட்படுத்துகின்றன என்று குறிப்பிட்டால் போதும். இந்த நெருக்கடிகளின்போது இப்போதிருக்கும் உற்பத்திப் பொருள்களின் பெரும்பகுதி மட்டுமல்ல, முன்பே இருந்த உற்பத்திச் சக்திகளில் ஒரு பெரும்பகுதியும் திரும்பத் திரும்ப அழிக்கப்படுகிறது,' என்று மார்க்ஸ் எழுதினார். காட்டுமிராண்டித் தனத்தின் மேலும் மேலும் மோசமான நிலைகளுக்குச் சமூகம் திரும்பிப் போகிறது என்ற முடிவுக்கு மார்க்ஸ் வருகிறார்.

நியூயார்க் டைம்ஸ் பயன்படுத்திய பதம் 'jobless recovery'], இரட்டை வீழ்ச்சிகளான வீட்டு வசதித் துறை நெருக்கடியும் நிதிநிலை நெருக்கடியும் மைய நீரோட்டப் பொருளாதார நிபுணர்களின் மத்தியிலேகூட தீவிரக் கவலைகளாக உள்ளன.'

'சரி, இப்படியான நெருக்கடிகள் அப்படி ஒன்றும் புதிதல்ல. ஒவ்வொரு முறையும் முதலாளித்துவம் மீண்டெழுகிறது.' நிலைமைக்குத் தக்கவாறு மாறி சிக்கலிலிருந்து மீண்டெழும் திறன் முதலாளித்துவ அமைப்புக்கு உண்டு என்பதைக் கணிப்பதில் தான் செய்த தவறை ஆவி ஒப்புக்கொள்ள வேண்டும் என்று நான் விரும்பினேன்.

'உண்மைதான்.' நான் சொன்னதை ஆவி ஏற்றுக்கொண்டது. 'முதலாளித்துவத்துக்கு, குறிப்பாக அமெரிக்காவில், வணிக சுழற்சிகளும், அமைப்பு முறையில் ஆபத்து நேரும் நெருக்கடிகளும் எப்போதும் உண்டு. அவற்றிலிருந்து மீளும் திறனும் அதற்கு உண்டு. நான் கற்பனை செய்ததைக் காட்டிலும் அந்தத் திறன் அதிகமாகவே இருக்கிறது. ஆனால், கடந்த அரை நூற்றாண்டில் ஏற்பட்ட போக்கைக் கவனித்துப் பாருங்கள். இப்போதெல்லாம் ஒவ்வொரு பத்தாண்டிலும் நெருக்கடிகள் வருவதாகத் தோன்றுகிறது. பலவீனமான வேலைவாய்ப்பையும், ஊதியத் தேக்கத்தையுமே ஒவ்வொரு மீண்டெழலும் கண்டது. வேலைவாய்ப்பற்ற மீண்டெழல்களின் போக்கு என்று இவற்றை மைய நீரோட்டப் பொருளாதார நிபுணர்கள் அழைக்கிறார்கள்.'

இந்த எதார்த்தத்தை மனதில் வாங்கக் கொஞ்ச நேரம் பேசுவதை நிறுத்திய ஆவி பிறகு தொடர்ந்தது. 'கணக்கிட முடியாத அளவில் மனிதர்களுக்கு ஏற்படும் பெரும் இழப்புகளோடு கூடிய பிரம்மாண்டமான அமைப்பு முறைத் தோல்விகள் இவை. ஒவ்வொரு நேர்விலும் வேலை வாய்ப்புகள் மெதுவாகத் திரும்பி வருகின்றன; ஊதிய நிலைகள் சரிகின்றன. கடந்த சில பத்தாண்டுகால காலப் பிரிவுகள் ஒவ்வொன்றையும் வேலைவாய்ப்பற்ற மீண்டெழல்களோடு கூடிய நெருக்கடிகள் ஓரிரு முறைகள் தாக்குகின்றன.'

'உண்மைதான்,' என்று நான் ஒப்புக்கொள்ள வேண்டியிருந்தது. 'வேகமாகவும், ஆக்ரோஷத்துடனும் நெருக்கடிகள் வந்து கொண்டுள்ளன. அவை எதை நிரூபிக்கின்றன?'

முதலாளித்துவ நெருக்கடிகள் வேக வேகமாக வருகின்றன

- [வேலை வாய்ப்பிலோ அல்லது வணிக செயல்பாடுகளிலோ முன்னேற்றம் இல்லாமல்] பெரிய அளவில் உண்டான பணவீக்க நெருக்கடி 1970களின் பிற்பகுதியிலும், பெரும் பொருளாதாரத் தேக்கநிலை 1980களின் ஆரம்பத்திலும் நிகழ்ந்தன.
- சேமிப்புகளையும், கடன் வழங்கலையும் நிர்வகித்த பல நிதி நிறுவனங்களுக்கு

ஏற்பட்ட பேரிடரையும் உள்ளிட்ட 1980களின் இறுதியில் ஏற்பட்ட நிதிநிலை சார்ந்த நெருக்கடி. அமெரிக்காவின் ஒட்டுமொத்தப் பொருளாதாரத்தையும் இது வீழ்ச்சியடையச் செய்துவிடும் என்று சிலர் பயந்தார்கள்.

- உயர் தொழில்நுட்பத்தின் விரைவான வளர்ச்சிக்கு இட்டுச் சென்ற 1990களின் பங்குச் சந்தை மன நோய். 1990களின் பிற்பகுதியில் முற்றாகத் தகர்ந்த பங்குச்சந்தை.
- முழு வீழ்ச்சிக்கு இட்டுச் சென்றுவிடும் என்று அச்சுறுத்திய 2008ஆம் ஆண்டின் பெரும் பொருளாதாரத் தேக்கநிலை.
- அமெரிக்கப் பங்குச்சந்தையோடும், பரந்துபட்ட அமெரிக்கப் பொருளாதாரத் தோடும் நெருங்கிய தொடர்பு கொண்ட கிரீஸ், அயர்லாந்து, போர்ச்சுகல், மற்றும் பிற ஐரோப்பிய ஒன்றிய நாடுகளுக்கு 2010ல் பரவிய நிதிநிலை சார்ந்த நெருக்கடி.

'இவ்வாறு அடிக்கடி நிகழும் நெருக்கடிகளைக் கொண்ட ஓர் அமைப்பு முறை ஆழ்ந்த சிக்கலில் உள்ளதாகத்தான் அர்த்தம். முதலாளித்துவம் முதிர முதிர, தவிர்க்க இயலாத வகையில் அதனுடைய நெருக்கடிகள் மேலும் மேலும் வேகமாகவும் ஆழமாகவும் முற்றும். அதே போக்கில் ஒரு சமயத்தில் அமைப்பு முறையில் ஏற்படப்போகும் முழுத்தோல்விக்கான ஒரு விதிமுறை இது. நாம் இப்போது கொண்டுள்ள அமைப்பு முறைக்கு மாற்று இல்லை என்று சொல்லும் டீனாவின் உலகில் அது [முழுத்தோல்வி] ஏற்றுக்கொள்ள முடியாத, உண்மையில் நம்ப முடியாத ஒரு விஷயம்.'

20

2008இல் நிகழ்ந்த பெரும் தேக்கநிலை குறித்த மெய்யான உண்மையும் முதலாளித்துவ நெருக்கடிகள் குறித்த ரகசியமும்

முதலாளித்துவம் எதிர்கொள்ளும் நெருக்கடிகள் முதலாளித்துவத்தையே வீழ்ச்சியடையச் செய்யும் என்பது முன்கூட்டியே வகுக்கப்பட்ட ஒரு நியதி என்ற பொருள் பற்றிப் பேசுவது ஆவிக்கு உற்சாகமூட்டும் விஷயங்களில் ஒன்று என்பதால் அது இப்போது மிக இயல்பான நிலையில் இருந்தது.

அது சொன்னது: '2008இல் நிகழ்ந்த பெரும் தேக்கநிலை பற்றியும், இப்போது நிகழும் நெருக்கடிகள் பற்றியும் புரிந்து கொள்ள, முதலாளித் துவமும் நெருக்கடிகளும் பிரிக்க முடியாத அளவுக்கு எப்போதும் ஒன்றிணைந்தவை என்பதை முதலில் நீங்கள் நினைவில் கொள்ள வேண்டும்.' ஆவி இன்னொன்றை எனக்கு நினைவூட்டியது: 'முதலாளித் துவத்தின் வரலாற்றைப் பார்த்தால், அதனுடைய முன்னோக்கிய புரட்சிகரப் பாய்ச்சல்கள் அமைப்பு முறையை அசைத்துப் பார்க்கும் பெரும் அழிவைக் கொண்டுவரும் நெருக்கடிகளைத்தான் உண்டாக்கி யிருக்கின்றன. நெருக்கடிகள் முதலாளித்துவத்தின் மரபணுவிலேயே இருக்கின்றன.'

'வரலாற்றிலேயே முதலாளித்துவம்தான் ஆச்சரியமூட்டும் அளவுக்கு மிக அதிக ஆக்க வளம் கொண்ட, புரட்சிகரமான அமைப்பு முறை என்று நீங்கள் எப்போதும் சொல்லி வந்திருக்கிறீர்கள். ஆனால், அது மிக அழிவு செய்கிற, தன்னையே கீழறுப்பு செய்யும் பெரும் நெருக்கடிகளைத் தானே உற்பத்தி செய்யும் தன்மையைக் கொண்டது என்றும் நீங்களேதான் சொன்னீர்கள்,' என்றேன் நான்.

'ஆம்,' என்றது ஆவி. 'முதலாளித்துவத்தை வரையறை செய்ய இது உதவுகிறது. படைப்பூக்கம் - அழிவு செய்தல், வளர்ச்சி - தேக்கம் என அமைப்பு முறையின் மரபணுவிலேயே பின்னிப் பிணைந்துள்ள முரண்பட்ட கலவை.'

உண்மை உணர்வோடு நான் சொன்னேன்: 'முதலாளித்துவம் தவிர்க்க இயலாத வகையில் தன்னைத் தானே அழித்துக்கொள்ளும் என்ற உங்களுடைய கருத்தை நான் ஒருபோதும் ஏற்றுக்கொண்டது இல்லை. உண்மைதான், நெருக்கடிகள் எப்போதும் திரும்பத் திரும்ப நிகழும். ஆனால், முதலாளித்துவம் எப்போதுமே அவற்றிலிருந்து மீண்டு வந்துள்ளது. முதலாளித்துவத்தை முடிவுக்குக் கொண்டுவரும் இறுதி நெருக்கடியின் தவிர்க்க இயலாமை பற்றிய உங்களுடைய வாதங்கள், கனவில் மட்டுமே நிறைவேறும் உள்மன ஆசைகளைப் போன்று எப்போதும் தோன்றினவே தவிர நம்பத்தகுந்த பகுப்பாய்வாக இல்லை.'

ஏமாற்றம் கலந்த உணர்வோடு ஆவி என்னைப் பார்த்தது. 'நெருக் கடிகள் குறித்த என் வாதங்களின் சாராம்சத்தை நீங்கள் புரிந்துகொள்ள வில்லை என்பதை நம்புவது கடின மாக இருக்கிறது. அமைப்பு முறை யைப் புரிந்துகொள்ளவும், அதை மாற்றவும் இந்த வாதங்கள் மிக முக்கியமானவை. நான் சொல்வது

முதலாளித்துவத்துக்கு மார்க்ஸின் வாழ்த்துப் பா

'நூறு ஆண்டுகள்கூட ஆகியிருக்காத தன்னுடைய ஆட்சிக் காலத்தில் முதலாளித்துவ வர்க்கம், கடந்துபோன எல்லாத் தலைமுறைகளும் சேர்ந்து உண்டாக்கியதைவிட மேலதிக அளவில் மிகப் பிரம்மாண்டமான உற்பத்தி சக்தி களை உண்டாக்கியிருக்கிறது.'

சரியாக இருந்தால், மனிதகுலம் தொடர்ந்து வாழ அவ்வாதங்கள் இன்றியமையாத அடிப்படை. நீங்களே டீனாவை ஓரளவு நம்பும் நபராக இருப்பதால்தான் அவ்வாதங்களை புரிந்துகொள்ளவில்லையோ என்று தோன்றுகிறது. உங்களுக்காக அவற்றை நான் திரும்பவும் சொல்ல வேண்டுமா?'

'சொன்னால் தேவலை என்று தோன்றுகிறது. நிறைய விஷயங்கள் நீங்கள் சொல்வது சரியா என்பதைப் பொறுத்துதான் இருக்கின்றன.'

எரிச்சலுற்ற ஓர் ஆசிரியரைப்போல ஆவி தோற்றமளித்தது. சந்தேகப்படும் என்னுடைய மனப்பான்மையை அதனால் முழுதாக நம்ப முடியவில்லை. 'உங்களிடம் எனக்கு ஏமாற்றம்தான். மிகுந்த தெளிவுடன் திரும்பத் திரும்ப இந்த செய்திகளை உங்களிடம் சொன்னேன். வீட்டுக்குப் போய் பால் ஸ்வீஸி, பால் பேரன் போன்ற என்னுடைய இருபதாம் நூற்றாண்டுச் சீடர்கள் சிலரின் நூல்களைப் படியுங்கள். அமெரிக்க மார்க்ஸியப் பேராசிரியர்களும், எழுத்தாளர்களுமான அவர்கள் இருவரும் எழுதிய Monopoly Capital (ஏகபோக மூலதனம்) என்னும் உயர்தர நூலில் என்னுடைய கருத்துகளைச் சரியாகப் புரிந்துகொண்டு எழுதியிருக்கிறார்கள். ஒருவேளை அவர்கள் உங்கள் பார்வையைச் சரிசெய்யலாம்.

கல்லூரியில் பட்ட வகுப்பில் அந்த நூலைப் படித்தது என்னுடைய நினைவுக்கு வந்தது. 'ஆமாம், அவர்களுடைய நூல் என்னை மிகவும் பாதித்தது,' என்று ஒப்புக் கொண்டேன். 'முதலாளித்துவம் முதிர முதிர அதன் இயல்பு தேங்கிப்போதல்தான் என்று நீங்கள் முன்னறிந்து சொல்லி யிருக்கிறீர்கள் என்பதை அவர்கள் விளக்கினார்கள். ஒரு நகரின் பிரதான வர்த்தகப் பகுதி [Main Street] மற்றும் பாதுகாப்பான பங்குகளைக் கொண்டதாக நம்பப்படும் பெரு வணிக நிறுவனங்கள் ஆகியவற்றின் நெருக்கடிகளாகிய தேங்கிப்போத லும், மட்டுமீறிய உற்பத்தியும் இயல்புநிலைகளாகின்றன. தொழிற்சாலைகள் மற்றும் தொழில் நுட்பங்கள் ஆகியவை முழு வளர்ச்சி யடைந்து, அதேசமயம் அவற்றின் செயல்திறம் குறையும் போது, சந்தைகள் நிறைந்து ததும்பும் போது, வேலைவாய்ப்புகள் காணாமல் போகும்போது, ஊதியங்கள் சரிந்து

பிரதான வர்த்தகப் பகுதியில் ஏற்படும் நெருக்கடி குறித்து மார்க்ஸ்

'இந்த நெருக்கடிகளில் ஒரு கொள்ளை நோய் உண்டாகிறது; அதாவது, மிகைப் படியான உற்பத்தி என்னும் கொள்ளை நோய்; இதற்கு முந்தைய காலகட்டங் களில் இப்படியான ஒரு நோய் அபத்த மான ஒன்றாகத் தோன்றியிருக்கும்.... முதலாளித்துவவாதிகள் செல்வத்தைக் குவிக்க வேண்டும்; அதே நேரத்தில், அடிப்படை வாழ்வாதாரங்களை நுகர் வதில் உற்பத்தி செய்யும் வெகு மக்களாகிய தொழிலாளர்களைக் கட்டுப் படுத்த வேண்டும்... வறுமையும், வெகு மக்களின் கட்டுப்படுத்தப்பட்ட நுகர்வுமே எல்லா உண்மையான நெருக்கடிகளுக்கும் இறுதிக் காரணமாக இருக்கின்றன...'

தொழிலாளர்களின் வாங்கும் சக்தி குறையும்போது லாபகரமான முதலீடுகளுக்கான வாய்ப்புகள் சொற்ப அளவிலேயே இருக்கும். புதியன படைக்கும் பெரு வணிக ஏகபோகங்களின் சக்தி குறைந்துவிடும்; தொழிலாளர்கள் மேலும் வறியவர்களாவதால் அவற்றால் அவர்களிடம் போதுமான அளவு விற்கவும் முடியாது. பெரிய அளவில் பணம் பண்ணும் நோக்கில் அந்நிறுவனங்கள் நிதி சார்ந்த பெரும் கொடுக்கல் வாங்கல் என்னும் சூதாட்டத்தை நாடுகின்றன. தொழிலாளர்கள் மேலும் மேலும் வீடுகளையும், கார்களையும், வணிக வளாகங்களில் கவர்ச்சிகரமான பொருள்களையும் வாங்கத் தூண்டும் முகமாக அவர்களுக்கு எளிதான கடன்களை வழங்கி தாங்க முடியாத தனிக் கடன்களுக்கு அவர்களை இட்டுச் செல்கின்றன. 2008இன் பெரும் தேக்கநிலைக் காலத்தில் நிகழ்ந்ததைப் போலவே பொருளாதாரத்தை மேம்படுத்தும் முயற்சியாக இத்தனையும் செய்யப்படுகின்றன.'

'ஆம்,' என்று ஆவி சொன்னது. 'ஏகபோகம், தேங்கிப்போதல், பெருகும் வேலையின்மை, சமத்துவமின்மை, இறுதியில் நிதி சார்ந்த சூதாட்டம் ஆகியவை மாற்ற இயலாத நீண்டகாலப் போக்காவதை நான் பத்தொன்பதாம் நூற்றாண்டிலேயே பார்த்திருக்கிறேன். *பங்குச்சந்தையில் உண்டான நெருக்கடிகள் 'உண்மையான பொருளாதார'த்தில் ஏற்பட்ட நெருக்கடிகளைத் தொடர்ந்தே நிகழ்ந்தன; வழக்கமாக எல்லாரும் நினைத்தது போல தலைகீழாக அல்ல. பிரச்சினையின் மையத்தில் இருப்பவை வேலை வாய்ப்பும், ஊதிய நெருக்கடியுமே; இவை முதலாளித்துவத்தின் இயல்பான, நீக்க முடியாத கூறுகள்; ஏனென்றால், இதனால் வேலை வாய்ப்புகள் அகற்றப்*

அதுதான், முட்டாளே முதலாளித்துவம்.

'நிதிசார்ந்த நிகழ்வுகள் நெருக்கடிகளை சாத்தியமாக்குகின்றன; அவற்றுக்கு அவை காரணமாக இருப்பதில்லை' என்று மார்க்ஸ் எழுதினார்.

குறைவான ஊதியம்: அமெரிக்க முதலாளித்துவத்தின் நேர்மையற்ற ரகசியம்

அமெரிக்கத் தொழிலாளர்கள் கடந்த சில பத்தாண்டுகளாக மேலும் மேலும் கடுமையாக உழைத்துக்கொண்டிருந்தாலும் அவர்களுடைய உண்மை ஊதியம் [வாங்கும் சக்தி மீது பணவீக்கத்தின் தாக்கத்தைக் கணக்கிலெடுத்து நிர்ணயிக்கப்பட்டது] தேங்கிப்போயும், குறைந்துகொண்டுமே வந்துள்ளது.

அமெரிக்கத் தொழிலாளர்களின் சராசரி உண்மை ஊதியம் (2008 டாலர் மதிப்பில்)

1972: $20.06

1979: $18.76

1993: $16.82

2008: $18.52

குறிப்பிடத்தக்கப் பொருளாதார வளர்ச்சி இருந்தும் 2008இல் அமெரிக்கத் தொழிலாளர்களின் ஊதியம் 1972இல் இருந்ததைவிடக் குறைவாக இருந்தது.

இந்தப் பணம் யாருக்குப் போனது? பணக்காரர்களுக்குத்தான். 2007இல், ஒட்டுமொத்த தேசிய வருமானத்தில் 23.5 சதவீதத்தை ஒரு சதவீதப் பெரும் பணக்காரர்களே பிரித்துக்கொண்டார்கள். அந்த ரீதியில், 1928க்குப் பிறகு இதுதான் உச்சபட்ச அளவு.

படுகின்றன, தொழிலாளர் சங்கங்கள் அழிக்கப்படுகின்றன, ஊதியம் தொடர்ந்து சரிகிறது; இதன் விளைவாக, நுகர்வோரின் தேவை குறைவுறுகிறது, பணக்காரர் களுக்கும் ஏழைகளுக்குமிடையே உள்ள இடைவெளி அதிகரிக்கிறது, அமைப்புமுறை மொத்தமும் அச்சுறுத்தலுக்கு உள்ளாகிறது. பிரதான வர்த்தகப் பகுதியில் ஏற்பட்ட நீண்டகாலத் தேக்கத்துக்கான எதிர்வினையே நிதி மற்றும் கடன் தொடர்பான நெருக்கடிகள்; தொழிலாளர்களின் வேலைவாய்ப்புகள் மறையும்போது, ஊதியம் தேங்கிப்போகும்போது அல்லது பல பத்தாண்டு களுக்குக் குறையும்போது முதலாளித்துவவாதிகள் மிக முனைப்பாக லாபத்தை உயர்த்த முயல்வதை இந்த எதிர்வினை பிரதிபலிக்கிறது.'

'நமது இப்போதைய நெருக்கடியை இதுதான் உண்டாக்கியது! தொழிலாளர் சங்கங்கள் அழிக்கப்பட்டு, வேலையின்மை அதிகரித்து, செல்வம் எப்போதும் பணக்காரர்களிடமே குவிந்து முப்பது ஆண்டு களாக அமெரிக்கத் தொழிலாளர்களின் ஊதியம் தேங்கிப் போயுள்ளது.' பல பத்தாண்டுகளாக, பெரும் பணக்காரர்களைத் தவிர்த்து, மற்ற அனைவருக்கும் ஊதியம் தேங்கிப்போயிருந்தது என் நினைவுக்கு வந்தது.

'முதலாளித்துவத்துடைய தீமையின் மையப் பகுதியை இப்போது நீங்கள் புரிந்து கொள்கிறீர்கள்.' ஆவிக்கு மனநிறைவு ஏற்பட்டிருந்தது.

21

சொற்பக் கூலி; ஆம், முட்டாளே * அதுதான் முதலாளித்துவம்

'நீங்கள் என்ன சொல்ல வருகிறீர்கள்?' என்றேன்.

'எல்லா முதலாளித்துவ நெருக்கடிகளையும் போன்றதுதான் 2008இல் உண்டான பெரும் தேக்கநிலையும். முதலாளித்துவத்தின் 'பிரதான உணவு'க்குப்பின் பரிமாறப்படும் தவிர்க்கவியலாத புளிப்புப் 'பழம்' அது. பங்குச்சந்தையில் ஏற்பட்ட பேராசை, அந்த சம்பவத்தின் ஒரு

* பிரதியில் பயன்படுத்தப்பட்டுள்ள ஆங்கில வார்த்தை Stupid. உனக்குப் புத்திசாலித்தனம் குறைவு என்று முன்னால் இருப்பவரை உணரவைக்க நகைச்சுவையாகச் சொல்லப்படுவது. *(மொ-ர்)*

பகுதியாக இருந்தாலும்கூட, அந்த நெருக்கடியை உண்டாக்க வில்லை.'

'உண்மையில் என்னதான் நடந்தது?'

'அந்தப் பெரும் தேக்கநிலை முதலாளித்துவத்திலிருந்தேதான் உண்டானது; தேக்கநிலை என்பது அதனுடைய மரபணுவோடு பிணைக்கப்பட்ட ஒன்று. நெருக்கடி வெடிக்கும் முன்பாக, முதலாளித் துவம் வழக்கமுறையாகப் பல பத்தாண்டுகளாக செயல்படும் விதத்தில், தேக்கநிலை என்பது தவிர்க்கவியலாத விளைவு.'

'உண்மையில் முதலாளித்துவம் நிரந்தரமாக நெருக்கடியில் இருக் கிறது என்பதுதான் அந்த நெருக்கடி பற்றி நீங்கள் சொல்லும் ரகசியம்; 'வழக்கமான காலங்க'ளில் அது பொது ஜனங்களின் கவனத்தைப் பெறாது. எல்லாம் இயல்பாக இருக்கின்றன என்பதுபோலவும், நெருக்கடி பற்றி யாரும் கவலைப்படாத மாதிரியும் தோன்றினாலும் முதலாளித்துவத்திலேயே இருக்கும் உள் விதிகளின் தவிர்க்கவியலாத விளைவுதான் அந்த நெருக்கடி.'

'ஆம், சரிதான்,' என்று ஆவி ஆமோதித்தது.

'விளக்கமாக சொல்லுங்களேன்.'

'அதை எளிமையாகப் பார்க்கலாம். பார்பரா எஹ்ரென்ரைக் என்ற பத்திரிகையாளர் எழுதிய, 2001ஆம் ஆண்டின் மிக அதிகம் விற்ற *Nickel and Dimed** என்ற நூலை உங்களுக்கு நினைவிருக்கிறதா?' என்று ஆவி என்னைக் கேட்டது.

நான் நினைவு கூர்ந்தேன். 'ஆமாம். பார்பரா தன்னுடைய உண்மை யான அடையாளத்தை மறைத்து, குறைந்த ஊதியம் கிடைக்கும் வேலைகளான உணவகத்தில் உணவு பரிமாறுதல், வீடுகளைத் துப்புரவு செய்தல் போன்றவற்றோடு இன்னும் சில வேலைகளையும் ரகசியமாக மேற்கொண்டார். இம்மாதிரியான வேலைகளைச் செய்வோரை, அவர்களுடைய எஜமானர்கள் எல்லா வகைக் குயுக்திகளையும் பயன்படுத்தி ஏமாற்றிக் குறைந்த ஊதியத்தையே அவர்களுக்குக் கொடுத்தார்கள்.'

ஆவி ஆமோதிக்கும் விதமாகத் தலையசைத்தது. 'அவர்களுக்குக் குறைந்த கூலிதான் கொடுக்கப்பட்டது என்று அவர் சொன்னார். அது முற்றிலும் உண்மை. ஆனால், இதைவிட பெரிய செய்தி என்னவென்றால், கடந்த பல பத்தாண்டுகளாக ஏறத்தாழ அமெரிக்கத் தொழிலாளர்கள் எல்லாரும் சொற்பக் கூலியைத்தான் பெற்று வந்தார்கள். இதுதான் முதலாளித்துவத்தின் உண்மைக் கதை. அதுதான் 2008ஆம் ஆண்டில் உண்டான பெரும் தேக்கநிலைக்கான உண்மையான காரணம். எஹ்ரென்ரைக் ஒரு சோஷலிசவாதியாக இருப்பதிலும், அமெரிக்க

* சிறு அளவிலான பணம் என்று பொதுவான அர்த்தம். இந்த இடத்தில் சொற்பக் கூலி கொடுக்கப்படுதல் என்ற அர்த்தத்தைத் தருகிறது.(மொ-ர்)

ஜனநாயக சோஷலிசவாதிகள் அமைப்பின் [ஓர் இடது சாரிக் குழு] தலைவராக இருப்பதிலும் ஆச்சரியம் ஒன்றுமில்லை.'

'ஆக, அதை நிதி சார்ந்த, பங்குச்சந்தை சார்ந்த நெருக்கடி என்று ஊடகங்கள் அழைக்கின்றன; ஆனால், 'அது முதலாளித்துவம், முட்டாளே' என்று நீங்கள் சொல்கிறீர்கள். முதலாளித்துவத்தின் போக்கு அதுதான்; முதலாளித்துவத்தின் மரபணு அவ்வாறாக வடிவமைக்கப்பட்டுள்ளதால் அது அப்படித்தான் தொடர்ந்து நிகழும்.'

'ஆமாம். அது ஒரு முக்கிய விஷயம் என்றாலும்கூட வெறும் ஊதியம் பற்றியது மட்டும் அல்ல. அது பெரும்பான்மை அமெரிக்கர்கள் பெறும் சொற்பக் கூலி தொடர்பானது; சொற்ப ஊதியம் பெறும் உணவகப் பணிப் பெண்கள், வீட்டுப் பணிப் பெண்கள் பற்றி மட்டும் நாம் குறிப்பிடவில்லை; சிறு பணக்காரக் குழு நாட்டின் செல்வத்தைப் பிரித்தெடுத்துக்கொள்ளும்போது, மத்தியதர வர்க்கங்கள் தங்களுடைய பொருளாதார, சமூக வாழ்க்கையின் எல்லா அம்சங்களிலும் தாழ்ந்து போகிறார்கள்; நான் முன்னறிவித்தது போலவே இந்த நிலை பெரும் வர்க்கப் பிரிவினையை உண்டாக்குகிறது.'

22

சமூகத்துக்கு எதிராக முதலாளித்துவம்: உச்சநிலை சமத்துவமின்மையும் சமூக நிலை குலைவும்

ஆவி தொடர்ந்து பேசியது: 'பெரும் தேக்கநிலைக்கு முன்பாக இருந்த சூழலின் பெரும் சித்திரத்தைப் பார்ப்போம். ஏனென்றால், 2008இல் என்ன நடந்தது என்பதையும், எதிர்காலத்தில் வரப்போகும் இன்னும் பெரிய நெருக்கடிகளையும் புரிந்துகொள்ள அதுதான் ஒரே உண்மை யான வழி.'

'அது என்ன பெரும் சித்திரம்?'

'நூற்றாண்டுகள் ஊடாக பரிணமிக்கும் முதலாளித்துவம் குறித்த சித்திரம் அது. உண்மை என்னவென்றால், முதலாளித்துவம் முதிர முதிர பெரும் செல்வத்தை அது உருவாக்குகிறது; அதே சமயம் பணக்காரர் களுக்கும் மற்றவர்களுக்கும் இடையே பெருகி வளரும் வர்க்கப் பிரிவினையையும் அது உருவாக்குகிறது; இந்தப் பிரிவினை சமூகத்தை

அரித்துத் தின்று விடுகிறது. உச்சநிலை சமத்துவமின்மையையும் பெரும்பான்மையான உழைக்கும் மக்களுக்கு நிரந்தர நெருக்கடியையும் உண்டாக்கும் ஓர் அமைப்பு முறையாக அது படிப்படியாக மாறி விடுகிறது. இந்த நீண்ட நாள் வர்க்கப் பிரிவினைகளும் கூர்மையடையும் சமூக நெருக்கடிகளும் பொது ஜனங்களின் கவனத்தைப் பெறாது. 2008இல் நிகழ்ந்த பெரும் தேக்கநிலை போன்ற கடும் நெருக்கடிகளுக்கு அவை இட்டுச் செல்லும் வரை ஊடகங்களும் அவற்றைப் பொருட்படுத்தாது. அப்படி ஒன்று நிகழும்போது ஊடகங்களால் அதைப் புறக்கணிக்க இயலாது.'

'ஆக, சிறு போர்கள் நாளடைவில் உலகப் போர்களாக மாறுவதைப் போன்றவை இந்தப் பெரும் நெருக்கடிகள் என்றும், முதலாளித்துவம் முதிர முதிர இந்த நெருக்கடிகள் மேலும் மேலும் மோசமாக வளர்ந்து பெருகுகின்றன என்றும் சொல்கிறீர்கள், சரிதானே?'

'ஆமாம். முதலாளித்துவத்தின் வளர்ச்சியோடு சமத்துவமின்மையும், வர்க்கப் பிரிவினைகளும் உச்சநிலையில் கூர்மையடையும்போது அந்த வளர்ச்சியின் தவிர்க்க இயலாத விளைவுகளாக இந்தப் பெரும் நெருக்கடிகள் உண்டாகின்றன. தம்முடைய பெரும் செல்வத்தால் அரசையே கட்டுப்படுத்தும் அளவுக்கு சக்தி படைத்த பெரும் வணிக நிறுவனங்களுக்கும் பிறருக்கும் இடையே எதிர் எதிராக சமூகம் பிளவுபட்டு நிற்கிறது. தொழிலாளர் சங்கங்களின்மீது தீவிரமான தாக்குதலைத் தொடுத்தல், அரசியல்வாதிகளை விலைக்கு வாங்குதல் ஆகியவற்றை ஆரம்பமாகக் கொண்டு பெரும் வணிக நிறுவனங்கள் அரசின் ஆதரவுடன் வர்க்கப்போரைத் தொடங்குகின்றன. அதிபர் என்ற முறையில் ரீகனின் முதல் செயல்பாடு வான் போக்குவரத்துக் கட்டுப்பாட்டு ஊழியர் சங்கத்தை அழித்ததுதான்; தொழிலாளர் இயக்கத்தின்மீது ரீகனின் புரட்சி நடத்திய தாக்குதலின் ஆரம்பம் அது. வேலைப் பாதுகாப்பின்மை, வேலையின்மை, குறைந்த ஊதியம் என்று தொடங்கி கடன்படுதல், வீடின்மை, பசி, வறுமை என்பன வரை பல சமூக, பொருளாதாரப் பிரச்சினைகள் சூறாவளியென தொழிலாளர்களைத் தொல்லைக்கு உள்ளாக்குகின்றன. அப்பிரச்சினைகள் மேலும் மேலும் மோசமாக வளர்கின்றன. சமூகமே முறிந்து துண்டு துண்டாக விழுகிறது.'

எதிர் எதிர் நிலைகள் உருவாக்கும் தேக்கநிலை

மார்க்ஸ் எழுதினார்: 'மொத்தத்தில், பூர்ஷ்வா, உழைக்கும் வர்க்கம் என்று சமூகம் மென்மேலும் பகைமை கொண்ட இரண்டு பெரும் முகாம்களாக, ஒன்றையொன்று எதிர்த்து நிற்கும் இரண்டு பெரும் வர்க்கங்களாகப் பிளவுபடுகிறது.' பொருளாதாரம் திசைமாறி தேக்கநிலையையும், வீழ்ச்சியையும் நோக்கிப் போனதன் விளைவு தவிர்க்க இயலாத வர்க்கப் போர்.

'ஆனால், இத்தனை நூற்றாண்டுகளில் தொழிலாளர்களின் நலம் அதிகரித்துள்ளதே,' என்று நான் மறுத்துச் சொன்னேன். 'அமெரிக்கத்

தொழிலாளர்கள் பெரிய வீடுகளில் வசிக்கிறார்கள், பெரிய கார்களில் பயணம் செய்கிறார்கள், பல தொலைக்காட்சிப் பெட்டிகளையும், கணினிகளையும் வைத்திருக்கிறார்கள். செல்வத்தை உருவாக்கும் முதலாளித்துவத்தின் தன்மையை நீங்கள் எப்படி மறுக்க முடியும்? வரலாற்றின் எந்த அமைப்புமுறையையும் விட கூடுதலாகவே இந்தத் தன்மை அதற்கு இருக்கிறது,' என்று எதிர்த்துப் பேசினேன்.

'உண்மைதான். முதலாளித்துவம் பெரும் செல்வத்தை உருவாக்கு கிறது. உலக வரலாறு எப்போதும் கண்டிராத வகையில் உற்பத்திப் பெருக்கத்தைக் குறிப்பிடத்தக்க அளவுக்கு உயர்த்திய அமைப்பு முறை அதுதான் என்று நான் எப்போதும் சொல்லி வந்தேன். தொழிலா ளர்கள் உண்மையான அடிப்படைத் தேவைகளையும், தங்களுடைய வாழ்க்கைத் தரத்தில் மேம்பாடையும் இந்த அமைப்பு முறையில் பெற்றார்கள்; சொல்லப்போனால், சாத்தியம் என்று நான் நினைத்ததை விடவும் கூடுதலாகவே இவை அவர்களுக்குக் கிடைத்துள்ளன. *ஆனால், காலப்போக்கில், நான் முன்னறிவித்தது போலவே, மிகையளவு உற்பத்தியும், தேங்கிப்போதலும் நடைமுறைக்கு வந்தன; வர்க்கப் பிரிவினைகள் வலுப்பட்டு மேலும் மோசமாயின; தொழிற்சங்கங்கள் மீதும், பொதுமக்களுக்கான சேவைகள் மீதும் தாக்குதல் நடந்ததால் வர்க்கப் போர் கூர்மையடைந்தது; தொழிலாளர்களை மட்டுமல்ல, முதலாளித்துவத்தையும், சமூகத்தின் இருப்பையும்கூட அச்சுறுத்தலுக்கு உள்ளாக்கிய சமூகப் பிரச்சினைகள் என்ற கொள்ளை நோய்த் தாக்கத்துக்கு இவை வழிவகுத்தன. 1980க்குப் பிறகு நிகழ்ந்த போக்குகளைக் கவனித்துப் பாருங்கள்.'*

'எவை அவை?'

'பொருளாதாரம் மற்றும் தேசிய செல்வவளம் போன்றவற்றில் உண்மையான வளர்ச்சி ஏற்பட்ட போதும், உலகமயமாதலின் தோற்றம், தொழிற்சங்கங்களின் மீதான தாக்குதல் ஆகியவற்றுக்குப் பிறகு, 1970கள் தொடங்கி அமெரிக்கத் தொழிலாளர்களில் பெரும்பான்மை யோரின் ஊதியம் தேங்கிப் போனதையும், குறைந்துபோனதையும் நாம் பார்த்தோம். கடந்த 30 வருடங்களில் மேலே உள்ள 1 சதவீதம் பேர் தங்களுடைய குடும்ப வருமானத்தை இரண்டு மடங்குக்கும் மேல் பெருக்கிக் கொண்டபோது, கீழே உள்ள 60 சதவீதம் பேர் பல வேலைகளை மேற்கொண்டும், ஒவ்வொரு

முதலாளித்துவமும் செல்வமும்: மார்க்ஸ் சொன்னது சரி

2009இல், கீழ்நிலையில் இருந்த 80 சதவீத அமெரிக்கர்களுக்கு நாட்டின் செல்வத்தில் 12.8 சதவீதம் மட்டுமே சொந்தமாக இருந்தது. 20 சதவீத பெரும் பணக்காரர்கள் 87.2 சதவீத சொத்தைத் தங்களின் உடைமையாகக் கொண்டிருந் தார்கள். 1920களுக்குப் பிறகு பணக் காரர்களிடம் நிகழ்ந்த ஆகப் பெரிய சொத்துக் குவிப்பு இது. பணக்காரர் களுக்கும், பிற எல்லாருக்கும் இடையே எதிர் எதிர் செல்வ வினியோகம் இப்படித்தான் நடக்கும் என்று மார்க்ஸ் முன்னறிவித்ததை இது காட்டுகிறது.

குடும்பமும் கூடுதலாக பல மணி நேரம் உழைத்தும், அதே காலப் பிரிவில் அவர்களுடைய குடும்ப வருமானத்தில் கிட்டத்தட்ட எந்த முன்னேற்றமும் ஏற்படவில்லை.' பேசுவதைக் கொஞ்சம் நிறுத்தி விட்டுப் பிறகு ஆவி தொடர்ந்தது: 'செல்வத்தைப் பொறுத்தவரை, பெரும்பான்மை மக்களின் பிரச்சினை இன்னும் மோசம். கடந்த பல பத்தாண்டுகளாக செல்வம் குறிப்பிட்ட ஒரு சாராரிடமே குவிந்து வந்துள்ளது; 2007இல், 400 மிகப் பெரிய பணக்கார அமெரிக்கக் குடும்பங்களின் மொத்த சொத்து மதிப்பு 1.6 ட்ரில்லியன் டாலர்கள்; இது, ஏறத்தாழ கீழ்நிலையிலுள்ள 50 சதவீதம் பேரின், அல்லது 150 மில்லியன் மக்களின் சொத்து மதிப்புக்கு சமம். *கீழ்நிலையிலுள்ள 50 சதவீத மக்கள் தொடர்ந்து செல்வத்தை இழந்து கொண்டிருக்கிறார்கள். அவர்கள் தற்போது நாட்டின் மொத்தச் செல்வத்தில் 2.5 சதவீதத்தை மட்டுமே சொந்த மாகக் கொண்டிருக்கிறார்கள். தற்போது அமெரிக்காவில் உள்ள ஒட்டுமொத்த நிறுவனப் பங்குகள், சேமிப்புப் பத்திரங்கள், பரஸ்பர நிதி ஆகியவை தொடர்பான சொத்துக்களில் அவர்களின் உடமை 1 சதவீதத்துக்கும் கீழேதான்.'* ஆவி பதற்றத்தில் இருப்பது வெளிப் படையாகத் தெரிந்தது.

'இது ஏன் உங்களை இவ்வளவு தொல்லைப்படுத்துகிறது?'

'1 சதவீத பெரும் பணக்காரர் களிடம் செல்வம் குவிவதும் உழைக்கும் மக்களும் நடுத்தர மக்களும் ஒப்பீட்டளவில் நொடித்துப் போவதும் அறவியல் இழுக்கு. தொழிற் சங்கங்கள் மீது மூர்க்கத்தன மான தாக்குதல், தமக்குச் சாதகமான

மன நோயாளியாக பெரும் வணிக நிறுவனம்

த கார்போரேஷன் என்ற புகழ்பெற்ற ஆவணப்படம்*, பெரும் வணிக நிறுவனத்தை (சட்டப் பூர்வமான ஒரு நபராகத் தற்போது அமெரிக்க உச்ச நீதிமன்றத்தால் பாவிக்கப்படுகிறது) மன நோய் மருத்துவரின் அறையில் [அவரு டைய பகுப்பாய்வுக்காக] உட்கார வைக்கிறது. கண்டறியப்பட்ட நோய்: பிறருக்கு ஊறு விளைவிக்கக்கூடிய சமூக நோய்க்கு ஆட்பட்ட ஒன்று: வலுவான சுயமோகப் பண்பு உடையது; ஏனென் றால், அது எப்போதும் தொழிலாளர் களுக்கும், பொது மக்களுக்கும் இழப்பு ஏற்படும் வகையில் மேலும் மேலும் பணத்தை சேர்க்க முயலும். சமூகத்துக்கு எதிராக வன்முறை நிகழ்த்துவதை முதலாளித்துவப் பெரும் வணிக நிறுவனங்கள் தம்மின் நிலைத்த பண்பாகக் கொண்டுள்ளன என்பதை மார்க்ஸ் புரிந்து வைத்திருந்தார்.

* 2003இல் கனடாவில் தயாரிக்கப்பட்டது. பல மில்லியன் டாலர்களையும் உயரிய விருதுகளையும் அள்ளிக் குவித்த படம். மனநோய் மருத்துவர் மனநோய் பீடிக்கப்பட்ட ஒரு சாதாரண நபரைப் பகுப்பாய்வுக்கு உட்படுத்துவது போல பெரும் வணிக நிறுவனங்களை, அவை ஒரு 'நபர்' என்று வகைப்படுத்தப்பட்ட நிலையில், மனப் பகுப்பாய்வுக்கு இப்படம் உட்படுத்துகிறது. இந் நோயின் அறிகுறிகளான பிறருடைய உணர்ச்சிகளை மதிக்காமை, மனித உறவுகளைப் பராமரிக்க இயலாமை, ஏமாற்றுதல், குற்ற உணர்வு இல்லாமை போன்றவை நிறுவனங்களுக்கும் உள்ளன. பெரும் நிறுவனங்களின் தலைமை நிர்வாக அதிகாரிகளோடு சேர்த்து, அவற்றின் விமர்சகர்களான நோம் சாம்ஸ்கி, வந்தனா சிவா ஆகியோரின் பேட்டிகளும் இப்படத்தில் உண்டு.(மொ-ர்)

அரசியல்வாதிகளை விலை கொடுத்து வாங்குதல் ஆகியவற்றின் மூலம் மேட்டுக்குடியினர் இத்தகைய பிரச்சினையை உண்டாக்கினாலும், பெரும்பான்மையான அரசியல் வாதிகளும் ஊடகங்களும் அதைப் பொருட்படுத்துவதில்லை அல்லது அது பற்றி பொய் சொல்கின்றன. இவ்வகையான உச்சநிலை சமத்துவமின்மை சமூகத்தின் அடிப்படையையே வலுவிழக்கச் செய்கிறது. பொருளாதாரம் தொடர்ந்து வளர்ந்து கொண்டு இருந்தபோதும், கடந்த தலைமுறையினரில் பெரும்பான்மையோர் கூடுதலாகவும், மேலும் கடுமையாகவும் உழைத்தபோதும் வருமானத்தையும், அதிகாரத்தையும், சுயமரியாதையையும் இழந்து கொண்டிருந்தார்கள். மற்ற எல்லாரும் உருவாக்கும் செல்வத்தைப் பெரும் வணிக நிறுவனங்களை உள்ளடக்கிய சிறு மேட்டுக்குடிக் குழு தனக்குள் பிரித்துக்கொண்டு பெருவாரியான மக்களைப் பெரும் தேக்க நிலைக்கு முன்பே, கடனிலும், மிக மோசமான பாதுகாப்பின்மையிலும் ஆழ்த்தியது. முதலாளித்துவ வளர்ச்சியின் தவிர்க்க இயலாத விளைவான அதித சமத்துவமின்மை சமூகத்தின் செயலிழப்புக்கு அடிப்படைக் காரணம். 'இயல்பான முதலாளித்துவம்' என்று அமெரிக்காவில் நாம் அழைப்பதின் பல பத்தாண்டு கால இருப்பு, சமூகக் கட்டுமானத்தை நாசம் செய்து, சமூகத்தை அழித்து, பேரளவான சமூகப் பிரச்சினைகளை உண்டாக்கி பெரும் மந்தநிலைக்கான அடிக்கல்லை நாட்டியது.'

'சரி, பல பத்தாண்டுகளாக ஊதியம் குறைந்துகொண்டே வந்ததையும், மிகப் பெரும் பணக்காரர்களிடமே செல்வம் குவிந்ததையும் என்னால் பார்க்க முடிகிறது. உச்ச நிலை சமத்துவமின்மை என்பது நவ இயல்பாக மாறிவிட்டது. அதே சமயம், இந்த 'இயல்பான முதலாளித்துவ'த்தில், இவ்வகை நீண்டகாலப் போக்குகளின் விளைவாக 1970க்குப் பிறகு மேலும் மோசமாகிவிட்ட பிற சமூகப் பிரச்சினைகள் எவை?'

23

முதிர்ந்த முதலாளித்துவம் சமூகப் பிரச்சினைகள் வீரியம் பெறுவதற்குச் சமம்

'சமூகமே சீர்குலைந்து போவதுதான் உச்சகட்ட சமூகப் பிரச்சினை; ஏழ்மைச் சமூகமும் பலவீனமான அரசும் கொண்ட ஒரு நாடாக

அமெரிக்கா வீழ்ச்சியடைவதைப் பற்றி மக்கள் பேசும்போது இதை உறுதியாக உணர்கிறார்கள். பலவீனமான வேறெந்த நாட்டைப் போலவே நீண்டகாலப் பிரச்சினைகளான பெருகும் வேலையின்மை, சமத்துவமின்மை, வறுமை, பசி, வீடின்மை, கடன், தனிமைப்பட்டுப் போதல் ஆகியவற்றை அமெரிக்காவும் இப்போது அனுபவிக்கிறது. இந்தப் பிரச்சினைகளில் பல மிகக் கடுமையாக மாறியுள்ளன; பல பத்தாண்டுகளாக, நூற்றாண்டுகளாக முதலாளித்துவம் வளர்ச்சியடையும்போது தவிர்க்க இயலாமல் அது விளைவிக்கும் நெருக்கடிகளின் அறிகுறிகளே அவை.'

ஏழ்மைச் சமூகமும் பலவீனமான அரசும் கொண்ட நாடாக அமெரிக்கா

நோபல் பரிசு பெற்ற பொருளாதார நிபுணரான பால் க்ரக்மன் 2010இல் நியூயார்க் டைம்ஸ் இதழின் பத்தி ஒன்றில் 'ஏழ்மைச் சமூகமும் பலவீனமான அரசும் கொண்ட நாடாக விரைவில் நாம் மாறப் போகிறோம்.' என்று எழுதினார்.

'ஆக, இந்தப் பெரும் சமூகப் பிரச்சினைகள் முதலாளித்துவ வளர்ச்சியின் உள்ளியல்பான கூறுகள்; பெரும் தேக்கநிலை அல்லது மந்த நிலை போன்ற கடும் நெருக்கடிகளின் வடிவத்தில் அமைப்பு முறை செயலிழந்து போவதற்கு முன்னாலேயே அவை தம்மை வெளிக்காட்டிக் கொள்கின்றன, அப்படித்தானே?'

'ஆமாம். என்றாலும், அவை நிகழும் முறை நாட்டுக்கு நாடு மாறுபடுகிறது; எங்கு முதலாளித்துவ அமைப்பு முறைகள் கடுமையாக இருக்கின்றனவோ அங்கு மிக மோசமான சமூகப் பிரச்சினைகள் இருக்கும்.'

'இதுவே அங்கு அணி அணியாய்த் திரளும் பிரச்சினைகளுக்குக் காரணம்; அமெரிக்க முதலாளித்துவம் 'வளர வளர' அது அமெரிக்க சமூகவியலாளர்களைச் சுறுசுறுப்பாக வைத்துக்கொண்டுள்ளது என்பது சரிதானே?'

'ஆமாம். இவ்வகைப் போக்குக்கு அமெரிக்கா ஒரு மாதிரி எடுத்துக் காட்டு. அரசின் அதிகாரப்பூர்வ தரவுகளின் அடிப்படையில், உலகின் மிக வளர்ந்த 30 நாடுகளை 2010இல் ஒப்பீடு செய்தபோது உச்சநிலை சமத்துவமின்மையில் அமெரிக்கா மூன்றாவதாக இருந்தது. உணவுப் பாதுகாப்பின்மையில் அது மிக உயர் மட்டத்தில் இருந்தது. அதிகமான வர்களைச் சிறையில் அடைப்பதில் முதலிடத்தை வகித்தது. மாணவர்கள் கணிதத் திறனிலும், கல்வி சார்ந்த சொற்களைப் பயன்படுத்துவதிலும் ஒப்பீட்டளவில் கீழ்நிலையில் இருந்தனர். வேலையின்மைக் கணக்கீட்டில் மோசமான வீதத்தை அது பெற்றிருந்தது. அமெரிக்காவின் இந்த 'இயல்பான' பிரச்சினைகள் பல பத்தாண்டுகளாக வளர்ந்து வந்தன.'

'ஆக, அமெரிக்க முதலாளித்துவமே நீண்ட காலமாகக் கடும் சமூகப் பிரச்சினைகளுக்குக் காரணமாக இருந்துள்ளது என்கிறீர்களா?'

'ஆமாம். அமெரிக்கா நீண்ட காலமாக பாதிப்புக்கு உள்ளாகி யிருக்கிறது; உதாரணமாக, ஏற்கனவே நாம் விவாதித்தது போல, மிக மோசமான வறுமை அளவுகளை, குறிப்பாக குழந்தைகளிடையேயான வறுமையை, அது அனுபவித்திருக்கிறது. அதிகாரப் பூர்வமாகத் தெரிவிக்கப்பட்ட ஒட்டுமொத்த வறுமை அளவுகள் கடந்த சில பத்தாண்டுகளாக, ஒப்பீட்டு அளவில் நிலையாக இருக்கின்றன; அதாவது, 12 சதவீதம், அல்லது 35இலிருந்து 40 மில்லியன் ஏழைகள் என்ற அளவில் உள்ளது. ஆனாலும், 2009இல் அதிகாரப் பூர்வமாக இந்த அளவு 14.9 சதவீதத்துக்கு, அல்லது 43.6 மில்லியன் ஏழை மக்கள் என்ற அளவுக்கு ஏறியிருக்கிறது.' ஆவி ஒன்றை எனக்கு நினைவுபடுத்தியது: 'ஆனால், அதிகாரப் பூர்வப்புள்ளி விவரம் உண்மையான வறுமை அளவைப் பாதியாகத்தான் குறைத்துக் காட்டும்.' வறுமை எப்படி அளவிடப்படுகிறது என்பதை சில ஆவிகள் மட்டுமே தெரிந்து வைத்திருக்கும் என்று நான் ஊகித்திருந்தேன்; மார்க்ஸின் ஆவி அவற்றில் ஒன்று.

'நீங்கள் சொல்வது சரி,' என்றேன். 'வறுமை குறித்துப் பகுப்பாய்வு செய்யும் வல்லுநர்கள் 'இரு மடங்கு வறுமை' வீதம் (அதிகாரப் பூர்வ அளவுக்கு இரு மடங்குக்கும் கீழான வருமானத்தில் வாழும் அமெரிக்கர்களின் சதவீதம்) என்பதுதான் உண்மையான வறுமையைக் கூடுதல் துல்லியத்துடன் கணிக்கும் அளவீடு என்று சொல்கிறார்கள். அதிகாரப் பூர்வ அரசுக் கணக்கீடு மிகவும் பழுதுபட்ட ஒன்று; ஏனென்றால், உணவு, வீட்டு வசதி, பிற அடிப்படை வசதிகளுக்காகச் செலவு செய்யப்படும் பணத்தை ஒப்பீட்டளவில் கணிக்கும் காலாவதியான, 40 வருடத்திய கொள்கையைச் சார்ந்து அது செயல் படுகிறது. 2011இல், 22,000 டாலருக்குச் சற்றுக் கூடுதலாகச் சம்பாதிக்கும் நான்கு பேர் கொண்ட குடும்பம் ஏழ்மையில் இருப்பவர்கள் என்று அதிகாரப் பூர்வமாகக் கருதப்படுவதில்லை. இது இந்நாட்டின் பெரும்பான்மையான பகுதிகளில் பின்பற்றப்படும் அபத்தமான ஒரு கணக்கீடு.

முதலாளித்துவ மேட்டுக்குடிகள் கருத்துகளைக் கட்டுப்படுத்தும் முறையின் ஒரு பகுதி இது; உண்மையில் நிலைமை மிக மோசமாக இருக்கும் போது, வறுமை பற்றிய கருத்தாக்கத்தையும், அதை அளவிடும் முறையையும் சூழ்ச்சியுடன் கையாண்டு அது சமாளிக்கக்கூடிய அளவில்தான் இருக்கிறது என்று தோன்றுமாறு செய்வதே அது. 'போலிப் பிரக்ஞை' யின் இன்னொரு வடிவம்.'

அமெரிக்க வறுமையின் உண்மையான அளவுகள்	
1979	31.3 சதவீதம்
1989	31.4 சதவீதம்
1995	33.6 சதவீதம்
2000	29.3 சதவீதம்
2007	30.5 சதவீதம்

இந்தத் தரவுகள், 2008இன் பெரும் மந்த நிலைக்கு முந்தைய ஆண்டுகளில் பதிவானவை; அவை 'இயல்பான முதலாளித்துவ'த்தைப் பிரதிபலிக்கின்றன.

முதிர்ந்த முதலாளித்துவம் ೞ 89

தான் சொல்வதில் கவனம் வேண்டும் என்ற தோரணையில் ஆவி தலையசைத்தது. 'ஆமாம். கடந்த 30 ஆண்டுகளாக மக்கள் தொகையில் 30 சதவீதம் பேரை ஒட்டி உண்மையான வறுமை நிலை கொண்டிருந்தது. பணக்கார நாடு ஒன்றில் இது மலைக்கவைக்கும் தொகை. ஒவ்வொரு மூன்று அமெரிக்கர்களில் ஒருவர், அல்லது ஏறத்தாழ 100 மில்லியன் அமெரிக்கர்கள் முதலாளித்துவத்தின் 'இயல்பான காலங்க'ளில் வறுமைக்கு நெருக்கத்தில் வாழ்கிறார்கள்.'

'உழைக்கும் வர்க்கத்தை "ஏழ்மைக்கு ஆட்படுத்துதல்" என்ற உங்களுடைய கருத்தை இது உறுதிப்படுத்துவதாகத் தோன்றுகிறது.'

ஆவி தலையசைத்தது. 'ஆமாம். ஆனால், இது குறித்து நான் பெரிதாக மகிழ முடியாது. ஏனென்றால், வறுமையை தனிப்பட்ட முறையில் அனுபவித்திருக்கிறேன்; அந்த அனுபவம் எத்தனை கொடியது என்பது எனக்குத் தெரியும். இன்னும் ஒன்று, பல மில்லியன் அமெரிக்கர்கள் அனுபவிக்கும் பயங்கர சமூகப் பிரச்சினைகளை அதீத வறுமை உண்டாக்குகிறது.'

'எதைப்போன்ற பிரச்சினைகள்?'

'பட்டினி' இறுக்கமான தொனியில் ஆவி இந்த வார்த்தையை உச்சரித்தது. 'நாங்கள் லண்டனில் வசித்தபோது என்னுடைய குழந்தைகள் பட்டினி கிடந்திருக்கிறார்கள்; சத்தான உணவின்மையால் அவர்கள் நோய்வாய்ப்பட்டிருக்கிறார்கள்.' ஆவி மீண்டும் எனக்கு நினைவூட்டியது. 'என்னுடைய நாளில், பிரிட்டன் உலகிலேயே மிக முன்னேறிய முதலாளித்துவ நாடு; ஆனாலும், அந்த வறிய ஆன்மாக்கள் எல்லாரும் பிச்சை எடுத்துக்கொண்டு, தெருக்களில் தூங்கிக்கொண்டிருந்தார்கள். அதனால்தான், வர்க்கப் பிரிவினை பற்றியும், ஊதியக் குறைப்பும் உழைப்புச் சூழல் சீர்குலைவதும் முதலாளித்துவ உற்பத்தியின் இயல்பான அம்சங்களாக ஆவது பற்றியும் நிறைய எழுதினேன்.'

'பட்டினி என்ற பிரச்சினை எந்த அளவுக்கு மோசமானது?'

'நான் அதிகமும் எதிர்பார்த்து சொன்னதைப் போலவே, முதலாளித்துவம் வளர்ந்து கடந்த சில பத்தாண்டுகளாக மிக உயர்ந்த நிலைகளை அடைந்திருக்கிறது. உங்களுடைய அரசின் தரவுகளே இதை நிரூபிக்கின்றன.'

இது உண்மை என்பது தெரிந்தாலும், மேலதிக தகவலுக்காக நான் காத்திருந்தேன்.

பேராசிரியர்க்குரிய தோரணை கொஞ்சம் மிளிர ஆவி விளக்கியது; '1995 தொடங்கி, அமெரிக்க மக்கள் தொகைக் கணக்கெடுப்புத் துறை, 'உணவுப் பாதுகாப்பின்மை' குறித்துக் குடும்பங்களை ஆய்வு செய்து வந்தது; நீண்ட காலமாகப் பட்டினியை அனுபவிக்கும் குடும்பங்கள், அடிப்படைத் தேவைகளை நிறைவேற்றிக்கொள்ளும் அளவுக்கும்

உணவைப் பெறுவதற்கும் உரிய பணம் மாதத்தின் சில நாள்களில் போதுமான அளவுக்கு இல்லாத குடும்பங்கள் என்ற இரண்டு வகையினரையும் 'உணவுப் பாதுகாப்பின்மை' என்ற சொற்றொடர் உள்ளடக்குகிறது. 'உணவுப் பாதுகாப்பு' இல்லாத அமெரிக்கர்களின் எண்ணிக்கை 10 சதவீதத்துக்கு சற்றுக் கூடுதலாகவே – 30 மில்லியன் அமெரிக்கர்களுக்கு மேல் – இருந்து வந்தது; 2008இன் பெரும் தேக்க நிலைக்குப் பிறகு அது ஏறத்தாழ 15 சதவீதத்துக்கு, அதாவது பட்டினியை எதிர்கொள்ளும் அமெரிக்கர்களின் எண்ணிக்கை 45 மில்லியன் என்ற அளவுக்கு, ஏறியது. குழந்தைகள் இருக்கும் குடும்பங்களைப் பார்த்தீர்களானால், 2008இல் 20 சதவீதத்துக்கு மேலானவர்கள் 'உணவுப் பாதுகாப்பு' இல்லாதவர்களாக இருந்தார்கள்.

அமெரிக்காவில் பட்டினி: 'உணவுப் பாதுகாப்பு' இல்லாத அமெரிக்கர்களின் சதவீதம்

1998	11.8 சதவீதம்
2000	10.5 சதவீதம்
2002	11.1 சதவீதம்
2004	11.9 சதவீதம்
2006	10.9 சதவீதம்
2007	11.1 சதவீதம்
2008	14.8. சதவீதம்

குழந்தைகள் இருக்கும் குடும்பங்களைப் பார்த்தீர்களானால், 2008இல் 15 சதவீதத்துக்கு மேலாக இருந்து வந்தது 20 சதவீதத்துக்கு - அதாவது, ஐந்தில் ஒருவர் என்ற அளவுக்கு - ஏறியது.

'பெரும் அமெரிக்க செல்வந்தர்களின் பட்டியலில் உள்ள 400 பேரிடம் - 1.6 ட்ரில்லியன் டாலர்கள் சொத்து மதிப்புக் கொண்டவர்கள் - இவர்கள் அனைவருக்கும் பல ஆண்டுகளுக்கு உணவளிக்கும் அளவுக்கு செல்வம் உள்ளது,' என்று நான் சொன்னேன். 'பட்டினி கிடக்கும் பல மில்லியன் மக்களுக்கிடையே வாழும் பணக் கார மேட்டுக்குடி சிறு குழுவின் கதையே இன்றைய அமெரிக்கா. இது ஏதோ எல் சால்வடாரிலோ ஹயிதியிலோ காங்கோவிலோ நடப்பது போலத் தோன்றுகிறது. [பிரபல ஊடகவியலாளரும், எழுத்தாளருமான] அரியனா ஹஃபிங்டன் போன்ற அரசியல் கருத்துரையாளர்கள் அமெரிக்காவை மிகப் புதிதான 'மூன்றாம் உலக நாடு' என்று வர்ணித்து எழுதுவதில் ஆச்சரியம் ஒன்றும் இல்லை.'

24

பெரும் தேக்கநிலை: நமக்குத் தெரிந்த முதலாளித்துவத்தின் முடிவா அது?

இயல்பான, நீண்டகால, முடிவுபெறாத முதலாளித்துவ நெருக்கடியி லிருந்து வெளிப்படுவதும் பிரகாசமாக ஒளிவீசி வெடித்துச் சிதறும் விண்மீன்களில் ஒன்றைப் போன்றதுமான பெரும் தேக்கநிலை பற்றிய விவாதத்துக்குத் திரும்ப நான் விரும்பினேன். முதலாளித்துவம் வளர வளர பெரும்பான்மையான உடல் உழைப்பாளிகளையும், மூளை உழைப்பாளிகளையும் சூழும் தீமையின் மையப் பகுதியான குறைந்த ஊதியம் என்ற நெருக்கடியிலிருந்து தேக்கநிலை தோன்றியது என்று ஆவி முன்பே சொல்லியிருக்கிறது.

'தேக்கநிலையைத் தோற்றுவித்தது எது என்பது குறித்த உங்களு டைய கருத்துகளுக்கு மீண்டும் போக விரும்புகிறேன்,' என்று நான் சொன்னேன்.

'நெருக்கடிகள், முதலாளித்துவத்துடைய மரபணுவின் ஒரு பகுதி என்பதை முதலில் நாம் ஒப்புக்கொள்ள வேண்டும். காலம் செல்லச் செல்ல அவை மேலும் மேலும் மோசமடைகின்றன. இது இப்போது சற்று வெளிப்படையாகத் தெரியலாம்; ஆனால், என்னுடைய காலத்துப் பொருளாதார நிபுணர்களான டேவிட் ரிகார்டோ, ழான்-பேப்திஸ்த் சே, ஜேம்ஸ் மில் போன்றோர் நினைத்தது போலவே உங்களுடைய மைய நீரோட்ட, நவ செவ்வியல் பொருளாதார நிபுணர்களும் நினைத்துக்கொண்டிருந்தார்கள். அதாவது, மில்டன் ஃப்ரீட்மனும், ஆலன் க்ரீன்ஸ்பனும் இன்று பெரிதும் வாதிடுவதைப்போல, சந்தைகள் பகுத்தறிவு அடிப்படையிலானவை என்றும், அவை தம்மைத் தாமே சரிசெய்துகொள்ளக்கூடிய திறன் படைத்தவை என்றும் அவர்கள் நினைத்தார்கள். என்னுடைய காலம் தொட்டு உங்கள் காலம் வரையிலான இந்த செவ்வியல் பொருளாதார நிபுணர்கள் நினைத்தது தவறு என்பதைப் பெரும் தேக்கநிலை நிரூபித்துவிட்டது.'

'ஆமாம். தன்னுடைய எண்ணத்தில் பெரும் தவறுகள் உள்ளன என்பதை ஆலன் க்ரீன்ஸ்பன் ஒப்புக்கொண்டிருக்கிறார்.'

'கையாள முடியாத நெருக்கடிகளில் முதலாளித்துவம் ஒருபோதும் சிக்கிக்கொள்ளாது என்று ஸ்மித், ரிகார்டோ, ஸே, மில், உள்ளிட்ட ஒட்டுமொத்தச் செவ்வியல் பொருளாதார சிந்தனைக் குழுவும் எண்ணிக்கொண்டிருந்தது. நெருக்கடிகள் தவிர்க்க முடியாதவை என்று அவர்களுக்கு எதிராக வாதிடுவதிலேயே என்னுடைய வாழ்க்கையின் பெரும் பகுதியைச் செலவழித்தேன்.'

'வர்க்கங்கள் ஒன்றுக்கொன்று எதிராகப் பிரிவது மந்தநிலைக்கு இட்டுச் செல்வதால் நெருக்கடிகள் தவிர்க்க முடியாதவை என்று வாதிட்டீர்களா?'

'ஆமாம். நாம் ஏற்கனவே விவாதித்த நெருக்கடிகளான மிகையான உற்பத்தி, தேங்கிப்போதல், குறைந்துகொண்டே போகும் ஊதியம் ஆகியவையும் அதற்குக் காரணங்கள்.'

'*ஊதிய முரண்நிலை* என்று நான் நினைப்பது பற்றித்தான் நீங்கள் பேசிக் கொண்டிருக்கிறீர்கள்,' என்று கூறி அவர் சொன்னதற்கு எதிர்வினை புரிந்தேன்; நான் சொன்ன சொற்றொடரை மார்க்ஸ் விரும்புகிறாரா என்று தெரிந்துகொள்ள ஆர்வமாக இருந்தேன். 'ஒவ்வொரு வணிக நிறுவனமும் தன்னுடைய லாபத்தை அதிகரிக்க ஊதியத்தையும், வேலைகளின் எண்ணிக்கையையும் குறைக்க முயல்கிறது; அந்த நிறுவனத்தைப் பொறுத்தவரை இது பகுத்தறிவு ரீதியிலான நடவடிக்கை. ஆனால், எல்லா வணிக நிறுவனங்களும் இதையே செய்யும்போது, ஒவ்வொரு தனி வணிக நிறுவனத்துக்கும் பகுத்தறிவு ரீதியானது என்று இருப்பது ஒட்டுமொத்த அமைப்பு முறையைப் பொறுத்தவரை பகுத்தறிவுக்குப் புறம்பானதாக மாறி விடுகிறது; ஏனென்றால், பொதுவான ஊதியம் மற்றும் வேலை வாய்ப்பு நிலைகள் சரிந்துவிடும்; அமைப்பு முறையைத் தொடர்ந்து இயங்க வைக்க தொழிலாளர்கள் கண்டிப்பாக நுகர வேண்டிய சரக்குகளை அவர்கள் வாங்குவதினின்றும் இச்சூழல் தடுத்து விடும்.'

'அதைச் சரியாகப் புரிந்துகொண்டு விட்டீர்கள். என்னுடைய *உபரி மதிப்புக் கோட்பாடுகள்* என்ற நூலிலும், மூன்று தொகுதிகள் கொண்ட என்னுடைய மிக முக்கிய நூலான *மூலதனத்தின்* சில பகுதிகளிலும்

மார்க்ஸும் ஹென்றி ஃபோர்டும்

பொருள்கள் தொழிலாளர்களுக்குத் தேவைப்படுவதையும் மீறி - தங்களுடைய குறைவான ஊதியத்தில் அவர்களால் வாங்கமுடியாத பொருள்கள் அவை - அவை தேங்கிப் போய்விடுகின்றன என்பதை மார்க்ஸ் உணர்கிறார். 'தாங்கள் உற்பத்தி செய்த பொருள்களைத் தாங்களே வாங்குவதினின்று பெருவாரியான தொழிலாளர்கள் விலக்கி வைக்கப்படுகிறார்கள்.'

மார்க்ஸ் சொன்ன உண்மையைப் புரிந்துகொண்ட ஹென்றி ஃபோர்ட், தன்னுடைய கார்களைத் தன்னுடைய தொழிலாளர்கள் வாங்க இயல வேண்டுமென்று நாளொன்றுக்கு 5 டாலர்கள் அவர்களுடைய ஊதியத்தை ஏற்றிக் கொடுத்தார்.

இதைப்பற்றி முழுமையாக எழுதியிருக்கிறேன். இரண்டாவது நூலில் முதலாளித்துவத்தின் நெருக்கடிகள் மீது கவனம் குவிக்கிறேன். போதுமான அளவுக்கு தேவை இல்லாததால் அமைப்பு முறை தளர்வடைவது பற்றிய என் கவனம், அமெரிக்காவிலோ அல்லது வளர்ந்துவரும் நாடுகளிலோ பொருள்கள் குறித்த விருப்பமோ அல்லது தேவையோ தொழிலாளர்களுக்கு இல்லை என்பதால் அல்ல. சீனா போன்ற உயர் வளர்ச்சிப் பொருளாதாரம் கொண்ட நாடுகளிலுள்ள லட்சக்கணக்கானவர்கள் அப்பொருள்களை வாங்கும் அளவுக்கு பணம் படைத்தவர்கள் அல்லர் என்பதால்தான். தங்கள் கைவசம் உள்ள எல்லா உபாயங்களையும் பயன்படுத்தி நிறுவனங்கள் குறைந்த அளவில் ஊதியம் அளிப்பது லாபத்தைப் பெருக்கவே. உலகமயமாதல் என்பதும், உலக முதலாளித்துவம் என்பதும் இதுதான்; இது முதலாளித் துவம் தன்னைத்தானே அழித்துக்கொள்வதற்கு வழிவகுக்கும் ஒன்று. முதலாளித்துவத்தின் மாற்றவே முடியாத இன்னொரு எதார்த்தத்தை யும் குறைவான ஊதியம் பிரதிபலிக்கிறது.'

'அது என்ன?' என்று கேட்டேன். அமெரிக்காவின் தற்போதைய, மற்றும் வரப்போகும் நெருக்கடிகளின் மையத்தை நான் புரிந்துகொள்ள வேண்டும் என்று ஆவி விரும்புவதை உணர்ந்தேன்.

'தேங்கிப்போய்விட்ட ஊதியத்தோடும் முதலாளித்துவத்துக்கே உரிய உள்ளியல்பானவற்றோடும் தொடர்புடையது அது. அதன் முழு பயங்கரப் பரிமாணங்களோடு அமெரிக்காவில் இப்போது அதை நீங்கள் பார்த்துக் கொண்டிருக்கிறீர்கள். தவிர்க்க இயலாமல் வளர்ந்துவிட்ட வேலையற்றவர்களின் எண்ணிக்கை குறித்து நான் பேசிக்கொண்டிருக்கிறேன். அதற்கு நான் ''தொழிற்சாலைகளுக்கானக் கையிருப்புப் படை'' என்று பெயரிட்டுள்ளேன். 2008 தொடங்கி 2011 வரை அமெரிக்காவில் அது 10 சதவீதத்தை ஒட்டி இருந்தது; அதாவது, 15 மில்லியன் வேலையற்ற அமெரிக்கத் தொழிலாளர்கள் உள்ளார்கள் என்று அதற்கு அர்த்தம்; அமெரிக்க நகரங்களில் இந்த எண்ணிக்கை இன்னும் அதிகம். பல முறை முயன்றும் வேலை கிடைக்காத விரக்தியில் வேலை தேடுவதையே விட்டுவிட்டவர்கள், தங்களுடைய தகுதிக்குக் கீழான வேலையில் இருப்பவர்கள், தற்காலிக வேலையில் இருப்பவர்கள் ஆகியோரைக் கணக்கில் எடுத்துக்கொண்டால் இந்த எண்னிக்கை தேசிய அளவில் 20 சதவீதத்தை எட்டிவிடும். அமெரிக்க மக்கள் தொகையில் பெரும்பகுதியானவர்களை ''மிகையானவர்கள்'' என்று சொல்லி ''மனித எந்திரங்களாலோ அல்லது வெளிநாட்டுத் தொழிலாளர் களாலோ அவர்களைப் பதிலீடு செய்துவிட்டு, தங்களுடைய சொந்த செல்வத்தையும், வருமானத்தையும் பெருக்கிக்கொள்ள முடியும்'' என்று பெரு வணிக நிறுவனங்களின் தலைவர்கள் எண்ணுவதே அமெரிக்க முதலாளித்துவத்தின் நேர்மையற்ற ரகசியம். கையிருப்புப்

படையினரின் வாழ்க்கை துயரம் நிரம்பியது; சாப்பாட்டு மேஜையில் வைக்க அவர்களிடம் உணவு இல்லாதது மட்டுமல்ல, சுய மதிப்பையும், சமூக உறவுகளையும் அவர்கள் இழந்து நிற்கிறார்கள். தொழிலாளர்கள் பலரை வீட்டுக்கு அனுப்புவதோடு, இருப்பவர்களின் நன்றி உணர்வைச் சுரண்டும் விதமாக அவர்களிடமிருந்து கூடுதல் வேலையையும் வாங்குவதால் முதலளித்துவவாதிகள் லாபம் அடைகிறார்கள்; இதன் காரணமாக கையிருப்புப் படை அளவில் பெரிதாகிறது. கையிருப்புப் படை விரிவடைவதால் ஊதியம் சுருங்குகிறது. பொருள்களை வாங்கு வதன் மூலம் பொருளாதாரத்தை நிலைக்க வைக்கும் தங்கள் திறனை, கூடுதல் வேலை செய்பவர்கள் மற்றும் தங்கள் தகுதிக்குக் கீழான வேலை செய்பவர்கள் ஆகிய இரண்டு சாராருமே இழக்கிறார்கள்; இதைத்தான் நீங்கள் தற்போது பார்க்கிறீர்கள்.'

கையிருப்புப் படை

'உழைக்கும் மக்கள் தொகையின் ஒரு பகுதியை வேலையற்றவர்களாகவோ, அவர்களின் தகுதிக்குக் கீழான வேலை செய்பவர்களாகவோ தொடர்ந்து மாற்றுவதைச் சார்ந்தே நவீன தொழில் துறையின் முழு இயக்கமே இருக்கிறது... வேலையற்றவர்களின் கையிருப்புப் படை பெருகி வளர்கிறது... உழைக்கும் வர்க்கத்தின் ஒரு பகுதியிடமிருந்து கூடுதலாக வேலை வாங்குவதன் மூலம் இன்னொரு பகுதியைத் திணிக்கப்பட்ட வேலையின்மைக்குள் தள்ளுவது – இதை வரிசை மாற்றிச் சொன்னாலும் சரியே – தனிப்பட்ட முதலாளித்துவ வாதிகளை மேலும் செல்வந்தர்களாக ஆக்குவதற்கும் அதே சமயம் தொழிற்சாலைகளுக்கான கையிருப்புப் படையின் பெருக்கத்தைத் துரிதப்படுத்துவதற்கும் ஓர் உபாயமாக மாறுகிறது...' என்று மார்க்ஸ் எழுதுகிறார்.

வேலையற்றவர்களின் அதிகாரப்பூர்வ எண்ணிக்கையைவிட 'கையிருப்புப் படை' இன்னும் பெரிது. கணக்கெடுப்பில் வராத வேலையற்றவர்கள், பலமுறை முயன்றும் வேலை கிடைக்காத விரக்தியில் வேலை தேடுவதையே விட்டுவிட்டவர்கள், தங்கள் தகுதிக்குக் கீழான வேலையில் இருப்பவர்கள், பகுதி நேர வேலையில் இருந்துகொண்டே முழுநேர வேலை தேடுபவர்கள் ஆகியோரை அரசின் கணக்கெடுப்பு கவனத்தில் கொள்வதில்லை. ஜூன் 2009க்கான கணக்கை நீங்களே போட்டுக்கொள்ளுங்கள்:

- அதிகாரப்பூரவமாக வேலையற்றவர்கள்: 14 மில்லியன்
- கணக்கெடுப்பில் வராத வேலையற்றவர்கள்: 6.5 மில்லியன்
- தங்கள் தகுதிக்குக் கீழான வேலையில் இருப்பவர்கள்: 9 மில்லியன்
- மொத்த வேலையற்றவர்கள்: 28.5 மில்லியன்
- வேலைவாய்ப்பின்மையின் உண்மையான வீதம்: 20 சதவீதம்

'ஆக, உண்மையான பொருளாதார நிலையில் நிகழும் வேலை வாய்ப்பின்மை, குறைந்த ஊதியம், தேங்கிப்போதல் ஆகியவை, பெரும் வணிக நிறுவனங்களை நிதிசார்ந்த வணிக நடவடிக்கை களின் தீய நெறிகளுக்குள் இடமாற்றம் செய்கின்றன; அங்கே, அவை

மற்றவர்களின் பணத்தில் சூதாடி பணத்தைச் சம்பாதிக்கின்றன; ஏற்கனவே சிக்கலில் மாட்டியுள்ள தொழிலாளர்களுக்கு [குழந்தைகளுக்கு] மிட்டாயைக் கொடுப்பதுபோல கடனைக் கொடுத்து சம்பாதிக்கின்றன. வேலையற்றவர்களும் குறைந்த ஊதியம் பெறுபவர்களும் பெரும் கடனில் மூழ்கி, இறுதியில் செலவழிக்கவே பயந்து போகும் நிலையில் கடை வீதிகள் [வியாபார நடவடிக்கைகள் இன்றி] தேங்கிப் போகின்றன. வேலை இழப்போ, நிரந்தரமான குறைந்த ஊதியமோ தங்களைத் திவாலாக்கிவிடும் என்று தொழிலாளர்கள் பயப்படுகிறார்கள்.'

'சரி,' என்று மார்க்ஸ் ஒத்துக்கொண்டார்; மந்தமான ஆனால் தெளிவாகப் புரிந்துகொள்ளும் மாணவனைப்போலத் தோன்றிய என்மீது மன நிறைவு அடைந்தார்.

ஆவி தொடர்ந்தது: 'வேலை வாய்ப்பற்ற மீண்டெழல்களும், ஊதிய முரண்நிலையும் தவிர்க்க இயலாமல் *நிதிமயமாக்கல்**, *ஊக வணிகம், கடன் தொடர்பான நெருக்கடிகள்* ஆகியவற்றுக்கு இட்டுச்செல்லும்; கடுமையான முதலாளித்துவ நெருக்கடிகளுடைய இரண்டாவது முக்கியக் கூறு இந்த நிகழ்வுகள். உங்கள் நாட்டில் 2008இல் நிகழ்ந்த பங்குச் சந்தை வீழ்ச்சி இவற்றின் மிகச் சிறந்த மாதிரி. நிதிச் சேவைகளை வழங்குபவையாக, குடிகார மாலுமிகளைப் போல ஆபத்தான பிணையங்களை பரஸ்பரம் கொடுத்து வாங்கிக் கொள்பவையாக, நிதி தொடர்பான ஆபத்தான ஆவணங்களை வைத்து எந்தவித மரியாதையுமின்றி சூதாடுபவையாக, தாங்கள் ஒருபோதும் திருப்பிச் செலுத்த முடியாத கடனில் மூழ்கும்படி தொழிலாளர்களைக் கவர்ந்து இழுப்பவையாக வணிக நிறுவனங்கள் மாறின. இவைபோன்ற தீய நெறிகளுக்குள் மக்களைக் கவர்ந்திழுக்கும் செயல்பாடுகளில், அபத்தமான, கட்டுப்பாடில்லாத

பங்குச்சந்தை நெருக்கடியை மார்க்ஸ் எதிர்பார்க்கிறார்

'பங்குச்சந்தை லாப வேட்டையில் [stock jobbing - ஒரு தரகரிடமிருந்து பங்குகளை வாங்கி இன்னொரு தரகருக்கு விற்கும் செயல்] ஒவ்வொரு முறை ஏமாற்று நடக்கும்போதும் ஏதாவதொரு சமயத்தில் வீழ்ச்சி வரும் என்பது எல்லாருக்கும் தெரிந்ததே; ஆனால், ஒவ்வொருவரும் தங்கக் கட்டிகளைச் சம்பாதித்து அவற்றைப் பாதுகாப்பாக வைத்துவிட்டு, அடுத்தவர் தலையில் வீழ்ச்சி இறங்கும் என்று நம்புகின்றனர். 'ஊழிப் பெருவெள்ளம் எனக்குப் பிறகு வரட்டும்' ['அது வரட்டும்; அதனால் எனக்குப் பாதிப்பில்லை; நான்தான் இருக்க மாட்டேனே' என்ற விரிந்த பொருள் தரும் ஃப்ரெஞ்ச் வாசகம்] என்பதே ஒவ்வொரு முதலாளித்துவ வாதியின், ஒவ்வொரு முதலாளித்துவ நாட்டின் தாரக மந்திரம்.'

* financialization - வணிகம், சரக்கு உற்பத்தி ஆகியவை மூலமாக அல்லாமல், நிதி நிறுவனங்கள் சார்ந்த நடவடிக்கைகள் - உ.ம். வீடு வாங்க, கார் வாங்க என்று கடன்களைத் தாராளமாக வழங்குவது - மூலமாக லாபத்தையும் அதன் மூலமாக முதலீட்டையும் பெருக்குவது என்ற செயல்பாடு. (மொ-ர்)

பற்று அட்டைக் [credit card] கடன்களும், இவற்றைவிடக் கூடுதலாக கட்டுப்பாடில்லாத - பெரிதும் மோசடியான - வீட்டுக்கடன் வழங்கலும், அடமானக் கடன் வழங்கலும் உள்ளடங்கி இருந்தன. வீட்டுக் கடனைத் திருப்பிச் செலுத்த முடியாததால் அடமானம் வைக்கப்பட்ட வீட்டைக் கடன் கொடுத்த வங்கியே எடுத்துக்கொள்வதால் தொழிலாளர்கள் திவாலாதல் என்ற நிலைகளுக்குத் தள்ளப்பட்டனர்; மதிப்பில்லாத அடமான சொத்துகளே வங்கிகளுக்கு மிச்சமாயின.'

'ஆக, முதலாளித்துவத்தின் தவிர்க்க இயலாத விளைவாகப் பிரதான வர்த்தகப் பிரதேசத்தின் தேக்கமும், பிரதான வர்த்தகப் பிரதேசத் தேக்கத்தின் தவிர்க்க இயலாத விளைவாக லாபங்களைத் தூக்கி நிறுத்த மேற்கொள்ளப்பட்ட நிதி நிறுவனத் திட்டமும், இந்தத் திட்டத்தின் தவிர்க்க இயலாத இறுதி விளைவாக 2008ஆம் ஆண்டு பங்குச்சந்தையில் நடந்த உள்வெடிப்பும் ஒன்றுக்கொன்று தொடர்புடையவையாக நிகழ்ந்தன. இனி வரப்போகும் நிகழ்வுகளுக்கு இவை வெறும் தொடக்கம்தானா?'

'ஆம்,' என்று சொல்லி ஆவி ஆமோதித்தது. 'எதிர்கால இருபத்தோராம் நூற்றாண்டுப் பொருளாதார நெருக்கடிகள் நிகழும் முறைக்கு இது மாதிரி; தேங்கிப்போன 'உண்மையான பொருளாதாரம்' மற்றும் கண்டு உணரக்கூடிய பொருள்களுக்குப் பதிலாகக் காகிதப் பணத்தின் மீது கட்டப்பட்ட நேர்மையற்ற, நிதிமயமாக்கப்பட்டப் பொருளாதாரம் ஆகியவற்றிலிருந்து முளைத்தெழும் நெருக்கடிகள் அவை. பொதுக் கடனையும், தனி நபர் கடனையும் தொடர்ந்து திருப்பிச் செலுத்த முடியாத நிலையை நிதிமயமாக்கப்பட்டப் பொருளாதாரம் உருவாக்குகிறது. தான் தொடர்ந்து இருக்க, அமைப்பு முறை தன்னைத் தானே திவாலாக்கிக்கொள்ள வேண்டும்.'

'நீங்கள் சொல்கின்ற பலவும் புரிகிறது,' என்றேன். 'ஆனாலும், ஒரு விஷயம். அதாவது, முதலாளித்துவம் தேங்கிப்போய், நீண்டகால நெருக்கடியின் துயரங்களில் சிக்கி முடிவுக்கு வந்தாக வேண்டும் என்ற இந்தக் கருத்து வரலாற்றை உறுதிப்படுத்துவதற்கு மாறாக அதைப் புறக்கணிக்கிறது என்று எனக்குத் தோன்றுகிறது. இதில் நீங்கள் என்னைத் திருப்தியுறச் செய்யவில்லை. பெரும் மந்தநிலைக் காலத்தின்போது நடந்ததுபோல, பயனுள்ள வகையில் மேற்கொள்ளப்படும் அரசின் செலவினமும், செயல்முறையை நல்ல விதத்தில் ஒழுங்குபடுத்தலும் இந்த நெருக்கடிகளைத் தீர்க்க முதலாளித்துவத்துக்கு உதவ முடியும்.'

'கொஞ்சம் முன்பு நான் சொன்னது போல, இரண்டாம் உலகப் போர்தான் மந்தநிலையிலிருந்து கடைசியில் அமெரிக்காவைக் காப்பாற்றியது; இப்போதைய பொருளாதாரத்தை நிலைநிறுத்த இன்னும் அதிக நஷ்டத்தை ஏற்படுத்தும், இன்னும் அதிகமான ஆபத்தை

முதலாளித்துவ நெருக்கடிகள் குறித்த மார்க்ஸின் மையக் கருத்து

1. முதலாளித்துவம் உறுதியான சுய அழிவுக்கு உட்பட்டது.
2. தொழிலாளர்களுக்கு எதிரான வர்க்கப் போரினாலும், முதலாளித்துவச் சந்தைகள் முழு வளர்ச்சியை அடைந்து புது வாடிக்கையாளர்களைப் பெறமுடியாமல் போவதால் தொழில்நுட்பம், லாபம், தொழிலாளர்களின் ஊதியம் ஆகியவற்றில் ஏற்படும் தவிர்க்க இயலாததும் கடுமையானதுமான தேங்கிப்போதலாலும் இந்த சுய அழிவு ஏற்படும்.
3. உண்மையான சரக்குகளை உற்பத்தி செய்வதன் மூலமும், உண்மையான சேவைகளை மேற்கொள்வதன் மூலமும் வணிகத்துக்கு எப்போது லாபம் குறைந்துகொண்டே போகிறதோ அப்போது தேங்கிப்போதல் நிகழ்கிறது; இது 'உண்மையான பொருளாதார'த்தில் ஏற்படும் தேக்கநிலைகளுக்கு இட்டுச் செல்கிறது.
4. தேங்கிப்போதல் நிதிமயமாக்கலுக்கு போய்ச் சேர்கிறது. காரணம், உண்மையான சரக்குகளை உற்பத்தி செய்வதன் மூலம் சம்பாதிக்க முடியாத பணத்தை நிதி சார்ந்த திட்டங்களில் சம்பாதிக்க வணிக நிறுவனங்கள் முற்படுகின்றன.
5. நிதிமயமாக்கல், நிறுவனமயமாக்கப்பட்ட சூதாட்டத்துக்கு இட்டுச் செல்கிறது; இச் சூதாட்டம், ஏமாற்றுத் திட்டம் என்னும் உடைந்துபோகும் நீர்க்குமிழிகளை உருவாக்கி, நிதிசார்ந்த நெருக்கடிகளைத் தோற்றுவிக்கிறது.
6. இறுதியில் முதலாளித்துவ அமைப்பு முறையை வலுவிழக்கச் செய்யப் போகும் இந்த நெருக்கடிகளை எவற்றாலும் தடுக்க முடியாது; அது தன் சவக்குழியைத் தானே தோண்டிக் கொள்கிறது.

உண்டாக்கும் போர்கள் தேவைப்படும்.' முதலாளித்துவத்தின் வீழ்ச்சி குறித்த என்னுடைய சந்தேகம் ஆவியை எரிச்சலடைய செய்திருப்பது தெளிவாகத் தெரிந்தது. 'நான் நினைத்ததைவிடவும் அதிகமாக டீனாவை உங்கள் மனதில் உருவேற்றியிருக்கிறார்கள் என்று தோன்றுகிறது.'

'இல்லை,' என்றேன். 'முதலாளித்துவத்தின் வீழ்ச்சியை நீங்கள் நிரூபிக்கவில்லை என்றுதான் நினைக்கிறேன். டீனாவை நான் நம்ப வில்லை. ஆனால், மொத்த முதலாளித்துவ அமைப்பு முறையையும் ஒரு நெருக்கடி விரைவில் அகற்றிவிடும் என்று நான் திடமாக எண்ணு கிறேன் என்று அதற்கு அர்த்தமில்லை.'

நாங்கள் இரண்டு பேரும் ஒரு இக்கட்டான நிலைக்கு வந்திருந்தோம்; இருவரும் திடீரென்று அமைதியானோம். மார்க்ஸின் ஆவியை ஸ்தம்பித்துப்போக வைத்துவிட்டோம் என்று நான் கொஞ்சம் கர்வப்பட்டேன்.

25

ஜான் மெய்னார்ட் கெய்ன்ஸ் என்ற இன்னொரு ஆவி உரையாடலில் சேர்ந்துகொள்கிறது

சூரியன் மறைந்துகொண்டிருந்த அந்தத் தருணத்தில் காற்றின் சரசர ஒலி அதிகமாவதைக் கேட்டேன். என்னைச் சுற்றி படபடவென ஓர் இயக்கம் ஏற்பட்டதைப் போலத் தோன்றியது. இதற்கு முன் நான் கேட்டிராத ஒரு குரலைக் கேட்டேன்.

'கார்ல், இந்த மனிதருக்கு ஒரு வாய்ப்பு கொடுங்கள்,' என்றது அந்தக் குரல். புதிய, இன்னும் மிடுக்கான, இன்னும் நேர்த்தியான ஓர் ஆவியின் வரைகோட்டைத் திடீரென்று பார்த்தேன். கொஞ்சம் ஆமோதிக்கும் தோரணையில் அது என்னைக் கூர்ந்து பார்ப்பதாகத் தோன்றியது. 'அவர் சொல்வது சரிதான், தெரியுமா? சாவின் வாயிலில் நிற்கும் முதலாளித்துவம் பற்றியே எப்போதும் நீங்கள் பேசிக்கொண்டிருக்கிறீர்கள். நான் தெளிவாக சொன்னதை நீங்கள் ஒருபோதும் புரிந்து கொள்ளவில்லை: அதாவது, அரசியலும் கோட்பாடும் சரியான கலவையில் இருந்தால் முதலாளித்துவத்தால், அமெரிக்க பாணி முதலாளித்துவமும் உள்ளிட்டு, தொடர்ந்து வாழ்ந்து செழித்து வளரவும் முடியும்.'

மார்க்ஸின் ஆவி உடனடியாக எதிர்வினை புரிந்தது. 'ஜான் மெய்னார்ட், என்னைவிட அதிகம் உடைந்த இசைத்தட்டாக நீங்கள் இருக்கிறீர்கள்; உங்களுடைய கருத்துகள் எப்படி முதலாளித்துவத்தைக் காப்பாற்றியது என்பது பற்றியும், அரசியல்வாதிகள், குறிப்பாக அமெரிக்காவில், நீங்கள் சொல்வதைக் கூர்ந்து கவனித்தால் தொடர்ந்து முதலாளித்துவத்தைக் காப்பாற்றும் பணியில் இருப்பீர்கள் என்பது

தாராளமயப் பொருளியலின் ஆவி கெய்ன்ஸின் ஆவியும், மார்க்ஸின் ஆவியும் முடிவே இல்லாமல் விவாதித்துக் கொண்டிருப்பார்கள். மிதச்சீர்திருத்த வாதிகளுக்கும், இடதுசாரிகளுக்கும் இடையே நடக்கும் விவாதம் அது. முதலாளித்துவத்தில் உள்ள கடும் குறைபாடுகளை இரண்டு பேருமே பார்த்தாலும், கெய்ன்ஸ் அதை அதனிடமிருந்தே காப்பாற்ற விரும்பினார்; மார்க்ஸ் அதை அதன் சுய அழிவுக்கே விட்டுவிட விரும்பினார். இந்த இரண்டு ஆவிகளும் விவாதிப்பதை மற்ற ஆவிகள் கவனித்துக்கொண்டிருந்தன.

பற்றியும் எப்பொழுது பார்த்தாலும் பேசிக் கொண்டிருக்கிறீர்கள். நீங்கள் எப்போதும் பெரும் கவன ஈர்ப்பாளராக இருக் கிறீர்கள்.'

தாராளமய கெய்னீஸியப் பொருளாதாரக் கருத்துக்குழுவை வளர்த்தெடுத்த பிரபல பிரிட்டிஷ் பொருளாதார நிபுணரான ஜான் மெய்னார்ட் கெய்ன்ஸ்தான் இந்த இரண்டாவது ஆவி என்பதை நான் அப்போது உணர்ந்தேன். அமெரிக்காவை பெரும் மந்தநிலையிலிருந்து மீட்க உதவிய புது சமூகப் பொருளாதார ஏற்பாடு தொடர்பான கொள்கைகளுக்குக்* கோட்பாட்டு அடிப்படையை வழங்கியவர் கெய்ன்ஸ். இருபதாம் நூற்றாண்டின் மிக முக்கியப் பொருளாதார நிபுணர் என்று பலராலும் கருதப்படுபவர். இன்றைய தேக்கநிலையிலிருந்து அமெரிக்காவை மீட்டெடுக்க அவருடைய கொள்கைகளால் மட்டுமே முடியும் என்று பலரும் நம்புகிறார்கள்.

'கார்ல், ஈயத்தைப் பார்த்து பித்தளை சிரித்த கதையாக இருக்கிறது நீங்கள் சொல்வது,' என்றது கெய்ன்ஸின் ஆவி. இந்த இரண்டு ஆவிகள் ஈடுபட்டிருந்த விவாதம், பெண்களுக்கிடையேயான சண்டை போல இருந்ததாக எனக்குத் தோன்றியது. பிறகு, பெரும் படபடப்பு நிரம்பிய இயக்கத்தையும், அலையென வந்த ஆவியுலகச் சிரிப்பெனத் தோன்றியதையும் நான் கேட்டேன். திகைத்துப்போன நான், சுற்றியும் பார்த்தேன்; மாய உருக்கள் எனத் தோன்றிய நூற்றுக்கணக்கானவற்றை நான் திடீரென்று பார்த்தேன். மார்க்ஸுக்கும், கெய்ன்ஸுக்கும் இடையே நடக்கும் இந்தப் பெரும் விவாதத்தைக் கவனிக்க கல்லறை ஆவிகள் பலவும் பல்வேறு கல்லறைக் கற்கள் மீது [பறவைகளைப்போல] அமர்ந்திருந்ததைப் புரிந்துகொண்டேன்; ஆல்ஃப்ரெட் ஹிச்காக்கின் திரைப்படமான *The Birds*இல் வரும் பெரும் பறவைக் கூட்டத்தைப் போல அவை இருந்தன. நான் பார்த்தவற்றிலேயே மிக விசித்திரமான காட்சி அது; உன்னிப்பாகக் கவனிக்கிற திரவத் துளிகள் போன்ற ஆவிகளின் கூட்டம். ஒருவேளை இப்படியான உரையாடல்கள் அன்றாடம் நடக்கின்றனவோ, என்னவோ?

* New Deal Policies - **1930**களில் உண்டான பெரும் மந்தநிலையிலிருந்து அமெரிக்கா மீள வகுக்கப்பட்ட சமூக-பொருளாதார ஏற்பாடுகள். ஏழைகளுக்கு நிவாரணம், பொருளாதார மந்தநிலையிலிருந்து மீட்சி, பொருளாதார அமைப்பில் சீர்திருத்தம் என்ற மூன்றையும் அடிப்படைகளாகக் கொண்ட ஏற்பாடு அது. (மொ-ர்)

கெய்ன்சின் ஆவி தொடர்ந்தது: 'முதலாளித்துவம் எப்போதும் கடும் நெருக்கடிகளுக்கு ஆளாகும் தன்மை உடையது என்பது உண்மைதான். பெரும் மந்தநிலைக் காலத்தில் நான் வாழ்ந்திருக்கிறேன்; உங்களைவிட முதலாளித்துவ நெருக்கடிகளை நான் நன்கு அறிந்தவன். அவற்றின் தீவிரத்தை நான் ஒருபோதும் மறுத்த தில்லை; அவற்றிலிருந்து மீட்சிக்கு வழியே இல்லை என்ற உங்களுடைய அபத்தமான கருத்தைத்தான் நான் மறுக்கிறேன். செல்லுபடியாகும் தீர்வுகளை நான் பரிந்துரைத்தேன்.'

ஒரு விஷயத்தில் மார்க்ஸும் கெய்ன்ஸும் ஒத்துப்போகிறார்கள்

முதலாளித்துவம் திரும்பத் திரும்பக் கடுமையான நெருக்கடிகளுக்கு ஆளாகிறது என்பதில் மார்க்ஸும், கெய்ன்ஸும் ஒத்துப்போகிறார்கள். 1930இல் பெரும் மந்தநிலை பற்றி கெய்ன்ஸ் பின்வருமாறு எழுதினார்: 'நாம் புரிந்துகொள்ளாத, மென்மையான செயல்பாட்டு முறை உடைய ஓர் எந்திரத்தைக் கட்டுப்படுத்துவதில் தவறு செய்ததன் காரணமாக பிரம்மாண்டமான குளறுபடி ஒன்றில் நாம் மாட்டிக்கொண்டுள்ளோம். இதன் விளைவு, செல்வம் சேர்ப்பதற்கான நமது சாத்தியங்கள் கொஞ்ச காலத்துக்கு - நீண்ட காலத்துக்குக்கூட இருக்கலாம் - வீணாகிப் போகலாம்.'

'மீட்சி வரலாம், ஆனால் நெருக்கடிகள் முற்றுகின்றன. இறுதியான, மரணத்துக்கு இட்டுச் செல்லும் நெருக்கடி ஒன்று வரும் என்பதை சூழ்நிலைகள் உறுதிப்படுத்துகின்றன,' என்று மார்க்ஸின் ஆவி வலியுறுத்தியது. 'ஆனால், மிகக் கடுமையான நெருக்கடி என்று கருதப் படும் பெரும் மந்தநிலைக் காலத்தில் நான் சொன்னது சரியென்றும், நீங்கள் சொன்னது தவறென்றும் ஃப்ரேங்க்ளின் டி. ரூஸ்வெல்ட் [*(1882-1945)* அமெரிக்கக் குடியரசுத் தலைவர் *(1933-45)*] நிரூபித்தார்,' என்று கெய்ன்ஸின் ஆவி மழுப்பாமல் சொன்னது. 'கடன் கொடுப்பவர்கள் ஊக வணிகம் என்ற சூதாட்டத்தில் ஈடுபட்டார்கள்; பல மில்லியன் வேலைவாய்ப்புகள் பறிபோயின; ஊதியம் குறைந்தது; நுகர்வோரின் தேவை குறித்த அமைப்பு முறையில் நெருக்கடி ஏற்பட்டது என்பதெல்லாம் உண்மைதான். ஆனால், ரூஸ்வெல்ட்டும் அவருடைய ஆலோசகர்களும் அரசுப் பணத்தில் பல மில்லியன் டாலர்களை செலவழித்து நேரடியாக அமெரிக்கர்களை மீண்டும் பணியில் அமர்த்தியதால் மீட்சி நிகழ்ந்தது. அவர்கள் வங்கிகளை ஒழுங்கு படுத்தினார்கள்; தொழிலாளர்கள் தங்களுடைய வீடுகளிலேயே தங்க உதவி செய்தார்கள். ஊதியத்தை அதிகரிக்க வேண்டி தொழிலாளர் இயக்கத்தைக் கட்ட உதவினார்கள். ஊதிய முரணைத் தீர்ப்பதிலும் பொருளாதாரத்தை அழிவின் விளிம்புக்குக் கொண்டு சென்ற நிதிச் சூதாட்டத்தைத் தடுப்பதிலும் மேற்சொன்னவை வெற்றிபெற்றன. நான் முன்னறிவித்தது போலவே அவை முதலாளித்துவத்தைக் காப்பாற்றின.'

கெய்ன்ஸின் முக்கியக் கருதுகோள்கள்

1. முதலாளித்துவமே மிகச் சிறந்த பொருளாதார அமைப்பு முறை.
2. ஆனால், அது தவிர்க்க இயலாத வகையில் நிதிசார்ந்த மற்றும் பொருளாதார நெருக்கடிகளின் தொல்லைகளுக்கு ஆளாகும்.
3. சரக்குகளுக்கும், சேவைகளுக்கும் போதுமான அளவில் தேவை திரும்பத் திரும்ப இல்லாமற் போவதாலும், கடன் கொடுப்பவர்களின் பகுத்தறிவற்ற தன்மையாலும் பேராசையாலும் இந்த நெருக்கடிகள் உண்டாகின்றன.
4. போதுமான அளவில் தேவையையும், முழு வேலைவாய்ப்பையும் உறுதி செய்யும் விதமாக செயல் கிளர்ச்சியை ஊட்டுதல் மற்றும் ஒழுங்குபடுத்தல் மூலமாக அரசு மட்டுமே முதலாளித்துவ நெருக்கடிகளைத் தீர்க்க முடியும்.
5. முதலாளித்துவத்தைக் காப்பாற்றுவதும் அதை மேலும் நியாயபூர்வமானதாகவும் நீடித்திருப்பதாகவும் ஆக்குவதே அரசின் பங்கு.

‘இரண்டாம் உலகப் போர் வரை பொருளாதாரம் உண்மையில் மீண்டெழவில்லை என்பதை நீங்கள் மறந்து போகிறீர்கள். உங்களுடைய எல்லா கொள்கைகளும் உரிய பயன்பாட்டில் இருந்தும்கூட, உலகப்போர் நிகழ்ந்திருக்காவிட்டால் முதலாளித்துவம் வீழ்ச்சியடைந்திருக்கும்.’

‘கிடையாது’ என்று கெய்ன்சின் ஆவி கடுப்புடன் சொன்னது. ‘மீண்டெழல் கொஞ்சம் மெதுவாக வேண்டுமானால் நடந்திருக்கும்; உலகப்போருக்கு முன்பாகவே முதலாளித்துவம் மீட்சியை அடைந்து கொண்டுதானிருந்தது. போருக்குப் பிறகு சிவில் திட்டப்பணிகளுக்கு ஒதுக்கப்பட்ட செலவினங்களும்கூட உண்மையில் மீண்டெழலுக்குக் கிரியா ஊக்கியாக செயல்பட்டன.’

‘போர் நடந்திருக்கவிட்டால் அமைப்பு முறையே முழுக்கவும் சிதைந்திருக்கும்’ என்று மார்க்ஸின் ஆவி அழுத்தமாக சொன்னது. ‘உங்கள் அணுகுமுறையில் முதலாளித்துவத்தைக் காப்பாற்றுவது என்பது ‘ராணுவ கெய்னீஸிய’த்தைக் கைக்கொள்வது என்று அர்த்தம்; குறிப்பாக,

ராணுவ கெய்னீஸியம்

அமெரிக்காவில் உள்ள அரசு மிகப் பெரியது. தன்னுடைய மக்கள் மீதும், நாட்டின் பொருளாதாரத்தின் மீதும் மிக அதீத கட்டுப்பாட்டைக் கொண்ட அமெரிக்க அரசின் [Big Government] மையமாக பென்டகன் [ராணுவத் தலைமையகம்] உள்ளது. ராணுவ செலவினத்தைப் ‘பின் கதவு’ [நாணயமற்ற] சோஷலிசம் என்று மார்க்ஸ் பார்க்கிறார்; ஏனென்றால், பொருளாதாரத்தை ஊக்குவிக்கவும், நீடித்து நிலைக்க வைக்கவும் அரசு கைக்கொள்ளும் பிரதான வழி அதுதான். மக்கள் மீது அதிகக் கட்டுப்பாடு கொண்டதாக அரசு இருப்பதைக் கண்டிக்கும் பழமைவாதிகள், பெரும் ராணுவம், (பெரும் சிறை அமைப்பு முறை, பெரும் வணிக நிறுவனங்களின் நலனைப் பாதுகாக்கும் அமைப்பு முறை) ஆகியவற்றை ஆதரிப்பதன் மூலம் திறமையற்றது, சோஷலிசம் சார்ந்தது என்று தாங்கள் வரையறை செய்யும் அதே அரசின் தீவிர ஆதரவாளர்களாக மாறுகிறார்கள்.

இது அமெரிக்காவுக்குப் பொருந்தும்; ஏனென்றால், அந்நாட்டில் ராணுவம் அல்லாத துறைகளுக்கு அரசு செலவிட்டால் அது சோஷலிசம் சார்ந்ததாகவும், முறைகேடானதாகவும் பார்க்கப்படுகிறது.'

'நான் இதை ஒத்துக் கொள்வேன். என்னுடைய நம்பிக்கையைப் பின்பற்றும் தலைவர்கள் ராணுவ செலவினத்தை ஒரு யுக்தியாக ஏற்றுக்கொள்வார்கள்; ஆனாலும், அது நான் விரும்பித் தேர்வு செய்யும் வடிவமல்ல' என்று பதில் சொன்னது கெய்ன்ஸின் ஆவி.

'ராணுவ கெய்னீஸியம் பேரிடருக்கான ஒரு சூத்திரம்; அதற்குத் தேவைப்படும் போர்கள் இறுதியில் முதலாளித்துவத்தைக் காப்பாற்று வதற்குப் பதிலாக அதை அழித்துவிடும். நீங்கள் இன்று ஈராக்கிலும், ஆஃப்கானிஸ்தானிலும் பார்த்துக்கொண்டிருக்கும் போர்கள் கிட்டத் தட்ட நாட்டைத் திவாலாக்கிக் கொண்டிருக்கின்றன; அதே சமயம், போரின் புதிய தொழில்நுட்பங்கள் நாகரிகத்தின் தொடர் இருப்பையே அச்சுறுத்தலுக்கு உள்ளாக்குகின்றன,' என்று ஏற்க மறுக்கும் குரலில் மார்க்சின் ஆவி பேசியது.

இரண்டு ஆவிகளும் இந்த உரையாடலில் நீண்ட நேரமாக ஈடுபட்டிருந்தன. இவற்றில் எது ஒன்றும் மற்றது சொன்னதை ஏற்கப் போவதில்லை. நான் சுற்றியும் பார்த்தபோது, என்னாலும், இந்த விவாதத்தாலும் களிப்படைந்த நூற்றுக்கணக்கான ஆவிகள் இன்னும் கவனித்துக் கொண்டிருந்ததைக் கண்டேன்.

26

மூன்றாவது ஆவியான ஹைமன் மின்ஸ்கி அரங்கத்தில் நுழைகிறார்

மூன்றாவது குரல் ஒன்று திடீரென்று பேசியது; 'கார்ல், ஜான் மெய்னார்ட்! இரண்டு பேரும் கூச்சல் போடுவதை நிறுத்தக்கூடாதா? நீங்கள் பேசுவதைக் கேட்கும் பிறருக்குத் தோன்றுவதுபோல அப்படி ஒன்றும் உங்களின் கருத்துகளுக்கிடையே அதிகம் வேறுபாடில்லை.'

இந்தக் கருத்தை அவர் என்னை நோக்கி சொன்னது போல இருந்தது. இருள் அதிகரித்துக்கொண்டிருந்ததால் இந்தப் புதிய ஆவியை

என்னால் தெளிவாகப் பார்க்க முடியவில்லை. ஆனால், நிச்சயமாக அவருடைய சிந்தனைப் போக்கில் எனக்கு ஆர்வம் இருந்தது.

மார்க்ஸ் இந்தப் புதிய மாய உருவைப் பார்த்தார். ஆச்சரியம் ஏதும் அடைந்தவராக அவர் தோன்றவில்லை. 'ஹைமன், எப்படி இருக்கிறீர்கள்? என்ன செய்தி?'

கெய்ன்ஸும் அவருக்கு இதமுடன் வந்தனம் தெரிவித்தார். 'மின்ஸ்கி, உங்களைப் பார்ப்பது மகிழ்ச்சியாக இருக்கிறது.'

முதலாளித்துவப் பொருளாதாரத்தில் நிதி சார்ந்த நிலையில்லாமையின் தீங்கு குறித்து நிகழப் போவதை முன்கூட்டியே சொல்லும் திறனுடன் இருபதாம் நூற்றாண்டின் பிற்பாதியில் எழுதிய சிறந்த கெய்ன்ஸியப் பொருளாதார நிபுணரான ஹைமன் மின்ஸ்கியின் ஆவி அது என்பதை நான் கண்டுகொண்டேன். பெரும் தேக்கநிலைக் காலத்தில், மின்ஸ்கியின் எழுத்து திடீரென்று மோஸ்தராக மாறியது; ஏனென்றால், நிதி சார்ந்து தற்காலிகமான இனிமை தரும் ஏமாற்றுத் திட்டங்கள் [நிதி சார்ந்த நீர்க்குமிழிகள் - பங்குச்சந்தை, வீட்டு வசதித் துறை போன்றவற்றில் ஊதிப் பெருக்கப்பட்ட மதிப்புகள்] தவிர்க்க இயலாமல் தோன்றும் என்பது பற்றியும், அவற்றை எவ்வாறு சரிசெய்வது என்பது பற்றியும் அவருடைய எழுத்து லேசர் கதிரைப்போல கவனம் குவித்தது.

முதலாளித்துவம் ஒரு பொன்ஸி திட்டம் என்ற வகையிலும் 'மின்ஸ்கி தருண'மும்

இறுதியில் தன்னையே [முதலாளித்துவத்தை] அழிக்கவல்ல பெரும் தேக்கநிலை போன்ற, எப்போதும் முடிவுறாத நிதிசார்ந்த பேரிடர்களை உண்டாக்கும் ஒரு பொன்ஸி திட்டமாக முதலாளித்துவம் தவிர்க்க இயலாமல் உருவெடுக்கும் என்று மின்ஸ்கி எழுதினார். 'நொடித்துப் போவது சாத்தியம்தான் என்பதை மக்கள் மறக்கும்போது, 'எல்லாம் நன்றாகத்தான் இருக்கிறது என்ற உணர்வு இறுதியில் வளர்கிறது; பெரும் நஷ்டத்தை ஏற்படுத்த வாய்ப்புள்ள [கடனைத் திருப்பிச் செலுத்த முடியாத] கடனாளிகளுடைய எண்ணிக்கையின் அதிகரிப்பு இந்தச் சூழலை மேலும் மோசமாக்குகிறது,' என்றார் அவர்.

கடன்கள் மூலம் முதலீடுகளை அதிகரிக்கும் உத்தியான பெரும் சூதாட்டப் பொருளாதாரம் [highly leveraged casino economy], மக்கள் தற்போது 'மின்ஸ்கி தருணம்' என்று அழைக்கும் நிகழ்வால் பாதிக்கப்படும் பலவீனத்தை அடையும். ஒரு நிறுவனத்தின் வீழ்ச்சி (2008இல் நடந்த லேமேன் பிரதர்ஸ் நிதி நிறுவனம் திவாலானதை உதாரணமாகக் கொள்ளலாம்) அமைப்பு முறையிலேயே ஒரு நெருக்கடியை உருவாக்கலாம்; இந்த நெருக்கடியான சூழலில், மக்கள் சந்தையில் நம்பிக்கை இழப்பார்கள்; தங்கள் கடன் பளுவைக் குறைப்பார்கள்; நிறுவனங்கள் தம் கடன்களை அடைக்க முயலும். கடன் வழங்கும் அமைப்பின் இயக்கம் நின்று போகும்; பெரிய வங்கிகள் கவிழும்; 'உண்மைப் பொருளாதாரம்' மொத்தமும் வீழ்ச்சியடையும்.

தன்னுடைய இரண்டு ஆவியுலக நண்பர்களைப் பார்த்து மின்ஸ்கியின் ஆவி சொன்னது: 'நிதி சார்ந்த நீர்க்குமிழிகள் மற்றும் நிதி சார்ந்த

நிலையில்லாமை ஆகியவற்றின் தாக்கம் குறித்த ஆய்விலேயே நான் என்னுடைய முழு பணிக்காலத்தைச் செலவிட்டேன் என்பதை நீங்கள் இருவரும் அறிவீர்கள். அப்படியான நீர்க்குமிழிகள் திரும்பத் திரும்ப ஏற்படுவதோடு அவை முதலாளித்துவத்தின் மரபணுவிலேயே உள்ளன என்று கார்லும் அவருடைய சீடர்களும் சொன்னது நிச்சயமாக சரியே. அவை அமைப்பு முறையில் பேரழிவை உண்டாக்குகின்றன. முதலாளித்துவத்தின் உள்ளியல்பாகவே இருக்கும் ஒரு வகை பொன்ஸி திட்டம்* அது.

'உங்களுடைய வாதங்கள் துல்லியமாக உள்ளன,' என்று வெளிப்படையான திருப்தி தொனிக்கும் குரலில் மார்க்ஸின் ஆவி சொன்னது. 'நிதி சார்ந்த நீர்க்குமிழிகளின் சாத்தியமின்மை பற்றியும், எல்லா முதலாளித்துவ சந்தைகளுக்கும் உள்ள தாமே சரிசெய்து கொள்ளும் திறன் பற்றியும் மில்டன் ஃப்ரீட்மன், ஆலன் க்ரீன்ஸ்பன் போன்ற நவ செவ்வியல் பொருளாதார நிபுணர்கள் சொன்னவை எல்லாவற்றோடும் உங்கள் வாதங்கள் முரண்படுகின்றன.'

'ஆனால், நிதி சார்ந்த நீர்க்குமிழிகளும், பொருளாதாரச் சரிவுகளும் நிச்சயமாக மந்தநிலையை உருவாக்க வேண்டும் என்பது இல்லை என்றும் முதலாளித்துவத்தை அவை அழித்துவிடும் என்பதற்கு வாய்ப்பே இல்லை என்றும் நான் தெளிவாக வாதிட்டேன்.

ஆலன் க்ரீன்ஸ்பன் குறைகளை ஒப்புக்கொள்கிறார்

'பொருளாதாரத்தை ஒழுங்குபடுத்த சுதந்திரமான, போட்டி நிறைந்த சந்தைகளே நிகரில்லாத வழி' என்ற தன்னுடைய கருத்து, தன்னைத் தெளிவாகச் சிந்திக்க இயலாமல் செய்துவிட்டதாகவும். 2008ஆம் ஆண்டு நிகழ்ந்த பங்குச் சந்தை வீழ்ச்சியை முன்கூட்டியே எதிர்பார்க்க இயலாமல் தடுத்துவிட்டதாகவும்' 2009இல் ஆலன் க்ரீன்ஸ்பன் ஒப்புக் கொண்டார். 'நம்பயியலாத அதிர்ச்சியில் இருக்கிறேன்... (சுதந்திரமான சந்தை குறித்த என்னுடைய சித்தாந்தத்தில்) குறை இருப்பதைக் கண்டேன்... இந்த உண்மையால் பெரிதும் துயரமடைந்தேன்' என்று செனட் அறிக்கையில் வெளிப்படையாக ஒப்புக்கொண்டார். ஏசுவின் புனிதத் தன்மை குறித்தத் தன்னுடைய கருத்து தவறானது என்று போப் சொல்வதற்கு இணையாக இது இருப்பதாக மார்க்ஸ், கெய்ன்ஸ், மின்ஸ்கி ஆகியோர் உடன்பட்டு சொல்கிறார்கள்.

* சார்ல்ஸ் பொன்ஸி என்பவர் 1920இல் அமெரிக்காவில் பிரபலப்படுத்திய ஓர் ஏமாற்றுத் திட்டம். முதலீட்டாளர்களின் பணத்தை வணிக நடவடிகைகளில் முதலீடு செய்து லாபம் ஈட்டி அவர்களுக்கு லாபப் பங்கீடு தருவதற்குப் பதிலாக அவர்களின் பணத்திலேயோ அல்லது அடுத்து வரும் முதலீட்டாளர்களின் பணத்திலேயோ ஒரு பகுதியை லாபம் என்று காட்டி தருவது. தொடர்ந்து முதலீடுகள் வந்தால்தான் இத்திட்டம் தொடர்ந்து நடக்கும். ஆனால், அது சாத்தியமில்லை. பெரும் மோசடித் திட்டமாக முடிவுக்கு வரும். சார்ல்ஸ் டிக்கன்ஸ் தன்னுடைய *Martin Chuzzlewit (1844), Little Dorrit (1857)* போன்ற நாவல்களில் இம்மாதிரியான மோசடித் திட்டத்தை விவரிக்கிறார். கவர்ச்சிகரமான வட்டி தருவதாக ஆசை காட்டி முதலீட்டாளர்களை ஏமாற்றிய சாரதா குழுமம் போன்ற நம்மூர் மோசடி நிதி நிறுவனங்கள் நம் ஞாபகத்துக்கு வரலாம். இந்த மோசடியைப் பற்றி எழுதிய இந்திய ஆங்கிலப் பத்திரிகைகள் Ponzie Scheme என்ற சொற்றொடரைப் பயன்படுத்தின. (மொ-ர்)

இதில் மெய்னார்டின் சிந்தனையையே பின்பற்றினேன். முதலாளித்துவ நிதிச் சந்தைகளை, முதலாளித்துவத்தில் ஆபத்தான நிலையில்லாமையை உண்டாக்கும் சூதாட்டக் கூடங்கள் என்று கெய்ன்ஸ் அழைத்தார். ஆனால், அவற்றைச் சரிசெய்து விடவும் முடியும்' என்று மின்ஸ்கி பதில் சொன்னார்.

'ஆம்,' என்று கெய்ன்ஸ் வாஞ்சையுடன் சொன்னார். 'கார்ல், உங்களைவிட மின்ஸ்கி இலக்குக்கு மிக நெருக்கத்தில் இருக்கிறார். முதலாளித்துவத்தில் உள்ளியல்பாக இருக்கும் குறைகளையும், நிதி சார்ந்த பெரும் கொந்தளிப்பான சூழல் மாற்றத்தையும் நான் கவனித்தேன்; ஆனால், நான் முன்வைக்கும் நிதி ஒழுங்குபடுத்தல் மற்றும் முழு வேலைவாய்ப்பு தொடர்பான கொள்கைகளைக் கைக்கொண்டால் அமைப்பு முறையைக் காப்பாற்றலாம் என்பதை நானும், மின்ஸ்கியும் அறிந்து ஏற்றுக் கொண்டோம்.'

'கருத்து மோதல் தொனிக்கும் குரலில்,'நீங்கள் மின்ஸ்கியைக் கூர்ந்து வாசித்தால், தன்னுடைய மோசமான பகுப்பாய்வின் தாக்கங்களைத் தடுத்து நிறுத்த முயல்கிறார் என்பதை உங்களால் காண முடியும். பொருளாதார நெருக்கடிகள் முற்றுவதை அவர் பார்க்கிறார். முதலீட்டாளர்களும், நிதிச் சூதாட்டத்தில் ஈடுபடுபவர்களும் எப்போதும் பகுத்தறிவோடு செயல்பட மாட்டார்கள் என்று அவர் முடிவு செய்கிறார். உங்கள் நாட்டின் [லாஸ்] வேகாஸ் சூதாட்டக் காரர்களாக அவர்களை அவர் காண்கிறார்,' என்றார் மார்க்ஸ்.

மின்ஸ்கி தலையசைத்து, 'கார்ல், அது குறித்து நீங்கள் சொல்வது சரி. இந்தப் பகுத்தறிவற்ற சூதாட்டம், முதலாளித்துவ முதலீட்டாளர் களுடைய உளவியலின், பங்குச்சந்தை லாப எந்திரத்தின் பிரிக்க முடியாத அம்சம்; அதை ஒழிக்கவே முடியாது.'

'அதனால்தான் மக்கள் உங்களை "அறியப்படாத கெய்னீஸியர்" என்று அழைக்கிறார்கள்,' என்றார் மார்க்ஸ். 'உங்களை ஒரு கெய்னீஸியராக நீங்கள் கருதும் அதே நேரத்தில், இந்த அமைப்பு முறை ஒரு நீண்ட நெருக்கடியையும் நிகழ வாய்ப்புள்ள வீழ்ச்சியையும் நோக்கி நகர்கிறது என்ற என்னுடைய வாதத்தோடு உங்களுடைய மொத்த ஆய்வுமே ஒன்றிணைகிறது. உண்மையைச் சொன்னால், முதலாளித்துவத்துக்குப் பிந்தைய புரட்சிக்கு உங்களுடைய கோட்பாடு உத்வேகம் ஊட்டலாம்.'

மார்க்ஸாலும் அல்லது வேறு யாராலும் அச்சுறுத்தலுக்கு ஆளாக்க முடியாத ஆவியான மின்ஸ்கி, 'இல்லை, ஜான் மெய்னார்டின் கொள்கைகளைத் திறமையாகப் பின்பற்றும் தலைவர்களால் முதலாளித்துவ செயல்மாதிரியைக் காப்பாற்ற முடியும் என்று இன்னும் நான் நம்புகிறேன். முதலாளித்துவம் பெரும் கொந்தளிப்பான சூழல் மாற்றத்துக்கு உள்ளாகும் ஒன்று என்பதையும், பங்குச்சந்தை ஒரு

சூதாட்டக்கூடம் என்பதையும், அதே சமயம் அவற்றைக் கட்டுப்படுத்த முடியும் என்பதையும் அவர் புரிந்து வைத்திருந்தார் என்பதை நாம் நினைவில் கொள்ள வேண்டும்.'

ஆமோதிக்கும் விதமாக கெய்ன்ஸ் தலையசைத்தார். 'ஹைமன் [மின்ஸ்கி] அவநம்பிக்கை மனப்பாங்கு உடையவர்; ஆனால், என்னுடைய கொள்கைகளைக் கொண்டு முதலாளித்துவத்தைக் காப்பாற்ற முடியும், காப்பாற்ற வேண்டும் என்பதை அவர் புரிந்து கொள்கிறார்.'

மார்க்ஸ் என்னைப் பார்த்தார். 'டீனா என்ற மதத்தைக் கேள்விக் குள்ளாக்க ஹைமன் பயப்படுகிறார். அமெரிக்க முதலாளித்துவ செயல்மாதிரி நீண்ட காலத்துக்குத் தாக்கு பிடிக்காது என்பது அவருக்குத் தெரியும்; அது ஏன் அப்படி என்பதை விளக்கவும் அவர் உதவுகிறார். ஆனால், மாற்று அமைப்பு முறைகளைப் பற்றி யோசிக்க அவருக்கு விருப்பம் இல்லை; கிட்டத்தட்ட மற்ற எல்லா மிதச் சீர்திருத்தவாதிகளையும் போல டீனாவின் எல்லைகளை மீற அவருக்கும் விருப்பம் இல்லை. அறிவார்த்த ரீதியில் இது ஆபத்தானது; டீனாவின் ஆற்றலுக்கு இது ஒரு சோகமான சான்று.'

டீனாவைப்பற்றி கெய்ன்ஸிடம் நேரடியாகக் கேட்க நான் தீர்மானித் தேன். 'முதலாளித்துவத்துக்கு நேர் மறையான மாற்று ஒன்று உள்ளது என்பதை நம்புகிறீர்களா?' என்று அவரைக் கேட்டேன்.

'இல்லை. நிதிசார்ந்த அமைப்பு முறை மீது அரசின் வலுவானக் கட்டுப்பாடு, அரசின் நெறிப்படுத் தலில் முழு வேலைவாய்ப்பு ஆகிய வற்றுடன் அமெரிக்கச் [முதலாளித் துவ] செயல்மாதிரி ஐரோப்பிய சமூக ஜனநாயகத்தை நோக்கி மேலும் நகர வேண்டும். ஆனால், அப்போதும் அது முதலாளித்துவமாகத்தான் இருக்கும்; சாத்தியமான எல்லா அமைப்பு முறைகளுக்கிடையே அப்போதும் அதுதான் மிகச் சிறந்ததாக இருக்கும்' என்றார் கெய்ன்ஸ்.

'ஒத்துக்கொள்கிறேன்,' என்று சொன்னார் மின்ஸ்கி. ஆனால்

சாசுவதமான முதலாளித்துவத்தில் ஆவிகள் நம்பிக்கை கொண்டுள்ளனவா?

மார்க்ஸ், கெய்ன்ஸ், மின்ஸ்கி ஆகியோர் வாதித்துக்கொண்டிருந்தபோது நான் கல்லறையைச் சுற்றிப் பார்வையை ஓட்டினேன். நூற்றுக்கணக்கான ஆவிகள் இந்த நீண்ட விவாதத்தை ஆழ்ந்த ஈடுபாட்டுடன் கவனித்தவாறு இன்னும் கல்லறைக் கற்கள் மீது உட்கார்ந்திருப் பதைப் பார்த்து அசந்து போனேன். ஜார்ஜ் பெர்னார்ட் ஷா மார்க்ஸைப் பாராட்டினார்; அதே நேரத்தில் அவர் சந்தேகமில்லாமல் மின்ஸ்கியோடும் ஒத்த உணர்வு கொண்டிருந்தார். வெர்ஜீனியா வுல்ஃப் கெய்ன்ஸை அதிகமும் ஆதரித்ததாகத் தெரிகிறது. பெரும்பான்மையான ஆவிகளுக்கு சாசுவதமான முதலாளித்துவம் குறித்த சந்தேகம் இருந்தது போலத் தோன்றியது - ஏனென்றால், பூமியில் எதுவுமே சாசுவதமானது இல்லை என்பது அவற்றுக்குத் தெரியும்.

அவருடைய குரலில் உறுதி சற்று குறைந்தே ஒலித்தது. 'முதலாளித் துவத்தை மேலும் நிலைகுலைய வைக்கும் புதிய சவால்களை இருபத் தோராம் நூற்றாண்டு கொண்டுவந்து சேர்க்கிறது. முதலாளித்துவத்தை சரி செய்வது என்பது அதை அழிக்கவோ அல்லது அடையாளம் காண முடியாத அளவுக்கு அதை மாற்றவோ செய்யும் அளவுக்கு அது இருபத்தோராம் நூற்றாண்டில் நிலைகுலைந்து போகும்.'

மிகவும் திருப்தியுற்றவராக மார்க்ஸ் என்னைப் பார்த்தார். 'உங்களுடைய மிதச் சீர்திருத்தவாதிகளுக்கு இன்று எங்களிடமிருந்து ஏதாவது செய்தி செய்தி கிடைக்கலாம்,' என்று அவர் அறிவித்தார். 'இருபத்தோராம் நூற்றாண்டு கெய்னீசியர்கள் கெய்ன்ஸின் சாயலை விடவும் மின்ஸ்கியின் சாயலை அதிகம் பெற்றிருப்பார்கள்; பெரும் நிலைமாற்றத்தின் புது யுகத்தில் தளிர்க்கத் தொடங்கியிருக்கும் முழு அமைப்புமுறை மாற்றுகள் குறித்தக் கோட்பாட்டை வகுக்கப்போகும் அவர்கள் இறுதியில் அதிகமும் என்னைப் போன்று தோன்றலாம்.'

27

நான்காவது ஆவியாக மில்டன் ஃப்ரீட்மன் திடீரென்று தோன்றுகிறார்

'நீங்கள் எல்லாரும் தவறான கருத்தைக் கொண்டுள்ளீர்கள். பேரிடருக்குக் கொண்டு சேர்க்கும் கருத்துகளை நீங்கள் பற்றிக் கொண்டிருக்கிறீர்கள். குறிப்பாக, கார்ல், நீங்கள்.'

நான்காவது ஆவி ஒன்று திடீரென்று தோன்றியது. யார் இந்த புதிய மாய உரு?

நான் கூர்ந்து கவனித்தேன். அவர் குள்ளமாக இருந்தார்; தலை வழுக்கை. பரிச்சயமான தோற்றமாக இருந்தது. சட்டென்று அந்த ஆவியின் அடையாளம் தெரிந்தது; சிகாகோ பல்கலைக் கழகத்தில் அவரை சந்தித்த ஞாபகம் வந்தது. 'பேராசிரியர் ஃப்ரீட்மன் அவர்களே, உங்களைப் பார்ப்பது மகிழ்ச்சியாக இருக்கிறது. கொஞ்சம் முன்புதான் உங்கள் பெயரைக் குறிப்பிட்டோம்.'

இந்த உரையாடலில் பங்கு பெற வேண்டும் என்று மற்றவர்கள் உண்மையான நம்பிக்கையுடன் இவரை வரவேற்கிறார்கள் என்பது நோபல் பரிசு பெற்ற பழமைவாதப் பொருளாதார நிபுணரான இவருக்குத் தெரிய வேண்டும் என்று விரும்பினேன். நான் தெரிவு செய்த அதே வழியில் இல்லையென்றாலும், உலகத்துக்கு மறு உருவம் கொடுக்க உதவியவர் இவர்.

'சுதந்திரம் மற்றும் செல்வவளம் ஆகியவற்றுக்கான மனிதகுல வாய்ப்பை இல்லாமல் செய்து விடும் தத்துவத்தைப் பற்றி நீங்கள் அனைவரும் சலிப்பு ஏற்படுத்தும் வகையில் நிறைய பேசுகிறீர்கள். கார்ல், உங்களுக்கு உரிய மரியாதையுடன் ஒன்று சொல்வேன். கொடிய ஆதிக்கப் போக்குக்கும், பொருளாதார வீழ்ச்சிக்கும் வழிவகை செய்யும் ஓர் உபாயம் என்று மார்க்ஸியம் தன்னை நிரூபித்திருக்கிறது. கம்யூனிஸம் நடைமுறையில் இருந்த சோவியத் ஒன்றியம், கியூபா, கிழக்கு ஐரோப்பா போன்ற நாடுகளில் இதை நாம் பார்த்தோம்,' என்று பண்பான குரலில் மில்டனின் ஆவி அடக்கத்துடன் சொன்னது.

'மில்டன், உங்களுடைய கருத்துகளைப் பற்றியும் என்னால் இதே விஷயத்தை சொல்ல முடியும். அரசின் கட்டுப்பாட்டை நீக்குவது குறித்த உங்களுடைய கருத்துகள் பங்குச்சந்தை வீழ்ச்சி என்ற பேரிடருக்கு இட்டுச் சென்றன. பணக்காரர், ஏழைகளுக்கிடையே ஒரு நூற்றாண்டுக் காலத்தில் நாம் பார்த்த மிக மோசமான இடைவெளியை 'சுதந்திரச் சந்தைகள்' பற்றிய உங்களுடைய கருத்தாக்கங்கள் உண்டாக்கின. இன்னும் மேலதிகமான பயங்கரப் பொருளாதார வீழ்ச்சிகள், போர்கள், பருவநிலை மாற்றம் ஆகியவற்றுக்கு ஏதுவான சூழ்நிலைகளை நீங்கள் சீராட்டும் முதலாளித்துவம் உருவாக்கி வருகிறது.'

இந்த இரண்டு ஆவிகளும் பொதுவான தளத்தைக் காணப் போவதில்லை என்பது எனக்குப் புரிந்தது. தொனி இறுக்கமான போது அனைவரும் அமைதியாக இருந்தார்கள். தன் குரலை மென்மை யாக்கிக் கொள்ளாமலும், நம்பிக்கையை இழக்காமலும் மார்க்ஸ் தொடர்ந்தார்: 'மில்டன், உங்களைப் போன்ற பொருளாதார நிபுணர் களோடு விவாதிப்பதிலேயே என்னுடைய வாழ்க்கையைக் கழித்தேன். டேவிட் ரிகார்டோ. ழான்-பேப்திஸ்த் சே. ஜேம்ஸ் மில். சுதந்திரத்தை யும் செல்வ வளத்தையும் சுதந்திர வணிகம் கண்ணுக்குத் தெரியாத கை மூலம் கொண்டு வந்து சேர்த்து எல்லாரையும் பணக்காரர் களாக்கிவிடும் என்று அவர்கள் அனைவரும் நம்பினார்கள். அவர் களும், உங்களைப் போலவே, கடுமையான, நீண்ட முதலாளித்துவ நெருக்கடிகள் சாத்தியமில்லை என்று நம்பினார்கள். தற்காலிக இறங்கு முகப் பிரச்சினைகளுக்குப் பிறகு சந்தைகள் தம்மைத் தாமே சரிசெய்து கொள்ளும் என்று அவர்கள் நினைத்தார்கள். இதெல்லாம் வெற்றுப் பேச்சு என்று நிரூபிக்கப்பட்டு விட்டது.'

மில்டன் ஃப்ரீட்மனின் கருதுகோள்கள்

1. சுதந்திரத்தையும், செயல் திறமையையும் சந்தைகள் உறுதிப்படுத்துகின்றன.
2. பொருளாதாரச் செயலிகள் தர்க்கப் பூர்வமானவை.
3. சந்தை நெருக்கடிகள் தம்மைத் தாமே சரிசெய்துகொள்ளக் கூடியவை.
4. அரசு என்பது பயமுறுத்திப் பணிய வைக்கக் கூடியது; செயல் திறமையற்றது; அரசு என்பது பிரச்சினை, தீர்வல்ல.

'ஆமாம். நான் எதிர்பார்த்ததைவிட பிரச்சினைகள் கடுமையாகவும், நீண்டும் இருந்தன,' என்று மில்டன் எதிர்வினை காட்டினார். 'வணிகச் சுழற்சியை சீரான நிலையில் வைக்கப் பண ஓட்டத்தை அரசுகள் ஒழுங்குபடுத்த வேண்டும் என்று அதனால்தான் நான் வாதிட்டேன்.'

'மில்டன், திரும்பவும் அதே மாதிரி பேசுகிறீர்கள், நாம் ஏதோ வணிக சுழற்சிகளைப் பற்றிப் பேசிக் கொண்டிருப்பதைப் போல. பெருந் தேக்கநிலை அதிகமும் கட்டமைப்பு ரீதியானது, அதிகமும் அமைப்பு முறை சார்ந்தது, அதிகச் சீர்குலைவைக் கொண்டு வருவது.'

மில்டன் புன்முறுவல் செய்தார். 'கார்ல், முதலாளித்துவம் வீழ்ச்சியடைய வேண்டும் என்ற ஆசையிலிருந்து உங்களால் மீள முடியவில்லை.'

'மில்டன், முதலாளித்துவத்தை இனியும் நீடித்திருக்க செய்ய முடியாது என்ற எதார்த்தத்தை ஏற்றுக்கொள்ள உங்களால் இயலாது.' மிகப்பெரிய ஆவிகள்கூட இத்தனை இறுக்கத்துடன் சச்சரவில் ஈடுபட முடியும் என்பதை என்னால் காண முடிந்தது.

விவாதத்தில் எந்த முன்னேற்றமும் ஏற்படவில்லை என்பதை உணர்ந்த ஃப்ரீட்மன் விவாதப் புள்ளியை மாற்றினார். *Free to Choose* என்ற என்னுடைய புத்தகத்தில் நான் முன்வைத்த அற ரீதியான வாதம் மிக முக்கியமானது. அரசு அதன் உள்ளியல்பிலேயே ஒன்றைச் செய்யச் சொல்லிக் கட்டாயப்படுத்தும் இயல்புடையதாக இருக்கும்போது, சுதந்திரமானதாக, விருப்பத்தின்பேரில் பரிவர்த்தனை செய்துகொள்வதாக சந்தை இருக்கும் என்ற என்னுடைய வாதத்தை நீங்கள் மறுக்க முடியாது. மையப்படுத்தபடுத்தப்பட்டக் கட்டுப்பாட்டை நீங்கள் ஆதரிக்கிறீர்கள்; நான் தனிநபர் சுதந்திரத்தை ஆதரிக்கிறேன்.'

மறுக்க முடியாத உண்மை என்று தான் தெளிவாகக் கருதும் விஷயத்தைப் பற்றி நம்பிக்கையுடன் இப்போது ஃப்ரீட்மன் பேசினார்: 'இதன் காரணமாகத்தான் அமெரிக்கா போன்ற முதலாளித்துவ நாடுகள், 'எல்லா இடங்களிலும் இருக்கும் சுதந்திரத்தை விரும்புபவர்களுக்கு அகத் தூண்டுதலை அளிக்கும் விடுதலையின் அடையாளங்க'ளாகக் கருதப்படுகின்றன; குடிமக்களின் வாழ்க்கை மீதும், அவர்களுடைய பொருளாதாரத்தின் மீதும் அதீதக் கட்டுப்பாடு கொண்ட அரசு மற்றும் சோஷலிஸம் குறித்த உங்கள் தத்துவத்தை மிக மோசமான கொடுங்கோன்மை என்று கருதி அந்நாடுகள் நிராகரிக்கின்றன.'

மார்க்ஸின் ஆவி பேசியது; 'அதிகக் கட்டுப்பாடு கொண்ட அரசு அதைக் குறைத்துக்கொள்ள வேண்டும் என்று நீங்கள் விரும்புகிறீர்கள்; தங்களுடைய போர்களை நடத்திக் கொள்ளவும், தங்களுடைய பெரும் நிறுவனங்களுக்கு மானியம் அளித்துக் கொள்ளவும், சிக்கலான காலங்களில் [அரசுப் பணத்தின் மூலம்] தங்களை விடுவித்துக் கொள்ளவும் பெரும் பணக்காரர்கள் நிறுவியதே அந்த அரசு. அதிகக் கட்டுப்பாடு கொண்ட அரசா என்பதல்ல இங்கு கேள்வி, அது யாருடைய அரசு என்பதுதான் முக்கியம். உங்களால் அதைப் பார்க்க முடியவில்லை என்றாலும், உங்களுடைய வாதங்களெல்லாம் பணக்காரர்களுக்கான அரசை நிறுவத்தான் பயன்பட்டன. மக்களுக்குச் சேவை செய்யும் அரசுக்கு ஆதரவானவைதாம் என்னுடைய வாதங்கள். மக்கள் மீது அதிகக் கட்டுப்பாடு கொண்ட உங்களுடைய முதலாளித்துவ வகை அரசில் முதலாளித்துவவாதிகள்தான் பெரும் பணக்காரர்களாகின்றனர். என்னுடைய வகை அரசு இல்லாதபோது, பெரும்பான்மை மக்கள் துயருறுகிறார்கள்; சமூகமே இறுதியில் செயலிழந்து போகிறது.'

ஃப்ரீட்மன் தன்னுடைய ஆவியுலகக் கண்களை உருட்டினார். 'பிரச்சினையே அரசுதான், யார் அதைக் கட்டுப்படுத்துகிறார்கள் என்பதல்ல. கட்டுப்பாட்டைக் கையில் வைத்திருக்கும் அரசு எப்போதும் சந்தைகளின் இயல்பை திரித்து மாற்றி விடும்; பங்குச்சந்தை நெருக்கடியையும் அதற்கு முன்னால் பெரும் மந்தநிலையையும் அதுதான் உருவாக்கியது. ஜான் ஃப்ரீட்மனும், ஹைமனும்கூட ஊக்கப்படுத்திய அவ்வகை அரசும், பெரும் கட்டுப்பாட்டு விதிமுறைகளை நடைமுறைப் படுத்த முயன்ற நபர்களும் பாதையிலிருந்து விலகினால்தான் சந்தைகள் தம்முடைய நெருக்கடிகளைத் தீர்த்துக்கொள்ள முடியும்.'

கெய்ன்ஸும், மின்ஸ்கியும் அமைதி காத்தார்கள்; ஃப்ரீட்மன் அர்த்தமில்லாத கருத்துகளை வெளிப்படுத்துவதாக அவர்களுக்குத் தோன்றுவது வெளிப்படையாகத் தெரிந்தது; அதே சமயம், மார்க்ஸை ஆதரிக்கவும் அவர்களுக்கு விருப்பமில்லை. இதற்கிடையில், சந்தைகள் எப்படித் தம்மை சரிசெய்து கொள்ளும் என்பது பற்றி மில்டன் சொன்ன கடைசிக் கருத்து மார்க்ஸை இன்னும் கலக்கத்தில் ஆழ்த்தியிருந்தது.

'அப்படித்தான் ஹெர்பர்ட் ஹூவர் நினைத்தார். கடைசியில் அது வெற்று எண்ணமாக ஆனது. பெரும் வணிகக் குழுக்கள்கூட தங்களைப் பெரும் மந்தநிலையிலிருந்து காப்பாற்ற அரசின் தலையீடு தேவை என்று கூக்குரலிட்டன. வங்கிகளையும், முதலாளித்துவத்தையுமே ரூஸ்வெல்ட் உண்மையில் தன்னுடைய அதிகாரமிக்க அரசின் தலையீட்டால் காப்பாற்றினார் என்பதை அவை புரிந்துகொண்டன.'

தலையை ஆட்டி 'இல்லை' என்றார் மில்டன். 'பெரும் வணிக முன்னோடிகள்கூட சில சமயங்களில் அதைத் தவறாகப் புரிந்து கொள் கிறார்கள். ஃப்ரேங்க்ளின் ரூஸ்வெல்ட் தலையிடாமல் இருந்திருந்தால்

நாடு இன்னும் விரைவாக மீண்டெழுந்திருக்கும். தற்போது நாட்டின் ரத்தத்தை உறிஞ்சி பெரும் பற்றாக்குறைகளை உருவாக்கிக் கொண்டிருக்கும் அரசு என்ற பூதத்தை ரூஸ்வெல்ட் நிறுவினார்.'

மார்க்ஸ் சிரித்தார். 'ரூஸ்வெல்ட், ஜான்சன், பிற முற்போக்காளர்கள் தொடங்கிய சமூகப் பாதுகாப்பு, மருத்துவக் காப்பு, இன்ன பிற சமூகப் பாதுகாப்புத் திட்டங்களைத் தற்போது விரும்பும் மக்களிடம் அதைச் சொல்லுங்கள். 2008இல் நிகழ்ந்த பங்குச்சந்தை உள்நெருக்கடியில் பியர் ஸ்டெர்ன்ஸ் [நியூயார்க்கில் இருந்த பன்னாட்டு முதலீட்டு வங்கி, பங்கு வர்த்தகத் தரகு நிறுவனம்] நொடித்த பிறகு, நெருக்கடியிலிருந்து தன்னைக் காப்பாற்ற வேண்டுமென்று அரசிடம் கோரியது பங்குச் சந்தைதான் என்பதை நினைவில் கொள்ளுங்கள். பெரும் வர்த்தகத்தின் சிருஷ்டிதான் [நிதி] நெருக்கடியிலிருந்து [பெரும் வணிக நிறுவனங்களைக்] காப்பாற்றும் தேசம்.* மில்டன், நாம் உண்மையைச் சந்திப்போம்.'

ஃப்ரீட்மனின் ஆவி இதைக் கவனித்தமாதிரியே தெரியவில்லை. 'அமெரிக்கா சோஷலிசப் பாதையில் போய்க்கொண்டுள்ளது; அது அதை அழித்துவிடும்,' என்று மில்டன் சோகமாக சொன்னார்.

மார்க்ஸின் ஆவி, 'ரீகன் தொடங்கி 30 ஆண்டுகளாக அதிபர்களை உங்களுடைய சிந்தனை வழிநடத்தி வருகிறது. மேலும், நாடு கடுமையாக பலவீனமாக்கப்பட்டு வருகிறது. நாம் உடன்படும் இடம் இது. ஆனால், உழைக்கும் வர்க்கங்களுடைய வாழ்வின் வீழ்ச்சிக்கும், பொது நன்மையை உருவாக்கும் சமூக அடிக்கட்டுமானமும் பொதுச் சேவைகளும் படிப்படியாக அழிந்து போவதற்கும் இட்டுச் செல்பவை உங்களுடைய கருத்துகள்தாம். உலகத்தையே கடுமையாகப் பாதிக்கும் பேராசைக்கும் பெரும் பொருளாதார நெருக்கடிக்கும் பொறுப்பாளி என்று கருதப்படும் அமெரிக்கா வீழ்ச்சிப்பாதையில் பயணிக்கும் ஒரு தேசமாக உலகெங்கும் பார்க்கப்படுகிறது,' என்று சொன்னது.

ஃப்ரீட்மனின் மீது கடைசித் தாக்குதலுக்குத் தன்னைத் தயார்ப்படுத்திக்கொள்ள மார்க்ஸின் ஆவி கொஞ்சம் இடைவெளி விட்டது. 'பலத்தைக் காட்டிப் பிறரை அச்சுறுத்தித் தனக்குச் சாதகமாக்கி, அதிகாரத்தை ஏகபோகமாக்கிக் கொள்கிற தன்மையை உடையது அரசு என்று நீங்கள் சொல்கிறீர்கள். ஆனால், தம்மினும் மெலியோரைக் கபளீகரம் செய்யும் பெரும் வர்த்தக நிறுவனங்களிடம் தான் உலகளாவிய முதலாளித்துவத்தின் அனைத்துப் பிரிவுகளின் மீதும் ஆதிக்கம் செலுத்தும் அதிகாரம் உள்ளது. முழு நிறைவான போட்டி மற்றும் 'சுதந்திரச் சந்தைகள்' என்ற கோட்பாட்டு ரீதியிலான உலகில்

* *Bailout Nation* என்ற தலைப்பில் பேர்ரி ரித்தோல்ஸ் என்பவர் எழுதி 2010இல் வெளியான ஒரு நூல் இங்கு மறைமுகமாகக் குறிப்படப்படுகிறது. அமெரிக்கப் பங்குச்சந்தை நெருக்கடி பற்றிய இந்நூல், எப்படி லாபம் தனியாருக்கும், நஷ்டம் சமூகத்துக்கும் கடத்தப்பட்டது என்பதை விவரிக்கிறது. (மொ-ர்)

நீங்கள் செயல்பட்டு வருகிறீர்கள்; நடைமுறை எதார்த்தத்தோடு அந்த உலகுக்குக் கொஞ்சமும் தொடர்பில்லை. பிறரை அச்சுறுத்தித் தனக்கு சாதகமாக்கிக் கொள்ளும் உண்மைச் சக்தியான, நீங்கள் அதிகமும் மதிப்பதாக சொல்லும் சுதந்திரத்துக்கு உண்மையான அச்சுறுத்தல் போன்ற அம்சங்களை உடையதாக மாறியிருக்கும் பிரம்மாண்டமான பெரும் வணிக நிறுவன அதிகாரத்தைப்பற்றி ஒருபோதும் நீங்கள் பேசுவதில்லை.' சமூகத்தில் அதுதான் மிகப்பெரிய அதிகாரம்.

'ஆமாம். பெரும் வணிக நிறுவனங்கள் பிரம்மாண்டமானவையாக இருப்பதற்குக் காரணம் அவை புதியதைக் காணும் நாட்டமுடையவை யாகவும், ஒன்றோடொன்று போட்டியிடுபவையாகவும், ஆக்க வளம் நிரம்பியவையாகவும் இருப்பதுதான். இந்தக் களத்தோடு தொடர் புடைய அனைவரின் சுதந்திர உணர்வையும் அவை கட்டவிழ்த்து விடுகின்றன.'

மார்க்ஸ் மீண்டும் சிரித்தார். 'ரிகார்டோ, ஸே, மில் ஆகியோரிட மிருந்து என் வாழ்க்கை முழுவதும் இந்த அர்த்தமற்றப் பேச்சைக் கேட்டேன். அதை நீங்கள் இன்னும் சொல்லிக்கொண்டிருப்பதை என்னால் நம்ப முடியவில்லை. நீங்கள் உங்களுடைய சமன்பாடு களைப் பார்க்கிறீர்கள்; ஆனால், உங்களுக்கு வரலாறு பற்றி எதுவும் தெரியாது. எதார்த்த உலகில், பெரும் வணிக நிறுவனங்களுக்காக, பெரும் வணிக நிறுவனங்களால் அமைப்புமுறை மோசடியாகக் கையாளப்படுகிறது. அவை அரசின் கட்டுப்பாட்டைத் தங்கள் வசம் எடுத்துக்கொண்டுவிட்டன; பொது மற்றும் தனி அதிகாரத்தைப் பறித்துக்கொண்டன.' நான் திரும்பவும் சொல்கிறேன், 'பலத்தைக் காட்டி அச்சுறுத்திக் காரியத்தை சாதித்துக்கொள்ளும் உண்மையான அமைப்பு முறை அவைதான்; மக்களைப் பற்றிக் கொஞ்சமும் கவலைப் படாமல் தங்களின் லாபத்தையே கருத்தில் கொள்பவை அவை என்பதை வரலாறு காட்டுகிறது.'

'நீங்கள் சொல்வது அபத்தம்,' என்று ஃப்ரீட்மன் விரைந்து பதில் பேசினார். 'அவைதான் அமெரிக்காவின் செல்வ வளத்தை உருவாக்கி யவை. முதலாளித்துவத்தின் வரலாற்று வெற்றியைப் புறக்கணித்துக் கொண்டிருப்பது நீங்கள்தான்.'

'எளிய தொழிலாளர்களின் அவல நிலையையும், முதலாளித்துவப் பொருளாதாரம், உலகின் தொடர் இருப்பு என்ற இரண்டையும் அச்சுறுத்தலுக்கு உள்ளாக்கும் நெருக்கடிகளையும் காணாமல் இருப்பது நீங்கள்தான்.'

மார்க்ஸும், ஃப்ரீட்மனும் இந்த வாதத்தை சாசுவதமாக நிகழ்த்திக் கொண்டிருப்பார்கள் என்று எனக்குத் தோன்றியது.

திடீரென்று ஃப்ரீட்மனின் ஆவி மறைந்து போனது. மார்க்ஸ்

சிரித்தார். 'ரிகார்டோ அல்லது ஸ்மித் அல்லது ஒரு வேளை அய்ன் ராண்ட் ஆகியோரின் ஆவிகளைத் தேடி அது போயிருக்கும் என்று நினைக்கிறேன். சரி, அது அவற்றைக் கண்டுபிடிக்கும் என்று நம்பு கிறேன்; ஏனென்றால், அது தன்னுடைய கருத்துகளில் உண்மையான நம்பிக்கை கொண்ட நல்ல ஆவி; என்ன, தவறான வழிகாட்டுதலுக்கு ஆளாகிப்போன ஆவி.'

28

நெருக்கடிகள் கற்றுத்தந்த பாடங்கள்

இரவின் பெரும் பகுதி கடப்பதற்கு முன்னால் உரையாடலின் இந்தப் பகுதியை முடித்து வைக்க விரும்பிய நான் மார்க்ஸைக் கேட்டேன், 'தற்போதைய நெருக்கடியிலிருந்து நாம் கற்றுக்கொள்ள வேண்டிய பாடங்கள் எவை?'

'குறைந்த பட்சம் ஐந்து பாடங்களை நாம் கற்கலாம் என்று எனக்குத் தோன்றுகிறது,' என்று விரைவாகவும், பணித் திறன் மிளிரவும் பதில் சொன்னார் அவர். பல்கலைக்கழகத்தில் பாடம் சொல்ல பிரஷ்ஷியர்கள் இந்த மனிதரைத் தடுத்திருக்காவிட்டால் அறிவுத்திறன் மிக்கப் பேராசிரியராகப் பரிணமித்திருப்பார். 'அவை எல்லாமும் ஊனாவை மேலும் மேலும் அபத்தமாக ஆக்குகின்றன. அவற்றைப் பற்றி விரிவாக என்னுடைய *உபரி மதிப்புக் கோட்பாடுகள்* என்ற நூலிலும், *மூலதனத்திலும்* எழுதினேன்.'

'அந்த ஐந்து பாடங்கள் எவை?'

அவர் சொன்னார்; 'முதலாவது, முதலாளித்துவம் மேலும் மேலும் அழிவு உண்டாக்கும் நெருக்கடிகளை உண்டாக்குகிறது. அது அமைப்பு முறையின் மரபணுவிலேயே இருக்கிறது. புதிய இருபத்தோராம் நூற்றாண்டின் பொருளாதார, சுற்றுச் சூழல், மற்றும் ராணுவ வரம்புகள் புதிய, முன்னிலும் மோசமான, நிரந்தர, உலகாளாவிய நெருக்கடிகளை உண்டாக்கும்; பொருளாதார வீழ்ச்சிக்கும் முதலாளித்துவ சமுகத்தின் முடிவுக்கும் இவ்வகை நீண்ட நெருக்கடி இட்டுச் செல்லும்.

இரண்டாவது, தேங்கிப்போதல். பெருகிவரும் வேலையின்மை,

சமத்துவமின்மை ஆகியவை முதலாளித்துவத்தைச் சூதாட்ட மாதிரிக்கு இட்டுச் செல்கின்றன. இந்த மாதிரி, பணத்தை வைத்துப் பணத்தை சம்பாதிக்கும் நடைமுறையின்மீது கட்டமைக்கப்பட்ட ஒன்று; தொடர்ந்து நிகழும் தற்காலிக ஆதாயங்கள், தவணை முறையில் திருப்பி செலுத்தும் கடன்கள், பிற கடன்கள் ஆகியவை தொடர்பான நெருக்கடி களுக்கு இது ஆளாகும்.

மூன்றாவது, பெரும் மந்தநிலை. பெரும் தேக்கநிலைக் காலங்களில் நிகழ்ந்தது போல, நெருக்கடிகளிலிருந்து மீளும் ஒரு வழியாக போர் களில் ஈடுபடுதல் கவர்ச்சிமிக்க செயலாக ஆகும்.

நான்காவது, பெரும் வணிக நிறுவனங்கள். அரசின் மீது கொண்டுள்ள கட்டுப்பாடு அதிகரிக்கும்போது தொழிற்சங்கங்கள் மீதான தாக்குதல்கள் பெருகும்போது, கடன் மற்றும் நிதிசார்ந்த நெருக்கடிகள் கூர்மை யடையும்போது வேலைவாய்ப்பு, வீட்டுவசதி, கல்வி, மற்றும் சாதாரணத் தொழிலாளர்களின் வாழ்க்கைத் தரம் ஆகியவை நலியும்.

இறுதியாக, ஏற்றுக்கொள்ள முடியாத அளவுக்கு சமத்துவமின்மை யும் மனிதத் துயரங்களும் பெருகும்; நாம் அனைவரும் சார்ந்திருக்கும் இயற்கை ஆதாரங்கள் அழியும்; இவற்றின் காரணமாக, இடதுசாரிகள், வலதுசாரிகள் என்று இரண்டு தரப்பினருமே அமைப்பு முறையில் மாற்றத்தை நாடுவார்கள். இடது, வலது ஆகிய இரண்டு குழுக்களுமே வளரும். அதிகமான பசுமைச் சமூக ஜனநாயகவாதிகள் அல்லது உள்ளூர் அக்கறைகள் சார்ந்தவர்கள், அதிகமான அரசு எதிர்ப்பு, வலதுசாரித் தன்மை உடைய எளிய மனிதர்கள் ஆகிய இரு சாராருமே அமைப்புமுறையில் மாற்றம் காண விரும்புபவர்கள். அவர்களை நாம் பார்ப்போம்.'

இந்தப் பிரத்யேகமான ஆவியுலகக் கருத்தரங்கின் ஒரே மாணவனான என்னிடம் மார்க்ஸ் அதிகம் எதிர்பார்த்திருக்கிறார் என்பதை உணர்ந்து தலையசைத்தேன். அவருடைய வாதத்தைப் புரிந்துகொண்டேன் என்பதைக் காட்டும் முயற்சியாக நான் சொன்னேன்: 'டீனாவைப்பற்றி போதும். அமைப்பு முறை தீவிரமான மாற்றத்துக்கு உள்ளாகுமா என்பதல்ல உண்மையான கேள்வி. யார் அதை மாற்றுவார்கள் என்பதும், அது இன்றைய முதலாளித்துவத்தைவிட நல்லதாக இருக்குமா அல்லது மோசமாக இருக்குமா என்பதுதான் கேள்வி.'

29

முதலாளித்துவம் ஏற்கனவே மறைந்து போய்விட்டது என்று ஆவி சொல்கிறது

'எதிர்காலம் குறித்து நாம் அனுமானம் செய்ய வேண்டியதில்லை,' என்று ஆவி சொல்கிறது. 'டீனா எத்தனை அபத்தமானது என்று நீங்கள் தெரிந்து கொள்ள வேண்டுமானால் தற்போது நிகழ்ந்து கொண்டிருப்பதைப் பார்த்தால் போதும். என் காலத்திய முதலாளித்துவம் அடையாளம் காண முடியாத அளவுக்குப் புதிய ஒன்றாக மாறியிருக்கிறது; இது உண்மையில் முதலாளித்துவமே இல்லை; குறைந்த பட்சம் எனக்கு ஒரு தலைமுறைக்கு முன்னால் வாழ்ந்த என்னுடைய சக நாட்டவர்களான டேவிட் ரிகார்டோ, ஆடம் ஸ்மித் போன்றவர்கள் கற்பனை செய்ததைப்போலக்கூட அது இல்லை.'

குழப்பமடைந்த நான், 'நீங்கள் என்ன சொல்ல வருகிறீர்கள்' என்று கேட்டேன். 'எல்லாக் காலங்களையும்விட, மிகவும் இரக்கமற்ற, போட்டி நிறைந்த முதலாளித்துவ உலகில் நாம் வாழ வில்லையா?'

'இல்லை,' என்று சொல்லி ஆவி சிரித்தது. 'அரசின் வரம்புக்கு உட்பட்ட தலையீட்டுடன்கூடிய சுதந்திரச் சந்தை, தனியாருக்குச் சொந்தமான பெரும் வணிக நிறுவனங்களுக்கும் அரசுக்கும் இடையே தெளிவான பிரிவினை ஆகிய அம்சங்களைக் கொண்டதே முதலாளித்துவம் என்று பெருவாரியான மக்கள் வரையறை செய்தால் அவர்களோடு நீங்கள் ஒத்துப் போவீர்களா?' என்று அது கேட்டது. 'ஸ்மித்தும், ரிகார்டோவும் அவ்வாறு அதைப் பார்க்கும் மனப்பாங்கைத்தான் கொண்டிருந்தார்கள்; தற்போதைய உங்கள் மைய நீரோட்டப் பொருளாதார வல்லுநர்கள் அதைப் பின்பற்றும் மனநிலையில்தான் இருக்கிறார்கள்.' 'பலரும் அதோடு ஒத்துப்போவர்கள்,' என்று சொல்லி அவர் சொன்னதை ஏற்கும் விதமாகத் தலையசைத்தேன்.

'ஆஹா!' நான் சொன்னதைப் பிடித்துக் கொண்டார். விவேகம் என்று ஏற்றுக்கொள்ளப்பட்டதை, 'அர்த்தமற்றப் பேச்சு' என்றும் 'முட்டாள்தனமான உளறல்' என்றும் தான் அழைப்பதை மார்க்ஸ் அம்பலப்படுத்த விரும்பினார் என்பது தெளிவாகத் தெரிந்தது. 'ஆனால்,

தற்போது இந்த அம்சங்கள் எது ஒன்றும் கிட்டத்தட்ட நடப்பில் இல்லை. சுதந்திரச் சந்தை நம்மிடையே இல்லை; பெரும் வணிக நிறுவனங்களும், அரசும் இணைந்து ஒற்றைப் பெரும் நிறுவனமாக ஆகியுள்ளன. அரசு பிரம்மாண்டமானதாக இருக்கிறது; ஏகபோக நிறுவனங்கள் முதலாளித்துவப் போட்டியை ஒரு நகைச்சுவையாக ஆக்குகின்றன.'

'பலர் இதோடு ஒத்துப்போக மாட்டார்கள்,' என்று அவர் சொன்னதை எதிர்க்கும் விதமாக சொன்னேன். 'தயவு செய்து உங்கள் கருத்தை விளக்கிச் சொல்லுங்கள்.'

'ஆகட்டும்,' என்று சொல்லி ஆவி தன் தொண்டையைச் சரிசெய்து கொண்டது. 'பொருளாதார நெருக்கடி இதைத் தெளிவாக்கத் தொடங்கி விட்டது. நெருக்கடியிலிருந்து வங்கிகளைக் காப்பாற்றும் அரசின் செயல், பணக்காரர்களுக்கான நம்முடைய முதலாளித்துவ அமைப்பு முறை என்று நீங்கள் அழைக்கக்கூடிய ஒன்றின் குறியீடு. முதலாளித்துவத்தில் மிச்சம் மீதி ஏதாவது இருந்தால் அது மீதமிருக்கும் ஜனங்களுக்கானது; இவர்கள் தாங்களே நீந்திக் கரையேற வேண்டும், அல்லது மூழ்கிப் போக வேண்டும்.'

'ஆமாம். அரசு தலையிட்டு பில்லியன் கணக்கான டாலர்களை வங்கிகளுக்குக் கொடுப்பது ஒரு முதலாளித்துவ செயலாகவே தோன்றவில்லை என்று எல்லாரும் கண்டு கொண்டார்கள்,' என்று சொல்லி ஒத்துக்கொண்டேன். 'ஆனால், இது ஒரு விதிவிலக்கு; கடும் நெருக்கடிக் காலத்தில் ஒரு பிறழ்ச்சி.'

'இல்லை,' என்றது ஆவி உறுதியாக. 'அது ஒரு விதி. விதிவிலக்கல்ல. வங்கிகளைக் காப்பாற்றும் அரசின் செயலை மக்கள் பார்த்துக்கொண்டு தான் இருக்கிறார்கள்; அவர்கள் கடும் கோபத்தில் இருக்கிறார்கள். 'பெரும் வணிக நிறுவனங்களின் நலன்' என்று பல நிபுணர்கள் அழைக்கும் நிரந்தரச் சூழலில் நாம் வாழ்கிறோம் என்பதைப் புரிந்து

முதலாளித்துவம் பணக்காரர்களுக்கான சோஷலிசமாக ஏற்கனவே மாறிவிட்டது

முதலாளித்துவம் என்பது பெரும் வணிக நிறுவனங்களுக்கும் அதிகாரம் மிக்க அரசுக்கும் இடையேயான நெருங்கிய இணைவாக மாறிவிட்டது என்பதை மார்க்ஸ் கண்டார். மிகை உற்பத்தியும், தேங்கிப்போதலும் கூர்மையடையும் போது தங்களின் லாபம் அதிகரிக்க ஏகபோக பெரும் வணிகத் தொழில் நிறுவனங்கள் அதிகாரம் மிக்க அரசைத் தம்முடைய கூட்டாளியாக உருவாக்கிக் கொள்ளும் என்பதை மார்க்ஸ் அவதானித்தார். இதை 'ஏகபோக முதலாளித்துவம்' என்று மார்க்ஸ் அழைத்தது போலவே நீங்களும் அழைக்கலாம். ஆனால், அது ஆபத்துக்கான வாய்ப்புகளைப் பொது வாக்கியும் லாபத்தைத் தனியார்மயமாக்கியும் செயல்படும் அரசின் ஒரு அமைப்பு முறை. இந்த அர்த்தத்தில், ஏகபோக முதலாளித்துவம் 'சுதந்திர சந்தை'யின் தர்க்கத்தைக் கீழறுப்பு செய்து அதைத் தற்போது அமெரிக்காவில் நிலவும் பணக்காரர்களுக்கான சோஷலிசமாக மற்றுகிறது.

முதலாளித்துவம் ஏற்கனவே மறைந்து போய்விட்டது ~ 117

கொண்டால் அவர்கள் இன்னும்கூட கோபப்படுவார்கள். எக்ஸான் [பெட்ரோலியப் பொருள்கள் விற்கும் ஒரு பெரு நிறுவனம்], கோல்ட்மன் சேக்ஸ் [பன்னாட்டு முதலீட்டு வங்கி நிறுவனம்], போயிங், போன்ற பல நிறுவனங்கள் தொடர்ந்து செயல்பட, ஒவ்வொரு வருடமும் பில்லியன் கணக்கான டாலர்களை மானியங்கள், வரிக் குறைப்பு, சட்டத்தில் ஓட்டைகள், நிலம், உரிமங்களை இலவசமாக வழங்குதல், வணிக பேரங்கள் என்ற வகையில் அரசு செலவழிக்கிறது [அந்நிறுவனங்களைக் காப்பாற்ற] ராணுவத் தலையீட்டையும் அது மேற்கொள்கிறது.'

'ஆக, நிறுவனங்களைப் பணம் கொடுத்து அரசு காப்பாற்றுவது பொருளாதாரத்தில் ஒரு நிரந்தர நிலை என்று சொல்கிறீர்களா?'

'ஆம்,' என்றது ஆவி. *நிதி நெருக்கடியிலிருந்து நிறுவனங்களைக் காப்பாற்றும் தேசம் என்று அதை அழையுங்கள். சுதந்திரச் சந்தை - முதலாளித்துவம் என்று அழைக்கப் படுவதன் மையம் அதுதான். அதிகாரம் மிக்க வணிகத்தையும், அதிகாரம் மிக்க அரசையும் அது நெருக்கமாகப் பிணைக் கிறது. அரசுக்கும், பெரும் வணிக நிறு வனங்களுக்கும் இடையே எப்போதும் பலவீனமானதாக இருந்த பிரிவினை தற்போது முழுவதுமாக மறைந்து விட்டது. இந்த நிகழ்வு, சுதந்திரச் சந்தை என்ற கருத்தின் உண்மை சொரூபத்தை அம்பலப்படுத்தி அது வெறும் கற்பனை என்பதைக் காட்டிவிட்டது. வணிக நிறுவனங்களின் நிதி முதலீடுகள் நஷ்ட மடையும்போது பணம் கொடுத்துக் காப்பாற்றுவது, அவற்றின் வழக்கமான செயல்பாடுகளுக்கு மானியம் கொடுப்பது என்ற முறைகளில் பெரும் நிறுவனங்கள் வருவித்துக்கொண்ட ஆபத்தை 'சமூக வயப்படுத்துகிறது' அரசு.'*

அரசு என்பது என்ன?

'நவீன தொழில் துறை, உலகச் சந்தை ஆகியவற்றின் நிர்மாணத்துக்குப் பிறகு, நவீன பிரதிநிதித்துவ அரசில், இறுதியாக பிரத்யேகமான அரசியல் அதிகாரத்தைப் பூர்ஷ்வா தனக்கே உரியதாக வென்று கைக்கொண்டது,' என்று மார்க்ஸ் எழுதினார்.

'அது முதலாளித்துவத் தர்க்கத்துக்கு எதிராகத் தெரிகிறது,' என்று நான் ஒத்துக்கொண்டேன். 'ஆனாலும், இது நீண்ட காலமாக நடந்து கொண்டுதான் இருக்கிறது; அமைப்பு முறை வழங்கும் அனுகூலத்தைப் பணக்காரர்கள் சுரண்டும் விதம் இது; இந்த சுரண்டலைத்தான் முதலாளித்துவத்தின் முக்கிய அம்சம் என்று நீங்கள் வர்ணித்தீர்கள். முதலாளித்துவ அமைப்பில் உள்ள அரசை 'ஆளும் வர்க்கத்தின் உறுப்பு' என்று திரும்பத்திரும்ப நீங்கள் விவரித்தீர்கள்.' ஆவியினுடைய நூல் களை நான் வாசித்திருக்கிறேன் என்று அதற்குக் காட்ட விரும்பினேன். 'அதைத்தான் நீங்கள் விளக்கிச் சொல்லிக் கொண்டிருக்கிறீர்கள். எனவே, எப்போதுமே நீங்கள் விளக்கி வந்த முதலாளித்துவம் என்பது பணக்காரர்களுக்கான சோஷலிசம், மற்றவர்களெல்லாம் 'அதிர்ஷ்டம்' இல்லாத கால்நடைகள், இல்லையா?'

அவருடைய பிரதிகளையெல்லாம் நான் தீவிரமாக வாசித்திருக்கிறேன் என்பதற்கான பாராட்டை அந்த நடு இரவு கருத்தரங்கின் ஒரே மாணவனான எனக்குப் பேராசிரியர் மார்க்ஸ் வெளிப்படுத்தினார். 'முதலாளித்துவத்தில் உள்ள அரசின் பெரும் பங்கு குறித்த என்னுடைய அடிப்படை வாதங்களை நீங்கள் புரிந்துகொண்டிருப்பது பற்றி நான் மகிழ்ச்சி அடைகிறேன். தான் என்னவாக இருக்கிறது என்று வாதிட்டது போல முதலாளித்துவம் ஒருபோதும் இருந்தது கிடையாது; உண்மையில் அது ஒரு புதிய அமைப்பு முறையாக பரிணமிக்கும். இருபதாம் நூற்றாண்டில், அமைப்பு முறை ஏகபோக முதலாளித்துவமாக வளர்ந்த போது, முரண்பாடுகள் கூர்மையடைந்தன. உங்களுடைய 'முதலாளித்துவம்' பெரும் வணிக நிறுவனங்களுக்கும், அதிகாரமும் கட்டுப்பாடும் நிரம்பிய அரசுக்கும் இடையே நடந்த ஒரு திருமணம்; பெரும் வணிக நிறுவனங்களால் திட்டமிடப்பட்ட பொருளாதாரத்தை நிர்வகிக்க, சுதந்திரச் சந்தையை அல்ல, அவை இணைந்து செயல்படுகின்றன.'

நான் சொன்னேன்: 'வேறு வார்த்தைகளில் சொன்னால், முதலாளித்துவம் எப்போதுமே முதலாளித்துவ ரீதியில் இருந்தது கிடையாது; தற்போது அது தன்னுடைய கவர்ச்சியான சொல்லாட்சி முறைக்கு ஏறத்தாழ நேர் எதிராக இருக்கிறது. அது முற்றிலும் ஏகபோகம் சார்ந்ததாகவும், சமூக, பொருளாதார விவகாரங்களைக் கட்டுப்படுத்தும் அரசு சார்ந்ததாகவும், மையப்படுத்தப்பட்டத் திட்டமிடலைச் சார்ந்ததாகவும் ஆகியுள்ளது; பெரும்பாலும் சோஷலிசம் எப்படி இருக்குமென்று யூகிக்கப்படுகிறதோ அதைப் போல; ஒரு விஷயம் தவிர - அதாவது, அது பணக்காரர்களால் நிறுவப்பட்டு, பணக்காரர்களுக்காக, பணக்காரர்களால் இயக்கப்படும் ஓர் அமைப்பு.'

'ஆம்,' என்று சொல்லி ஆவி ஆமோதித்தது. உங்களுடைய ஏகபோக முதலாளித்துவம் என்பது தற்போது உண்மையில் பணக்காரர்களுடைய அரசின் சோஷலிசம்தான். மழுப்பாமல் சொல்வதாக இருந்தால், முதலாளித்துவத்தின் மொழியையே ஒரு கேலிக்கூத்தாக ஆக்குமளவுக்கு முதலாளித்துவம் அரசு சார்ந்ததாகவும், ஏகபோகம் சார்ந்ததாகவும் ஆகியுள்ளது என்பதை நாம் உணர்கிறோம். மொத்த நிகழ்வும் டீனாவையே நகைச்சுவையாக ஆக்குகிறது என்பதையும் நான் சொல்ல வேண்டும்.'

நான் சொன்னேன்: 'முதலாளித்துவம் ஏற்கனவே தனக்கான மாற்றைத் தானே உண்டாக்கிக்கொண்டதால் டீனா அர்த்தமற்றதாகப் போய்விட்டது என்பதைத்தான் சொல்கிறீர்கள். பணக்காரர்களுக்கான சோஷலிசத்தை அதனால் உண்டாக்கிக்கொள்ள முடியுமென்றால், இதனினும் மேலான மாற்றுகள் இருக்கும் என்பதை நாம் நியாயமான முறையில் எதிர்பார்க்கலாம்.'

30

ஆவி இருபத்தோராம் நூற்றாண்டைச் சித்திரிக்கத் தொடங்குகிறது

கல்லறைத் தோட்டத்தின் ஊடாக இருள் பரவும்போது ஆவி மேலும் வேகமாகப் பேசியது: 'எல்லாவற்றுக்கும் மேலாக, நாம் நுழைந்துள்ள புதிய நூற்றாண்டு கடுமையான, புது சவால்களை முதலாளித்துவத்தின் முன் வைக்கிறது. டீனா, முதலாளித்துவம் இரண்டுக்குமே இருபத்தோராம் நூற்றாண்டு முற்றுப்புள்ளி வைக்கப் போகிறது. இது உறுதி!'

'அப்படி எவ்வாறு உறுதியாக நீங்கள் சொல்லலாம்?' என்று நான் கொஞ்சம் திமிருடன் கேட்டேன். 'முதலாளித்துவம் வீழ்ச்சியடையும் தருணத்தில் இருக்கிறது என்று உங்கள் காலத்திலும் நீங்கள் உறுதியாக இருந்ததாகத் தோன்றியது.'

தன் வாழ்நாளில் எப்போதுமே ஆவேசமாகப் போரிட்டதைப் போலவே இப்போதும் அது பின்வாங்கவில்லை. 'முதலாளித்துவ அமைப்பு முறைக்கு எதிராக உருவாகியுள்ள எண்ணற்ற புதிய வரம்புகள், தடைகள் ஆகியவற்றின் வாயிலில் நாம் இருக்கிறோம். இந்த சவால்கள் பலவற்றின் ஆரம்ப நிலைகள் முன்பே காணப் பட்டுள்ளன; ஆனால், நீங்கள் தற்போது குணரீதியான மாற்றம் ஒன்றை எதிர்கொண்டுள்ளீர்கள். நீண்டகால நெருக்கடியில் நிகழ்ந்த, சென்று சேர்ந்து திரும்பி வர முடியாத புள்ளிகள் அவை; இவற்றிலிருந்து முதலாளித்துவமும், சமூகமுமேகூட தப்பிக்கவோ, அவற்றைத் தாண்டி தம்முடைய இருப்பைத் தக்கவைத்துக் கொள்ளவோ முடியாது.'

'நீங்கள் இன்னும் குறிப்பாகச் சொல்ல வேண்டும்.'

'இரண்டு புதிய நெருக்கடிகள் அதிகம் கவனிக்கத் தக்கவையாக உள்ளன. அவற்றைப் பற்றிச் சொல்வதற்கு முன்னால், தற்போது வெளித் தெரியவரும் அமைப்பு முறை தொடர்பான சில கடுமையான பிரச்சினைகளைக் குறிப்பிடுகிறேன். முதலாவது. புவியியல் அறிஞரும், சமூகக் கோட்பாட்டாளரும், என்னுடைய மிகச் சிறந்த சீடருமான

டேவிட் ஹார்வி* 'இடம் - காலம் ஆகியவற்றின் சுருக்கம்' என்று அழைப்பதோடு தொடர்புடையது. இடம் தொடர்பான தன்னுடைய வாதத்தை ஹார்வி தெளிவாக முன்வைத்துள்ளார். உலகமயமாதல் இடச் சுருக்கத்தின் ஒரு முகம்; இது முதலாளித்துவத்தின் மையத்தில் உள்ளது; இதைப் பற்றி நான் *கம்யூனிஸ்ட் அறிக்கையிலும்*, என்னுடைய பிற எழுத்துகளிலும் குறிப்பிட்டுள்ளேன். முதலாளித்துவ வாதி பூமிக் கோளில் உள்ள எல்லா இடத்தையும் கைப்பற்றி தன் உடைமை யாக்கிக்கொள்ள வேண்டும். கூடுதல் இடத்துக்கான பசியும், தேவையும் முதலாளித்துவத்துடைய மரபணுவின் ஒரு பகுதி.'

'ஆம்,' என்றேன் நான். 'விரிவாக்கத்தின் மூலமாகவே முதலாளித்துவம் வாழவும் செய்கிறது, சாகவும் செய்கிறது என்று நீங்கள் உங்களுடைய எல்லா எழுத்துகளிலும் தெளிவாகச் சொல்லியுள்ளீர்கள்; தன்னிடம் உள்ளதை அதனால் சுருக்கிக் கொள்ளவும் முடியாது, அதை வைத்து மகிழ்ச்சியாக வாழவும் முடியாது.'

உலகளாவிய வெளியும் முதலாளித்துவ மரபணுவும்

'முதலாளித்துவவாதிகள் தங்களை எல்லா இடங்களிலும் இறுக்கிப் பொருத்திக் கொள்ள வேண்டும்; எல்லா இடங்களிலும் குடியேறி வாழ வேண்டும்; எல்லா இடங்களிலும் தொடர்புகளை உருவாக்கிக்கொள்ள வேண்டும்... உள்ளூர் சார்ந்த கச்சாப்பொருள்களைப் பயன்படுத்திக்கொள்ளாத தொழிற் சாலைகள் தோன்றுகின்றன; அவை தொலைதூரப் பகுதிகளிலிருந்து கச்சாப் பொருள்களைத் தருவித்துக்கொள்கின்றன; உள்நாட்டில் மட்டுமல்ல, உலகின் ஒவ்வொரு மூலையிலும் நுகரப்படும் பொருள்களைத் தயாரிக்கும் தொழிற் சாலைகள் தோன்றுகின்றன... புதிய தேவைகள் உருவாவதைக் காண்கிறோம்; அவற்றைப் பூர்த்தி செய்ய தொலைதூர நாடுகளும் பருவநிலைகளும் தேவைப்படுகின்றன' என்று மார்க்ஸ் எழுதினார்.

'முந்தைய நூற்றாண்டுகளில், முதலாளித்துவம் தேங்கிப்போன போதும் உலகின் பல்வேறு புவியியல் சார்ந்த குறிப்பிட்ட சந்தைகளை அழித்தபோதும், பூமிக் கோளின் புதிய பிராந்தியங்களுக்கு அதனால் இடம்பெயர முடிந்தது. ஆனால், தற்போது உலகமயத்தின் விளைவாக மூலதனம் உலகின் எல்லாப் பகுதிகளையும் ஊடுருவியிருப்பதால் மொத்த இடமும் தீர்ந்துபோய்விட்டது. மூலதன வளர்ச்சிக்கு ஏதுவான புதிய பகுதிகள் முடிந்துவிட்டன.'

'முதலாளித்துவ செயல்பாட்டுக்கான இடம் தீர்ந்துபோய்விட்டது என்று ஹார்வி சொல்வதோடு நீங்கள் உடன்படுகிறீர்களா?' என்று கேட்டேன்.

* *பி. 1935 - நியூயார்க் நகரப் பல்கலைக்கழகத்தில் மானிடவியல், புவியியல் துறைகளின் பேராசிரியர். மிக அதிகம் மேற்கோள் காட்டப்படும் இருபது கலைப் பாடப் பிரிவுப் பேராசிரியர்களில் ஒருவர். மார்க்ஸியப் புவியியல் என்ற பிரிவைக் கல்விப் புலத்தில் நிறுவியவர். உலகளாவிய முதலாளித்துவம் தொடர்பான விவாதத்தில் மார்க்ஸிய ஆய்வு முறைமைகளைப் புகுத்தியவர். (மொ-ர்)*

'ஆமாம். அதாவது, முதலாளித்துவத்தால் காலனியாக்கம் செய்யப் பட்ட எல்லாப் பகுதிகளிலும் நாம் பார்த்த தேங்கிப்போதலுக்கான இயல்பை புது இடங்களால் மட்டுப்படுத்த முடியாது. லாபகரமான புது முதலீட்டுக்கான இடங்கள் வறண்டு போய்க்கொண்டுள்ளன. அமைப்புமுறை முன்னைவிட அதிக நிதிமயமாக்கலில் ஈடுபட்டு உலக அளவில் தளர்ச்சி அடையும்.'

'ஆனால், நிச்சயமாக சீனா, இந்தியா, பிரேசில் போன்ற நாடுகளில் - ஆஃப்ரிக்காவையும், மத்திய அமெரிக்காவையும் சொல்லவே வேண்டாம் - பில்லியன் கணக்கான ஏழைகள் இருக்கிறார்கள்; அரசிடம் சரியான முதலீட்டுக் கொள்கைகள் இருந்தால் முன்னே சொன்ன நாடுகளின் மக்களைக் கொண்ட சந்தைகள் புதிய முதலாளித் துவ வளர்ச்சியைத் தூண்டிவிடும்' என்கிறேன் நான்.

'அதைத்தான் என்னுடைய நண்பரான ஜான் மெய்னார்டும் சொல்வார்,' என்று ஆவி சுட்டிக் காட்டியது. 'ஆனால், இந்த பிராந்தியங் களில் கெய்னீசியம் நிராகரிக்கப்படும், அல்லது மிக மட்டான அளவிலோ, ராணுவ ரீதியான வடிவங்களிலோ நடைமுறைப் படுத்தப் படும். நெருக்கடியைத் தீர்ப்பதில் அது தோல்வியுறும். பிறகு, போர் களினாலும், நான் விரைவில் விளக்கப்போகும் சூழல் தொடர்பான நெருக்கடிகளாலும் உலகம் அழிக்கப்படும்.'

'ஆக, அடுத்த சில பத்தாண்டுகளுக்கு முதலாளித்துவம் தட்டுத் தடுமாறி நடக்கும்; பிறகு பாருங்கள் என்று சொல்கிறீர்கள், அப்படித் தானே?'

'சரியான தருணம் நமக்குத் தெரியாது. அது நம்மைப் புதிய பேரிடருக்குக் கொண்டு சேர்க்கிறது.'

31

காலத்தின் போதாமை

ஆவி தொடர்ந்து பேசியது: 'இருபத்தோராம் நூற்றாண்டு முதலாளித் துவத்துக்கு இடத்தைவிட காலம் இன்னும் பெரிய பிரச்சினையாக இருக்கலாம். அமைப்பு முறை விரைகிறது; ஆனால், கடிகாரம் நிற்கப் போகிறது.'

'எனக்குப் புரியவில்லை' என்றேன்.

'ஹார்வி அதை நன்றாகச் சொல்கிறார்,' என்றது ஆவி. 'எல்லாவற்றிலும் வேகம் அதிகரித்துள்ளது; பொருளாதாரத்தில் மட்டுமல்ல, மொத்த கலாச்சாரத்திலுமே வேகம் அதிகரித்துள்ளது. முதலாளித்துவவாதிகள் எல்லாவற்றையுமே கடிகாரத்தின் மீது ஏற்றுகிறார்கள். தற்போது கடிகாரங்கள் முன்னைவிட வேகமாக இயங்குகின்றன; அவற்றுக்கு ஈடுகொடுக்க நாம் வெறியுடன் ஓடிக்கொண்டிருக்கிறோம். இது பரந்துபட்ட முதலாளித்துவக் கலாச்சாரப் புரட்சியின் ஒரு பகுதி; தங்க வேட்டைக்கான சூறாவளியில், எல்லாப் பாரம்பரியங்களையும் உறுதியான நிலைகளையும் துடைத்தெறிய அது அவசரமாக ஓடுகிறது.'

கலாச்சாரப் புரட்சி என்ற வகையில் முதலாளித்துவம் பற்றி மார்க்ஸ்

'வணக்கத்துக்குரிய பழங்கால தப்பெண்ணங்கள், அபிப்பிராயங்களோடு கூடிய நிலைநிறுத்தப்பட்ட, உறைந்துபோன உறவுகள் துடைத்தெறியப் படுகின்றன; புதிதாக உருவாகும் எல்லா உறவுகளும் கெட்டி தட்டிப்போய், மாற்ற முடியாதவையாக ஆகும் முன்னால் காலங்கடந்தவையாக ஆக்கப்படுகின்றன. திடமாக இருப்பவை எல்லாம் காற்றில் கரைகின்றன, புனிதமானவை எல்லாம் நிந்தனைக்குள்ளாகின்றன.'

'நெருக்கடிக்கும் இதற்கும் என்ன தொடர்பு?' என்று கேட்டேன்.

'பெரும் வணிக அமைப்பையே நினைத்துப் பாருங்கள்,' என்றது ஆவி. 'நீண்ட காலத்துக்கான திட்டத்தை இயற்றும் திறன் தங்களுக்கு இல்லை என்று பெரும் வணிக முன்னோடிகள் எப்போதும் முறையிடுகிறார்கள். பங்குச்சந்தை பகுப்பாய்வு நிபுணர்கள் அன்றாடம் அவர்களை அழைத்து காலாண்டு மற்றும் தினசரி லாப அளவுகளைத் தெரிந்துகொள்ள விரும்புகிறார்கள். பெரு வணிக நிர்வாகிகள் இக்கட்டான சூழலில் மாட்டிக்கொண்டுள்ளார்கள்; ஏனென்றால், இன்று இரவு பங்குச்சந்தைக்கு அவர்கள் தரும் எண்கள் நன்றாக இல்லையென்றால் அவர்கள் மூலதனத்தை இழக்கிறார்கள். இப்படிப்பட்ட மிகக் கடுமையான குறுகிய கால சார்பு கொண்ட அவர்களுக்கு எதிர்காலத்துக்காகத் திட்டமிடத் தேவையான காலம் கொஞ்சமும் இல்லை. குறுகிய கால லாபங்களை அவர்கள் பெரிய அளவில் உருவாக்கவில்லையென்றால் அவர்கள் வேலையைவிட்டு நீக்கப்படலாம்.'

'ஆகவே, அவர்கள் குறுகிய கால லாபங்களையே தேர்வு செய்வதால், அவையே அவர்களுடைய கவனத்துக்குத் திரும்பத் திரும்ப நீண்ட காலத்துக்கு வரும், அப்படித்தானே?'

'ஆமாம். பெரு வணிக முன்னோடிகள் அனைவரின் மிகப் பொதுவான புகார்களில் அதுவும் ஒன்று. தலைமை நிதி அலுவலர் யாராவது ஒருவரைப் பிடித்து கேட்டுப் பாருங்களேன்,' என்று ஆவி எனக்கு சவால் விட்டது. தற்காலப் பெரு வணிக உலகின் பிரத்யேக மொழியைத் தான் புரிந்துகொண்டதை ஆவி காட்டிக் கொண்டது.

'இது நெருக்கடிக்கு இட்டுச் செல்கிறது. ஏனென்றால், தொலை நோக்கு இல்லாத அமைப்பு முறையான அது, எதிர்கால சவால்களை முன்னதாக யூகித்து அவற்றுக்கு ஏற்றாற்போலத் திட்டமிட முடியாமல் இருக்கிறது, சரியா?'

'நீங்கள் சரியாகப் புரிந்து கொண்டீர்கள்,' என்றது ஆவி. 'கடந்த காலத்தில், ஜே.ப்பி. மார்கன் போன்ற நிதி உலக நிபுணர்கள் ஒட்டு மொத்த அமைப்பு முறைக்குமான ஒரு பொது மதிப்பீட்டை வளர்த் தெடுக்க உதவினார்கள். ஆனால், மொத்த அமைப்பின் இருப்பைக் குறித்து அக்கறைகொண்ட நிதி நிபுணர்களிடையே இருந்த சமூகப் பண்பைப் பேணும் இயல்பு 1970களில் மறைந்து போகத் தொடங்கியது. உலகமயமும், புதிய தொழில் நுட்பமும் நிதி சார்ந்த சந்தைகளை விரைவுபடுத்தின. அதற்குக் காரணம். எதிர்காலம், இன்னும் வேகமான முதலாளித்துவக் கடிகாரங்களுக்கும், குறிப்பாக நிதி சார்ந்த நடவடிக்கை களில் இன்னும் குறுகிய கால, தொலை நோக்கற்றப் பெரு வணிகத் துக்கும் இட்டுச்செல்லும்.'

'ஏன்?' என்றேன் நான்.

'ஒரு விஷயத்துக்காக. புதிதாக வந்துள்ள மிகப் பெரிய நிதி சார்ந்த தொழில்களின் அதிபர்கள், பண நஷ்டத்தைத் தவிர்ப்பதற்காக செய்யப்படும் தற்காப்பு முதலீடுகள் [உ-ம். பணவீக்கத்துக்கு எதிரானத் தடுப்பாக தங்கத்தில் முதலீடு செய்வது], தனியார்த் துறையின் பங்கு வர்த்தகம், மற்ற பிற முறைப் படுத்தப்படாத நிதி சார்ந்த நிறுவ னங்கள் ஆகியவை லாஸ் வேகஸின் சூதாடிகளைப் போன்றவை; ஒரே விதிவிலக்கு, இத்துறைகளில் அரசு எந்த விதிகளையும் நடைமுறைப் படுத்துவதில்லை [சூதாட்டத்துக் காவது விதிகள் உண்டு]; மாறாக, அவற்றை நஷ்டத்திலிருந்து காப்பாற்றிக் கொண்டிருக்கிறது. அதிகபட்சப் பணத்தை அதிக விரைவாக சம்பாதிக்கவே அத்துறைகள் இருக்கின்றன; அவற்றை முறைப்படுத்த, கட்டுப்படுத்த, அல்லது அவற்றின் வேகத்தைக் குறைக்கத் தேவையான மன உறுதியைப் பெறுவது உலகின் அரசுகளால் இயலாத காரியம். அவை கடனே என்று சிலவற்றை சொல்லிக்கொண்டுள்ளன; நடைமுறைப் படுத்தப்படும் சீர்திருத்தங்கள் உண்மையில் அர்த்தமுள்ளவையாக ஆகப்போவதில்லை.'

> **[அரசின்] பெரும் பணம் விரைவாக செலவழிந்த விதம்**
>
> நெருக்கடியிலிருந்து மீள அரசின் நிதியைப் பெற்ற ஐந்து மிகப் பெரிய வங்கிகளின் நிர்வாகிகள் 2009 ஆண்டு மட்டும் பெற்ற சம்பளம் 90 பில்லியன் டாலர்கள். அவர்களுடைய வங்கிகளை யும், நாட்டையும் பள்ளத்துக்குள் இட்டுத் தள்ளிய அந்த நிர்வாகிகளுக்கு இந்த சம்பளம் அப்படி ஒன்றும் மோச மில்லைதான்.

'வேறு என்ன?' என் நான் கேட்கிறேன்.

'ஓய்வூதிய நிதிகள், பரஸ்பர நிதிகள், பிற பெரிய நிறுவனப் பங்குதாரர்கள் குறுகிய காலத்தில் லாபம் பெறுவதில் முனைந்திருக் கிறார்கள். அண்மைப் பத்தாண்டுகளில் நிகழ்ந்த முதலீட்டுப் பங்குதாரர் புரட்சி, அமைப்பு முறையில் கட்டுப்பாட்டை உருவாக்கும் என்று பலரும் நினைத்தார்கள். ஆனால், அவர்களுடைய செல்வாக்கு உண்மை யில் அமைப்பு முறையின் வேகத்தை அதிகப்படுத்தியது; ஏனென்றால், அவர்கள் லாபகரமான அன்றாட அல்லது காலாண்டு முடிவுகளைப் பெறவில்லையென்றால் பில்லியன் கணக்கான டாலர்களை எந்தப் பெரும் நிறுவன முதலீட்டிலிருந்தும் திரும்பப் பெற்று விடுவார்கள். இது, பரஸ்பர நிதிப் பொறுப்பாளர்களின் மனநிலை, சாதாரண முதலீட்டாளர் மற்றும் தற்காப்பு முறையில் பெரும் முதலீட்டில் ஈடுபடும் பெரும் சூதாடிகள் ஆகியோரின் குறுகிய கால [லாபத்தின் மீதான] கவனக் குவிப்பு ஆகியவற்றைப் பிரதிபலிக்கிறது. வேகமாக வரும் பணத்திலேயே நீங்கள் எல்லாரும் குறியாக இருக்கிறீர்கள். என் காலத்திலும் இதே மாதிரியான பேராசை வெளிப்பட்டதைப் பார்த்திருக்கிறேன்; நிதி சார்ந்த எல்லாவற்றையும் வெறிகொண்டு விற்பதின் அனைத்து வகைகளைப் பற்றியும் நான் எழுதியிருக்கிறேன்.'

கொஞ்சம் இடைவெளி விட்ட ஆவி பிறகு சொன்னது: 'தொழில் நுட்பம் என்னும் காரணியை மறந்துவிடாதீர்கள்.'

'அதாவது?'

'மின்னணுத் தகவல் தொடர்பின் வேகம் அதிகரிக்க அதிகரிக்க நிதி சார்ந்த அமைப்பு முறையும் மொத்தப் பொருளாதாரமும் வேகமெடுக்கின்றன. ஒரு நானோ-விநாடியில் ட்ரில்லியன் கணக்கான டாலர்களைப் பரிவர்த்தனை செய்துவிட முடியும்; வேகம் தொடர்ந்து அதிகரித்துக்கொண்டேதான் இருக்கிறது. திட்டமிடவோ, பகற்கனவு காணவோ, வேகத்தைக் குறைக்கவோ நேரமில்லை.'

'ஆக, எதிர்காலத்துக்காக யாரும் திட்டமிடாததால், குறுகிய கால நோக்கைக் கொண்டிருக்கும் அமைப்புமுறை தன்னைத்தானே நிரந்தர நெருக்கடிக்குள் கொண்டு சேர்த்துக்கொள்கிறது. நீடித்து நிற்க முடியாத இயக்கத்தில் விடாப்பிடியாக இருக்கும் பொருளாதாரம் அது; இன்றைய தினத்தைத் தாண்டிப் பார்க்க முடியாத அதன் திறமையின்மையால் அது தன் செயல்பாட்டைத் தானே நிறுத்திவிடும்,' என்றேன் நான்.

நான் சொன்னதை ஆவி ஒத்துக்கொண்டது. 'நீடித்து நிற்கும் தன்மை பற்றி நீங்கள் பேசும்போது இருபத்தோராம் நூற்றாண்டின் மிகப் பெரிய, மிக முக்கிய புதிய சவால்களைச் சுட்டிக் காட்டுகிறீர்கள். முதலாளித்துவத்துக்கு மட்டுமல்ல, மனித நாகரிகத்துக்கே விடுக்கப்படும் இருத்தலியல் அச்சுறுத்தல்கள் அவை. பெரும் நிலைமாற்றப் புரட்சியின் மிகப் பெரிய இயக்கு விசைகள் அவை. முதலாவது, பேரழிவை

உண்டாக்கும் ஆயுதங்களின் காலமான இதில் போரும் செல்வாக்கும் ராணுவ பலத்தில்தான் இருக்கின்றன என்ற நம்பிக்கை விளைவிக்கும் நெருக்கடி. இரண்டாவது, பருவநிலை மாற்றத்தின் புவிசார்ந்த நெருக்கடி. இரண்டுமே முதலாளித்துவத்தால் இயக்கப்படுபவை; முதலாளித்துவத்துக்குப் பிந்தைய சமூகம் ஒன்றில் மட்டுமே இரண்டையும் சரிசெய்ய முடியும். இரண்டும் ஊனாவை அபத்தமாக்குகின்றன.'

32

பேரழிவை உண்டாக்கும் ஆயுதங்களின் காலத்தில் போர் என்ற அமைப்பு முறை

'நாகரிகம் என்பது விடாப்பிடியாகத் தொடர்ந்து நீடிக்கும் போரின் வரலாறுதான். அப்படியிருக்கும்போது, அது ஒரு புதிய இருபத்தோராம் நூற்றாண்டு அச்சுறுத்தல் என்றும், மனிதகுலத்தின் தொடர் இருப்பையே கேள்விக்குள்ளாக்கும் இருத்தலியல் அச்சுறுத்தல் என்றும் சொல்லி அதை மட்டும் ஏன் தனியாகப் பிரித்துப் பார்க்கிறீர்கள்? சிறிதும், பெரிதுமாக எப்போதும் நடந்த பல போர்களைத் தாண்டித்தான் மனிதகுலம் பிழைத்திருக்கிறது,' என்றேன் நான்.

நான் ஒரு முட்டாள் என்பதைப் போல ஆவி என்னைப் பார்த்தது. 'போர் நீண்ட காலமாக இருந்து வருவது உண்மைதான். ஆனால், நாம் இப்போது புதிய தொழில்நுட்பக் காலத்தில் இருக்கிறோம். அணு, தீங்கிழைக்கும் நுண்ணுயிரி, வேதிப் பொருள் சார்ந்த என்று பலதரப்பட்டப் பேரழிவு ஆயுதங்கள், எல்லாவற்றையும் மாற்றத்துக்கு உள்ளாக்குகின்றன. அவை உண்மையில் ஆயுதங்கள் அல்ல; ஏனென்றால் அவற்றைப் போரில் பயன்படுத்த முடியாது. ஆனால், தொடர்புடைய நாடுகளை அவை அழித்துவிடும்; முழு உலகத்தையுமேகூட அவை அழித்துவிடலாம்.'

'சந்தேகமேயில்லாமல் அவை மிக ஆபத்தானவைதாம். பல பத்தாண்டுகளாக அவற்றை நாம் வைத்திருக்கிறோம்; அணு ஆயுதங்கள் கண்டுபிடிக்கப்பட்டு பல பெரிய போர்கள் நடந்த பின்னும் நாம் இன்னும் இருக்கத்தானே செய்கிறோம்.'

'நாம் அதிர்ஷ்டசாலிகள். கியூப அணு ஏவுகணை நெருக்கடி* என்று அறியப்படும் வரலாற்று நிகழ்வின்போது உலகத்தையே வெடித்துச் சிதற வைக்கும் வாய்ப்பு மூன்றில் ஒரு பங்கு இருந்ததாக நிபுணர்கள் கணிக்கிறார்கள்.'

'அது உண்மையாக இருக்கலாம்,' என்று நான் ஒத்துக்கொண்டேன். 'தீவிரவாதிகள் அணு ஆயுதத்தையோ, தீங்கிழைக்கும் நுண்ணுயிரி சார்ந்த ஆயுதத்தையோ பெற்று ஒரு பெரிய நகரத்தைக்கூட சேதப்படுத்தி விடலாம். ஆனால், உலகத்தை அழிப்பதிலிருந்தும் அது வேறுபட்டது.'

'நான் சொல்வதை நீங்கள் இன்னும் புரிந்துகொள்ளவில்லை. இரண்டு விஷயங்களை நீங்கள் தவறவிடுகிறீர்கள். ஒன்று, அணு, நுண்ணுயிரி, வேதிப் பொருள் சார்ந்த ஆயுதங்களின் அதிவேகப் பெருக்கம். இருபத்தோராம் நூற்றாண்டின் இறுதிவரை மனித நாகரிகம் தப்பிப் பிழைத்திருந்தால் இவ்வகை ஆயுதங்கள் பல நாடுகளிடமும் இருக்கும்,' என்றது ஆவி.

'இது நாடுகளிடையே அச்சத்தை ஊட்டி போரில் ஈடுபடுவதிலிருந்து அவற்றைத் தடுக்கும்; அதனால் போர் குறையும். அணு ஆயுதங்கள் வைத்துள்ள நாடுகளிடமிருந்து வரும் பதிலடியை நாடுகள் அச்சத் துடன் எதிர்நோக்கும்.'

'அது உண்மைதான். முதலீட்டாளர்களுக்கும் முதலாளித்துவவாதி களுக்கும் மைய நீரோட்டப் பொருளாதார நிபுணர்கள் பொய்யாக ஏற்றிச் சொல்லும் அதே பகுத்தறிவைத் தேசியத் தலைவர்களுக்கு நீங்கள் ஏற்றிச் சொல்கிறீர்கள். தலைவர்களுக்கும் தேசங்களுக்கும் பெரும்பாலும் பகுத்தறிவு இருப்பதில்லை. பேரழிவு ஆயுதங்களின் பெருக்கம், அடிக்கடி அந்த ஆயுதங்களைக் கொண்டு போர்கள் நிகழ்த்தப்படலாம் என்பதை ஏறத்தாழ உறுதிப்படுத்துகிறது.'

நான் தலையசைத்து அது சொன்னதை ஒப்புக்கொண்டேன். 'ஆபத்து உண்மை என்றே தோன்றுகிறது.'

'போரே ஓர் அமைப்பு முறையாக ஆகியுள்ளது,' என்று ஆவி தொடர்ந்து பேசியது. 'பிரச்சினை போர்கள் மட்டுமே அல்ல. அமெரிக்காவாலும், அதைவிடக் கொஞ்சம் குறைந்த அளவில், அணு ஆயுதங்கள் வைத்துள்ள பிற முன்னேறிய முதலாளித்துவ நாடுகளாலும் தலைமை தாங்கப்படும் ஒரு *போர் அமைப்பு முறை* அது.'

*1959இல் கியூபாவில் நிறுவப்பட்ட ஃபிடல் காஸ்ட்ரோவின் ஆட்சியை அகற்ற முயன்ற அமெரிக்க அரசுக்கு எதிராக சோவியத் யூனியன் கியூபாவில் சில அணு ஏவுகணை மையங்களை அமைத்தது. இதை எதிர்கொள்ள அமெரிக்கா துருக்கியிலும், இத்தாலியிலும் அணு ஏவுகணை மையங் களை அமைக்கத் தொடங்கியது. 1962 ஆம் வருடம் அக்டோபர் மாதம் நிகழ இருந்த அணு ஆயுதப் போர் ஒன்றைக் கடைசி நேர கென்னடி- குருஷ்ச்சேவ் பேச்சுவார்த்தை தவிர்த்தது. (மொ-ர்)

'போர் அமைப்பு முறை என்ற பதத்தால் நீங்கள் என்ன உணர்த்து கிறீர்கள்?'

'கணினி ஒன்றை நினைத்துப் பாருங்கள். போர், அமைப்பு முறையின் 'திரைக் காப்பு நிரல்' (Screen Saver) போர் என்று நீங்கள் சொல்லலாம். போர் அமைப்பு முறை ஒன்றில் உள்ள அமைதிக் காலங்கள் நீடித்த போர் நிலைக்கே எப்போதும் மீண்டும் திரும்பப் போகின்றன. போர் என்பது அமைப்பு முறையின் முன்னிருப்புத் தேர்வு (Default Option).'

மார்க்ஸ் சுருக்கிச் சொன்னார். 'எனவே, போர் எளிதாக எங்கு முதலாளித்துவத்தை மட்டுமல்ல, நாகரிகத்தையும்கூட முடிவுக்குக் கொண்டுவருமோ அங்கே அமைப்பு முறை சக்திகள் முடிவற்றப் போரை நீடிக்கச் செய்கின்றன.'

'இந்த அமைப்பு முறை சக்திகள் எவை?' என்று நான் பொறுமை இழந்து கேட்டேன்.

～

33

முதலாளித்துவம், ஏகாதிபத்தியம், முடிவற்ற போர்

'பிரச்சினையே முதலாளித்துவம்தான்,' என்று ஆவி அமைதியாக சொன்னது. 'அது போரை விளைவிக்கும் ஒரு பொருளாதார அமைப்பு முறை; போர் இல்லாமல் அதனால் உயிர்வாழ முடியாது. ஆனால், பேரழிவு ஆயுதங்கள் உள்ள காலத்தில் அவற்றோடு சேர்ந்து இருக்கவும் அதனால் முடியாது. முதலாளித்துவத்தால் உருவாக்கப்பட்ட போர் அமைப்பு முறை அதை [முதலாளித்துவத்தை] அழிக்கவும் செய்து டீனாவை அபத்தமாகத் தோன்றவும் செய்யும்.'

'போர்கள் முதலாளித்துவத்துக்கு முன்பே வந்தவைதான்; முதலாளித் துவத்துக்குப் பிந்தைய அமைப்பு முறை எதிலும்கூட போர்கள் நிகழத்தானே செய்யும்?'

'போர் நிகழ்வதற்கு ஒரே காரணம் முதலாளித்துவம்தான் என்று நான் சொல்லவில்லை. ஆனால், இன்றைய போர் அமைப்பு முறை யின் முக்கியக் காரணம் முதலாளித்துவம்தான். பல போர்கள் ஏன் நிகழ்கின்றன என்பதைத் தீர்மானிப்பதும், முடிவில்லாமல் போர்கள் நிகழ்வதை உறுதிப்படுத்துவதும் அதுவே.'

முதலாளித்துவ நாடுகள் ஒன்றோடொன்று போரிட்டுக்கொள்வ தில்லை என்றும், முதலாளித்துவம் வணிகத்துக்காக உண்டாக்கப் பட்டதே அன்றி போர்களுக்காக அல்ல என்றும் குறிப்பிட்டுக் காட்டப் பழமைவாதிகள் விரும்புகிறார்கள். அமைப்பு ரீதியாகவே முதாளித்துவம் போருக்கு எதிரானது என்று அவர்கள் கருதுகிறார்கள்.'

நான் சொன்னது ஆவிக்கு வேடிக்கையாக இருந்திருக்க வேண்டும்; ஆவிக்கே உரிய வகையில் அது உரக்க சிரித்தது. 'நீங்கள் சொன்னதற்கு எதிரான ஒன்றையே வரலாறு உணர்த்துகிறது. உலகைக் கூறு போட்டுக் கொள்ளவும், மேலும் மேலும் காலனிகளை வெல்லவும் முதலாளித்துவ நாடுகள் தமக்குள்ளே சண்டையிட்டுக்கொண்டதே முதல் உலகப் போர். 'எல்லாப் போர்களையும் முடிவுக்குக் கொண்டுவரும் போர்' என்று அது அழைக்கப்பட்டது. ஆனால், அதற்கு மாறாக, காலனிய, எதிர்-காலனியப் போர்கள் என்று இன்னொரு நூற்றாண்டுப் போர்களை அது தூண்டிவிட்டது; அவற்றில் ஈடுபட்டவை முன்னணி முதலாளித்துவ சாம்ராஜ்யங்களான அமெரிக்காவும், இங்கிலாந்தும்.'

'ஆக, நீங்கள் போர் அமைப்பு முறையையும், காலனியத்தையும் சாராம்சத்தில் சமமானவை என்று கருதுகிறீர்கள், அப்படித்தானே?'

'அப்படியல்ல. பிரச்சினை முதலாளித்துவத்தின் மரபணுவில் உள்ளது; அது ஒரு காலகட்டத்தில் காலனியத்தை உருவாக்கியது. ஆனால், காலனியத்துக்கு முந்தைய காலத்திலும், காலனியத்துக்குப் பிந்தைய காலத்திலும் முதலாளித்துவம் போர் அமைப்பு முறை ஒன்றை வளர்த்தெடுத்தது; என்னுடைய சிந்தனையைப் பின்பற்றுபவர்கள் அதை ஏகாதிபத்தியம் என்று அழைத்தார்கள்.'

'ஆம். உங்களுடைய இறப்புக்கு சற்றுப் பிறகு ஜே. பி, ஹாப்ஸ்பான் தொடங்கி விளாடிமிர் லெனின், ஹேரி மேக்டஃப் வரையிலான மார்க்சியர்கள் ஏகாதிபத்தியம் குறித்த பல நூல்களை எழுதினார்கள். பிற நாடுகளை வெற்றி கொள்ளவும், தன் கட்டுக்குள் வைக்கவும் முதலாளித்துவத்தின் உள்ளார்ந்த இயல்பாக இருக்கும் வேட்கையின் ஒரு பகுதி அது என்றும், முதலாளித்துவ அமைப்பு முறையின் மிக வளர்ந்த நிலைகளில் அந்த வேட்கை தன்னைத் தீவிரமாக வெளிப் படுத்திக் கொள்ளும் என்றும் ஏகாதிபத்தியத்தை அவர்கள் சித்திரித் தார்கள். உலகமயமாகிவிட்ட லாப உள்நோக்கத்தின் ராணுவப் பரிமாணத்தையும், உலகெங்கும் உள்ள சந்தைகள், இயற்கை வளங்கள், தொழிலாளர்கள்மீது உள்ள கட்டுப்பாட்டை விரிவுபடுத்துவதன் மூலம் முதலாளித்துவ லாபங்களை உறுதிசெய்துகொள்வதையும் அது பிரதிபலிக்கிறது.'

'ஆமாம். உலகளாவிய விரிவாக்கம் தேவைப்படும் ஒன்றாக முதலாளித்துவம் இருக்கிறது என்ற என்னுடைய கருத்தை அவர்கள்

பயன்படுத்திக்கொண்டார்கள். எங்கெல்லாம் சாத்தியமோ அங்கெல்லாம் வணிகத்தையும், அஹிம்சை முறை விரிவாக்கத்தையும் முதலாளித்துவ வாதிகள் தேர்ந்தெடுக்கிறார்கள். ஆனால், இவை போதுமானவையாக இல்லாதபோது போரைத் தேர்ந்தெடுக்க அவர்கள் தயங்குவதில்லை. பிரிட்டிஷ், ஃப்ரெஞ்ச், மற்றும் ஜெர்மானியப் பேரரசுகள் விரிவடைந்து கொண்டு போனதைப் பார்த்த நான் இப்போக்கை என்னுடைய நாளில் தெளிவாக உணர்ந்து கொண்டேன்.'

'ஆனால், இடைவிடாத இந்த விரிவாக்கத்தை எது இயக்குகிறது?'

'பேராசையும், லாபமும். ஆனால், இது வெறும் உளவியல் சார்ந்த நோய்க்கூறியல் மட்டுமே அல்ல. விரிவாக்கமும், போரும் வேண்டாம் என்று ஒரு முதலாளித்துவவாதி முடிவு செய்துவிட்டால் தன்னைவிட அதிக முனைப்புள்ள போட்டியாளரிடம் அவர் தோற்றுப்போவார். விரிவாக்கத்தில் ஈடுபடாத பெரு வணிக நிறுவனங்களுக்கும், தேசங் களுக்கும் அமைப்பு முறை நிறைய இடர்ப்பாடுகளைத் தரும். மலிவான இயற்கை வளங்கள், மலிவான உழைப்பு, பெரிய சந்தைகள் ஆகியவற்றைக் கைப்பற்றும் போட்டியாளர்கள் அவர்களைவிட அதிக விற்பனையில் ஈடுபடுவார்கள்.'

'ஆக, உண்மையில் வன்முறை நிரம்பிய முதலாளித்துவ விரிவாக்கத் துக்கும் உலகமயமாதலுக்கும் இன்னொரு பெயரே ஏகாதிபத்தியம்; இது முதலாளித்துவத்தின் மாற்ற இயலாத ஒரு தன்மை.'

'ஆமாம். ஒரு வகையில், முதலாளித்துவம் உலகமயமாதல் குறித்த முதல் கோட்பாட்டாளர் நான்தான். உலகமயமாதலும், ராணுவமய மாதலும் முதலாளித்துவத்தின் பிரிக்க முடியாத பகுதிகளாகக் கட்ட மைக்கப்பட்டவை என்று முதன்முதலாக வாதிட்டவனும் நானே.' இன்றைய உலகின் ஒரு முக்கிய உண்மையை அடையாளம் கண்டு கொண்ட மன நிறைவு ஆவியின் முகத்தில் துலக்கமாகத் தெரிந்தது. 'ஆனால், உங்களின் இன்றைய பெரும்பான்மையான சிந்தனை யாளர்கள் இருப்பதுபோல பெரும் வணிக நிறுவனங்களின் உலகமய மாதலுக்கு நான் ஆதரவாளன் இல்லை.'

'உலகமயமாதலை ஏகாதிபத்தியம் என்றும், போர் அமைப்பு முறையின் பிரிக்க இயலாத பகுதி என்றும் நீங்கள் பார்ப்பது அதற்குக் காரணமா?'

'பெரும் வணிக நிறுவன அமைப்பு உலகமயமாதலின் ராணுவ முகம்தான் ஏகாதிபத்தியம். உலகமயமாதலும், போர் அமைப்பு முறையும் முதலாளித்துவத்தோடு பின்னிப் பிணைந்தவை என்பதை முதலில் கண்டவன் நான்தான். லாபம் உலகமயமாதலைப் பிறப்பிக் கிறது; உலகமயமாதல், இயற்கை வளங்களையும், சந்தைகளையும் அடைவதற்கான போர்களைப் பிறப்பிக்கிறது; எண்ணெய்க்காக

நடக்கும் போர்களுக்கான கொப்பரையாக மாறிவிட்ட மத்திய கிழக்கில் இதை நீங்கள் பார்க்கலாம்.'

ஆம் என்று நான் தலையசைத்தேன். 'ஈராக், ஆஃப்கானிஸ்தான், மற்றும் பிற இஸ்லாமிய நாடுகள் பெரும் பரப்பில் எண்ணெய் வயல்களைக் கொண்டிராமல் பூங்கோசுத் தாவரம் [broccoli - முட்டைக் கோசு போன்றது] விளையும் பிரதேசமாக இருந்திருந்தால் அமெரிக்கா அந்நாடுகளில் போரில் ஈடுபடும் என்று நினைக்கிறீர்களா என்று அடிக்கடி என்னுடைய மாணவர்களை நான் கேட்டிருக்கிறேன். ஒரு மாணவன்கூட ஈடுபடும் என்று சொல்வதில்லை. பாகுபடுத்தித் தெரிந்துகொள்ளும் அறிவு அவர்களுக்கு இருக்கிறது. லாபத்துக்காகவே போர்கள் மேற்கொள்ளப்படுகின்றன; போர் அமைப்பு முறை, உலகளாவிய முதலாளித்துவத்தின் பிரிக்க இயலாத பகுதி.'

'ஆமாம். உங்களுடைய மாணவர்கள் அதை சரியாகப் புரிந்து கொண்டுள்ளார்கள். உலகளாவிய முதலாளித்துவத்தின் ராணுவ முகமே போர் அமைப்பு முறை; என்னுடைய காலத்திலிருந்தே இதுதான் நடைமுறை. சூரியனுக்குக் கீழ் எதுவுமே புதிதில்லை,' என்று சூரியன் மறைந்த பிறகு தன்னுடைய பெரும்பாலான நேரத்தை சுற்றிக் கழிக்கும் ஆவி நகைச்சுவையாக சொன்னது.

34

போரும் தேசியமும்: முதலாளித்துவத்தின் பண்பாடும் உள்நாட்டுத் தொழிலாளர்களின் மூளைகளையும் மனங்களையும் வென்றெடுத்தலும்

நேரம் குறைந்துகொண்டே வருவதைத் தெளிவாக உணர்ந்த ஆவி தொடர்ந்து சொன்னது: 'போர் அமைப்பு முறை என்பது உள்நாட்டு மக்களின் மீதான போரும்தான்; அவர்களை ஏமாற்றும் அமைப்பு முறையில் அவர்களுடைய விசுவாசத்தை வென்றெடுக்கும் திறமான யுக்தி அது.'

'அமைப்பு முறை என்பது உண்மையில் தொழிலாளர்களை இலக்காகக் கொண்டு அவர்களைத் தாக்குகிறது என்று சொல்கிறீர்கள். இது மிகையாகத் தோன்றுகிறது.'

‘பெரும்பாலும் அது உள்நாட்டு வர்க்கப் போரின் கண்ணுக்குப் புலனாகாத ஒரு பகுதி. வெறுக்கத்தக்க எதிரிகள், திரிக்கப்பட்ட நாட்டுப் பற்று, மட்டுமீறிய தேசியம் ஆகியவை மீது புனையப்பட்ட ஒரு பழைய கதை அது. ஜார்ஜ் ஆர்வெல் தன்னுடைய *1984** என்ற நாவலில் அதைப் பற்றி எழுதியிருக்கிறார்; வீட்டிலும், அலுவலகங்களிலும், தெருக்களிலும் நிர்மாணிக்கப்பட்ட பெரிய தொலைக் காட்சித் திரைகளில் **இரண்டு நிமிட வெறுப்பு** [எதிரிகள் மீது வெறுப்பை உண்டாக்கும் ஆளும் கட்சியின் பிரச்சாரம்] என்ற தலைப்பில் எழுச்சிகரமான போர்களையும், அடையப் போகும் வெற்றிகளையும் காண்பிப்பதன் மூலம் பணிந்துபோக வைக்கப்பட்ட குடிமக்களின் விசுவாசத்தை எவ்வாறு **பெரிய அண்ணன்** [Big Brother - ஆளும் கட்சி] வென்றெடுக்கிறார் என்பதை ஆர்வெல் அந்த நாவலில் காட்டுகிறார். அந்தப் பிரச்சாரம் கவனத்தை ஈர்ப்பதாக இருந்தது; ஒவ்வொரு நாள் காலையிலும், மாலையிலும் மக்கள் ஒன்றுகூடி பெரும் தலைவரை வணங்குவார்கள்; எதிரிகள் மீது கடும் கோபம் கொள்வார்கள்; தேசம் வெற்றிபெற வேண்டுமென்று உணர்ச்சிப் பெருக்கில் உரத்த குரல் எழுப்புவார்கள்.’

இரண்டு நிமிட வெறுப்பு

ஜார்ஜ் ஆர்வெல் மார்க்ஸியவாதி அல்லர்; ஆனாலும் இந்த இடத்தில் மார்க்ஸின் கருத்தைக் கைக்கொண்டுள்ளார். ‘வெறுப்பு தொடங்கிவிட்டது. மக்களுடைய எதிரியின் முகம் திரையில் பளிச்சிட்டது... யுரேசிய ராணுவத்தின் முடிவற்ற நீண்ட வரிசைகள் தொலைக்காட்சித் திரையில் அணிவகுத்துச் சென்றன... பாவம் எதுவுமற்ற ஆசிய முகங்கள்... வெறுப்பு தொடங்கி முப்பது விநாடிகள் ஆவதற்குள் அறையில் இருந்தவர் களில் பாதிப்பேரிடமிருந்து கட்டுப்பாடற்ற ஆவேசத்தின் முழக்கங்கள் வெடித்துக் கிளம்பின... யுரேசிய ராணுவத்தின் பீதி தரும் [நிழலுருவும்] ஆற்றலும்... தாங்கிக்கொள்ள முடியாதவையாக இருந்தன... வெறுப்பின் இரண்டாம் கட்டம் வெறி நிலையை அடைந்தது. மக்கள் மேலும் கீழுமாக தாவிக் குதித்தும், கூக்குரலிட்டுக்கொண்டும் இருந்தார்கள்... வெறுப்பின் பயங்கர அம்சம், அதில் பங்குபெற வேண்டிய கட்டாயம் ஒருவருக்கு ஏற்படுவது அல்ல; அதில் சேராமல் இருப்பது ஒருவருக்கு சாத்தியம் இல்லாமல் போவதுதான்.’

‘சரி, இம்மாதிரியான பிரச்சாரம் முதலாளித்துவத்துக்கென்றே உள்ள பிரத்யேகமான ஒன்று அல்ல; ஆர்வெல்லும் முதலாளித்துவத்தைப் பற்றி

* *1949*இல் வெளியான அரசியலும் விஞ்ஞானமும் கலந்த புனைவு. அரசின் ஏமாற்று (உ-ம். அமைதிக்கான அமைச்சரவையின் வேலையே போர் தொடுத்தல்தான்), சாசுவதமான போர், குடிமக்கள் மீதான அரசின் ரகசியக் கண்காணிப்பு, தனி ஒரு கட்சியின் சர்வாதிகார ஆட்சி ஆகியன நாவலின் மையக் கருத்துகள். குடிமக்களுடைய மனதின்மீது கட்டுப்பாடு செலுத்தி, அவர்களுடைய சுய சிந்தனையைக் குற்றமாகப் பாவித்து, பெரும்பாலும் கற்பனையான ஒரு எதிரியை அவர்கள் வெறுக்குமாறு செய்யும் ஆளும் கட்சியான பெரிய அண்ணனின் கொடுங்கோன்மையை நாவல் சித்தரிக்கிறது, (மொ-ர்)

எழுதவில்லை,' என்று நான் சந்தேகம் கொள்ளும் மனநிலையில் சொன்னேன்.

'அது உண்மைதான். ஆனால், போர்க் கலாச்சாரம் முதலாளித் துவத்தின் மரபணுவில் ஆழப் பதிந்துள்ளது; அதனுடைய தொடர்ந்த இருப்புக்கு அது முற்றாகத் தேவைப்படும் ஒன்று. படை அணியினரை ஆதரிக்க மக்கள் கொடியைச் சுற்றி ஒன்று சேரும்போது நாட்டின் உணர்ச்சிப் பெருக்கு எதிரியின் மீதான வெறுப்பில் நிலைகொள்கிறது. பங்குச்சந்தை மீதோ அல்லது பிற பெரும் வணிக நிறுவனங்களின் சொகுசு அறைகளில் உள்ள தலைமை நிர்வாக அதிகாரிகள் மீதோ உண்டாகும் கோபம் எப்போதும் முதலாளித்துவத்தில் உள்ள ஆபத்து; ஏனென்றால், தொழிலாளர்கள் சொற்பக் கூலியைப் பெறுகிறார்கள். ஆனால், போர் அமைப்பு முறையில் தொழிலாளர்களுடைய கோபமும் நம்பிக்கையின்மையும் சொகுசு அறைகளில் உள்ள பெரும் பணக்காரர் களிடமிருந்து திசை மாறி வெளிநாட்டு எதிரிகள் மீது செல்கின்றன. படை அணியினரையும் நாட்டையும் ஆதரிக்க அவர்கள் தங்களுடைய பொதுப் போரில் தலைமை நிர்வாக அதிகாரிகளோடு இணைகிறார்கள்.'

போர் அமைப்பு முறை பற்றியும் உள்நாட்டுப் போர் பற்றியும் சாம்ஸ்கி சொல்வது

'பொதுவெளி சார்ந்த மனதைக் கட்டுப்படுத்தவும் கருத்து மாறுபாட்டைக் கட்டுக்குள் வைக்கவும் வணிக நிறுவனங்கள் சுய உணர்வோடு மேற்கொள்ளும் செயல் திட்டங்க'ளைப்பற்றி சாம்ஸ்கி எழுதுகிறார். 'முதல் உலகப் போருக்குப் பிறகு 'கம்யூனிஸத்துக்கு எதிரான' சித்தாந்தம் இந்த நோக்கம் ஈடேற உதவியது.'

'அதற்கு முந்தைய ஆண்டுகளில், உட்ரோ வில்சனுடைய செம் பீதி [கம்யூனிஸம் வளர்ந்துவிடும் என்ற பீதியை மக்கள் மனதில் உண்டாக்கிய அமெரிக்க நிகழ்வு] தொழிற்சங்கங்களையும், பிற அரசு எதிர்ப்பாளர்களையும் அழித்தது. சுதந்திர அரசியலை யும், பேச்சுச் சுதந்திரத்தையும் அடக்கி வைத்தது அந்நிகழ்வின் ஒரு முக்கிய அம்சம்... '

பனிப் போர் காலத்தில் அமெரிக்கத் தலைவர்கள் 'உள்ளூரின் பொதுவெளியிலிருந்த கருத்து மாறுபாட்டைக் கட்டுக்குள் வைக்கக் கம்யூனிஸ ஆபத்து குறித்த பயங்கர சித்திரத்தை மக்கள் முன் வைத்தார்கள்.' உள்நாட்டிலும், வெளிநாட்டிலும் தொழிலாளர் களைச் சுரண்டும் கொடூரமான முதலாளித்துவக் கொள்கைகளுக்கு எதிரானப் போக்கு குறித்து சாம்ஸ்கி பேசுகிறார்.

உள்நாட்டில் தொழிலாளர்களின் கோபத்தைத் தணிவிக்கவும், உள்நாட்டில் நிலவும் கருத்து மாறுபாட்டை ஒழித்துக் கட்டவும் போரைப் பயன்படுத்துவது என்ற பொருண்மை பற்றி மிகப் பெரிய நுண்ணறிவுடன் சாம்ஸ்கி எழுதினார்; இது பற்றிய அவருடைய நுண்ணறிவுத் திறன்கள் அமைப்பு முறைக்கு ஆபத்தாக இருப்பதால் *நியூயார்க் டைம்ஸ்* போன்ற முற்போக்கான பத்திரிகைகள்கூட அவருடைய கருத்துகளைப் பிரசுரிக்க மறுக்கின்றன.'

‘ஆமாம். இது குறித்த என்னுடைய கருத்துகளை அப்படியே வெளிப்படுத்தும் சாம்ஸ்கி தெளிவின் அடையாளக் குறியாக இருக்கிறார். வர்க்கப் போரை எதிரியின் கூட்டாளி என்று வர்ணித்து அதை [வர்க்கப் போரை] நாட்டின் மீதே தொடுக்கப்படும் தாக்குதலாக போர் அமைப்பு முறை மாற்றுகிறது; உள்நாட்டில் நிலவும் கருத்து மாறுபாட்டைத் தேசத் துரோகம் என்றும் அது சித்திரிக்கிறது. தேசியக் கர்வத்தைச் சுற்றி மொத்த நாடும் ஒன்றுபட்டு நிற்கிறது.’

‘நாட்டுப்பற்று அப்படி ஒன்றும் மோசமான விஷயம் இல்லை,’ என்று நான் மறுக்கும் குரலில் சொன்னேன். ‘நாட்டை நேசிப்பது என்பது அதை மேம்படுத்தவே.’

தேசியம் குறித்து மார்க்ஸ்

‘நாடுகளையும், தேசியத் தன்மையையும் அழிக்க விரும்புகிறார்கள் என்று கம்யூனிஸ்ட்டுகளைக் கண்டிக்கிறார்கள்.

‘உழைக்கும் மனிதர்களுக்கு நாடு கிடையாது. அவர்களிடம் இல்லாததை நம்மால் எடுத்துவிட இயலாது.’

‘நாட்டுப் பற்று எவ்வாறு வரையறை செய்யப்படுகிறது என்பதைப் பொறுத்தது அது. நாட்டின் மீதான எந்தவிதமான நியாயமான பற்றையும் போர் அமைப்பு முறை கையிலெடுத்து ‘சரியோ, தப்போ இது என்னுடைய நாடு’ என்ற முரசின் முழக்கமாக அதை மாற்றி விடுகிறது. ஒரு போரை நீங்கள் கேள்விக்கு உட்படுத்தினால் தேசத்தையும் அதனுடைய அடிப்படை நலத்தையும் நீங்கள் கேள்விக்கு உட்படுத்துகிறீர்கள் என்று ஆகிவிடுகிறது. ஆனால், தொழிலாளர்களை வெவ்வேறுபட்ட நாடுகளில் பிரிக்கும் ஒரு வழியாக தேசியம் இருக்கிறது. உலகளாவிய முதலாளித்துவத்தில் தொழிலாளர்களுக்கு உண்மையில் நாடு என்ற ஒன்று இல்லை என்று *கம்யூனிஸ அறிக்கையில்* நான் எழுதினேன். அவர்கள் நாட்டுப் பற்றை உணர்கிறார்கள்; ஆனால், சுய நலத்துக்காக சாமர்த்தியமாகக் கையாளப்படும் ஒரு சிருஷ்டி அது; தங்களுடைய சொந்த வாழ்க்கை மீதான கட்டுப்பாட்டைத் தொழிலாளர்கள் இழந்து நிற்பதையும், உலகமயமான ஒரு அமைப்பு முறையில் நிகழும் தேசங்களின் வீழ்ச்சியையும் மறைத்துக் காட்டும் சிருஷ்டி அது.’

இந்தக் கருத்தை நான் புரிந்துகொள்ள நேரம் அளிக்கும் விதமாக ஆவி சற்று இடைவெளி விட்டுத் தொடர்ந்தது: ‘தேசிய அடையாளத்தை (உங்களைப் பொறுத்த வரை, ஒரு அமெரிக்கர் என்ற முறையில் கர்வமாக உணர்வது) வர்க்க அடையாளத்துக்கு மாற்றாக போர் அமைப்பு முறை ஆக்குகிறது. ஒரு தேசத்துக்குள் வர்க்கங்களுக்கு இடையே போலியான ஒரு ஒற்றுமையை அது உருவாக்குகிறது; தங்களுடைய முதலாளிகள் மீது குவிந்துள்ள தொழிலாளர்களின் கவனத்தைத் திசைதிருப்பி [தேசத்துக்கு] வெளியே உள்ள கொடிய எதிரி மீது அவர்களுடைய கவனம் செல்லுமாறு - உள்நாட்டில் தொழிலாளர்களின்

முக்கியத் தேவைகளை நிறைவேற்றப் பயன்பட்டிருக்க வேண்டிய பணமெல்லாம் போருக்கு செலவிடப்பட்டுக் குறைந்துபோனாலும் - போர் அமைப்புமுறை செய்கிறது. வெளிநாட்டு எதிரியைத் தோற் கடிப்பதே முக்கியம் என்று ஆகிறது.'

'ஆக, மக்களின் நம்பிக்கைகளையும் உணர்ச்சிகளையும் சுய லாபத்துக்காகப் பயன்படுத்திக்கொள்ளும் நடத்தை முறையையே போர் அமைப்பு முறை என்று சொல்கிறீர்கள், அப்படித்தானே? நியாயமில்லாத, வெற்றிகொள்ள முடியாத போர்களைத் தங்கள் நாடு மேற்கொண்டுள்ளது என்பதைப் புரிந்துகொள்ள இயலாத நிலைக்குப் பெரும்பான்மைக் குடிமக்கள் ஆட்படுகிறார்கள்; 'உலகெங்கும் சுதந்திரத்துக்காகவும், ஜனநாயகத்துக்காகவும்' மேற்கொள்ளப்படும் போர்கள் என்ற மனக்கிளர்ச்சியில் அவர்களுடைய பொருளாதாரப் போராட்டங்கள் முக்கியத்துவம் அற்றவையாக பின்னுக்குத் தள்ளப்படுகின்றன.'

'குடிமக்கள் மீது அதீத கட்டுப்பாடு கொண்ட உண்மையான அர'சாக பெண்டகன் [அமெரிக்க ராணுவத் தலைமையகம்]

உலகின் எல்லா நாடுகளும் சேர்ந்து தங்கள் ராணுவங்களுக்கு செய்த அதே அளவு செலவை 2010இல் அமெரிக்கா தன்னுடைய ராணுவத்துக்கு செய்தது. அமெரிக்க வரவு-செலவுத் திட்டத்தில் முழு 29 சதவீதம் ராணுவ செலவினத்துக்குப் போகிறது; நாட்டின் 55 சதவீத தன் விருப்புரிமை [discretionary] செலவினம் பெண்டகனுக்குப் போகிறது. ஈராக்கிலும், ஆஃப்கானிஸ்தானிலும் நடக்கும் போர்களுக்குக் குறைந்தபட்சம் 3 ட்ரில்லியன் [1 ட்ரில்லியன் = நூறாயிரம் கோடி] டாலர்கள் செலவாகும்.

'ஆமாம். ஆஃப்கானிஸ்தானிலும், இஸ்லாமிய உலகம் முழுவதிலும் உங்களுடைய நாடு நியாயமற்ற, வெற்றிகொள்ள முடியாத போர்களை மேற்கொண்டிருப்பதில் உள்ள கேலிக்கூத்தை உங்களால் பார்க்க முடியும்; இதே செயலை ஏற்கனவே உங்கள் நாடு எல் சால்வடாரிலும், நிகரகுவாவிலும், மத்திய, லத்தீன் அமெரிக்க நாடுகளிலும் செய்தது. இன்று, பிரம்மாண்டமான ராணுவ அமைப்பின்கீழ் ஒன்றிணைந்துள்ள உங்கள் நாடு, பின் லேடன் இறந்த பிறகும் பயங்கரவாதத்துக்கு எதிரான நிரந்தரப் போரில் தலை தெறிக்கும் வேகத்தில் ஓடிக்கொண்டிருக்கிறது.'

'ஆமாம். அமெரிக்கக் அதிபர் பலரும் இது குறித்து அமெரிக்கர்களை எச்சரித்துள்ளார்கள். அதிபர் ஐசென்ஹோவெர், அவரே ஒரு ராணுவ ஜெனரல், இது மாதிரியான பிரம்மாண்டமான, நிரந்தர 'ராணுவத் தொழில் அமைப்பு' விளைவிக்கும் ஆபத்துகள் குறித்து நாட்டை எச்சரித்தார். ஜனநாயகத்தையும் நாட்டையும் அழிக்கவல்ல ராணுவ ரீதியான வெளிநாட்டுக் கொள்கை பற்றிய தன்னுடைய கவலைகளைப் பகிர்ந்துகொண்டார். இப்படியான ஓர் எச்சரிக்கையை ஜார்ஜ் வாஷிங்டனும் விடுத்தார்.'

ராணுவத் தொழில் அமைப்பு குறித்து ஐசென்ஹோவெர்

'பிரம்மாண்டமான ராணுவ அமைப்பும் பெரும் ஆயுதத் தொழிற்சாலையும் ஒன்றிணைவது புது அமெரிக்க அனுபவம். இதன் முழுத் தாக்கம் - பொருளாதார, அரசியல் தாக்கமும், ஆன்மிக ரீதியான தாக்கமும் சேர்ந்து - ஒவ்வொரு நகரத்திலும், ஒவ்வொரு மாநில அவையிலும், கூட்டாட்சி அரசின் ஒவ்வொரு அலுவலகத்திலும் உணரப்படுகிறது. இதன் கடுமையான விளைவுகளைப் புரிந்துகொள்ள நாம் தவறக் கூடாது. நம்முடைய உழைப்பும், இயற்கை ஆதாரங்களும், வாழ்வாதாரங்களும் இதில் கலந்துள்ளன. நம் சமூகத்தின் அடிப்படையே இதில் உள்ளடங்கியுள்ளது.

ராணுவத் தொழில் அமைப்பு, தகாத செல்வாக்கையும் தாக்கத்தையும் - அவற்றை அது நாடினாலும், நாடாவிட்டாலும் - பெறுவதை அரசின் அவைகளில் நாம் தடுக்க வேண்டும். தவறான இடத்தில் வைக்கப்பட்ட அதிகாரம் பெரும் இடராக வளர்வதற்கான ஆற்றலைத் தன்னுள் எப்போதும் வைத்துள்ளது; அது விடாப்பிடியாகத் தொடரவும் செய்யும்.'

'ஆம்' என்று ஆவி தலையசைத்தது. 'போர் அமைப்பு முறையையோ ஏகாதிபத்தியக் கொள்கையையோ அவர்கள் அழிக்க முற்படவில்லை; போர் அமைப்பு முறை என்ற சொல்லாடலை முதலாளித்துவத்தை நீட்டிக்கும் செயலோடு அவர்கள் இணைக்கவுமில்லை. ''உள்நாட்டு வர்க்கப் போர்'' பற்றிய பேச்சை நாட்டுப்பற்றுக்கு எதிரானதாக போர் அமைப்புமுறை எவ்வாறு ஆக்குகிறது என்பது பற்றி அவர்கள் ஒருபோதும் விவாதித்ததில்லை.'

'எல்லா அதிபர்களும் போர் அமைப்பு முறையையே ஆதரித்தார்கள். முதலாளித்துவ எதிர்ப்பை மௌனமாக்கவும் பல்வேறு நாடுகளில் தொழிலாளர்களைப் பிளவுபடுத்தவும் அவர்கள் தேசியத்தைப் பயன் படுத்தினார்கள்.'

ஆமாம், மொத்தப் பொருளாதார, அரசியல் பெரு நிறுவன அமைப்பின் நியாயத்தை நிரூபிக்கும் நிலை போர் அமைப்பு முறையைச் சார்ந்து இருக்கிறது. போர் அமைப்பு முறை இல்லையென்றால், அடிநிலையில் உள்ள பெருந்திரள் மக்களிடையே கருத்து மாறுபாட்டை உண்டாக்கும் வர்க்க உணர்வுக்கு முன் பொருளாதார அமைப்பு பலம் குன்றிவிடும். கண் முன்னால் உள்ள தங்களுடைய முதலாளிகள் மீது தொழிலாளர்களுக்கு உள்ள கோபத்தை போர் அமைப்பு முறை எளிதாக அகற்றிவிடும். இருக்கும் ஒரே எதிரி வெளிநாட்டு எதிரி தான், தொழிலாளர்களின் உண்மையான எதிரியான உள்நாட்டு முதலாளிகள் அல்லர்.'

'ஆக, எல்லாச் சமூகங்களின் தொடர்ந்த இருப்பையும் அச்சுறுத் தலுக்கு உள்ளாக்கினாலும் போர் அமைப்பு முறையே உண்மையில் முதலாளித்துவச் சமூகத்தை ஒருசேர இணைக்கும் பசை, சரிதானே?'

‘ஆமாம்’ என்று ஆவி தலையசைத்தது. ‘நீடித்திருக்க முடியாத ஓர் அமைப்பு முறையைப் பிணைத்து இருத்தி வைக்கும் பசை போர்தான். எனவேதான், நீங்கள் எல்லாரும், பணக்காரர், ஏழை என்ற வேறுபாடில்லாமல், கொடியை வணங்குகிறீர்கள், ஒன்றுசேர்ந்து விழாக்களில் தேசிய கீதத்தைப் பாடுகிறீர்கள். உங்களுடைய கார்களின் பம்ப்பர்களின்மீது ‘ராணுவ அணியினரை ஆதரிப்போம்’ என்ற ஒட்டுத்தாள் நறுக்குகளை ஒட்டுகிறீர்கள். உங்கள் நாட்டைக் கட்டமைக்கத் தேவைப்படும் ட்ரில்லியன் கணக்கான டாலர்களை ராணுவத்துக்காகச் செலவழிக்கும் இரண்டு கட்சிகளையும் நீங்கள் ஆதரிக்கிறீர்கள்.’

கொஞ்சம் இடைவெளி விட்டு ஆவி தொடர்ந்து பேசியது: ‘முதலாளித்துவத்துக்கோ அமெரிக்காவுக்கோ இது புதிதில்லை. 1848ஆம் ஆண்டு தோல்வியுற்ற புரட்சிகளுக்குப் பிறகு ஃப்ரான்ஸில் நடந்த நெப்போலியப் பேரரசின் மீட்டெடுப்பு குறித்து விவாதிக்கும் போது 150 ஆண்டுகளுக்கு முன்பு இதைப்பற்றி எழுதினேன்.’

‘ஆம். தன்னுடைய மாமாவின் புகழ்பெற்ற பேரரசை மீட்டுருவாக்கம் செய்வது, ஃப்ரான்ஸின் மீதும், முகிழ்த்து வரும் அதனுடைய முதலாளித்துவ, ஏகாதிபத்திய அமைப்பின் மீதும் மக்களின், குடியானவர்கள், தொழிலாளர் என்ற இரண்டு தரப்பினரின், நம்பிக்கையை மீட்டெடுப்பதற்கான திறவுகோல் என்று லூயி ஃபிலிப் நெப்போலியன் எண்ணி செயல்பட்டது குறித்து நீங்கள் உங்களுடைய நூலான *The Eighteenth Brumaire of Louis Bonaparte*இல் எழுதியது எனக்கு நினைவுக்கு வருகிறது. புதிய முதலாளித்துவ அமைப்பு முறை நகர் சார்ந்த தொழிலாளர்களைப் பாழ்படுத்தி, குடியானவர்களை அவர்களின் வாழிடத்திலிருந்து அகற்றியபோதும், ஃப்ரெஞ்ச் மக்களை ஒன்றிணைத்து அவர்களுக்குத் தேசியப் பெருமிதம், தேசிய கௌரவம் போன்ற உணர்வுகளைக் கொடுத்த நிறுவனமாக ஃப்ரெஞ்ச் ராணுவம் செயல்பட்டதை நீங்கள் கண்டீர்கள்.’

உள்நாட்டுப் போரின் பயன்கள் குறித்து மார்க்ஸ்

தங்களுடைய நிலங்கள் முதலாளித்துவத்தால் மேலும் மேலும் பறிபோவது பற்றிய சிறு குடியானவர்களின் கவனத்தைத் திசை திருப்பியதில் 1850களிலும், 1860களிலும் ஃப்ரான்ஸில் லூயி நெப்போலியன் நிறுவிய பேரரசின் பங்கு குறித்து மார்க்ஸ் எழுதினார். ‘ராணுவம் என்பது சிறு குடியானவர்களைப் பொறுத்தவரை கௌரவத்துக்குரிய அமைப்பு. அண்மையில் அவர்கள் வென்ற தேசியத் தன்மையைப் போற்றி, போரில் பிறரிடமிருந்து களவாடி, உலகைப் புரட்சிமயமாக்கி அவர்கள் தங்களைத் தாங்களே வீரதீரர்களாக உருமாற்றிக்கொண்டார்கள். ராணுவச் சீருடை அவர்களுடைய சொந்த தேசிய ஆடை; போர் அவர்களின் கவிதை... உடைமை குறித்த அவர்களுடைய உணர்வின் லட்சிய வடிவம் நாட்டுப் பற்று. ஆனால், இப்போது ஃப்ரெஞ்ச் குடியானவன்

தன்னுடைய உடைமையைக் காத்துக்கொள்வது கொசாக்குகள்* என்ற எதிரிகளிடமிருந்து அல்ல; அவர்களுடைய எதிரிகள் இப்போது வரிவசூலிப்பவர்களே. குடியான இளைஞனுக்கு ராணுவம் இப்போது ஒரு மலரல்ல; அது உதிரிப் பாட்டாளியான குடியானவனின் சேற்று மலர்.'

'ஆமாம். தொழிற்சாலை சார்ந்த முதலாளித்துவத்தின் ஊடுருவலால் வரலாற்று முக்கியத்துவம் வாய்ந்த வாழ்வாதாரங்கள் சிதைக்கப் பட்டு சொந்த நிலங்களிலிருந்து தூக்கி எறியப்பட்ட குடியானவர்கள் பற்றியும் கிராமப்புற மக்கள் பற்றியும் நான் எழுதினேன்.'

'முதலாளித்துவ விவசாயத்தின் வளர்ச்சியால் அழிவுக்கு உள்ளான ஃப்ரெஞ்ச் குடியானவர்கள், ஃப்ரெஞ்ச் ராணுவத்தின் பெருமைகளாலும் பேரரசாக ஆகும் வேட்கையாலும் கவர்ச்சியூட்டப்பட்டுக் கீழ்ப் படிவுக்கு ஆளாக்கப்பட்டார்கள் என்று சொல்ல முயன்றிருக்கிறீர்கள்.'

'ஆமாம். முதலாளித்துவப் போர் அமைப்பு முறையின் கதை இதுதான். லாபத்துக்காகவும் சந்தைகளுக்காகவும் மட்டுமே அது நிரந்தரப் போர்களை ஊக்குவிப்பதில்லை; வேலைப் பாதுகாப்பின்மை, வறுமை, வேலையின்மை போன்றவற்றை எதிர்கொண்டுள்ள உள்நாட்டு மக்களின் கருத்து மாறுபாட்டைத் தணிக்கவும் அது போர்களை ஊக்குவிக்கிறது. போர் அமைப்பு முறை இல்லையென்றால் முதலாளித் துவம் நீடித்திருக்காது.'

'ஆனால், பேரழிவு ஆயுதங்களின் காலத்தில் போர் அமைப்பு முறை முதலாளித்துவத்தையே அழித்துவிடலாம் என்பதால், இருபத்தோராம் நூற்றாண்டில் டீனாவின் அபத்தத்தைப் போர் நிரூபிக்கிறது என்று சொல்கிறீர்கள்; ஏனென்றால், தன்னுடைய தொடர் இருப்பை உறுதிப்படுத்திக்கொள்ள அது வேறொரு பொருளாதார அமைப்பு முறையை மேற்கொள்ளும்.'

---

* Cossacks - ரஷ்ய, உக்ரேனிய வம்சாவளியினர். போரில் ஈடுபடுவதையே மரபாகக் கொண்ட குடியானவ, ராணுவ சாகசக் குழுக்கள். நெப்போலியப் போர்களில் பங்கு கொண்டவர்கள். (மொ-ர்)

35

பருவநிலை மாற்றம், முதலாளித்துவம், தொடர் இருப்புக்கான அச்சுறுத்தல்

'ஆம்,' என்றது ஆவி. 'இருபத்தோராம் நூற்றாண்டில் தீர்மானகரமான விவாதப் பொருளாக மாறியுள்ள பருவநிலை மாற்றம் காரணமாகவும் அது உண்மையே. இறுதியில், மொத்த முதலாளித்துவ அமைப்பு முறையையும் இந்தப் பிரச்சினை மாற்றத்தை நோக்கிச் செலுத்தும். முதலாளித்துவம் விளைவிக்கும் சுற்றுச்சூழல் பிரச்சினைகளைப்பற்றி என்னுடைய காலத்திலேயே விரிவாக எழுதினேன்; எங்கெல்ஸ் என்னைவிட அதிகம் எழுதினார். அச்சுறுத்தும் வகையில் தோன்றத் தொடங்கியுள்ள விவசாய, சுற்றுச்சூழல் பிரச்சினைகளைப் பற்றி *ஜெர்மன் சித்தாந்தம்* (The German ideology) போன்ற நூல்களில் நாங்கள் எழுதினோம். ஆனால், புதிய சுற்றுச்சூழல் நெருக்கடிகள், குறிப்பாக பருவநிலை மாற்றம், ஏற்பட்டுள்ளன; இருப்பைப் பேரிடருக்கு உட்படுத்தும், முதலாளித்துவத்தால் தீர்க்க முடியாத அச்சுறுத்தல்களை அந்த நெருக்கடிகள் உருவாக்குகின்றன; இப்படியாக, அவை டீனாவைக் கேலிப் பொருளாக ஆக்குகின்றன. தூக்கியெறியப்பட வேண்டிய மரணத்தின் ஆட்சி என்று நவீன முதலாளித்துவத்தை சுற்றுச்சூழலில் தோன்றியுள்ள நெருக்கடிகள் முடிவாகக் குறிப்பிட்டுச் சொல்கின்றன. முதலாளித்துவம், தொடர்ந்த இருப்பு என்ற இரண்டுக்கிடையே ஒன்றை இப்போது மக்கள் தேர்ந்தெடுக்கப் போகிறார்கள்.'

'மனிதர்கள் இதுகாறும் சந்தித்த மிகப் பெரும் நெருக்கடிகளில் ஒன்றாகப் பருவநிலை மாற்றமும், சுற்றுச் சூழல் பிரச்சினைகளும் இருப்பதை ஒத்துக் கொள்கிறேன்,' என்று நான் சொன்னேன்.

'இயற்கை உலகுக்கு உயிர்பறிக்கும் அச்சுறுத்தலாக முதலாளித் துவம் இருப்பதை நானும், என்னுடைய நண்பர் எங்கெல்ஸும் எப்போதுமே உணர்ந்திருந்தோம். தொழிலாளியைச் சுரண்டுவதும், சுற்றுச் சூழலைச் சுரண்டுவதும் இணைந்தே செல்கின்றன. மேலாதிக்கம் செய்து, லாபத்தை உறிஞ்சி எடுக்கப் பயன்படும் ஒரு வள ஆதாரம்தான் என்று தொழிலாளியைப் பார்ப்பது போலவே முதலாளித்துவவாதிகள்

> **பசுமை விரும்பிகளான மார்க்ஸும், எங்கெல்ஸும்**
>
> தீர்க்கதரிசனத்தோடு எங்கெல்ஸ் எழுதினார்: 'இயற்கையை மனிதன் வெற்றிகொண்டது குறித்து நம்மை நாமே தற்பெருமையுடன் பாராட்டிக்கொள்ள வேண்டாம். ஏனென்றால், அப்படியான ஒவ்வொரு வெற்றியும் நம்மீது வஞ்சம் தீர்த்துக் கொள்ளும்.'

இயற்கையையும் பார்க்கிறார்கள். எந்த வெளியும் - நிலத்தையும், பாலைவனத்தையும் உள்ளிட்டு - வரம்புக்கு அப்பாற்பட்டதில்லை என்பதை நாம் ஏற்கனவே பார்த்துள்ளோம். நீண்டகால விளைவுகளைக் கற்பனை செய்துபார்க்கக் கூட நேரமில்லை,' என்றது ஆவி.

'ஆனால், அமெரிக்காவில் நிறைய பேர், சுற்றுச்சூழல் ஆர்வலர்கள் உள்ளிட்டு, சுற்றுச்சூழல் பிரச்சினைகளுக்கு, குறிப்பாகப் பருவ நிலை மாற்றத்துக்கு, முதலாளித்துவமே உண்மையான தீர்வு என்று எண்ணுகிறார்கள். புவிவெப்பத்தை முடிவுக்குக் கொண்டுவந்து, சுற்றுச் சூழலை மாசற்றதாக ஆக்கும் புதிய தொழில்நுட்பப் புரட்சியை முதலாளித்துவத்தால் மட்டுமே ஏற்படுத்த முடியும்.'

'இருபத்தோராம் நூற்றாண்டின் மிக ஆபத்தான மாயைகளில் இதுவும் ஒன்று,' என்றது ஆவி. 'இயற்கையை அழிப்பதில் முக்கியப் பங்கை முதலாளித்துவம் வகித்துவந்துள்ளது. முதலாளித்துவத்தின் வளர்ச்சி குறித்து எழுதும்போது எங்கெல்ஸ், 'இயற்கையின் போக்கில் நாம் தலையீடு செய்வதால் ஏற்படும் உடனடி மற்றும் தொலைதூர விளைவுகளை நாம் புரிந்துகொள்ளத் தொடங்கியிருக்கிறோம்,' என்றார். எந்த அமைப்பு முறை சுற்றுச்சூழலுக்குப் பேரிடரை உண்டாக்குகிறதோ அதைக் கொண்டு உலகைக் காப்பாற்ற முயல்வது அபத்தமானது.'

'தொழில்மயமாக்கலும் மக்கள் பெருக்கமும் பருவநிலை மாற்றத்தை ஏற்படுத்தியிருப்பதாகத் தோன்றுகிறது,' என்றேன் நான். 'இருபதாம் நூற்றாண்டில், முதலாளித்துவ அமைப்பு முறை இல்லாத சோவியத் மற்றும் சீன கம்யூனிஸ்ட் மாதிரிகளைக்கொண்ட நாடுகள் தொழில்மயமானபோது அமெரிக்க முதலாளித்துவத்தைவிட கூடுதலாகச் சுற்றுச்சூழலை அழித்தன.'

'ஆமாம்' என்று ஆவி ஒத்துக்கொண்டது. 'புவி வெப்பமாதலை உண்டாக்கும் ஒரே அமைப்பு முறை முதலாளித்துவம்தான் என்று நான் சொல்லவில்லை. பிற காரணிகளான தொழில்மயமாதலும், மக்கள் தொகையும் அதில் பங்காற்றவில்லை என்றும் நான் சொல்லவில்லை. தொழில்மயத்தை ஊக்குவிக்கும் பிரதான சக்தியாக இருப்பது முதலாளித்துவம் என்பதுதான் உண்மை; கடந்த 150 ஆண்டுகளில் வாயு மண்டலத்துக்குள் 90 சதவீத கார்பனை வெளிவிட்டதற்கு மேற்கத்திய முதலாளித்துவம்தான் பொறுப்பு.'

கொஞ்சம் நிறுத்திய ஆவி மீண்டும் தொடர்ந்தது: 'இதுவன்றி, வேறு அமைப்பு முறைகளில் இல்லாதது போல, இன்றும் உலகில்

மேலாதிக்கமிக்க மாதிரியாக உள்ள அமெரிக்கப் பெரு வணிக நிறுவன முதலளித்துவ மாதிரியின் மரபணுவுக்குள் பருவநிலை மாற்றம் தீவிரமாகப் பின்னிப் பிணைந்துள்ளது. பசுமைகொண்ட அமெரிக்கப் பெரு வணிக நிறுவன முதலாளித்துவத்தைக் கற்பனை செய்து பார்ப்பது சாத்தியமில்லை. கூட்டு அழிவுக்கு இட்டுச் செல்கிற, ஏற்றுக் கொள்ள முடியாத அழுத்தங்களை சுற்றுச் சூழல் மீது முதலாளித்துவத்தின் மரபணு எப்போதும் உண்டாக்குவதே அதற்குக் காரணம்.'

'கொஞ்சமும் புரியவில்லை,' என்றேன் நான். 'சுற்றுச்சூழலைச் சேதப்படுத்தும் முதலாளித்துவ மரபணுக்கள் எவை?'

'அமைப்பு முறையின் மையத்தில் பல விஷயங்கள் உள்ளன,' என்று ஆவி விரைந்து பதில் சொன்னது. 'என்னுடைய காலத்தில் அவை பற்றி எழுதினேன். ஒற்றைப் பயிர் விளைவிக்கும் முதலாளித்துவ விவசாய முறையில், நிலத்தை வரைமுறையில்லாமல் பயன்படுத்துதல், அதிக சாகுபடிக்கு ஆசைப்பட்டு நிலத்தை உறிஞ்சுதல் ஆகியவை மூலம் மண்ணின் வளத்தைக் குறைப்பதை நான் கண்டித்தேன்; எல்லையற்ற லாபத்தையும் நுகர்வையும் நோக்கமாகக் கொண்ட இந்த அமைப்புமுறையின் செயல் வேகம் தீர்ந்து போகக்கூடிய இயற்கை வள ஆதாரங்கள் விஷயத்தில் எப்படி சிக்கலை எதிர்கொள்ளும் என்பதைப் பற்றியும் எழுதினேன். பூதாகரமான எஃகு ஆலைகள் காற்றுக்குள் மாசைக் கக்கி புகைக் கரியின் கருமைக்கு சுற்றியுள்ள பகுதிகளைத் தள்ளின. உற்பத்தி இலக்கை அடையப் பயன்படுத்தித் தீர்க்கப்பட வேண்டியவற்றில் ஒரு பகுதிதான் சுற்றுச்சூழல்.'

சுற்றுச் சூழல் குறித்து மார்க்ஸ்

'முதலாளித்துவ விவசாயத்தில் முன்னேற்றம் என்பது தொழிலாளியைக் கொள்ளையிடும் செயல்முறை மட்டுமல்ல, மண்ணைக் கொள்ளையிடும் செயல்முறையும்தான். ஒரு குறிப்பிட்ட காலத்துக்கு மண்ணின் வளப்பத்தை அதிகரிப்பதில் உண்டாகும் முன்னேற்றம் என்பது அந்த வளப்பத்தின் இறுதி வள ஆதாரங்களை அழிப்பதை நோக்கிய முன்னேற்றம்தான்...

'ஒரு நாடு தன்னுடைய நவீன தொழில் துறையின் அடிப்படைகளை எந்த அளவுக்கு மேம்படுத்துகிறதோ அந்த அளவுக்கு விரைவாக அந்த அழிவின் செயல் முறை இருக்கும்... எல்லா வளங்களுக்கும் மூலாதாரங்களான மண், தொழிலாளி என்ற இரண்டின் உயிர்ச் சாற்றை உறிஞ்சி எடுத்துவிடுவதே இந்த அழிவு.'

'ஆம்,' என்று நான் தலையசைத்தேன். 'சுற்றுச்சூழல் நெருக்கடியை நீங்கள் எவ்வாறு முன்கூட்டியே ஆழமாக உணர்ந்து பத்தொன்பதாம் நூற்றாண்டு படைப்புகளில் எழுதினீர்கள் என்பதை ஜான் பெலமி ஃபாஸ்டர்* போன்ற இன்றைய மார்க்ஸிய சமூகவியலாளர்கள் சிலர்

* பி. *1953* – ஆரெகன் பல்கலைக்கழகச் சமூகவியல் பேராசிரியர். முதலாளித்துவப் பொருளாதார நெருக்கடிகள், சூழலியல், மார்க்ஸியக் கோட்பாடு ஆகியன குறித்து எழுதுபவர். *(மொ-ர்)*

விரிவாக வெளிப்படுத்தியிக்கிறார்கள். முதலாளித்துவத்துக்கும், சுற்றுச்சூழல் அழிவுக்கும் உள்ள உள்ளார்ந்த தொடர்பை உணர்ந்தறிந்த முதல் ஆளுமைகளில் நீங்களும் ஒருவர்.'

ஆவி புன்னகை புரிந்தது. அவருடைய எழுத்தின் மிக முக்கியமான இந்த சமகால அம்சம் அங்கீகரிக்கப்படுவது குறித்து மார்க்ஸ் மன நிறைவு அடைந்தது தெரிந்தது.

'இன்றைய முதலாளித்துவம் எவ்வாறு பருவநிலை மாற்றத்தை உண்டாக்குகிறது என்பதைத் தயவுசெய்து சொல்லுங்கள். அமெரிக்கர்கள் பலரும், மைய நீரோட்ட சுற்றுச்சூழல் ஆர்வலர்களும்கூட, முதலாளித்துவமும் அதனுடைய தொழில்நுட்பப் புத்தாக்கங்களின் ஆற்றல்களுமே இதற்கு ஒரே தீர்வு என்று சொல்கிறார்களே,' என்றேன் நான்.

'ஆமாம். செல்வாக்கு மிக்க சுற்றுச் சூழல் ஆர்வலர்களில் ஒருவரான தாமஸ் ஃப்ரீட்மன்* ஓர் உதாரணம்,' என்று ஆவி சுட்டிக்காட்டியது. 'முதலாளித்துவம் தான் உருவாக்கிய பிரச்சினைகளை தானே தீர்க்கும் என்று நம்பமுடியாது என்பதை அவர் உணரவில்லை. தொழில்நுட்ப ரீதியில் அமெரிக்கா மிகுந்த படைப்பாற்றல் கொண்டது என்று ஃப்ரீட்மன் சொல்வது சரி; ஆனால், தொழில்நுட்பத்தால் பிரச்சினையைத் தீர்க்க இயலாது என்பதை அவர் புரிந்துகொள்வதில்லை. அமெரிக்காவிலும்கூட, தொழில்நுட்பப் புத்தாக்கங்கள், நேரிடையாகவோ, மறைமுகமாகவோ, அரசால்தான் உருவாக்கப்படுகின்றன, தனிப்பட்ட கண்டுபிடிப்பாளர்களின் பணிமனைகளில் அல்ல என்பதை அவர் புரிந்துகொள்வதில்லை. ட்ரான்ஸிஸ்டர், கணினி, இணையம் ஆகியவற்றோடு நம்முடைய மிகச் சிறந்த மருந்துகளும் பென்ட்டகனிலிருந்தோ அல்லது அரசு சோதனைச் சாலைகளிலிருந்தோதான் வந்துள்ளன. ஆனால், நான் விஷயத்தை விட்டுவிலகிப்போகிறேன். முதலாளித்துவத்துக்கும், பருவநிலை மாற்றத்துக்கும் இடையே உள்ள காரணகாரிய தொடர்பின் சாரத்தைச் சுருக்கமாக சொல்கிறேன்.'

'கேட்கத் தயாராக இருக்கிறேன்' என்றேன் நான்.

* *பி. 1953-* பத்திரிகையாளர். உலகாளாவிய வர்த்தகம், சுற்றுச் சூழல் பிரச்சினைகள் குறித்து எழுதுபவர். *நியூயார்க் டைம்ஸில்* வாரம் இருமுறை பத்தி எழுதுகிறார். புலிட்ஸர் பரிசை மூன்று முறை பெற்றிருக்கிறார் *(மொ-ர்)*

36

பருவநிலை மாற்றமும் சுற்றுச்சூழல் அழிவும் முதலாளித்துவத்தின் மரபணுவில் கலந்துள்ள விதம்

நிலா வானத்தில் மேலேறிய போது ஆவி வேகமாகப் பேசத் தொடங்கியது: 'தவிர்க்க இயலாமல் முதலாளித்துவம் இயற்கை வளங்களுக்குத் துயரத்தை விளைவிக்கிறது. அமைப்பு முறையின் ஆழ்ந்த அந்நியமாதலின் பகுதியாக எங்கெல்ஸூம், நானும் இதைத் தெளிவாகப் பார்த்தோம். எங்கெல்ஸ் எழுதினார்: 'நம் எல்லாருக்கும் சொந்தமானதும், நம் இருப்பின் முதல் காரணமாகவும் இருக்கும் இந்தப் பூமியை [மோசமான, மூர்க்கமான உபாயங்களைப் பயன்படுத்தியாவது] விற்கவேண்டிய விலைபொருளாக மாற்றுவது ஒருவன் தன்னையே விலைபொருளாக மாற்றுவதன் கடைசிப் படி. அதுதான் அன்றும், இன்றும் சுய-அந்நியமாதல் என்ற தீநெறியை விஞ்சும் தீநெறி.' இன்று, பருவநிலை மாற்றம்தான் இறுதியான துயரம்; ஏனென்றால், அது சமூக மரணத்துக்கும் உயிரின வகையின் அழிவுக்கும் இட்டுச் செல்கிறது. சந்தையின் கண்ணுக்குத் தெரியாத கை ஒரு பொது நலத்தை உருவாக்கும் என்று பதினெட்டாம் நூற்றாண்டின் உன்னதப் பொருளியல் அறிஞரான ஆடம் ஸ்மித் எழுதியுள்ளார். தன்னுடைய ஈடுபாட்டைத் தொடர்ந்து பேணும் ஒவ்வொரு தனிநபரும், ஆணோ பெண்ணோ, ஒரு பொதுநலத்தை உருவாக்குவார்கள் என்பதையே அவர் உணர்த்தினார். ஆனால், இன்றைய பருவநிலை மாற்றக் காலத்தில் அது நேர்எதிரானதையே துல்லியமாகச் செய்கிறது. லாபத்தை இலக்காகக் கொண்ட சந்தையின் தளையற்ற ஓட்டம், பொதுநலத்தையும் சமூக ஒருமையையும் சாத்தியப்படுத்தும் சாதாரண மக்களின் அழிவை உறுதிப்படுத்துகிறது.'

சுற்றுச் சூழல், சுயம் ஆகியவற்றின் அந்நியமாதல் குறித்து எங்கெல்ஸ்

'ஒரு சிலரே பூமியைத் தங்களுடைய ஏகபோகத்துக்கு ஆட்படுத்திக்கொள்வது, மற்றவர்களை அவர்களுடைய வாழ்நிலையிலிருந்து நீக்கிவைப்பது என்கிற ஆரம்பம் முதலே உள்ள முறையற்றக் கைப்பற்றல் பூமியையே விற்பதற்கு இட்டுச் செல்லும் தீ நெறியாகிறது.'

'வசிக்கத் தகுதியான பூமியையும் சமூகத்தையும் பேராசையால் அழித்துவிட முடியும் என்பது சரியே. ஆனால், முதலாளித்துவத்தில் இது மாற்ற முடியாதது என்று ஏன் சொல்கிறீர்கள்? என்பதை தயவுசெய்து விளக்குங்கள்,' என்றேன் நான்.

'முடிவற்ற வளர்ச்சியின் மூலம் பெரும் வணிக நிறுவன அமைப்பின் லாபத்தை உச்சபட்சமாகப் பெறுவதைச் சார்ந்தே முதலாளித்துவம் இருக்கிறது.' கூடுதலாக ஒன்றை விரைந்து சொன்னது ஆவி: 'சமூக மற்றும் சுற்றுச் சூழல் புற/பக்க விளைவுகள் [Externalities] முதலாளித் துவத்தின் உள்ளியல்புகளாக உள்ளதை அடையாளம் காண்பதே இங்கு முக்கிய விஷயம்.'

'புற/பக்க விளைவு என்பதை வரையறை செய்வீர்களா?'

மார்க்ஸ் தயங்கவேயில்லை. 'புற/பக்க விளைவு என்பது பெரும் வணிக நிறுவனங்களும் உற்பத்தியாளர்களும் தங்களுடைய ஆண்டு வரவு செலவு அறிக்கையில் காண்பிக்கத் தேவையில்லாத தீய சமூக விளைவு/இழப்பு [ஒன்றை அடைவதற்காக இழக்கவேண்டிய வேறொன்று] அல்லது லாபம். ஒரு தொழிற்சாலை, காற்றில் மாசைக் கக்கினால் மக்களுடைய ஆரோக்கியம், காற்று, சுற்றுச்சூழல் ஆகிய வற்றில் தீயவிளைவு/இழப்பு ஏற்படும். ஆனால், தொடர்புடைய தொழிற்சாலை அதற்கான பொறுப்பை ஏற்றுக்கொள்ள வேண்டிய தில்லை; மாசுபட்ட சூழலால் ஆஸ்துமா பாதிப்புக்கு உள்ளாகி அதன் சிகிச்சைக்கான செலவை ஏற்றுக்கொள்ள வேண்டியுள்ள நிலைக்குத் தள்ளப்படும் மக்கள் மீது அல்லது காற்றைத் தூய்மையாக்க வரிப் பணத்தைப் பயன்படுத்தும் அரசுமீது அந்தச் செலவு 'புறவயப்படுத்தப் படுகிறது.' இந்த இரண்டு முறைகளிலும், லாபத்தைப் பெறும் பெரும் வணிக நிறுவனங்கள் லாபத்துக்கான விலையைக் கொடுக்க வேண்டிய தில்லை; ஏனென்றால், தீயவிளைவை உண்டாக்கும் அவற்றுக்கு அதற்கான பொறுப்பை ஏற்றுக்கொள்ளும் அவசியம் இல்லை. உற்பத்திக்கு ஆகும் உண்மையான செலவை [மாசு, நோய், வள அழிப்பு ஆகியவற்றையும் உள்ளடக்கியது] அவற்றின் வரவு செலவுப் பேரேடுகள்தெரிவிப்பதில்லை; முதலாளித்துவச் சந்தையின் குறைகள் பற்றிய என்னுடைய முழுக் கோட்பாட்டில் இது ஒரு முக்கியமான விஷயம். லாபத்தை மட்டும் அடைந்து அதற்கான உண்மையான விலையைக் கொடுக்கத் தேவையில்லாதவையாகப் பெரும் வணிக நிறுவனங்களைப் புற/பக்க விளைவுகள் ஆக்குகின்றன. மேலும் அவை 'பார்வையற்ற சந்தைக'ளின் வெளிப்பாடாகவும் உள்ளன; ஏனென்றால், உற்பத்திக்கான உண்மையான செலவுகளைச் சந்தைகள் பார்ப்பதோ, பதிவு செய்வதோ கிடையாது. புற/பக்க விளைவுகளை அனுமதிப்பதன் மூலம் மக்களுடைய வாழ்க்கையையும், சுற்றுச் சூழலையும் அழிக்கும் மிக அதிக விலையுள்ள, அதிகத் தீமையை

ஏற்படுத்தும் பொருள்களை உற்பத்திசெய்யும் நிறுவனங்களுக்கு முதலாளித்துவம் ஊக்க உதவிகளை அளிக்கிறது.'

கொஞ்சம் இடைவெளி விட்டு ஆவி தொடர்ந்தது: 'புற/பக்க விளைவுகளை நீங்கள் அகற்றும்போது முதலாளித்துவத்தை முடிவுக்குக் கொண்டுவருகிறீர்கள் என்று அர்த்தம்.'

'இதை ஒத்துக்கொள்கிறேனா என்பதில் எனக்கு நிச்சயமில்லை,' என்றேன் நான். 'குறிப்பிட்ட சில மாசுகளையும், தொழிலாளர்கள் தொடர்பான சில மோசமான நடைமுறைகளையும், நச்சுத்தன்மை யுடைய சில பொருள்களையும் நாம் கட்டுப்படுத்துகிறோம்; அவை மீது வரி விதிக்கவும், சிலவற்றுக்குத் தடை விதிக்கவும்கூட செய்கிறோம். புற/பக்க விளைவுகளைத் தடுக்கவும், குறைக்கவும் இது ஒரு வழி; ஆனால், அது முதலாளித்துவத்தை முடிவுக்குக் கொண்டுவருவதில்லை.'

'உண்மை,' என்று ஆவி ஒத்துக்கொண்டது. 'இப்படியே போனால், ஒரு கட்டத்தில் அமெரிக்காவிலோ உலகம் முழுதுமுள்ள பொருளா தாரத்திலோ கார்பன் வரி என்று ஒன்றைக்கூட நாம் பார்க்கலாம்; புவி வெப்பத்தை உண்டாக்கும் [கார்பன் டைஆக்ஸைடு போன்ற] வாயுக்கள் தொடர்பான புற/பக்க விளைவுகளை உங்களுடைய உணர்வின்/நடத்தையின் ஒரு பகுதியாக ஓரளவுக்கு அது மாற்றலாம்; அதுவும்கூட முதலாளித்துவத்தை முடிவுக்குக் கொண்டுவராது.'

'புற/பக்க விளைவுகள் இல்லாமல் முதலாளித்துவத்தால் தொடர்ந்து இருக்க முடியாது என்று பிறகு ஏன் வலியுறுத்தி சொல்கிறீர்கள்?' ன்று நான் கேட்டேன்.

மெதுவாகக் கற்றுக்கொள்ளும் ஒரு மாணவனிடம் சொல்வது போல ஆவி நிதானமான அக்கறையுடன் பேசியது: 'ஏனென்றால், லாபத்துக்காகத் தொழிலாளியையும் சுற்றுச் சூழலையும் சுரண்டுவதைச் சார்ந்த முதலாளித்துவம் இருக்கிறது. சுரண்டல் எப்போதும் புற/பக்கவிளைவுகளை உண்டாக்குகிறது. முதலாளித்துவ அமைப்பு முறையிலுள்ள ஒரு முதலாளி குறைந்த கூலியைக் கொடுத்தோ அல்லது பிற வழிகளிலோ ஒரு தொழிலாளியைச் சுரண்டுவது சமூகம் சார்ந்த புற/பக்கவிளைவை உண்டாக்குகிறது. தொழிலாளிக்கும், பரந்துபட்ட சமூகத்துக்கும் இது ஓர் இழப்பை ஏற்படுத்துகிறது; ஆனால், அதற்கான விலையைக் கொடுக்காத

முதலாளித்துவமும் இறுதித் தீர்ப்பு நாளின் புற/பக்க விளைவுகளும்

பொருளாதார நிபுணர்களான ஹெர்மன் டேலி, ஜான் காப் ஆகியோர் 'முழுமை யான போட்டி, சுதந்திரச் சந்தை ஆகிய வற்றின் திறன் குறித்த பொருளாதாரக் கோட்பாட்டின் எல்லா முடிவுகளும் புற/பக்க விளைவுகளின் இன்மை [absence] என்பதைச் சார்ந்தே உள்ளன. எனவே, இன்றைய உலகில் புற/பக்க விளைவு களின் மறுக்க முடியாத முக்கியத்துவம் ஒரு தீவிர சவாலாக' நம்முடைய மொத்த முதலாளித்துவ அமைப்பு முறைக்கும் உள்ளதாக எழுதினார்கள்.

முதலாளித்துவவாதி அதிலிருந்து கிடைக்கும் லாபத்தை மட்டும் அனுபவிக்கிறார். அதேபோல, செலவைக் குறைத்து அதிகபட்ச லாபத்தைப் பெறுவதற்காக ஒரு முதலாளித்துவவாதி காற்றிலோ அல்லது நீரிலோ மாசைக் கக்கும்போது அது சுற்றுச் சூழல் சார்ந்த புற/பக்க விளைவுகளை உண்டாக்குகிறது. கார்பன் டைஆக்ஸைடுதான் (CO_2) எல்லாக் காலத்திலும் பார்க்க மிக ஆபத்தான புற/பக்க விளைவு; அது இறுதித் தீர்ப்பு நாளின் எந்திரம். ஆனால், குறுகிய கால சிறப்புக் கவனம் மட்டுமே கொண்ட முதலாளித்துவம் நீண்டகாலப் பெருங்கேட்டைக் காண்பதில்லை. முதலாளித்துவ அமைப்பு முறை ஒருபோதும் உண்மையான முழுச் செலவுகளையும் உள்ளடக்கிச் சொல்லப்போவதில்லை; ஏனென்றால், பூமி எரிந்துகொண்டிருக்கும் அதே வேளையில், அமைப்பு முறையை இயக்கிச் செல்லும், ஏராளமான பணத்தைச் சம்பாதித்து அது குறித்து மகிழ்ச்சியடையும் பிக் ஆயில், பிக் கோல் மற்றும் பிற பெரும் வணிக நிறுவனங்களின் பெயரை அது கெடுத்துவிடும்.'

பேராசிரியர் மார்க்ஸ் அவருடைய முக்கிய விவாதப் பொருளுக்குத் திரும்பினார். 'உழைப்பாளிகளின் மீது அல்லது சுற்றுச் சூழலின் மீது வரி விதித்தாலோ தடை செய்தாலோ நமக்கு இருக்கப்போவது முதலாளித்துவம் அல்ல, வேறு ஒரு அமைப்பு முறை.'

'ஆக, முதலாளித்துவத்தால் சில புற/பக்க விளைவுகளைக் குறைக்கவோ அல்லது அகற்றவோ இயலும் என்னும் போது, எல்லா எதிர்மறையான புற/பக்க விளைவுகளையும் முடிவுக்குக் கொண்டு வந்துவிட்டால் முதலாளித்துவ எந்திரத்தின் முக்கியப் பகுதியை முதலாளித்துவத்தால் அகற்றிவிட முடியும் என்று சொல்கிறீர்கள், அப்படித்தானே? பருவநிலை மாற்றம் உள்ளிட்டு உழைப்பாளி மீதும் சுற்றுச் சூழல் மீதும் ஏவப்படும் சுரண்டலின் புற/பக்க விளைவுகளி லிருந்து முதலாளித்துவ லாபம் ரத்தமெனப் பொங்கி வழிகிறது.'

விழிப்புணர்வை மெதுவாக அடையும் அவருடைய மாணவனின் முன்னேற்றம் குறித்து மன நிறைவு அடைந்தது போலத் தோன்றிய ஆவி தலையசைத்தது.

37

வளர்ச்சியின் கடவுளாக இருக்கும் நீடித்திருக்க இயலாத முதலாளித்துவம் குறித்தும் கட்டாயப்படுத்தப்பட்ட நுகர்வின் மிதமிஞ்சிய தன்மை குறித்தும் மேலும் கூடுதலாக

நடுநிசி வானத்தின் குறுக்காக நெடுந்தூர இரவுப் பயணத்தை நிலா மேற்கொண்டுள்ளதைப் பார்க்கும் ஆவி பேசுவதை நிறுத்த விரும்பவில்லை. 'முதலாளித்துவத்தின் மரபணுவில் பொதிந்துள்ள நச்சுப்புற/பக்கவிளைவுகளுக்கு அப்பாலும், சுற்றுச்சூழல் ரீதியில் முதலாளித்துவத்தை நீடிக்க விடாது, உலகளாவிய முதலாளித்துவத்தை மரண ஆட்சியாக மாற்றும் வேறு சில முக்கியக் காரணிகள் உள்ளன.'

'தயவு செய்து தொடருங்கள்,' என்றேன் நான்.

'வளர்ச்சியின் கடவுளில் இருந்து நாம் தொடங்குவோம். அநேகமாக எல்லா முதலளித்துவவாதிகளும் பொருளாதார வளர்ச்சியைத் தெய்வீகமானது என்று கருதுகிறார்கள். முதலாளித்துவம் வளர்வது நின்று போனால், உற்பத்தி தேங்கிப்போகிறது, முதலீடு செய்யும் வாய்ப்புகள் நலிகின்றன, வேலை வாய்ப்புகள் குறைகின்றன, மொத்த அமைப்பு முறையும் தொடர்ந்து இயங்கும் ஆற்றலை இழக்கிறது.'

கொஞ்சம் நிறுத்திய ஆவி தொடர்ந்து பேசியது: 'சந்தேகமே இல்லாமல், பருவநிலை மாற்றத்துக்கும், உயிரினங்களின் அழிவுக்கும் கட்டற்ற வளர்ச்சி ஓர் உறுதியான சூத்திரமாகும். அளவுக்கு உட்பட்ட இயற்கை வள ஆதாரங்கள் கொண்ட பூமியில் அளவற்ற வளர்ச்சியை உங்களால் பெற முடியாது.'

வளர்ச்சி எதிர்கொள்ளும் சவால்

'பசுமைப் பொருளாதாரவாதிகள்' என்ற பெயரில் வளர்ந்துவரும் ஒரு குழு, வளர்ச்சி மாதிரிக்குச் சவால் விடுக்கிறது. இக்குழுவின் முக்கிய உறுப்பினரான ஜூலியட் ஸ்கோர் என்பவரின் நூலான *Plenitude (பெருவளம்)* செல்வம் குறித்த புதிய வரையறையையும் பேரழிவு ஏற்படுவதற்கு முன்னால் இந்தப் பூமியைக் காப்பாற்றும் வாழ் முறையையும் முன்வைக்கிறது.

'ஆனாலும் சிலர், இங்கிலாந்தின் டோரிகள்* உள்ளிட்டோர், மேலும் வளர்ச்சி இல்லாத நிலை அல்லது சீரான அரசு முதலாளித்துவம் பற்றிப் பேசத் தொடங்கியுள்ளார்கள். முதலாளித்துவத்தின் நோக்கமாக வளர்ச்சிக்குப் பதிலாக 'போதும் என்ற நிறைவு மனப்பான்மை' [Suffiency] என்பது பற்றி அவர்கள் பேசுகிறார்கள்.'

'விளிம்புநிலைக் குழுக்களிடையே இப்படி ஒரு விவாதம் எழுந்துள்ளது என்பது உண்மைதான்,' என்று சொன்னது ஆவி. 'ஆனால், மேலும் வளர்ச்சி இல்லாத முதலாளித்துவத்துக்கான செயல்திட்டத்தைக் கோட்பாட்டாளர்கள் முன்வைத்தாலும் பெரும் வணிக நிறுவன மேட்டுக்குடியினர் அதை எதிர்த்து மூர்க்கமாகப் பிரச்சாரம் செய்வார்கள். வளர்ச்சியே கடவுள் என்ற கோட்பாட்டு மாதிரியில் அடைய வேண்டிய குறுகியகால லாபம் ஏராளமாக உள்ளது.'

விவாதப் பொருளைக் கொஞ்சம் மாற்றும் விதமாக நான், 'நீடித்திருக்க இயலாத வளர்ச்சியோடு சேர்ந்தே நீடித்திருக்க இயலாத நுகர்வுக் கலாச்சாரமும் உருவாகிறது. அமெரிக்கர்களாகிய நாங்கள், எங்களுடைய 'பொருள்கள்' இல்லாமல் வாழ முடியாது என்று தோன்றுகிறது. வாழ்நாள் முழுதும் வணிக வளாகங்களைச் சுற்றிவந்து தேவையில்லாத பொருள்களை வாங்கிக் குவிக்கும் போக்கு எங்களுடைய தொடர் இருப்புக்கான வாய்ப்புகளை அழிக்கிறது.'

'சாதாரண நுகர்வோரைக் குற்றம் சொல்லக்கூடாது என்பதை நீங்கள் நினைவில் கொள்ளவேண்டும்,' என்று ஆவி சொன்னது. 'சாதாரண அமெரிக்கர்கள் வணிக வளாகங்களுக்காக வாழலாம்; ஆனாலும், அது ஒருவருடைய விருப்பத் தேர்வுதான். அதனால்தான் மூலதனத்தின் முதல் அத்தியாயத்திலேயே 'சரக்குகளை வழிபடுதல்' குறித்து எழுதினேன். முதலாளித்துவத்தின் முக்கியப் பகுதியாக உள்ள வழிபாட்டின் ஓர் அம்சம் நுகர்வோருக்கான உற்பத்திப் பொருள்களை 'மர்மப்படுத்தல்.' அதாவது, கடைகளின் அலமாரிகளில் உள்ள பொருள்கள் உண்மையான 'பயன் மதிப்பு' உடையவை என்று மக்களை நம்ப வைப்பது. ஆனால், நுகர்வில் அவை பிரதானமாக அவற்றின் 'பரிவர்த்தனை மதிப்பு'க்காகவே உருவாக்கப்படுகின்றன; சரக்கு வழிபாட்டின் மூலம் அதிகபட்ச லாபத்தை ஈட்டுவதே முதலாளித்துவம் என்பது.'

'ஆக, முடிவற்ற நுகர்வு முதலாளித்துவத்தின் பிரிக்க இயலாத பகுதி, சரிதானே?'

'எந்தப் பொருளாதார முறையிலும் மக்கள் சாப்பிட வேண்டும், வீட்டுக்குள் வசிக்க வேண்டும், உடை உடுத்த வேண்டும். ஆனால்,

---

*பழமைவாத அரசியல், பொருளாதாரக் கொள்கைகளை ஆதரித்த பிரிவு. தற்போது கன்சர்வேடிவ் கட்சி என்று அறியப்படுகிறது. (மொ-ர்)

முதலாளித்துவவாதிகள் சாமர்த்தியமாக நுகர்வோர்களைக் கவர்ந்து, அவர்களுக்கு செயல்கட்டளை வழங்கி அல்லது கட்டாயப்படுத்தி, அவர்களுக்குத் தேவையில்லாத பொருள்களை அவர்கள் விரும்புமாறு செய்கிறார்கள்; ஏனென்றால், முடிவற்ற நுகர்வுக் கலாச்சாரம் இல்லை யென்றால் முதலாளித்துவம் கொஞ்சம் கொஞ்சமாக மறைந்துபோகும்.'

Madison Avenue குறித்த பிரபல தொலைக்காட்சி நிகழ்ச்சியான Mad Men*ஐ நான் நினைத்துப் பார்த்தேன். 'இன்னும் இன்னும் என்று நுகர்வுப் பொருள்களுக்கான பெருந்திரள் மக்களின் போதையை வளர்த்தெடுப்பதைச் சார்ந்து அமைப்புமுறையின் இருப்பு உள்ளதால், முதலாளித்துவம் எல்லாவற்றையும் விளம்பரமாக்கி, மின்னணுப் பொருள்களின் 24/7 மும்முர விற்பனையை உயர் கலையாக மாற்றுகிறது,' என்றேன் நான்.

Mad Men பற்றி மார்க்ஸ்

Mad Men போன்ற sit-com [Situation - Comedy - ஒரே கதாபாத்திரங்களை வெவ்வேறு வகையான நகைச்சுவைச் சூழல்களில் காட்டுவது]இன் பிரபல்யத்தைப் பார்த்து மார்க்ஸ் ஆச்சரியப்பட மாட்டார். 'சரக்கின் மர்மம் நிரம்பிய குணநலன்' உருவாக உதவும் முதலாளித்துவத்தின் ரசவாதியாக விளம்பரதாரர் அதில் சித்தரிக்கப்படுகிறார்; இந்தக் குணநலன் தொழிலாளியை அவனுடைய உற்பத்திப் பொருளிலிருந்து அந்நியப்படுத்துகிறது; அதே சமயம், அவனை வசியத்தால் கவர்ந்து முடிவற்ற நுகர்வுக் கலாச்சாரத்துக்குள் தள்ளுகிறது. மார்க்ஸின் முக்கியப் படைப்பான மூலதனத்தின் முதல் தொகுதியின் முதல் பொருண்மையாக உள்ள 'சரக்கு வழிபாடு' இங்குதான் உள்ளது.

'ஆமாம். தொடர்ந்த விளம்பரத்தின் மூலம் நுகர்வுக் கலாச்சாரத்தை அமைப்பு முறை கட்டாயப்படுத்தித் திணிக்கிறது. ஆனால், அது வேறு பல வழிமுறைகளையும் பயன்படுத்துகிறது; வேலையில் இருப்போரை ஒரு நாளைக்கு 18 மணி நேர உழைப்பு என்ற கூடுதல் பணி செய்யக் கட்டாயப்படுத்துகிறது; இது உழை-செலவழி என்ற பிரபலமான சுழற்சியை உண்டாக்குகிறது. நீ கண்டிப்பாகப் பொருள்களை வாங்கிப் பயன்படுத்தித் தீர வேண்டும்; ஏனென்றால் சமைக்கவோ, தைக்கவோ, உனக்குத் தேவையான பொருள்களை உன்னாலேயே செய்து கொள்ளவோ முடியாது. வாங்கு, வாங்கு, வாங்கு என்பதே அமைப்பு முறையை இயங்க வைக்கிறது,' என்று ஆவி உறுதியாகச் சொன்னது.

ஆக, குறைவான நுகர்வைக் கொண்ட வாழ்க்கை முறைக்கு ஏற்ப முதலாளித்துவத்தின் ஒரு வடிவத்தைக் கட்டமைக்க முடியுமா என்பது தான் இப்போதுள்ள கேள்வி,' என்றேன் நான்.

---

* 2007இல் வெளியான ஒரு தொடர். 1960களில் இருந்த அமெரிக்க விளம்பர நிறுவனங்கள், அவற்றில் பணிபுரிந்தோர், நுகர் வோர்களின் பழக்க வழக்கங்கள் ஆகியவை குறித்தது. Mad Men என்ற பிரயோகம் விளம்பர நிறுவனங்களில் பணியாற்றுவோர் தங்களைத் தாங்களே குறிப்பிடக் கண்டுபிடித்த பேச்சு வழக்கு. (மொ-ர்)

'நுகர்வுக் கலாச்சாரத்தை நிராகரித்து மகிழ்ச்சியான வாழ்வை வாழும் எளிமை இயக்கம் என்ற ஒன்று இப்போது வளர்ந்து வருகிறது. அது பெருந்திரள் மக்களிடம் பரவி வேர்விட்டால் வேறொரு அமைப்பு முறையாக அது முதலாளித்துவத்தை மாற்றும்.' ஆவி சிரித்தது. 'வணிக வளாகத்துக்கு இட்டுச் செல்லாத மகிழ்ச்சிக்கான முதலாளித்துவப் பாதை எதுவும் இல்லை என்பதில் நீங்கள் உறுதியாக இருக்கலாம்; நுகர்வுக் கலாச்சாரத்திலிருந்து வெளியேறும் முதலாளித்துவ வழி எதுவும் இல்லை. அதுவும் நிச்சயம்!'

'சரி. பெரும் வணிக நிறுவன அமைப்பின் முடிவை, ஒருவேளை நாகரிகத்தின் முடிவை, அது குறிப்பிடுகிறது,' என்றேன் நான். 'மாற்று அமைப்பு முறை ஒன்றை நாம் இப்போது முனைப்பாகத் தேடவேண்டும். டீனாவால் மூளைச் சலவை செய்யப்பட்டுள்ள அமெரிக்கர்களாகிய எங்களுக்கு எங்கிருந்து தொடங்குவது என்பது தெரியவில்லை.'

நடுநிசி வானத்தில் நகர்ந்த நிலாவைக் கவலை தோய்ந்த முகத்துடன் ஆவி பார்த்தது. 'விடிவதற்குள் நாம் விவாதிக்க வேண்டிய விஷயமே அதுதா

பகுதி நான்கு

மகிழ்ச்சியான எதிர்காலம் ஒன்றை ஆவி உறுதியளிப்பதில்லை

38

எதை நீங்கள் விரும்புகிறீர்களோ அதுகுறித்து எச்சரிக்கையாக இருங்கள்

ஆவி தொடர்ந்தது; 'இந்த அமைப்பு முறை தோல்வி அடைந்து கொண்டிருப்பது பெரும் மாற்றம் நிகழப் போகிறது என்பதை நமக்கு சொல்கிறது. ஆனால், அது நம்பிக்கையைத் தரும் அதே நேரத்தில் ஆபத்தானதும்கூட. நாம் எதை விரும்புகிறோம் என்பதில் நாம் எச்சரிக்கையாக இருப்போம்.'

எனக்குத் தூக்கிவாரிப் போட்டது. தன் வாழ்நாள் முழுக்க எதை மூர்க்கமாக எதிர்த்தாரோ, எது தற்போது மரணத்தின் ஆட்சியாக மாறி இருக்கிறதோ அந்த அமைப்பு முறை சிதைகிறதே என்று இந்தப் பெரும் புரட்சியாளர் வருத்தப்படுகிறாரா? நான் கொஞ்சம் ஆச்சரியத்துடன் கேட்டேன்: 'இவ்வளவு ஆவிகளில் நீங்கள் எப்படி அமெரிக்காவும் உலகளாவிய முதலாளித்துவ அமைப்பு முறையும் பலவீனப்பட்டுக் கொண்டு போவதைக் கொண்டாடாமல் இருக்க முடியும்?'

'இதைவிட வேறெதுவும் எனக்கு அதிக மகிழ்ச்சியைத் தர முடியாது,' என்று சொன்ன ஆவி கொஞ்சம் இடைவெளிவிட்டது. 'ஆனால், [இந்த அமைப்பு முறையை] எது மாற்றீடு செய்யும் என்று நீங்கள் கேட்க வேண்டும். இப்போது முகிழ்த்துவரும் மாற்றுகள் இப்போ திருப்பதைவிட மோசமானதாக இருப் பதற்கான வாய்ப்புகள் எப்போதும் உண்டு; அவை கொடூரமான அடக்கு முறையைத் தீவிரப்படுத்தலாம், மொத்த பூமியின் மரணத்தைத் துரிதப்படுத்தலாம்.'

புரட்சிகர விடுதலை என்ற வகையில் முதலாளித்துவம் குறித்து மார்க்ஸ்

'பூர்ஷ்வா வர்க்கம் வரலாற்று ரீதியில் மிகப் புரட்சிகரமான பங்கை வகித்துள்ளது... மனிதனை 'இயல்பாக [அவனுக்கு] மேல்நிலையில் இருப்பவர்க'ளோடு பிணைத்த பல்வேறு வகையான நிலப் பிரபுத்துவத் தளைகளை இரக்கமின்றி அது பிய்த்து எறிந்தது.' நிலப்பிரபுத் துவம், முதலாளித்துவத்துக்கு முந்தைய பிற அமைப்பு முறைகள் ஆகியவற்றின் அடக்குமுறையிலிருந்து மனித குலத்தை விடுவித்ததாக முதலாளித்துவத்தை மார்க்ஸ் காண்கிறார்.

ஆவியுடைய புதிய கதையின் பகுதியாக இது எனக்கு ஒலித்தது. 'உலகளாவிய பெரு வணிக நிறுவன முதலாளித்துவத்தை விடவா அவை மோசமாக இருக்கும்?' என்று நான் மீண்டும் கேட்டேன். 'உங்களுடைய உலகில் முதலாளித்துவம் பிசாசாகத் தோன்றுகிறதோ?'

'நீங்கள் என்னைத் தவறாகப் புரிந்துகொள்கிறீர்கள். நிலப்பிரபுத் துவத்தின் 'கிராமப்புற மடமை'யிலிருந்தும், இடைக் காலத்தின் இயல்பாக இருந்த ஆண்டான்-அடிமை உறவில் இருந்த சுரண்டலி லிருந்தும் விடுதலை தரும் அமைப்பு முறையாக முதலாளித்துவத்தை நான் எப்போதும் கண்டேன். மனிதகுலத்தின் விடுதலையில் அடுத்த புதிய புரட்சிகரமான காலடி வைப்பை முதலாளித்துவம் பிரதிநிதித் துவப்படுத்தியது.'

'ஆனால், அது ஒரு புதிய சுரண்டல் அமைப்பு முறை என்றும் வர்ணித்தீர்கள்; அதனுடைய தீங்குகளை விவரிக்கவும், புரட்சிக் கான தேவையை வற்புறுத்தவும் உங்களுடைய வாழ்க்கையையே அர்ப்பணித்தீர்கள். மனித வாழ்வையே அச்சுறுத்தலுக்கு உள்ளாக்கும் மரணத்தின் ஆட்சி என்று அதை இப்போது நீங்கள் வரையறை செய்துள்ளீர்கள். தற்போது நீங்கள் புரட்சியிலிருந்து பின்வாங்குவது எனக்கு ஆச்சரியமாக இருக்கிறது.'

'நான் சொன்னது அதுவல்ல. முதலாளித்துவத்தின் செயலிழப்பு ஒரு சோஷலிச சொர்க்கத்தையோ அல்லது வேறு ஏதாவது ஒரு மகிழ்ச்சி யான எதிர்காலத்தையோ உறுதியளிப்பதில்லை. அது இன்னும் மோசமான ஓர் அமைப்பு முறையைக்கூட கொண்டுவரலாம்.'

'முதலாளித்துவம் தன்னுடைய பாரத்தில் தானே நொறுங்கும்போது தவிர்க்க இயலாமல் விடுதலை தரும் சோஷலிசம் முகிழ்க்கும் என்று உங்களுடைய எழுத்தில் நீங்கள் கருதியதிலிருந்து இது மாறுபடுவதாகத் தோன்றுகிறது. மனிதகுலம் முழுவதையும் விடுவிக்கத் தொழிலாளர்கள் உன்னதமான புரட்சியை உருவாக்குகிறார்கள்.'

என்னுடைய குரலில் எள்ளலின் சாயல் தென்பட்டது; ஆவி அதைக் கேட்டது. 'யாரும் வரலாற்றை செம்மையாகப் படிப்பது கிடையாது,' என்றார் அவர். 'முதலாளித்துவத்தை விவரிப்பதில்தான் நான் பெரும் பாலும் அக்கறை கொண்டிருந்தேன்; எதிர்காலத்தைக் கணிக்கும் கண்ணாடிக் கல்லை நான் உற்றுப் பார்க்கவில்லை. இரவுக்குப் பிறகு பகல் வருவதைப்போல மனிதாபிமானமற்ற முதலாளித்துவத்தின் முடிவுக்குப் பிறகு மேலதிக விடுதலை தரும் சோஷலிசம் வரும் என்பதில் எனக்கு நம்பிக்கை இருந்தது என்று நீங்கள் சொல்வது சரிதான்.'

'அப்படியானால், உங்கள் சிந்தனையை மாற்றியது எது?'

'கடந்த 150 ஆண்டுகால வரலாற்றை நான் பார்த்தேன். ஜெர்மனியில்

*1920*களிலும், இத்தாலியில் முதல் உலகப் போருக்குப் பிறகும் தொடக்ககால முதலாளித்துவத்தின் வடிவங்கள் சிதைந்தபோது விடுதலை தரும் சோஷலிசத்தை நாம் பெறவில்லை. நாஸிசமும், ஃபாசிசமுமே நமக்குக் கிடைத்தன. அவை முதலாளித்துவத்துக்கு மாற்றுகள்தான்; ஆனால், அறிவு பிறழாத எவரும் அந்த மாற்றுகளை விரும்ப மாட்டார்கள்.'

'மோசமான மாற்றுகளின் தொகுப்பில் முதலாளித்துவம்தான் உண்மையில் மிகச் சிறந்தது என்று தற்போது நீங்கள் நம்புவதைப்போல நீங்கள் பேசுவது இருக்கிறது.'

'இல்லை. அப்படி ஒரு கருத்தை நான் முன்வைக்கவில்லை. முதலாளித்துவத்தைவிட மிக மேலான மாற்றுகள் உள்ளன. முதலாளித்துவம் சிதையும்போது அதைவிட மிக மோசமான அமைப்பு முறைகள் மீண்டும் தோன்றலாம் என்பதைத்தான் நான் சொல்கிறேன்.'

39

பிற்போக்கு மாற்றுகளும் பிற்போக்கு வர்க்கங்களும்

'நீங்கள் குறிப்பாக எதைப் பார்த்துப் பயப்படுகிறீர்கள்?' என்று ஆவியைக் கேட்டேன். 'இந்த பயங்கர ஆபத்துகளைப் பற்றி நீங்கள் மிகக் கொஞ்சம்தான் எழுதினீர்கள்.'

வானத்தில் நகரும் நிலாவின் இடத்தைப் பார்த்துக்கொண்டே ஆவி அவசரமாகத் தொடர்ந்தது; 'எப்போதெல்லாம் ஓர் அமைப்பு முறை சிதைகிறதோ அப்போதெல்லாம் 'பிற்போக்கு-மாற்றுகள்' என்று நான் அழைக்கும், ஆபத்தான தீங்கு நிரம்பிய அமைப்பு முறைகள் தோன்றும்.'

'முதலாளித்துவம் சிதையும்போதுகூட இது உண்மையாகும் என்று நினைக்கிறீர்களா?' என்று கேட்டேன்.

'ஆமாம்,' என்று ஆவி அழுத்தமாகச் சொன்னது. 'என்னுடைய காலத்திலேயே, *1850*களில் நான் ஃப்ரான்ஸில் வசித்தபோது, நெப்போலியன் Iஇன் சகோதரர் மகனும், நெப்போலியன் II [*1808-73.*

நெப்போலியன் III என்றும் அறியப்படுபவர். 1852முதல் 1870 வரை பேரரசராக இருந்தவர்] என்று அழைக்கப்பட்டவருமான லூயி போனபர்ட்டின் வடிவத்தில் பேரரசர் என்ற பதவி மீட்டெடுக்கப் பட்டதைப் பார்த்தேன்.'

'ஆமாம். உங்களுடைய *The Eighteenth Brumaire of Louis Bonaparte* என்ற கட்டுரை என் நினைவுக்கு வருகிறது.'

'தொடக்ககால முதலாளித்துவம் சிதையும்போது கொடுங்கோன்மை யான அரச வம்சம் ஒன்று எவ்வாறு அதைப் பின் தொடர்ந்து வருகிறது என்பதைப் புரிந்துகொள்ள நான் முயன்றுகொண்டிருந்தேன். நான் கண்டது இன்றைக்கும் உங்களுக்குப் பொருத்தமாக இருக்கிறது,' என்றது ஆவி.

'விளக்கமாகச் சொல்லுங்கள்.'

'முதலாவதாக, தான் எவற்றை அழிவுக்கு ஆட்படுத்துமோ அந்த வர்க்கங்களை முதலாளித்துவம் எப்போதுமே அச்சுறுத்தலுக்கு உள்ளாக்கி வந்தது. என்னுடைய காலத்தில் சிறு குடியானவர் களுடைய நிலங்கள் தொழில்துறையாலும், தொழில்துறை சார்ந்த விவசாயத்தாலும் கையகப்படுத்தப்பட்டன. தங்களுடைய வாழ்க்கைப் பணயம் வைக்கப்பட்ட நிலையில் இந்த வர்க்கங்கள், இருப்பதைவிட மோசமான கொடுங்கோன்மை அமைப்பு முறையைத் தேர்ந்தெடுக்க வேண்டியிருந்தாலும் பரவாயில்லை என்று முதலாளித்துவத்தின் வளர்ச்சியைத் தடுக்கும் முயற்சியில் ஈடுபடும் பிற்போக்கு சக்திகளை ஆதரிக்கவும் செய்யலாம்.'

'இன்றைய முதலாளித்துவத்துக்கு முன்பு இருந்த மரபான சமூகங்களுக்குத் திரும்பிப் போகவோ அவற்றை 'மீட்டெடுக்க'வோ முயலும் குழுக்களான பிற்போக்கு வர்க்கங்களை முதலாளித்துவம் எப்போதுமே உருவாக்குகிறது என்று சொல்கிறீர்கள். 2010இல் வாஷிங்டன் டிசியில் தான் நடத்திய பழமைவாத, [சாதாரண மக்களின் அக்கறைகளைப் பிரதிபலிப்பதாக சொல்லிக்கொண்ட] ஜனரஞ்சகப் [populist] பேரணிக்கு க்ளென் பெக் [பிறப்பு 1964. பழமைவாத சார்பு கொண்ட ஊடகவியலாளர், எழுத்தாளர். மத நம்பிக்கையை யும், நாட்டுப் பற்றையும் ஆதரித்து அப்பேரணியை நடத்தினார்.] 'கௌரவத்தை மீட்டெடுத்தல்' என்று பெயரிட்டார். இன்றைய பிற்போக்கு வர்க்கங்களை அவர் திரட்டினாரா?'

'ஆமாம். முதலில் அவை குடி யானவ வர்க்கங்கள்; தங்களுடைய வேலையையும், நிலத்தையும் இழந்த

முதலாளித்துவ ரத்தக் காட்டேரியும்,
குடியானவ இனமும்

'ரத்தக் காட்டேரியாக ஆகியுள்ள பூர்ஷ்வா வர்க்கம் குடியானவ இனத்தின் ரத்தத்தை உறிஞ்சிவிட்டு ரசவாதியின் முதலாளித்துவக் கொப்பரையில் அவர்களை வீசியெறிகிறது.'

அவர்கள், புதிய ஃப்ரெஞ்சுப் பேரரசில் மேன்மை கிடைக்கும் என்று உறுதியளித்த கொடுங்கோலனுக்குத் தங்களுடைய ஆதரவை வழங்கினார்கள். என்னுடைய படைப்புகளான The Eighteenth Brumaire, The Civil War in France என்ற இரண்டிலும் இதுதான் என்னுடைய வாதம். இருபதாம் நூற்றாண்டில், பேரரசு என்ற புதிய உறுதியளிப்புகளாலும், மரபான விழுமியங்கள், தேசிய கௌரவம் என்ற புதிய உறுதியளிப்புகளாலும் கவரப்பட்ட புதிய பிற்போக்கு வர்க்கங்கள் தோன்றியுள்ளன. 1920களில் ஜெர்மனியில் உண்டான ஃபாசிசத்தின் தோற்றத்திலும், இன்றைய அமெரிக்காவில் உள்ள அதி தீவிர வலதுசாரி பழமைவாத இயக்கங்களின் தோற்றத் திலும் இந்த வர்க்கங்களின் பெரும் ஆபத்து வெளிப்படையாகத் தெரிய வந்தது.'

40

வலதுசாரி ஜனரஞ்சகமும் இன்றைய பிற்போக்கு வர்க்கங்களும்

ஆவி தொடர்ந்தது: 'குறிப்பாக அமெரிக்காவின் தெற்கு, கிராமப்புற, சிறுநகர 'குட்டி பூர்ஷ்வாக்கள்' அல்லது சிறு வணிக வர்க்கத்தினரே இருபதாம் நூற்றாண்டிலும், இருபத்தோராம் நூற்றாண்டிலும் அந்நாட்டின் பிரதான பிற்போக்கு வர்க்கங்கள். வால்மார்ட் அல்லது பெரும் வணிக நிறுவனங்களின் விவசாயம் சார்ந்த வியாபார நடவடிக்கை போன்ற பிரம்மாண்ட தொழில் நிறுவனங்கள் அவர்களுடைய சந்தைகளையும், சமூகச் சூழல்களையும் கையகப்படுத்தும் போது அவர்கள் அழிவை எதிர்கொள்கிறார்கள். நியூயார்க்கின் பத்திரிகைகளுக்கு நான் இன்னமும் எழுதிக்கொண்டிருந்தால், Eighteenth Brumaireஇல் என்னால் சித்திரிக்கப்பட்ட, கட்டாய இடப்பெயர்வுக்கு ஆளான குடியானவர்களை ஒத்திருக்கும் இந்தக் குழுக்களைப்பற்றி எழுதியிருப்பேன்.'

அமெரிக்க அரசியலின் அண்மைக்காலத் தகவல்கூட தனக்குத் தெரிந்திருக்கிறது என்பதை ஆவி மீண்டும் காட்டிக்கொண்டிருந்தது. 'சிறு வணிக, சிறு நகரக் குழுக்கள் ஆகியவை இன்றைய தேநீர் விருந்து [இயக்கத்தின்], மற்ற பிற வலதுசாரி ஜனரஞ்சக இயக்கங்களின் மையமாக

பிற்போக்கு வர்க்கங்களைக் குறித்தும், தேநீர் விருந்து [இயக்கம்] குறித்தும் மார்க்ஸ்

'கீழ் மத்தியதர வர்க்கத்தினர், சிறு உற்பத்தி யாளர், சில்லறை வணிகர், கைவினைஞர், குடியானவர்கள் தங்களுடைய வாழ்வின் அழிவிலிருந்து தங்களைக் காப்பற்றிக் கொள்ளப் போரிடுகிறார்கள். எனவே, அவர்கள் புரட்சிகரமானவர்கள் அல்லர், பழமைவாதிகள்தான். இல்லை, அவர்கள் நிலை இன்னும் கொஞ்சம் கூடுதல். அவர்கள் பிற்போக்குவாதிகள்; ஏனென்றால், அவர்கள் வரலாற்றின் சக்கரத்தைப் பின்னோக்கிச் சுழற்ற முயல்கிறார்கள்.'

தேநீர் விருந்து [இயக்கம்] போன்ற தீவிர வலதுசாரி குழுக்களின் செயல் மையமாக அமெரிக்காவை இப்படித் தான் மார்க்ஸ் பார்க்கிறார். 'குட்டி பூர்ஷ்வாக்களின் ஒரு வர்க்கம்....இந்த வர்க்கத்தின் தனித்தனி உறுப்பினர்கள் தொடர்ந்து தூக்கியெறியப்படுகிறார்கள்... நவீன சமூகத்தின் சுதந்திரமான ஒரு பிரிவு என்ற வகையில் அவர்கள் முழுக்க மறைந்துபோகும் தருணம் நெருங்கி வருவதைக்கூட அவர்கள் பார்க்கிறார்கள்...'

இருப்பது உறுதியாகத் தெரிகிறது,' என்றேன் நான். 'பெரும் வணிக நிறுவனங்கள் மேற்கொள்ளும் விவசாயம் சார்ந்த வியாபார நட வடிக்கைகளால் அச்சுறுத்தப்படும் சிறு விவசாயிகள், கிராமப்புற, சிறு நகர வணிகர்களோடு சேர்ந்து, தீவிர பழமைவாதிகள் செழித்து முன்னேறும் பழமைவாத, கிராமப் புற, [புல்வெளிகள் நிரம்பிய, சமதள மான] வட அமெரிக்க மாநிலங் களின் அரசியலில் செல்வாக்கு செலுத்துகிறார்கள்'

'சரிதான்,' என்றது ஆவி. 'இருபதாம் நூற்றாண்டு முழுக்கவும் சிறு வணிக, கிராமப்புற, சிறு நகர 'சில்லறை வணிக' வர்க்கங்களே அமெரிக்க மற்றும் ஐரோப்பிய வலதுசாரி ஜனரஞ்சக இயக்கங் களின் செயல் மையமாக இருந்து வந்துள்ளன. இது எதிர் பார்க்கக் கூடியதுதான்.'

'ஏகாதிபத்தியத்தால் இயக்கப் படும் புதிய உலகளாவிய பொருளா தாரச் சூழலில் சாதகமான இடத்திலிருந்து பெரு வணிக நிறுவன முதலாளித்துவத்தால் தாங்கள் கசக்கிப் பிழிந்து வெளியேற்றப் படுவதால் அக்குழுக்கள் அப்படி நடந்துகொள்கின்றன என்று சொல்கிறீர்களா?'

'சரியாகச் சொன்னீர்கள்,' என்றது ஆவி. 'பொருளாதார நெருக் கடிகள் இல்லையென்றாலும்கூட இந்தக் குழுக்கள் தம் இருப்புக்காகப் போரிடத்தான் செய்கின்றன. உலகளாவிய பெரும் வணிக ஏகாதி பத்தியங்களின் கட்டுப்பாட்டுக்குள் வருவதற்கு முன்னால் தாம் பாதுகாப்புடனும், உயர் அந்தஸ்துடனும் இருந்த அந்தப் பழைய காலத்துக்குத் திரும்பிப்போக அவை விரும்புகின்றன.'

'பெரும் வணிக நிறுவனங்களாலும், பங்குச்சந்தையாலும் இக் குழுக்கள் பாழாக்கப்படுவதால் அவற்றை நீங்கள் மிதச் சீர்திருத்த வாதிகள் என்றோ அல்லது இடதுசாரிகள் என்றோ கருதுவீர்கள் என்பது சரியா?'

‘ஆமாம்,’ என்று ஆவி ஒத்துக் கொண்டது. ‘பங்குச்சந்தை மீதும், நொடித்துப்போன நிறுவனங்களைக் காப்பாற்றும் அரசின் செயலின்மீதும் பெரும்பான்மையான சில்லறை வணிகர்களும் பரந்துபட்ட வலது சாரி ஜனரஞ்சகவாதிகளும் பெரும் கோபத்தில் இருக்கிறார்கள். பெரும் வணிக நடவடிக்கைகள் மீது அவர்கள் பகைமை பாராட்டுகிறார்கள்; பங்குச்சந்தையை நிராகரித்து ஒரு நகரின் பிரதான வர்த்தகப் பகுதியை ஆதரிக்கிறார்கள். அதே சமயம், பழமைவாத வங்கியாளர்களில் சிலரும், பெரு வணிக முன்னோடி களில் சிலரும் அவர்களுக்கு நிதி வழங்குகிறார்கள்; பழமைவாத பெரு வணிகத் துறையினருக்கும் வலது சாரி ஜனரஞ்சக வாதிகளுக்கும் இடையே நெருக்கமான பிணைப்பு இருக்கிறது.’

எனக்கு ஒரு விஷயம் ஞாபகத் துக்கு வந்தது. ‘ஆமாம். ஃபாக்ஸ் செய்தி நிறுவனத்தின் அதிபரான ரூபெர்ட் மர்டாக், பெரும் எண்ணெய் நிறுவன அதிபர்களும், மாபெரும் செல்வந்தர்களுமான டேவிட் காச், சார்ல்ஸ் காச் ஆகியோர் தேநீர் விருந்து [இயக்கத்தின்] பிரதான ஆதரவாளர்களாக இருக் கிறார்கள்.’

பெரு வணிகமும்,
வலதுசாரி ஜனரஞ்சகமும்

வலதுசாரி ஜனரஞ்சகவாதிகள் கீழ் மத்தியதர வர்க்கத்தில் வேர்கொண்டுள் ளார்கள். ஆனால், பெரு வணிகத் துறை யினர் சிலர் அவர்களுக்கு நிதி வழங்கும் போதுதான் அவர்களுக்கு அதிகாரம் கிடைக்கிறது. ஜெர்மனியின் பெரும் முதலாளித்துவ வாதிகளிடையே இருந்த சில சிறு குழுக்கள் ஜெர்மானிய இடது சாரிகளை அழிக்க ஹிட்லருக்கு நிதி வழங்கின. அதே போல, பெரு வணிகத் துறைக்கு சவாலாக விளங்கும் தொழிலாளர், சுற்றுச் சூழல், மற்ற பிற அமெரிக்க முற்போக்கு இயக்கங்களை பலவீனப்படுத்த [Koch Brothers காச் சகோதரர்களின் எண்ணெய் சுத்திகரிப்பு நிறுவனம் அமெரிக்காவின் மிகப் பெரிய தனியார் துறைகளின் வரிசையில் இரண்டாவது இடத்தில் இருக்கிறது. இந்நிறுவனத்தின் ஆண்டு விற்றுமுதல் 100 பில்லியன் டாலர்கள்.] போன்ற எண்ணெய் நிறுவனத் தொழில் அதிபர்கள் தேநீர் விருந்து [இயக்கத்துக்கு] க்கு நிதி உதவி செய்கிறார்கள்.

‘சில்லறை வணிகர்கள், சிறு நகர வியாபாரிகள் ஆகியோரைச் சார்ந்து வலதுசாரி ஜனரஞ்சகவாத இயக்கங்கள் வளர்வதற்கு இது ஒரு சிறந்த வழி. வலதுசாரி ஜனரஞ்சகவாதிகளையும், அவர்களுடைய செயல்திட்டங்களையும் தங்களுடைய கட்டுப்பாட்டுக்குள் வைத்திருக்க விரும்பும் பெரும் பணக்காரர்கள் அவர்களுக்கு ஏராளமான பணத்தை வாரி இறைக்கிறார்கள். ஒரு வகையில், இவை ஜனரஞ்சக இயக்கங்கள் அல்ல; தொழிற்சங்கங்களையும், பெரும் வணிக நிறுவனங்களுக்கு சவாலாக இருக்கும் சக்திகளையும் அழிக்க விரும்பும் வலதுசாரி பெரு வணிக நிறுவன முதலாளித்துவவாதிகளின் பேராசைக்கு ஆதரவு தரும் குழுக்கள் அவை.’

41

வலதுசாரி ஆட்சி மாற்றம்: வியமர் நோய்க்குறித் தொகுதி, நவ ஃபாசிசம், முதலாளித்துவத்துக்கு அப்பால் பதுங்கியிருக்கும் தீங்குகள்

மெதுவாக மீண்டும் ஆவி பேசியது: 'என்னுடைய இறப்புக்குப் பிறகு ஜெர்மனியிலும், இத்தாலியிலும் தோன்றிய ஃபாசிசம், இன்றைய முதலாளித்துவத்தின் சிதைவோடு சேர்ந்து வரவுள்ள உண்மையான ஆபத்துகளைப் பற்றி நமக்குப் போதித்துள்ளது; முதலாளித்துவத்தின் மீட்டுருவாக்கத்துக்கு நம்மை ஏங்க வைக்கும் ஆபத்துகள் அவை. நான் உங்களிடம் முன்பு சொல்லியபடி, லூயி நெப்போலியன் பற்றியும் 1852இல் ஃப்ரான்ஸில் நவ ஃபாசிச, ராணுவ மயமாக்கப்பட்ட பேரரசை அவர் மீண்டும் கொண்டு வந்தது பற்றியும் எழுதியவற்றில் இதை எதிர்பார்த்தேன். இத்தாலியின் ஃபாசிசத்துக்கும் ஜெர்மனியின் நாசிசத்துக்கும் தொடக்க கால முன்னோடியாக இருந்தது ஃப்ரான்ஸின் போனபார்ட்டியம்* - எனக்கு இது ஒரு பயமூட்டும் வாதப்பொருள்.'

ஃபாசிசத்தின் மறுவருகையின் சாத்தியம் உள்ளிட்ட தீவிர வலது சாரி பிற்போக்கு மாற்றுகள் பற்றிய ஆவியின் கவலை என்னை ஈர்த்தது.

கொஞ்சம் பதற்றத்துடன் நான் கேட்டேன்: 'ஃபாசிசத்தின் ஒரு புதிய வடிவமோ தீவிர வலதுசாரி ஆட்சிமுறையின் வேறு வடிவமோ அமெரிக்காவில் வர சாத்தியமுள்ளதைப்பற்றி நாம் கவலைப்பட வேண்டும் என்கிறீர்களா?'

'கவலை! ஆமாம், கவலைதான். மேலும் கவலைப்பட வேண்டும்!' ஆவி உடனடியாகப் பதில் சொன்னது. 'குடிப்படைகளிலும் [படைப் பயிற்சி பெற்ற ஆனால் பணிமுறையில் படையினர் அல்லாத குழுக்கள்], தேநீர் விருந்து இயக்கங்களிலும், இனவாத, குடியேற்றத்துக்கு எதிரான

*ஃப்ரெஞ்சுப் பேரரசை மீட்டுருவாக்கம் செய்தல், வலிமையான, சொல்லாட்சித் திறம் மிக்க ஒரு தலைவனின் கீழ் அமைக்கப்படும் பலமான, மையப்படுத்தப்பட்ட அரசு என்று இரண்டு அர்த்தங்களில் இச்சொல் பயன்படுத்தப்படுகிறது. (மொ-ர்)

அணிகளிலும் வன்முறை நிரம்பிய, வெறுக்கத்தக்க, தீவிரவாதக் குழுக்கள் பெருகிவருகின்றன. அமெரிக்க சட்ட மாமன்றத்தின் கீழ் சபையில் அரிசோனாவின் உறுப்பினராக இருந்த கேப்ரில் கிஃபார்ட்ஸ் என்ற பெண்மணி பெரு வணிக அங்காடி ஒன்றின் வாகன நிறுத்தும் இடத்தில் ஜேர்த் லீ லாஃப்னர் என்ற மனநிலை பிறழ்ந்தவரால் சுடப்பட்ட பிறகு [2011இல் நடந்த இந்த சம்பவத்தில் கடுமையாகக் காயமுற்ற இவர் தீவிர சிகிச்சைக்குப் பிறகு தப்பிப் பிழைத்தார். மற்ற ஆறு பேர் இறந்துவிட்டனர்] வன்முறை என்னும் காலப்பண்பு [Zeitgest] நாட்டைக் கைப்பற்றிவிட்டது. சாரா பாலின் தன்னுடைய இணையதளத்தின் Crosshairsல் [சிலுவைக்குறி போன்று வெட்டிச் செல்லும் குறுக்குக்கோடுகளால் சுட்டப்படுவது. இங்கு துப்பாக்கியில் தொலைநோக்கி மூலம் குறிபார்ப்பதைக் குறிக்கிறது] Giffordsஇன் மாநிலப் பகுதியைப் பதிவேற்றினார்; 2010 தேர்தலில் தேநீர் விருந்து இயக்கத்தின் சார்பில் Giffordsக்குப் போட்டியாளராக இருந்த ஜெஸ்ஸி கெல்லி தனக்கு ஆதரவான தேர்தல் பிரச்சாரப் பேரணிகளில் சுடும் எல்லைக்குள் ஏராளமான ஆயுதங்களைக் கொண்டுசென்றவர்களைப் பங்குபெற வைத்தார். அவருடைய பிரச்சார விளம்பரம்: 'நவம்பரில் நம்முடைய வெற்றிக்கான இலக்கைக் கைக்கொள்ளுங்கள். Gabrielle Giffordsஐப் பதவியிலிருந்து அகற்றுங்கள். Jesse Kellyயோடு இணைந்து முழுத் தானியங்கித் துப்பாக்கி M16ஐ இயக்குங்கள்.' குடியரசுக் கட்சியே மேலும் மேலும் வலதுசாரி நிலைக்கு நகர்ந்து கொண்டிருக்கிறது.'

கொஞ்ச நேர இடைவெளிக்குப் பிறகு அச்சுறுத்தும் விதத்தில் ஆவி மேலும் சொன்னது: 'இதெல்லாம் வீய்மார்* நோய்க்குறியின் தொடக்க கால எச்சரிக்கையாக எனக்குத் தோன்றுகிறது.'

'அப்படியென்றால்?' என்றேன் நான். ஹிட்லரும் மற்ற தீவிரவாத நிலைப்பாடு கொண்ட பிறரும் புரட்சிகர மாற்றத்துக்காக கிளர்ச்சி செய்துகொண்டிருந்த 1920களில் ஜெர்மனி வீய்மார் குடியரசு என்று அழைக்கப்பட்டது எனக்கு நினைவுக்கு வந்தது.

'எளிமையாகச் சொல்வதென்றால், பத்தொன்பதாம் நூற்றாண்டு ஃப்ரெஞ்ச் போனபார்ட்டியம் பற்றி நான் எழுதினேன் அல்லவா, அதனுடைய மாற்றியமைக்கப்பட்ட இருபதாம் நூற்றாண்டு வடிவமே வீய்மார் நோய்க்குறி; சிதைந்துகொண்டுள்ள முதலாளித்துவ அமைப்பு முறையில் வலதுசாரி ஜனரஞ்சக இயக்கங்களின் எழுச்சியே அந்த நோய்க்குறி. தீவிர நெருக்கடிகள் முதலாளித்துவத்தை வீழ்த்தும்போது முழுத் தீங்கு வெளிப்படும் ராணுவ ரீதியான ஆட்சி முறைகளுக்கு அது இட்டுச் செல்லும்.'

* வீய்மார்: ஜெர்மானிய நகரம். முதல் உலகப் போருக்குப் பிறகு ஜெர்மனியின் முதல் ஜனநாயக அரசியல் சாசனம் இந்த நகரத்தில் கையெழுத்திடப்பட்டது.(மொ-ர்)

வியமர் நோய்க்குறி: நெருக்கடியான காலத்தில் வலதுசாரி ஜனரஞ்சகம்

முதல் உலகப் போருக்குப் பிறகு ஜெர்மனியில் நிகழ்ந்த முதலாளித்துவ நெருக்கடியைச் சார்ந்து 'வியமர் நோய்க்குறி' ஒன்றை மார்க்ஸியவாதிகள் அடையாளம் கண்டார்கள். மரபான 'குடும்ப விழுமியங்க'ளையும், தீவிர தேசியத்தையும் ஆதரித்த ஜெர்மனியின் கிராமப்புற 'சிவப்பு மாநிலங்க'ளில் ஹிட்லர் கவர்ச்சிகரமான நபராகத் தெரிந்தார். ஜெர்மனியையும் அதனுடைய அசாதாரணத் தன்மையையும் சிதைக்கும் 'அறநெறிச் சீர்கேட்டை'க் கொண்டுவருபவர்களாக பெர்லின் போன்ற நகரங்களில் இருந்த மிதச் சீர்திருத்தவாதிகளையும், சோஷலிஸ்ட்டுகளையும் நாஜிகள் சித்திரித்தார்கள். ஜெர்மனியில் உண்டான தீவிர முதலாளித்துவ நெருக்கடியின் காரணமாகத்தான் வலதுசாரி தீவிரவாதம் சாத்தியமாயிற்று; மக்களின் உணர்ச்சிகளைக் கிளறிவிட்டு அவற்றைத் தம்முடைய முன்னேற்றத்துக்குப் பயன்படுத்திக்கொள்ளும் அரசியல் தலைவர்களை [Demagogues] ஆர்வமுடன் ஏற்றுக்கொள்ளும் நாடாக ஜெர்மனியை மாற்றியதும் அந்தத் தீவிரவாதம்தான்.

கொஞ்ச நேரம் பேசுவதை நிறுத்திய ஆவி மீண்டும் தொடர்ந்தது. '1932இல் ஜெர்மனியில் நிகழ்ந்தது போல இந்த இயக்கங்கள், ஒரு கட்டத்தில் முக்கியத்துவத்தைப் பெறும்வரை, முக்கியமில்லாதவையாகவே தோன்றுகின்றன. திடீரென்று சாத்தியமில்லாதது நிகழ்கிறது; முதலாளித்துவம் தோல்வியடையும்போது தீவிர வலதுசாரிக் குழுக்களில் ஒன்று உள்ளே நுழைந்து அதிகாரத்தைக் கைப்பற்றுகிறது. ஜெர்மனியில் அது ஹிட்லர்; அவர் அதிகாரத்தை அடைவார் என்று யாருமே நம்பவில்லை. அமெரிக்காவில் அது ஹிட்லராக இருக்காது; ஆனால், வலதுசாரி நிலைப்பாடு கொண்ட, மக்களின் உணர்ச்சிகளைக் கிளறி விட்டு அவற்றைப் பயன்படுத்திக் கொள்ளும் ஆபத்தான ஒரு தலைவராக, ஆதிக்கப் போக்குடைய ஒருவராக அவர் இருப்பார்.'

'முதலாளித்துவம் தோல்வியடைய தீவிர ஆதிக்கப் போக்குடைய வலதுசாரி ஆட்சி ஒன்று அதிகாரத்தை மேற்கொள்ளும் வியமரைப் போன்ற வரலாற்றுக் கட்டத்தில் நாம் இருக்கிறோம் என்று சொல்கிறீர்களா?' என்று நான் கேட்டேன்.

'9/11க்குப் பிறகு அப்படியான ஆட்சி எப்படி இருக்கும் என்பதன் தொடக்கங்களை நீங்கள் பார்த்தீர்கள். இன்னும் கடுமையான ஆட்சி மாதிரிக்கான வரலாற்றுச் சூழல்கள் தற்போது நிலவுகின்றன; முழுமையான வியமர் புயலாக அவை ஒன்றிணையலாம். இந்த சாத்தியத்தை நீங்கள் தீவிரமாக எடுத்துக்கொள்ள வேண்டும்.'

'அப்படி ஒரு முழுமையான புயலின் கூறுகளை நான் தெரிந்து கொள்ள வேண்டும்.' என்னுடைய குரலில் அவசரம் தென்பட்டது.

'சொல்கிறேன்,' என்று ஆவி எனக்கு உறுதியளித்தது. ' ஏனென்றால், உலகளாவிய முதலாளித்துவம் நெருக்கடிகளில் இடறி விழும்போது உலகை வட்டமிடும் பூதமாக அது இருக்கிறது. முதலாளித்துவத்தின்

வீழ்ச்சி தூண்டிவிடக்கூடிய பெரும் தீயைத் தெளிவாகப் பார்க்க மக்களுக்கு உதவாத என்னுடைய முந்தைய தவறை மீண்டும் செய்ய நான் விரும்பவில்லை.'

முதலாளித்துவத்தின் வீழ்ச்சி விளைவிக்கும் ஆபத்துகளைக் குறித்து மார்க்ஸின் ஆவி என்னை எச்சரிக்கும் என்று யார் நினைத்தார்கள்?

42

நாம் பயம் கொள்ளவேண்டிய... மிகவும் பயம் கொள்ள வேண்டிய அரசியல்

முன்பு இருந்ததைவிட இப்போது இன்னும் கவலை தோய்ந்ததாக ஆவி இருந்தது. 'வியமர் நோய்க்குறியைச் சாத்தியமாக்க சில சூழல்கள் உள்ளன. முதலாளித்துவத்தின் கடுமையான பொருளாதார நெருக்கடிகளோடும் நச்சுத்தன்மை கொண்ட கலாச்சாரப் போர்களோடும் தொடர்புடையவை அவை.'

'சரி,' என்றேன் நான். 'இந்தத் தீங்கான ஆட்சி முறையைச் சாத்தியமாக்குவது எது?'

'முதலாளித்துவத்தில் மிகக் கடுமையாக மாறும் பொருளாதார நெருக்கடியிலிருந்து அது தொடங்குகிறது. வியமர் ஜெர்மனியில் 1920களில் உண்டான மட்டுமீறிய பணவீக்கமும், மந்தநிலையும் சிறந்த உதாரணம். அமெரிக்கப் பங்குச்சந்தையில் 2008இல் நிகழ்ந்த பெரும் தேக்கநிலை இன்னொரு உதாரணம். வியமர் நோய்க்குறி தோன்ற வேண்டுமென்றால் கடனைத் திருப்பிச் செலுத்தும் நம்பகத் தன்மையையும் வேலைவாய்ப்புகளையும் துடைத்தெறியும் அளவுக்கு நெருக்கடி கடுமையாக இருக்க வேண்டும். தொழிலாளர்கள் வாழ்வில் பேரழிவை ஏற்படுத்தும் அது சிறு வணிகர்களின், கிராமப்புறப் பிற்போக்கு வர்க்கங்களின் அடிப்படை இருப்பையே அச்சுறுத்தலுக்கு உள்ளாக்குகிறது.'

'ஆக, பிற்போக்கு வர்க்கங்களைக் கடுமையாகத் தாக்கியபடி வியமர் நோய்க்குறியும் வலதுசாரி ஜனரஞ்சகமும் பெரும் நெருக்கடியிலிருந்து தோன்றுகின்றன,' என்று நான் சொன்னேன்.

‘பிற்போக்கு வர்க்கங்களை சிதைவின் மையத்தில் வைக்கும் பொருளாதாரக் காரணி நெருக்கடியைத் தோற்றுவிக்கிறது. சிறு வணிகர்களையும், சிறு விவசாயிகளையும் மிகக் கடுமையாக பாதிக்கும் மட்டுமீறிய பணவீக்கமோ பணச்சுருக்கமோ, கடனைத் திருப்பிச் செலுத்தும் நம்பகதன்மையில் ஏற்படும் நெருக்கடிகளோடு சேர்ந்து அடிக்கடி நிகழ்கிறது. தங்களுடைய வணிக நடவடிக்கைகளையும், நிலங்களையும் இழக்கும் ஆபத்துக்கு உள்ளாகும் அவர்கள் ‘மத்தியதர வர்க்கம்’ என்ற நிலையிலிருந்து முழுமையான திவால் நிலைக்குத் தள்ளப்படுகிறார்கள்.’

‘ஆக, கையறுநிலைக்கு ஆளாகும் இந்தக் குழுக்கள், மரபான சமூக நிலையில் அவர்கள் இருந்த நிலையை மீட்டெடுத்துத் தருவதாக உறுதியளிக்கும் ஆதிக்கப்போக்கு நிறைந்த புரட்சிகரத் தலைவர்களை, பெரும் வணிக நிறுவன முதலாளித்துவ அமைப்புக்கு வெளியே தீவிர வலதுசாரி ஜனரஞ்சகவாதிகளை எதிர்நோக்குவார்களா?’

‘ஆம்’ என்று சொன்ன ஆவி விளக்கத் தொடங்கியது. ‘குறிப்பாக, மையநீரோட்ட முதலாளித்துவ அரசியல் அமைப்பு வீழ்ச்சியடையும் போது அது நிகழும். அரசியல் அமைப்பு முறை செயலிழக்கும்போதும் பொருளாதார நெருக்கடியைக் கையாள்வதற்கு அது முழுக்கவும் திறனற்றுப் போகும்போதும் வீய்மர் நோய்க்குறி தோன்றுகிறது.’

‘ஜெர்மனியில் 1920களில் பிரதான இடதுசாரி கட்சிகள், வலதுசாரிக் கட்சிகள் ஆகிய இரண்டுமே வீழ்ச்சியடைந்தது நல்ல உதாரணம். வேலை வாய்ப்புகளை உருவாக்கவோ, செலாவணியை ஸ்திரப் படுத்தவோ, பொருளாதாரத்தை மீட்டெடுக்கவோ ஆளும் இடதுசாரி சமூக ஜனநாயகக் கட்சியிடம் எந்த சீரிய செயல்திட்டமும் இல்லை. மையநீரோட்ட பழமைவாதக் கட்சிகளாலும் பொருளாதார வீழ்ச்சி யைத் தடுத்து நிறுத்த முடியவில்லை. குடிப்படையினர், அதிரடிப்படை யினர், மக்களின் உணர்சிகளைக் கிளறிவிட்டு அவற்றைத் தம்முடைய முன்னேற்றத்துக்குப் பயன்படுத்திக்கொள்ளும் அரசியல் தலைவர்கள், சிறிய தீவிரவாதக் கட்சிகள் போன்ற தீவிர வலதுசாரி ஜனரஞ்சக வாதிகள் தலைதூக்கத் தொடங்கினார்கள். ஜெர்மனியிலிருந்த சிறு வணிகர்களும், கிராமப்புற, சிறு நகர வர்க்கங்களும் அவர்களைச் சுற்றித் திரண்டார்கள். அதிப் பழமைவாத வங்கியாளர்களும், பெரும் வணிக நிறுவன மேட்டுக்குடியினரும் அவர்களுக்கு நிதி வழங்கினார்கள்,’ என்றது ஆவி.

‘ஆனால், அங்கு இடதுசாரி மற்றும் கம்யூனிச இயக்கங்களும் இருக்கத் தானே செய்தன? அவர்களால் ஏன் ஆதரவைப் பெற முடிய வில்லை?’

‘பொருளாதார வகையில், இடதுசாரிகள் கம்யூனிசத்தைத் தோற்று வித்துத் தங்களுடைய வணிக நடவடிக்கைகளை அழித்துவிடுவார்கள்

என்று சிறு வணிகர்களும், விவசாயிகளும் பயந்தார்கள். கலாச்சார வகையில், நாட்டுப்பற்று, தம்மை ஆளும் அதிகாரக் குழு போன்ற 'மரபான விழுமியங்க'ளை ஆதரித்த சிறுவணிகர்களும், கிராமப்புற, சிறுநகர வர்க்கங்களும் சுதந்திரச் சிந்தனையுள்ள நகர்ப்புற இடதுசாரி களின் 'முற்போக்கான விழுமியங்க'ளை வெறுத்தார்கள். ஹிட்லர் போன்ற வலதுசாரி ஜனரஞ்சகவாதிகளின் சித்தாந்தத்துக்கு அவர்கள் பலியானார்கள். ஜெர்மனிக்கு எதிரானவர்கள் என்றும், யூத, மதச் சார்பற்றப் பெண்ணுரிமைவாதிகள் என்றும், ஓரினப் பாலியல் தன்மை கொண்டவர்கள் என்றும், மரபான குடும்ப விழுமியங்களுக்கு அந்நியமான, முதல் உலகப் போரில் ஏற்பட்ட தோல்விக்குப் பொறுப் பேற்கவேண்டிய சீர்கெட்ட தேசத்துரோகிகள் என்றும் அவர் இடது சாரிகளைச் சித்திரித்தார்.'

'இங்கு நடக்கும் கலாச்சாரப் போர்களையும், அமெரிக்க மிதச் சீர்திருத்தவாதிகளையும் இடதுசாரிகளையும் வலதுசாரி ஜனரஞ்சகத் தலைவர்கள் சித்தரிக்கும் விதத்தையும் இந்நிகழ்வு எனக்கு நினை வூட்டுகிறது,' என்றேன் நான்.

43

அமெரிக்காவில் வீய்மர் நோய்க்குறி: பொருளாதார நெருக்கடிகளும் கலாச்சாரப் போர்களும்

'ஆமாம், இந்த ஒப்புமைகள் வியப்பூட்டுபவை,' என்று நான் சொன்னதை ஆவி ஒத்துக்கொண்டது. 'பொருளாதார நெருக்கடி மிகவும் மோசமடைந்தபோது ஜெர்மனியிலிருந்த எல்லா தீவிர வலதுசாரி ஜனரஞ்சகக் குழுக்களும், குறிப்பாக ஹிட்லர், கொடிய கலாச்சாரப் போர் ஒன்றைக் கொளுத்திப் போட்டார். 'Volk' [ஆங்கில Folk. மக்கள் என்று அர்த்தம்] அல்லது குடும்ப மற்றும் நாட்டுப்பற்று தொடர்பான விழுமியங்களைக் கொண்ட, உண்மையான செயல் திறமும், ஆக்க வளமும் கொண்ட ஜெர்மானியர்களுக்கும், ஆக்க வளமோ, நாட்டுப்பற்றோ இல்லாதவர்கள், மையநீரோட்டத்திலிருந்து விலகியவர்கள், சீர்கெட்டவர்கள் நகர்ப்புறம் சார்ந்த தொழிற்சங்கத்தில்

அங்கம் வகிக்கிற தொழிலாளர்கள், கம்யூனிஸ்ட் தொழிலாளர்கள், முற்போக்கானவர்கள், யூதர்கள், ஓரினப் பாலியல் தன்மை கொண்டவர்கள், அரசு ஊழியர்கள், கலைஞர்கள் ஆகியோர் அடங்கிய 'ஒட்டுண்ணிக'ளுக்கும் இடையேயான போர் என்று வலதுசாரிகள் பொருளாதார நெருக்கடியை மறுவரையறை செய்தார்கள். ஜெர்மனியை உன்னதமான நாடாக்கிய 'மரபான குடும்ப மற்றும் சிறுநகர விழுமியங்க'ளை அவர்கள் அழித்துக் கொண்டிருந்தார்கள்.'

'ஆம்,' என்றேன் நான். 'சிறு வணிக இனம் மற்றும் குடியானவக் குலம் ஆகியவற்றின் முதுகெலும்பாக இருந்த வெள்ளை நிற, நீலக் கண் ஆரியர்களே உண்மையான படைப்பாற்றலும், ஆக்கவளமும் கொண்ட இனம் என்று ஹிட்லர் தன்னுடைய சுயசரிதையான *மெய்ன் கேம்பி*ல் எழுதியிருப்பது எனக்கு நினைவுக்கு வருகிறது. மற்றவர்கள் ஆக்கவளம் கொண்ட ஆரியர்களின் கடின உழைப்பால் செலுத்தும் வரிகளால் வாழும் நகர்ப்புற ஒட்டுண்ணிகள்; நாட்டுப்பற்றும், உயரிய ஜெர்மானியப் பேரரசு ஒன்றை நிறுவும் வேட்கையும் உள்ளிட்ட ஜெர்மானிய தேசத்தின் முக்கிய விழுமியங்களையும் அழித்துக் கொண்டிருப்பவர்கள். மரபான குடும்ப விழுமியங்களையும், ராணுவ ரீதியான நாட்டுப் பற்றையும் தேநீர் விருந்து இயக்கம் கொண்டாடுவதற்கும், ஜெர்மனியில் நிகழ்ந்ததற்கும் இடையே சில ஒப்புமைகள் உள்ளன.'

'ஆமாம். பொருளாதார நெருக்கடி காரணமாகவும் அமெரிக்காவில் வெள்ளையர் அல்லாத பெரும்பான்மையை நோக்கிய நகர்வு காரணமாகவும் மைய அமெரிக்கர்களிடையே தோன்றும் பொருளாதார அந்தஸ்து குறித்த பதற்றத்துக்கு* தேநீர் விருந்து இயக்கம் கவர்ச்சியாகத் தோன்றுகிறது. மரபான விழுமியங்களை மதிக்காத சோஷலிசவாதிகள், யூதர்கள், பெண்ணியவாதிகள், அதிநவீனக் கலைஞர்கள், மற்ற பிற ஒட்டுண்ணிகள் ஆகியோரைக் கொண்ட பெர்லின் போன்ற நகரங்களில் வசித்த நாட்டுப்பற்று அற்ற 'அயலார்க'ள்மீது ஜெர்மானிய கிராமப்புற, சிறு நகர ஜனங்கள் கொண்டிருந்த பயத்தை ஜெர்மனியின் வலது சாரிகள் தமக்குச் சாதகமாகப் பயன்படுத்திக்கொண்டார்கள். க்ளென் பெக் மற்றும் சாரா பாலின் ஆகியோரின் பேச்சைக் கேட்டுப் பாருங்கள், ஃபாக்ஸ் செய்தித் தொகுப்பைக் கேட்டுப் பாருங்கள்; ஜெர்மானிய தீவிர வலதுசாரிகளின் மிகத் தெளிவான எதிரொலிகளைக் கேட்பீர்கள். அதே கிராமப்புற பழமைவாதிகளிடம்தான் பெக்கும், பாலினும் பேசுகிறார்கள்; உள்நாட்டிலும், வெளிநாடுகளிலும் நிலவும் பொருளாதார, கலாச்சார அச்சுறுத்தல் குறித்து அவர்களிடம் இருக்கும் முக்கியக் கருத்தும் பெரும்பாலும் அதுவே

*ஏழையாய் இருப்பது பற்றிய பயம்/பதற்றம் ஒருவர் தன்னைத் தானே குறைவாக மதிப்பிட்டுக் கொள்வதற்கு இட்டுச் செல்லும் மனநிலை. (மொ-ர்)

தான். **1920**களில் ஜெர்மனியில் வலதுசாரி ஜனரஞ்சக இயக்கங்கள் எவ்வகை மக்கள் பிரிவினரிடம் பிரபலமாக இருந்தனவோ அதே பிரிவினரிடம் தற்போது பெக், பாலின் போன்றவர்கள் இருக்கிறார்கள்.'

'இது ஒரு பயமுறுத்தும் ஒப்புமை,' என்று சொல்லி ஏற்றுக் கொண்டேன். 'ஆனால், ஏராளமான வேற்றுமைகளும் இருக்கின்றன. இன்றைய பொருளாதார நெருக்கடி அந்த அளவுக்குக் கடுமை யாக இன்னும் மாறவில்லை. ஜெர்மனியின் முதல் ஜனநாயகமும் பத்தாண்டுகள் மட்டுமே நீடித்ததுமான வியமர் குடியரசைவிட அமெரிக்க ஜனநாயகச் செயல்முறை அதிக அளவு நிலைபெற்றுவிட்ட ஒன்று. வியமரைவிட அமெரிக்காவின் இடதுசாரிகள் அதிகமும் பலவீனமானவர்கள்.'

'ஆம்,' என்று ஆவி நான் சொன்னதை ஒப்புக்கொண்டது. 'அதை முழு நிறைவான ஓர் ஒப்புமை என்று சொல்ல முடியாது. ஆனால், இருபத்தோராம் நூற்றாண்டைத் தொடர்ந்து அச்சுறுத்திக் கொண்டி ருக்கும் ஓர் ஆபத்தே வியமர் நோய்க்குறி; ஒருவரின் பிரக்ஞை இன்றியே அவரைப் பாதித்துக்கொண்டிருக்கும் உண்மையான அச்சுறுத்தல் அது. இக்கணத்தில், பொருளாதார நிலையின் எதிர் காலத்தைச் சார்ந்தே எல்லாம் இருக்கப் போகிறது. பொருளாதார மந்த நிலை, அல்லது தேங்கிப்போதல் மற்றும் அச்சமூட்டும் பொருளாதார வீழ்ச்சி என்ற ஒரு புதிய 'இரட்டை வீழ்ச்சி'யை நாம் காண வேண்டியிருந்தால் பெரிய அளவில் திரும்பவும் வியமர் நோய்க்குறி தோன்றும்.'

அமெரிக்காவில் நிலவும் உச்ச பட்ச வேலைவாய்ப்பின்மை பற்றி யும், நலிவுற்ற அமெரிக்க மற்றும் உலகப் பொருளாதார நிலை பற்றி யும் நான் நினைத்துப் பார்த்தேன். ஆவியோடு நான் மேற்கொண்ட உரையாடலின் இந்தப் பகுதி என் அடிவயிற்றில் ஒரு கலக்க உணர்வை உண்டாக்கியது.

ஆவி இன்னும் முடிக்கவில்லை. 'இதெல்லாம் நமக்கு தெளிவான ஒரு பாடத்தைக் கற்பிக்கிறது. தேநீர் விருந்து இயக்கத்தின் வலதுசாரி ஜனரஞ்சகவாதிகளின் கட்டுப் பாட்டில் நாடு போவதைத் தடுப் பதற்கே இப்போது உயர் முன்னுரிமை அளிக்க வேண்டும். இது சாத்தியம்

மார்க்ஸ்: இடதுசாரிகள் தனித்து இயங்குவதற்கான காலமில்லை

வலதுசாரிகளை எதிர்க்க சீர்திருத்தவாதி களும், முற்போக்காளர்களும் ஒன்றுசேர வேண்டும் என்ற மார்க்ஸின் வாதம் தேர்தல் அரசியலோடு அவருக்கு இருந்த யுக்தி ரீதியான நீண்ட ஈடுபாட்டைப் பிரதிபலிக்கிறது. முற்போக்கான சமூக ஜனநாயகவாதிகளோடு ஜெர்மானிய கம்யூனிஸ்ட் கட்சி கூட்டு சேரக்கூடாது என்று ஸ்டாலின் இட்ட கட்டளை, ஜெர்மானிய முதலாளித்துவத்தை அழிக்கும் நம்பிக்கையோடு நாஜிகள் அதிகாரத்துக்கு வர வழிவகுத்தது - வரலாற்றின் மிகப்பெரிய சோகங்களில் ஒன்று.

தான். வலதுசாரி ஜனரஞ்சகம் அமெரிக்காவைத் தன்னுடைய கட்டுப்பாட்டுக்குள் கொண்டுவந்துவிடக்கூடாது என்பதை உறுதி செய்ய இடதுசாரிகள் சீர்திருத்தவாதிகளோடு இணைய வேண்டும். அமெரிக்காவில் உள்ள ஒவ்வொருவருக்கும் வியமர் கதையையும் கதை முடிவின் பயங்கரத்தையும், எப்படி இங்கும் அது நடக்கலாம் என்பதையும் அவர்கள் தெரிந்துகொள்ளும் அளவுக்குப் பலமுறை சொல்ல வேண்டும்.

44

பிற்போக்கான இடதுசாரிகள்: துயரமான தவறுகளை ஆவி ஒப்புக்கொள்கிறது

நானும் ஆவியும் சங்கடத்துடன் விவாதிக்க வேண்டிய இன்னொரு நச்சு நிறைந்த மாற்று உள்ளது என்பது எனக்குத் தெரியும். அது அசௌகரிய மான விவாதப் பொருளாக இருப்பதற்குக் காரணம் ஏற்கனவே அதை சங்கடத்துடன் எங்களுடைய உரையாடலில் விவாதித்திருக்கிறோம். ஜாக்கிரதையாக நான், 'மீமிகை முதலாளித்துவத்துக்கு (Super capitalism) ஆபத்தான மாற்றுகள் வலதுசாரிகளிடமிருந்து மட்டுமே வருவதில்லை. அவை இடதுசாரிகளிடமிருந்தும் வருகின்றன,' என்றேன்.

'என்ன சொல்கிறீர்கள்?' என்று ஆவி குழப்பத்துடன் கேட்டது.

'அதிகாரத்தைக் கைப்பற்றியவுடன் இடதுசாரிகள் பெரும்பாலும் ஆதிக்கப்போக்கைக் (Authoritarian) கைக்கொண்டார்கள். நாம் ஏற்கனவே குறிப்பிட்டது போல, சோவியத் ஒன்றியத்தில் கம்யூனிசம் கொலைகாரக் கொடுங்கோன்மையில் போய் முடிந்தது; சீனாவில் மாவோவின் கம்யூனிசத்திலும் இதுதான் நடந்தது. கியூபாவில் ஃபிடல் ஏழைகளுக்கு ஏராளமான நன்மைகளைச் செய்தார்; ஆனால், அவரும் ஆதிக்கப்போக்கைக் கைக்கொண்டார். முதலாளித்துவவாதிகள் மீண்டும் அதிகாரத்தைப் பெறுவதைத் தடுக்க வன்முறையைப் பிரயோகித்ததையும் - அவர்கள் அப்படி செய்யவேண்டிய கட்டாயம் இருந்ததையும் நீங்களும் குறிப்பிட்டீர்கள். ஆஃப்ரிக்காவின் சோஷலிஸ்ட் தலைவர்கள் பலர் கொடுங்கோலர்கள் ஆனார்கள்.

உங்களுடைய இறப்புக்குப் பிறகு இது பல முறை நிகழ்ந்தது; இது உண்மையான ஆபத்தாக மாறுகிறது என்பதை இடதுசாரிகளான நாம் ஒத்துக்கொள்ள வேண்டும்,' என்றேன் நான்.

அதன் பிறகு நான் இன்னும் வெளிப்படையாகப் பேசினேன். 'ஆட்சி ஆதிக்கப் போக்கு நிறைந்த ஓர் இடதுசாரி புரட்சி, ஆதிக்கப்போக்கு நிறைந்த ஒரு வலதுசாரி ஆட்சிமுறைக்கு மாறுவதற்கு நிகரான ஆபத்தாக இருக்க முடியும். லெனினிய, ஸ்டாலினிய, அல்லது மாவோயிச அடையாளத்துடன் ஆதிக்கப்போக்கு நிறைந்த ஒரு மார்க்சிஸ்ட் அல்லது கம்யூனிஸ்ட் ஆட்சிமுறையை நிறுவுவதைவிட சீர்திருத்த முதலாளித்துவத்தைக் கைக்கொள்வது மேலானது.'

இதை நான் மார்க்ஸின் ஆவியிடம் நேரிடையாக சொன்னேன்.

'இடதுசாரி முகாமின் பல பகுதிகளில் உள்ள இந்த ஆட்சி அதிகாரப் போக்கு என்ற அம்சம் என்னுடைய எழுத்திலிருந்தே வந்ததாகச் சொல்ல முயல்கிறீர்களா?' என்று கோபத்தின் சாயல் தெரிய ஆவி கேட்டது.

' "பாட்டாளி வர்க்க சர்வாதிகாரம்" பற்றிய உங்களுடைய மொழி உதவவில்லை' என்று கொஞ்சம் கோபத்துடன் நானும் சொன்னேன். 'இடதுசாரிகள் அரசிடம் எல்லா அதிகாரத்தையும் குவிக்க வேண்டும் என்ற உங்களுடைய கருத்து உங்கள் அறிவுரையின் ஒரு பகுதி என்று உங்களுடைய எதிரிகளும் தங்களுக்கும் அதிகாரம் வேண்டும் என்று ஏங்கும் உங்களுடைய ஆதரவாளர்களும் எளிதாக எடுத்துக்கொள்ள வாய்ப்புண்டு. அரசிடம் அதிகாரம் மிக அதிக அளவில் குவியவேண்டும் என்பதை நீங்களும் அடிக்கடி குறிப்பால் யோசனை சொன்னீர்கள். தொழிற்சங்கங்கள், உள்ளூர் அரசு அமைப்புகள், குறிப்பிட்ட பகுதிகளில் வசிக்கும் மக்கள் குழுக்கள் மற்றும் அவைகள், சாதாரணத் தொழிலாளர்களையும் குடிமக்களையும் நேரடியாகப் பிரதிநிதித்துவப்படுத்தும் குடிமைச் சமூகத்தின் சமூக இயக்கங்கள் போன்ற அமைப்புகளால் சோசலிஸ்ட் அரசுகள் கட்டுப்படுத்தபட வேண்டும் என்று நீங்கள் இன்னும் விரிவாக எழுதியிருக்க வேண்டும். பாட்டாளிகளின் பெயராலும், புரட்சியின் பெயராலும் புற்றுநோய் போல வளரும் கட்டுப்பாடற்ற அரசு அதிகாரத்தை எப்படித் தடுக்க வேண்டும் என்பது பற்றி நீங்கள் ஒருபோதும் சொன்னதில்லை.'

வாதிடுவதில் மகிழ்ச்சி கொண்ட ஆவி, 'தொழிலாளர்களுக்கும் பொது

சர்வ வல்லமை படைத்த அரசு குறித்து மார்க்ஸ்

'பூர்ஷ்வாக்களிடமிருந்து அனைத்து மூலதனத்தையும் கொஞ்சம் கொஞ்சமாகப் பறிக்கவும் உற்பத்தி சாதனங்களை அரசின் கைகளில் மையப்படுத்தவும் பாட்டாளி வர்க்கம் தன்னுடைய அரசியல் முதன்மை நிலையைப் பயன்படுத்திக்கொள்ளும்... சந்தேகமே இல்லாமல், ஆரம்ப நிலையில், சொத்து தொடர்பான உரிமைகளில் சர்வாதிகார எல்லை மீறல்களை நிகழ்த்தாமல் இவற்றைச் செயல்படுத்த முடியாது...

மக்களுக்கும் பதில் சொல்ல வேண்டிய கட்டாயத்தில் அரசு இருக்க வேண்டும் என்பதே என்னுடைய கருத்து. மக்களின் சுய-ஆட்சி முக்கியம் என்பதை எப்போதும் நான் உணர்ந்து வந்துள்ளேன். ஆனால், நான் ஏற்கனவே ஒத்துக்கொண்டது போல, மக்களின் விருப்பத்தை தொழிலாளர்களின் அரசு பிரதிநிதித்துவப்படுத்தியதால் அரசைக் கட்டுப்படுத்தவோ, அரசுக்கு மாறான கருத்துப் போக்கைப் பாதுகாக்கவோ காரணம் ஏதுமில்லை என்று விளக்கம் சொல்ல வாய்ப்பளிக்கும் ரீதியில் நான் எழுதிவிட்டேன் என்பது உண்மைதான். நான் செய்த மிகப் பெரிய தவறு அது; இடதுசாரி ஆதிக்கப்போக்கின் நீண்ட வரலாற்றைச் சாத்தியப்படுத்த அது உதவி விட்டது,' என்றது.

வழக்கமாக ஓர் ஆவி இருக்கும் வெளுப்புக்கும் கூடுதலான வெளுப்புடன் தோற்றமளித்த ஆவி கொஞ்சம் இடைவெளி விட்டுப் பிறகு தன்னுடைய துயரம் நிரம்பிய குற்ற ஒப்புக்கொள்ளலைத் தொடர்ந்தது. 'அடிப்படையான பொருளாதார சக்திகளில் மிக அதிக நம்பிக்கையை வைத்துவிட்டேன்; அரசியல் ஆபத்துகளில் போதுமான அளவுக்கு நான் கவனம் செலுத்தவில்லை. கம்யூனிஸ்ட் சித்தாந்தத்தைப் பின்பற்றும் அரசு என்ற பிரகடனத்துடன் ஆட்சி செய்யும் அரசு உட்பட கட்டுப்படுத்தப்படாத, தன்னிடமே எல்லா அதிகாரங்களையும் குவித்துக்கொண்ட எந்த அரசும் ஆபத்தானதே.'

''எங்கெல்லாம் அரசு இருக்கிறதோ அங்குத் தவிர்க்க இயலாமல் மேலாதிக்கம் இருக்கும்... பாட்டாளி வர்க்கம் ஆளும் வர்க்கமாக இருந்தால், அது யாரை ஆளும்? இதன் அர்த்தம், இந்தப் புதிய மேலாதிக்கத்துக்கு, இந்தப் புதிய மார்க்ஸிய அரசுக்கு இன்னொரு பாட்டாளி வர்க்கம் கீழடங்கியிருக்கும் என்பதே'' என்று எழுதிய மிக்கைல் பகூனின் [*1814-76.* அரசு இல்லா நிலையே சிறந்ததென்ற அனார்க்கிசத் - Anarchism - தத்துவத்தை நிறுவிய ரஷ்யப் புரட்சியாளர், தத்துவவாதி] போன்ற புகழ்பெற்ற அனார்க்கிஸ்ட்டுகளோடு மேற்கொண்ட உரையாடலில் இதை நீங்கள் மறுத்ததாகத் தோன்றுகிறது.' இதை நான் மிகவும் அழுத்திச் சொன்னேன்; ஏனென்றால், மார்க்ஸியத்தில் உள்ள மிகப் பெரிய பிரச்சினையைப் பகூனின் அம்பலப்படுத்தியதாக நான் உணர்ந்தேன்.

ஆவியின் முகம் வெளுப்பிலிருந்து கோபம் வெளிப்படும் செந்நிறத்துக்கு மாறியது. பகூனினோடு அவர் நடத்திய கடும் சண்டைகள் என் நினைவில் இருந்தன; அவரும் அவற்றை மறக்கவில்லை என்பது வெளிப்படையாகத் தெரிந்தது. 'அரசியல் அதிகாரத்தைப் பெறுவது தொழிலாளர்களுக்கும் குடிமக்களுக்கும் எவ்வளவு முக்கியம் என்பதைப் பகூனின் புரிந்துகொள்ளவில்லை; முதலாளித்துவ மேட்டுக்குடியினர், தாங்கள் தூக்கியெறியப்படும் போது, பணத்தையும் அதிகாரத்தையும் பயன்படுத்தித் தங்கள் அதிகாரத்தை மீட்டெடுக்க முயல்வார்கள்

என்பதையும் அவர் உணரவில்லை. 'பாட்டாளிவர்க்க சர்வாதிகாரம் எவ்வளவு கொடுங்கோன்மையானதாக இருக்க முடியும் என்பதை நான் ஒருபோதும் விளக்கவில்லை என்பது உண்மைதான். ஆனால், குறிப்பிட்ட பகுதிகளில் வசிக்கும் மக்கள் குழுக்கள், தொழிலாளர் குழுக்கள், கூட்டுறவு அமைப்புகள், ஒரு சோஷலிச அரசை ஜனநாயக பூர்வமானதாகவும் உள்ளூர் குடிமக்களுக்குப் பதில் சொல்லும் அமைப்பாகவும் வைக்கத் தேவையான வழிமுறைகள் ஆகியவை பற்றி நான் மிக விரிவாக எழுதியிருக்கிறேன். குடிமைச் சமூகத்தையும் [Civil Society] ஜனநாயகத்தையும் வலுப்படுத்துவது, அதிகார வர்க்கத்தை எதிர்த்துப் போரிடுவது, அரசின் மீதான கட்டுப்பாட்டைத் தொழிலாளர்கள் கூடுதலாகப் பெறும்போதே அதிகாரத்தைப் பரவலாக்குவது ஆகியவற்றின் அதி முக்கியத்துவம் பற்றி போதுமான அளவுக்கு நான் விளக்கவில்லை என்பதை ஒத்துக்கொள்கிறேன்.'

துயரம் மிக்க இந்த ஒப்புக் கொள்ளல்களை வெளிப்படுத்துவதில் உள்ள சங்கடத்தின் காரணமாக ஆவி மீண்டும் இடைவெளிவிட்டது. அறிவுத் திறன் சார்ந்த, அரசியல் சார்ந்த தன்னுடைய மிக மோசமான தோல்விகளை ஒப்புக்கொண்டதால் ஏற்பட்ட துக்கத்தால் அது முன்னை விடவும் வெளுப்பாகத் தோற்றமளித்தது.

நான் சொன்னேன்: 'ஆமாம். சோஷலிச அரசு என்பது மக்களின் விருப்பத்தை உள்ளடக்கியது என்ற கருத்தை நீங்கள் ஆதரிப்பதாக விளக்கம் சொன்ன இடதுசாரிகளில் பலர் அரசிடமே எல்லா அதிகாரத்தையும் குவிப்பதில் மகிழ்ச்சியடைந்தார்கள்; இதன் விளைவாக, அதிகார வர்க்கத்தில் உள்ள படிநிலை [hierarchy]யோடு போராடுவது, அரசுக்கு வெளியே குடிமைச் சமூகக் குழுக்களை உருவாக்குவது, தனிநபர் உரிமைகளையும், குடிமுறை உரிமைகளையும் பாதுகாப்பது ஆகியவற்றின் முக்கியத்துவத்தை அவர்கள் புறக் கணித்தார்கள். உண்மையைச் சொன்னால், அரசுக்கு வெளியே உள்ள குடிமைச் சமூகத்தின் அதி முக்கியத்துவம் குறித்து நீங்கள் போதுமான அளவுக்கு விவாதித்ததில்லை. அரசுகள் அதிகாரத்தைத் தம்முடைய ஏகபோகமாக ஆக்கிக்கொள்ளும் என்பதை நீங்கள் ஒப்புக்கொண்டீர்கள்; ஆனால், அரசின் அதிகார வர்க்கத்தைப் பண்படுத்தவும், கட்டுக்குள் வைக்கவும் இயலுகிற

மார்க்ஸிய ஜனநாயகம் என்ற வகையில் பாரிஸ் கம்யூன்

பாரிஸ் தொழிலாளர்களின் புரட்சியின் விளைவாக 1871இல் நிறுவப்பட்ட பாரிஸ் கம்யூனை ஜனநாயகபூர்வமான தொழிலாளர் அரசாக மார்க்ஸ் கண்டார், அந்தக் கம்யூன் 'சுய-ஆளுகை'யை உருவாக்கியதாகவும், மக்களால் நேரிடையாகத் தேர்ந்தெடுக்கப்பட்ட 'பிரதிநிதிகளின் சபையைக் கொண்டு உள்ளூர்ப் பகுதிகள் தம்முடைய விவகாரங்களை' நிர்வகித்துக்கொண்டதாகவும் அவர் எழுதினார். தொழிலாளர் சர்வாதிகாரம் பற்றிய அவருடைய மொழிப் பிரயோகம் துரதிர்ஷ்டவசமானதாக இருந்துங்கூட மார்க்ஸ் அடிக்கடி சுய-ஆளுகை மற்றும் ஜனநாயகம் ஆகியவற்றை ஆதரித்துப் பேசியிருக்கிறார்.

இரும்புக் கூண்டு குறித்து மார்க்ஸும் வெபரும் எதிர் நிலையில்

நவீன சமூகமும், அதனுடைய அரசும் -முதலாளித்துவ அரசானாலும் சரி, சோஷலிச அரசானாலும் சரி - ஒரு கட்டத்தில் அதிகார வர்க்க, படிநிலை சார்ந்த 'இரும்புக் கூண்'டாக மாறும் என்று பெரும் ஜெர்மானிய சமூகவியலாளரான மேக்ஸ் வெபர் எச்சரித்தார். ஒரு சோஷலிச அரசு விடுதலை தரும் சக்தியாக இருக்கும் என்று மார்க்ஸ் நம்பினார்; பிறரைப் பணியவைக்கும் தன்னுடைய சக்தியையும் அதிகார வர்க்கத்தையும் பயன்படுத்திப் பெரும் உடைமையாளர்களோடு போரிட்டு சமூகத்தை விடுவிக்கும் என்றும் அவர் நம்பினார். ஆனால், தன் வாழ்நாள் முழுக்க செலவிட்டு எந்த இரும்புக் கூண்டைப்பற்றி நம்மை எச்சரித்தாரோ அப்படி ஒரு இரும்புக் கூண்டின் வடிவமைப்பாளராக சோஷலிச அரசு எளிதாக மாறிவிட முடியும் என்பதை வரலாறு உணர்த்துகிறது.

குடிமைச் சமூகத்தின் வளர்ச்சி குறித்து மேலதிகத் தகவல்களை அளிப்பதில் நீங்கள் தோல்வியடைந்து விட்டீர்கள். அரசும், பெரும் வணிகத் தொழில் நிறுவனமும் உள்ளூர் ஆட்சிக் குழுவும் [Corporation] அதிகார வர்க்கக் கொடுங்கோன்மை அமைப்புகளாக மாறும் என்பதை வலியுறுத்திச் சொன்ன உங்கள் காலத்திய பெரும் சமூகக் கோட்பாட்டாளரான மேக்ஸ் வெபரை* நீங்கள் புறக்கணித்தீர்கள்; இந்தப் புறக்கணிப்பு உங்களுக்கே ஆபத்தானதாக மாறியது.'

ஆவி அமைதியடைந்தது; விவாதத்தில் எனக்குக் கிடைத்த அனுகூலத்தை நான் உறுதியுடன் தொடர்ந்து பயன்படுத்திக் கொண்டேன். 'உண்மையில், உங்களுடைய இறப்புக்குப் பிறகு, இடதுசாரி புரட்சியாளர்கள் அதிகாரத்தைப் பெற்றபின் பெரும்பாலும் அதை முறைகேடாகவே பயன்படுத்தினார்கள். இடதுசாரி ஆதிக்கப்போக்கு, அடக்குமுறை, மற்றும் அரசியல் பிழைபடாமை** ஆகியவற்றை சோவியத் யூனியன், சீனா, அல்லது கியூபாவில் மட்டுமல்ல அமெரிக்காவிலும்கூட நாங்கள் பார்த்தோம். 1930களில் இருந்த அமெரிக்கக் கம்யூனிஸ்ட் கட்சியை நினைத்துப் பாருங்கள். எதிர்த்து நிற்க யாருக்கும் துணிவில்லை என்று சொல்லி தங்களை ''முன்னணிப் படையினர்'' என்று அழைத்துக் கொண்டவர்களும், 1960களில் ஒரு

**1864-1920*. ஜெர்மானிய சமூகவியலாளர், தத்துவவாதி, அரசியல் பொருளாதார அறிஞர். சமூகவியல் என்ற அறிவுத்துறையின் முன்னோடிகளில் முதன்மையானவர். The Protestant Ethic and the Spirit of Capitalism (1904) என்னும் இவருடைய நூல் சமூகவியல் கோட்பாட்டின்மீது மிகுந்த செல்வாக்கு செலுத்திய படைப்பு. மார்க்ஸ் இறந்த 1883ஆம் ஆண்டு வெபருக்கு வயது 19தான். வெபரின் முக்கிய நூல் வெளியானது 1904இல். எனவே, 'உங்கள் காலத்திய', 'வெபரை நீங்கள் புறக்கணித்தீர்கள்' போன்ற நூலாசிரியரின் பதங்கள் பொருத்தமானவையாகத் தோன்றவில்லை. (மொ-ர்)

** Political Correctness - சில குறிப்பிட்ட மக்கள் குழுக்களைப் புண்படுத்தும் அல்லது விலக்கிவைக்கும் என்று நம்பப்படுகிற மொழிப் பிரயோகங்களை அல்லது செயல்களைத் தவிர்த்தல். பெரும்பாலும் கண்டனத் தொனியிலேயே இப்பதம் பயன்படுத்தப்படுகிறது. இருபதாம் நூற்றாண்டு நடுப்பகுதி வரை கம்யூனிஸ்ட் கட்சியின் திட்டத்தை/மனப்போக்கைக் குறிக்கும் விமர்சனச் சொற்றொடராகப் பயன்படுத்தப்பட்டது. (மொ-ர்)

புரட்சிக் குழுவாக ஆனவர்களுமான கறுஞ் சிறுத்தைகளை* எண்ணிப் பாருங்கள்.'

இயல்புக்கு மீறிய வகையில் ஆவி அமைதியாக இருந்தது. என்னுடைய நடுநிலை விமர்சனத்தில் இருந்த உண்மையை அது கண்டுகொண்டதாகத் தோன்றியது.

பூசிமெழுகாமல் நான் சொன்னேன்: 'உங்களுடைய பணியும் இன்றைய உலகின் எல்லா இடதுசாரி இயக்கங்களும் கொண்டுள்ள அறநெறிப் பண்பை இடதுசாரி ஆட்சி ஆதிக்கப் போக்கு கறைபடுத்து கிறது. அனைத்து இடங்களிலும் இடதுசாரித் தன்மையைக் கிட்டத் தட்ட அழித்துவிடும் நிலைக்கு அது வந்துவிட்டது.'

'இது மிகக் கடுமையான மதிப்பீடு,' என்றது ஆவி. 'அதிகாரம் நேர்மைக்கேட்டுக்கு வழிவகுக்கும் என்பது எனக்குத் தெரியும். இடதுசாரி அதிகாரமும்கூட. ஆனால், முதலாளித்துவ எதிர்ப் புரட்சி யையும், அதைவிட பெரிய தீங்கான இன அழிப்பு முதலாளித்துவப் பேரரசையும் எதிர்த்துப் போராட சில சமயங்களில் அவ்வகை அதிகாரம் தேவை.'

'சரி. ஆனால், இடதுசாரி புரட்சிகர அரசுகளும்கூட முழு நேர்மைக் கேட்டுக்கு வழிவகுக்கும் முழு அதிகாரத்தை அடிக்கடி கைப்பற்றி யிருக்கின்றன.'

'புரட்சியில் பெரிய ஆபத்துகளுக்கான வாய்ப்புகள் எப்போதுமே உள்ளன. ஆனால், நாகரிகத்தின் தொடர் இருப்பை முதலாளித்துவம் அச்சுறுத்தும்போது நீங்கள் அந்த ஆபத்துகளுக்கான வாய்ப்புகளை எதிர்கொள்ளத்தான் வேண்டும்.'

நானும் ஆவியும் முரண்படுவதற்கு அமைதியாக உடன்பட்டோம். புரட்சிகர இலக்குகளை அடைய முழு அரசு அதிகாரத்தையோ, வன்முறையையோ ஆதரிக்கும் அவர் நிலைபாட்டை நான் ஏற்றுக் கொள்ள மாட்டேன்; ஏனென்றால், கட்டுப்படுத்தப்பட்ட அதிகாரம், அஹிம்சை ஆகியவற்றில் நான் முழு ஈடுபாட்டைக் கொண்டிருந்தேன். மேலும், அரசைக் கண்காணித்துக் கட்டுப்படுத்த வேண்டிய குடிமைச் சமூகத்தின் சுதந்திரமான குழுக்களை விலக்கிப் பார்க்கும் அளவுக்கு

---

* Black Panthers - தொடக்கத்தில் போலீஸ் அராஜகத்திலிருந்து தங்களைப் பாதுகாத்துக்கொள்ளக் கறுப்பர்கள் தங்கள் பகுதிகளில் தொடங்கிய ஒரு கட்சி. கலிஃபோர்னியாவில் 1966இல் தொடங்கிய இது விரைவில் அமெரிக்கா முழுவதும் பரவியது. மார்க்ஸியம், லெனினியம், ஃபாஸிச எதிர்ப்பு, இனவாத எதிர்ப்பு என்ற கொள்கைகளோடு தொடங்கிய இக்கட்சி கொஞ்சம் கொஞ்சமாக வன்முறைப் பாதையில் பயணித்து வியாபாரிகளிடம் பணம் பிடுங்குதல், போதை மருந்து கடத்தல் போன்ற வழிகளைக் கைக்கொண்டது. இக்கட்சியின் செல்வாக்கைப் பார்த்து அச்சமடைந்த அரசு பல குறுக்கு வழிகளைக் கைக்கொண்டு இந்த இயக்கத்தைப் பலவீனப்படுத்தியது. 1982இல் இக்கட்சி கலைக்கப்பட்டது. (மொ-ர்)

மார்க்ஸ் அரசு அதிகாரத்தின் மீது தன்னுடைய கவனத்தைக் குவித்தார் என்பது எனக்குத் தெரியும்; உண்மையில், குறைந்தபட்சம் அவருடைய பிந்தைய எழுத்துகளில், மார்க்ஸ் பேரளவில் ''அரசுவாதி''யாக இருந்தார்.'

'நீங்கள் பெரிய அளவில் சமூகவியலாளராகவும் குறைந்த அளவில் பொருளாதார விதிகளின் மீது கவனம் செலுத்துபவராகவும் இருந் திருந்தால் இந்த கடுமையான குறைகள் உங்களுடைய கோட்பாட்டில் தவிர்க்கப்பட்டிருக்கலாம்,' என்று மட்டும் நான் சொன்னேன்.

ஆவி நான் சொன்னதை ஒதுக்கித் தள்ளியது. 'சந்தேகமில்லாமல், அரசு அதிகாரத்தின் ஆபத்துகளை உண்மையில் அறிந்திருந்தேன். 'ஆசிய உற்பத்தி முறை' பற்றி நான் எழுதியதை மறந்து விடாதீர்கள்; ஆசியக் கொடுங்கோன்மை பற்றியும், மேலாதிக்கம், அடக்குமுறை ஆகியவற்றின் பிறப்பிடமாக அரசே எவ்வாறு மாறியது என்பதையும் அதில் நான் விவாதித்தேன்.'

இந்தியா, சீனா, மற்றும் இஸ்லாமிய நாடுகள் பற்றி மார்க்ஸ் எழுதியுள்ளார் என்பது உண்மைதான்; குடிமைச் சமூகத்தின் ஏதாவது ஒரு வடிவத்தாலாவது கட்டுப்படுத்தப்படுத்தப்படாத முழு அரசு அதிகாரத்தின் ஆபத்துகளை அவர் அறிந்திருந்தார். இஸ்லாமிய உலகத்தில் அரசு கொடுங்கோன்மையை எதிர்த்து நிற்கும் தற்போதைய ஜனநாயகத்துக்கான இயக்கங்களின் சூழலில் இவ்விவாதப் பொருளுக்குத் திரும்ப வர நான் முழு எண்ணம் கொண்டிருந்தேன். ஆனால் இது அதற்கான நேரம் இல்லை.

பகுதி ஐந்து

பெரும் நிலைமாற்றத்தின் புரட்சிகளும் வாழ்க்கையின் அரசியலும்

45

இறப்பிலிருந்து வாழ்வுக்குத் திரும்புகிறது ஆவி

விடியத் தொடங்கும்போது, எங்களுடைய உரையாடல் இம்மாதிரியான துயரமும், முரண்பாடும் நிரம்பிய அபசுரத்தில் முடியாது என்று நம்பிக்கொண்டிருந்தேன். எனவே, நம்பிக்கை எதையும் அது தக்கவைத்துக்கொண்டிருக்கிறதா? என்று ஆவியைக் கேட்டேன். விடியலின் தொடக்கத்தில் சூரியக் கதிர்கள் தோன்றத் தொடங்கிய அதே நேரத்தில் அது சிரித்தது; திடீரென்று ஆவிக்குரியதல்லாத ஒரு பிரகாசம் அதன் முகத்தில் தென்பட்டது.

'நிச்சயமாக,' என்று ஆவி பதில் சொன்னது. 'பேரிடர் அறிகுறிகளையும், வலது மற்றும் இடது என்று இரண்டு சாராரிடமிருந்தும் ஆதிக்கப் போக்கின் ஆபத்துகள் வருவதையும் ஒத்துக்கொள்கிறேன்; அதே நேரத்தில், உலகின் பல பாகங்களிலும், உங்களுடைய நாட்டிலும்கூட, எழுந்துள்ள நம்பிக்கையையும் நான் பார்க்கிறேன்.'

சூரியன் மேலே ஏற ஏற ஆவி மறைந்துவிடுமோ என்று கவலைப் பட்ட நான், 'அமெரிக்காவின் பெரு வணிக நிறுவன முதலாளித்துவத்துக்கு எதிரான நம்பிக்கை தரும் மாற்றுகளாக நீங்கள் எவற்றைப் பார்க்கிறீர்கள்? என்பதே எனக்குள்ள பெரிய கேள்வி. அவை எப்படித் தோற்றமளிக்கின்றன? அவை எங்கே உள்ளன? அவற்றை யார் நடை முறைக்குக் கொண்டுவருவார்கள்? பெருங்கேட்டின் இயல்பு கொண்ட, தவிர்க்க இயலாத தோல்வி எங்களை வீழ்த்தும் முன்பாக மாற்றுகள் நடைமுறைக்கு வருவதற்கான காலம் எங்களுக்கு இருக்கிறதா?'

இளங்காலைச் சூரியக் கதிர்களைக் கண்ணுற்ற ஆவி முகச்சுளிப்பைக் காட்டியது. 'விவாதிக்க இன்னும் பல இரவுகள் தேவைப்படும் கேள்விகளை என்னிடம் கேட்கிறீர்கள். நம்முடைய உரையாடலை நான் மகிழ்ச்சியுடன் அனுபவித்தேன்; ஆனால், நான் நீண்ட நேரம் தங்க முடியாது.'

வானத்தின் மேலேறி வரும் சூரியனைப் பார்த்த ஆவி தெளிவற்றும், பலவீனமாகவும் மாறி வருவதை நான் கவனித்தேன்.

'சரி. விரைவான தொகுப்புரை ஒன்றைக் கொடுங்களேன்,' என்று நான் வேண்டினேன்.

ஆவி மனம் இரங்கியது. 'நம்பிக்கையையும் வாழ்வையும் தக்க வைத்துக்கொள்வதைவிட வேறெதுவும் முக்கியமில்லை. உங்களுடைய சக நாட்டவர் பலர் நம்பிக்கை இழந்த மனநிலையில் இருப்பதை நான் புரிந்துகொள்கிறேன். எனவே, இப்போது சுற்றி வளைக்காமல் சொல்கிறேன்: முற்போக்கான சமூக மாற்றத்துக்கான நம்பிக்கை இருக்கத்தான் செய்கிறது. இறுதியில், மக்கள் எப்போதும் மரணத்தை நிராகரித்து வாழ்வைத்தான் தேர்வு செய்ய விரும்புகிறார்கள்.'

'இன்னும் ஒரு விநாடியையும் வீணடித்து விடாதீர்கள்,' என்று நான் மீண்டும் வேண்டிக்கொண்டேன். 'இன்னும்கூட வாழ்வின் முறைமைகளைக் காணலாம் என்று நான் நம்ப வேண்டியுள்ளது; அம்முறைமைகள் மரணத்தின் ஆட்சியை வெற்றிகொள்ளும்.'

எனக்காகத் தன்னுடைய இறுதி விரிவுரைகளைத் தயார் செய்வது போல, 'பின்வருமாறு நம்முடைய விவாதத்தை வைத்துக்கொள்ளலாம். முதலில், உலகெங்கும் ஒரு புதிய அமைப்பு முறை வளர்ந்து வரும் நிலையில், சீர்திருத்த மாற்றுகள் தொடங்கி புரட்சிகர மாற்றுகள் வரையிலான முற்போக்கு மாற்றுகளை நான் விவரிப்பேன். பிறகு, அமைப்பு முறை மாற்றங்கள் பெருகி வரும் அமெரிக்காவைப்பற்றிப் பேசுவோம். ஒன்றை ஞாபகத்தில் வைத்துக்கொள்ளுங்கள்; மந்திரத் திட்ட வரைவு எதையும் நான் முன்வைக்கவில்லை. தங்கள் சமூகங்களுடைய, தேசங்களுடைய மண்ணின் மீது வாழும் மக்கள்தான் தங்களுக்கான தீர்வுகளைக் கண்டுபிடித்துக்கொள்ள முடியும்.'

46

ஐரோப்பாவிலிருந்து தொடங்குகிறது ஆவி

'அட்லாண்டிக் பெருங்கடலின் ஐரோப்பியப் பக்கத்திலிருந்து தொடங்குவோம்,' என்று ஆவி ஆரம்பித்தது. டீனா தவறானது என்பதற்கு அது முதல் சான்று. சமூக ஜனநாயகம் என்று பெரும்பாலும்

அழைக்கப்படும் ஐரோப்பிய மாதிரி பெரிய அளவில் நம்பிக்கையூட்டுவதாக இருக்கிறது. இன்னும் முதலாளித்துவமாக இருந்தாலும் அது சோஷலிச, சமத்துவ அம்சங்களைக் கொண்டுள்ளது; அமெரிக்க முதலாளித்துவத்திலிருந்து அது வேறுபட்ட ஓர் அமைப்பு முறை. அது சமூக மாற்றத்தை நோக்கிய முக்கியமான அடியெடுப்பு.'

'ஐரோப்பிய அமைப்பு முறையின் பல அம்சங்கள் எனக்குப் பிடிக்கும்,' என்றேன் நான். 'உயர்ந்த அளவில் சமத்துவமும் ஜனநாயகமும் கொண்ட பகுதிகளில் ஐரோப்பிய நாடுகளும் அடக்கம்; அவை குறைவான அளவில் கார்பனை வெளிப்படுத்துகின்றன. ஒப்பீட்டளவில் அவை வலுவான தொழிற்சங்கங்களையும், தொழிலாளர் கட்சிகளையும் கொண்டவை; இவை அரசின் மீதும் மொத்தப் பொருளாதாரத்தின் மீதும் சாதாரணத் தொழிலாளர்கள் ஓரளவு கட்டுப்பாட்டை மேற்கொள்ள உதவுகின்றன. ஆனால், நாங்கள் இப்போது எதிர்கொள்ளும் பேரிடர் விளைவிக்கும் நெருக்கடிகளைத் தீர்க்கும் அளவுக்கு மாற்றம் தரும் அமைப்பு முறையாக அது தோன்றவில்லை; ஏனென்றால், அது சக்தி வாய்ந்த பெரும் வணிக நிறுவனங்களையும், அமெரிக்காவோடும் உலகளாவிய மீமிகை முதலாளித்துவப் பொருளாதாரத்தோடும் நெருங்கிய உறவையும் கொண்டுள்ளது. *உண்மையைச் சொன்னால், கிரீஸ், போர்ச்சுகல், ஸ்பெயின், தொடங்கி அயர்லாந்து, இங்கிலாந்து வரையிலான நாடுகளை உலுக்கும் பேரிடர் தரும் பொருளாதார நெருக்கடிகளின் காரணமாக ஐரோப்பிய நாடுகள் கிட்டத்தட்ட செயலிழந்து போகும் நிலையில் உள்ளன.'*

'இது எல்லாமே உண்மைதான்,' என்று ஆவி ஆமோதித்தது. 'முதலாளித்துவம், சோஷலிசம் என்ற இரண்டின் அம்சங்களும் ஒன்று சேர்ந்த கலப்பின அமைப்பு முறைகளைக் கொண்டவை ஐரோப்பிய நாடுகள். ஐரோப்பிய நாடுகள் மிக வலுவான முதலாளித்துவக் கூறுகளைத் தம் வசம் வைத்துக்கொண்டுள்ளன; மிதச் சீர்திருத்தவாதிகள் அவற்றுக்குப் புனைவியற் பண்பை ஊட்டுகிறார்கள்; என்னுடைய வாழ்நாளில் நான் கண்டித்த பல பெரும் குறைகள் அவற்றில் இப்போதும் உள்ளன. அவற்றின் அமைப்பு முறையின் இருப்பையே அச்சுறுத்திக் கொண்டுள்ள கடுமையான நிதி நெருக்கடிகளால் - அமெரிக்கப் பங்குச்சந்தை ஐரோப்பிய வங்கிகளுக்கு அனுப்பி வைத்துள்ள கடன்களுக்கு ஈடாகப் பெறப்பட்ட பிணையங்கள் [இங்கு,

ஐரோப்பிய சமூக ஜனநாயகம்

ஐரோப்பிய அமைப்பு முறை மார்க்ஸிய சீர்திருத்தவாதிகளால் இருபதாம் நூற்றாண்டின் தொடக்கத்தில் உருவாக்கப் பட்டது. *கம்யூனிஸ்ட் அறிக்கையில்* தொழிற்சங்கங்களையும், தொழிலாளர் கட்சிகளையும் - முதலாளித்துவத்தைத் தாண்டிப் போகும் தொலைநோக்குப் பார்வையை அவை உறுதியாகக் கொண்டிருக்கும் வரை - மார்க்ஸ் அடிக்கடி ஆதரித்து எழுதினார். அவற்றில் பல அப்படிச் செய்யாது என்று அவர், சரியாகவே, பயந்தார்.

வாராக் கடன்கள்] இந்த நெருக்கடிகளுக்கு ஒரு வகையில் காரணம் - அவை சிரமப்படுகின்றன. ஆனால், அவற்றுக்கு ஒரு நூற்றாண்டு வெற்றி இருப்பதால் அமெரிக்கப் பாணி முதலாளித்துவத்துக்கு அவை திரும்பாது. குறைந்த பட்சம் அமெரிக்க அமைப்பு முறையின் மிக மோசமான அம்சங்களை அந்நாடுகளின் சமூக ஜனநாயகம் அகற்றி விட்டதால் அவற்றின் குடிமக்கள் அமெரிக்க பாணி முதலாளித் துவத்துக்குத் திரும்புவதை அனுமதிக்க மாட்டார்கள்.'

'ஐரோப்பியர்கள் உண்மையிலேயே அமைப்பு முறை ரீதியில் வேறுபட்டவர்களா?' என்று நான் கேட்டேன். 'இன்று, 2011இல், அவர்கள் இங்கிலாந்தில் டேவிட் கேமரோன், ஃப்ரான்ஸில் நிக்கலஸ் சர்கோஸி, ஜெர்மனியில் ஆஞ்செலா மெர்கல், இத்தாலியில் சில்வியோ பெர்லுஸ்கோனி போன்ற பழமைவாதத் தலைவர்களால் ஆளப் படுகிறார்கள். பெரும் வணிக நிறுவனங்களின் கூப்பிட்ட குரலுக்கு ஓடுபவர்களாக அவர்கள் தோன்றுகிறார்கள்; பொது நல அரசை அழிக்கும் இயல்புள்ள கொடுமையான, தீவிர விளைவுகளை ஏற்படுத்தும் சிக்கனத் திட்டங்களை அமல்படுத்துகிறார்கள். இவர் களோடு ஒப்பிடும்போது ஒபாமா கிட்டத்தட்ட ஒரு சோஷலிஸ்ட்டைப் போலத் தோன்றுமாறு செய்கிறார்கள்.'

'ஓ, நீங்கள் சொல்வது முழுக்க சரி,' என்று ஆவி ஒத்துக்கொண்டது. முழு நிறைவான கற்பனை உலகுகளை [Utopias] நான் விவரிக்கவில்லை. முதலாளித்துவத்தின் முக்கிய, அமைப்பு ரீதியான பிரச்சினைகளைப் புரிந்துகொண்டு அவற்றை எதிர்த்துப் போராட சமூக ஜனநாயக வாதிகள் தவறிவிட்டார்கள் என்று நீண்ட காலத்துக்கு முன்பு எழுதினேன். இன்றும், ஐரோப்பவில் இது முக்கியமான, துயரம் நிரம்பிய தோல்விதான்.'

'ஆம்,' என்றேன் நான். 'ஜெர்மானிய சமூக ஜனநாயகவாதிகள் மற்றும் சோஷலிஸ்ட்டுகள் பற்றிய *The Critique of the Gotha Program* என்ற உங்களுடைய பிரபலமான கட்டுரையில் ஐரோப்பிய சமூக ஜனநாயகம் என்பது பிரதானமாக மறுபகிர்வு பற்றியதுதான் என்று நீங்கள் எழுதியது என் நினைவுக்கு வருகிறது. ஆனால், மறுபகிர்வையும் பொது நலத்தையும் உருவாக்கிய செயல், முதலாளித்துவத்தின் மையத்தைத் தாக்கவில்லை என்று சொன்னீர்கள். உற்பத்தியில் பெரும் மாற்றம் செய்வது, சொத்தின்மீதும் அரசின் மீதும் பெரும் வணிக நிறுவனங்கள் கொண்டுள்ள கட்டுப்பாட்டை இடித்து வீழ்த்துவது ஆகியவை அதற்குத் தேவைப்பட்டன.'

'சரியாகச் சொன்னீர்கள்,' என்றது ஆவி. 'ஐரோப்பிய சமூக ஜனநாயகம் வருவாயை மறுபகிர்வு செய்தது; சமூக நலம் சார்ந்த திட்டங்களை வழங்கியது; ஆனால், சொத்து அமைப்பு முறையின்

மையத்தை மாற்ற அது தவறிவிட்டது. பெரும் வணிக நிறுவனங்களில் அடிப்படை மாற்றம் எதையும் அது செய்யவில்லை; அல்லது பணி இடங்களிலோ, பரந்துபட்ட பொருளாதாரத்திலோ உண்மையான பொருளாதார ஜனநாயகத்தை அது உருவாக்கவில்லை. தங்களுடைய பணி இடங்களையும், சமூகக் குழுக்களையும் மேலாண்மை செய்துகொள்ளத் தொழிலாளர்களுக்கும், குடிமக்களுக்கும் அதிகாரத்தை வழங்குவதற்குப் பதிலாக சமூக ஜனநாயகம் அவர்கள் மீது தேவையற்ற கட்டுப்பாடுகளை விதிக்கும் சட்டங்களின் துணையை நாடியது.'

ஐரோப்பிய சமூக ஜனநாயகத்தின் வரம்புகள் பற்றி மார்க்ஸ்

'பொதுவாக, பகிர்வு என்று அழைக்கப்படுவது பற்றி வீண் ஆர்ப்பாட்டம் செய்வது தவறு... உற்பத்தியின் பௌதீக நிலைகள் தொழிலாளர் அல்லாதவர்களின் கைகளில் இருக்கின்றன என்ற உண்மையைச் சார்ந்தே முதலாளித்துவம் இருக்கிறது... பகிர்வு, உற்பத்தி முறையையைச் சார்ந்திருக்கவில்லை; எனவே மறுபகிர்வைச் சார்ந்துதான் சோஷலிசம் பிரதானமாக இருக்கிறது என்று பண்பு நயமற்ற சோஷலிஸ்ட்டுகள் கருதினார்கள்'

'பிறகு ஏன் மாற்று என்ற வகையில் ஐரோப்பாவிலிருந்து தொடங்குகிறீர்கள்?' என்று கேட்டேன்.

'இப்படி சோகமான வரம்புகள் இருந்தும், தங்களு டைய வலிமையான தொழிற்சங்கங்கள், தொழிலாளர் கட்சிகள் துணையோடு பெரு வணிக நிறுவன மேலாதிக்கத்துக்கு எதிரான சமவலுவை ஐரோப்பியர்கள் வளர்த்துக் கொண்டார்கள். வேலைவாய்ப்புகளைப் பெருக்குவதற்கும், சமூக நலத்திட்டங்களை அமல்படுத்துவதற்கும் அவர்கள் பெரிய அளவில் செய்த பொது முதலீடுகளும், பெரு வணிக நிறுவனங்களின் மீதும் அரசின் மீதும் தொழிலாளர் மற்றும் குடிமக்கள் கொண்டுள்ள கட்டுப்பாட்டை அதிகரிக்க அவர்கள் செய்த முயற்சிகளுமே அவர்களை அமெரிக்க முதலாளித்துவத்திலிருந்து விலகி நிறுத்தும் முதற்படிகள். மறுபகிர்வு நல்ல விஷயம்தான்; ஆனால், உங்களுக்கு அவசியமாகத் தேவைப்படும் பெரிய அளவிலான அமைப்பு முறை மாற்றத்தை நோக்கிய முதல்படிதான் அது.'

'நமக்குத் தேவைப்படும் புரட்சியைக் கீழறுப்பு செய்வதே சீர்திருத்தவாதம் என்று நீங்கள் சொல்வது வழக்கம்,' என்றேன் நான்.

'ஆமாம். நான் சமூக ஜனநாயகவாதிகளோடு இணையவில்லை; ஆனால், புரட்சிகர இயக்கங்களை மேலெடுத்துச் செல்லும் என்று எனக்குத் தோன்றியபோது அவர்களோடான கூட்டணிகளை நான் ஆதரித்தேன். இன்றும்கூட அப்படித்தான் நான் உணர்கிறேன்.'

47

ஐரோப்பிய பாணி சமூக ஜனநாயகத்தில் மரணத்தை நிராகரித்து வாழ்வை நோக்கிய முன்னேற்றம்

ஐரோப்பிய மாதிரியைப் பற்றித் துல்லியமாக சொல்லும்படியும், அவர் பார்த்த அளவில் சமூக ஜனநாயகத்தை வரையறுத்து அதன் நல்லவை கெட்டவைகளை மதிப்பீடு செய்யும்படியும் மார்க்ஸைக் கேட்டுக் கொண்டேன். அவரே ஐரோப்பியராக இருந்ததாலும், ஐரோப்பியப் புரட்சி ஒன்றை நிகழ்த்தத் தொடர்ந்து உழைத்ததாலும் அவருக்கு இந்த விவாதப் பொருள் மனதுக்கு நெருக்கமானதாக இருக்கும் என்பதாலும் அப்படிக் கேட்டேன்.

இப்போது பரிச்சயமாகிவிட்ட ஜெர்மானியப் பேராசிரியர் ஒருவரின் தொனியில் ஆவி பேசத் தொடங்கியது: 'அமெரிக்க மீமிகை முதலாளித்துவக் காலத்தில் ஒப்பீட்டளவில் சமூக ஜனநாயகம் ஒரு ஜனநாயகப் பொருளாதாரமாக உள்ளது. அதற்கு வலுவான தொழிற் சங்கங்கள் உள்ளன; அரசில் தொழிலாளர்க் கட்சிகளின் பிரதிநிதித் துவம் உள்ளது; பெரும் வணிக நிறுவனங்கள் முடிவுகள் எடுப்பதில் சட்ட ரீதியாகத் தொழிலாளர் பங்கேற்பு இருக்கிறது. செல்வத்தைச் சாதாரண மக்களுக்கு மறுபகிர்வு செய்து தரும் பொதுநல அரசு அது; ஆனாலும், அது இன்னும் முதலாளித்துவ ரீதியான அமைப்பு முறைதான். நாம் அதை ஒருபோதும் மறக்க வேண்டாம். டென்மார்க், நார்வே, ஸ்வீடன் போன்ற ஸ்காண்டிநேவிய நாடுகளில் மட்டுமல்ல, ஜெர்மனி, ஃப்ரான்ஸ், நெதர்லாந்து போன்ற நாடுகளிலும் மிக வளர்ந்த நிலையில் அது இருக்கிறது. அதனுடைய தற்போதைய நிதிநிலை மற்றும் வரவு – செலவுத் திட்டம் சார்ந்த நெருக்கடிகளையும் தாண்டி, முதலாளித் துவம், போர்கள், பருவநிலை மாற்றம் ஆகியவை விளைவிக்கும் பெருங்கேட்டுக்குள் உலகம் உறிஞ்சி

ஐரோப்பிய மாற்று - முதலாளித்துவம்

ஐரோப்பா இன்னும்கூட முதலாளித்துவ ரீதியான அமைப்பு என்றும், ஆனால் சோஷலிச வித்துகள் உள்ள பகுதி என்றும் மார்க்ஸ் காண்கிறார். பெரும் நிலை மாற்றத்தின் மாற்று - முதலாளித்துவக் கட்டம் என்று அதை மார்க்ஸ் பார்க்கிறார்.

இழுக்கப்படும்போது வாழ்வின் பாதுகாப்பு குறித்த நம்பிக்கையை அது அளிக்கிறது.'

'அது எப்படி?'

ஆவி வேகமாகப் பேசியது: 'கார்பன் வெளிப்படுத்தலில் ஐரோப்பியர்களின் தனி நபர் வீதம் அமெரிக்கர்களின் வீதத்தில் பாதிக்கும் கீழேதான். டென்மார்க், ஸ்வீடன் போன்ற சில நாடுகள் லட்சிய அளவை எட்டவில்லை என்றாலும் அது இன்னும் குறைவு. பருவ நிலைமாற்றக் காலத்தில் குறைவாகக் கார்பனை வெளிப் படுத்துவது வாழ்க்கை ஒழுங்கின் மிகச் சிறந்த அறிகுறி.'

சந்தேகமேயில்லாமல், இங்கு பேசிக்கொண்டிருப்பவர் சுற்றுச் சூழல் பாதுகாப்பில் அக்கறை கொண்ட மார்க்ஸ்; சுற்றுச் சூழல் பற்றி அவரும், எங்கெல்ஸும் தொடக்கத்தில் எழுதியதற்கு மாறுபடாத பேச்சு.

'சரி,' என்று நான் ஒத்துக்கொண்டேன். 'பருவநிலை மாற்றத்தையும் சுற்றுச் சூழலையும் அமெரிக்கர்களைவிட ஐரோப்பியர்கள் கூடுதல் தீவிரத்துடன் எடுத்துக்கொள்கிறார்கள் என்பதில் சந்தேகமே இல்லை. ஐரோப்பிய ஒன்றியம், ஐரோப்பிய அமைப்பு முறை ஆகியவற்றின் சட்ட முறைமையில் இது உள்ளடக்கப்பட்டிருக்கிறது.'

'சுற்றுச் சூழல் பாதுகாப்புக்குக் கொடுக்கப்படும் இந்தத் தனிக் கவனம் முக்கியமானது; ஆனால், ஒப்பீட்டளவில் இது சமூக ஜனநாயகத்துக்குப் புதிது,' என்று ஆவி எனக்கு நினைவூட்டியது. 'முழு வேலை வாய்ப்புக்கான உத்திரவாதமும், நிறுவனத்தின் மீதும் அரசின் மீதும் மிதமான அளவுக்காவது தொழிலாளர் கொண்டிருக்க வேண்டிய செல்வாக்கும் வரலாற்று ரீதியில் சமூக ஜனநாயகத்தின் 'உயிர்த் துடிப்'பாக இருந்து வருகிறது. நல்ல ஊதியம் பெற்றுத் தரும் வேலை ஒவ்வொரு தனி மனிதருக்கும் நல்ல வாழ்க்கையைச் சாத்தியப் படுத்துகிறது. தொழிலாளி நிறுவனத்தின் மீது கொண்டிருக்க வேண்டிய கட்டுப்பாட்டை நோக்கிய நகர்வு ஐரோப்பாவில் மிகக் குறைவாக இருந்தாலும் முதலாளித்துவத்தின் முக்கிய அம்சமான அந்நியமாதலை வென்றெடுக்கத் தேவையானது.'

'ஒத்துக்கொள்கிறேன்,' என்றேன். 'ஆனால், ஐரோப்பாவில், குறிப்பாக இளைஞர்கள் மத்தியில், வேலையின்மை மிக அதிகமாக இருக்கிறது; இது மேலும் மோசமடைந்து வருகிறது. ஐரோப்பா முழுக்க பெரும் வங்கிகளும் பிரம்மாண்ட வணிக நிறுவனங்களும் ஆதிக்கம் செலுத்தி வரும் நிலையில், வேலையிடத்திலோ, பரந்துபட்ட பொருளாதாரத்திலோ பொருளாதார ஜனநாயகத்தின் வலுவான அமைப்பு இல்லை.'

'நீங்கள் சொல்வது சரி. மேலும், உச்சஅளவு வேலையின்மை -வேலையற்ற மில்லியன் கணக்கான இளைஞர்களைக் கொண்ட

பெருகி வரும் கையிருப்புப்படை - அண்மைப் பத்தாண்டுகளில் ஐரோப்பிய சமூக ஜனநாயகத்தின் முக்கியமான தொடர் நெருக்கடியாக இருந்து வருகிறது; 2010 தொடங்கி ஐரோப்பியக் கண்டத்தையே அடித்து வாரிச் செல்லும் பொருளாதார நெருக்கடியாலும், பற்றாக் குறைப் பிரச்சினைகளாலும் அது மேலும் மோசமடைந்துள்ளது,' என்று சொல்லி ஆவி நான் சொன்னதை அங்கீகரித்தது. 'ஆனால், இருபதாம் நூற்றாண்டின் பெரும்பகுதியில் ஐரோப்பிய நாடுகள் வேலையின்மையை மிகக் குறைவான அளவில், 3 சதவீதத்துக்கும் கீழாக வைத்திருந்தன.'

'இலவச உயர் கல்வி, மருத்துவக் காப்பு, தாராளமான ஓய்வூதிய பலன்கள் உள்ளடங்கிய மிகச் சிறந்த ஐரோப்பிய சமூக நலத் திட்டங்களை இல்லாமலாக்கும் தற்போதைய சிக்கன நடவடிக்கைகள் சமூக ஜனநாயகத்தின் "உயிர்த் துடிப்"பை நிறுத்தவில்லையா?' என்று சுற்றி வளைக்காமல் ஆவியைக் கேட்டேன்.

நான் சொன்னதை தலையசைத்து ஆவி ஆமோதித்தது. 'ஐரோப்பிய சமூக ஜனநாயகம் ஓர் அரைகுறைத் திட்டம்தான் என்று நான் எப்போதும் உங்களிடம் சொல்லிவந்தேன். அது தோல்வியடையலாம். ஆனால், தற்போதைய கடும் சிக்கனத் திட்டங்களை இறுதியில் ஐரோப்பியப் பொது மக்கள் ஒதுக்கிவிடுவார்கள் என்று நம்புகிறேன். 2010இலும், 2011இலும் ஏதென்ஸ் தொடங்கி பாரிஸ், லண்டன் வரை மாணவர்களும் தொழிலாளர்களும் ஆயிரக்கணக்கில் தெருவுக்கு வந்து சமூக நலத் திட்ட ஒதுக்கீடுகளில் செய்யப்பட்ட கடுமையான நிதிக் குறைப்புக்கு எதிர்ப்பு தெரிவித்தார்கள்; ஐரோப்பாக் கண்டம் முழுதும் பொது வேலை நிறுத்தங்கள் வரலாம் என்ற பேச்சும் இருந்தது. சாத்தியமில்லை என்று தொடக்கத்தில் நம்பப்பட்ட, பிறகு நிகழ்ந்த ஓர் உண்மையான புரட்சிகர இயக்கத்தை முன்னெடுத்த எகிப்திய மற்றும் மத்தியக் கிழக்கின் பிற பகுதிகளின் திகைக்க வைக்கும் இளம் செயல் வீரர்களிடமிருந்து ஐரோப்பிய மாணவர்களும், தொழிலாளர்களும் உரிய சமிக்ஞையை எடுத்துக்கொள்கிறார்களா என்பதைப் பொறுத்தே ஐரோப்பிய அமைப்பு முறையின் எதிர்காலம் இருக்கிறது. ஐரோப்பா அதற்குரிய பெரும் மாற்றத்தை அடையும் தேவை இருக்கிறது; டோரிகளால் திணிக்கப்பட்டுள்ள மிக மோசமான நிதி ஒதுக்கீட்டுக் குறைப்புகளையும் அயர்லாந்தின் ஆளும் மேட்டுக் குடியினரையும் - இந்த இரண்டு தீவிர உதாரணங்களை மட்டும் எடுத்துக்கொள்ளலாம் - எதிர்க்க, அராபிய இளைஞர்களும் தொழிற்சங்கங்களும் செய்தது போல ஐரோப்பிய இளைஞர்களும் தொழிற்சங்கங்களும் முன்வருவது நல்லது.'

ஐரோப்பாவில் தான் செய்த வாழ்நாள் பணி கெட்டு விடுமோ என்று ஆவி கவலைப்படும் அதே நேரத்தில் அதற்கு நம்பிக்கை இருப்பதும்

தெளிவாகத் தெரிந்தது. அதன் ஜெர்மானிய அறிவார்ந்த அணுகுமுறையில் உணர்ச்சி வசப்பட்ட மனப்போக்கு குறுக்கிட ஆவி அனுமதிக்கிறதா என்ன? இதைப்பற்றி எதுவும் சொல்லாத நான் வெறுமனே தலையசைத்தேன்; ஆனால், சொல்வதற்கு ஆவியிடம் மேலும் விஷயங்கள் இருந்தன.

'போர் குறித்தும், ராணுவ பலமே ஒரு நாட்டுக்கு சக்தியைக் கொடுக்கும் என்ற கருத்து குறித்தும் ஐரோப்பாவின் மனப்பான்மை அதனுடைய உயிர்த்துடிப்பின் இன்னொரு அறிகுறி' என்று ஆவி வேகமாக சொன்னது. 'உலக ஒழுங்கமைவுக்கு அமெரிக்கா முன்வைக்கும் பேரரசு தொடர்பான மாதிரியை அவர்கள் ஏற்கனவே நிராகரிக்கத் தொடங்கிவிட்டார்கள். பெரிய அளவில் புதிய ராணுவ முயற்சிகளை நிறுத்திவிட்டார்கள். மிகை-தேசியத்தை அவர்கள் நிராகரித்தமை, உலகெங்கிலுமுள்ள மக்களோடும் தொழிலாளர்களோடும் கொள்ள வேண்டிய சமூக ஒத்துணர்வை நோக்கிய ஒரு முக்கிய அடியெடுப்பு.'

அது சொன்னதை ஆமோதித்தேன். 'ஆஃப்கானிஸ்தானில் NATO* மூலம் ஓரளவுக்கு அமெரிக்காவோடு கூட்டாக செயல்படுவது, 2011இல் கடாஃபிக்கு எதிராக லிபியாவில் ராணுவத் தலையீட்டை நிகழ்த்தியது ஆகியவற்றை ஐரோப்பியர்கள் செய்தாலும், அவர்கள், தயங்கித் தயங்கியாவது, கூட்டுப் பாதுகாப்பை ஆதாரமாகக் கொண்ட புதிய பன்னாட்டு ஒழுங்கமைவை நோக்கி நகர்ந்துகொண்டிருக்கிறார்கள்; லாபத்தை இலக்காகக் கொண்டு நிறுவப்பட்ட தங்களுடைய பழைய பேரரசை நிராகரித்து, நீடித்த வளர்ச்சி, சமூக மேம்பாடு, தொழிலாளர் மற்றும் பெண்களுக்கான உரிமைகள், ஐநா சபை, மற்றும் பன்னாட்டுச் சட்டம் ஆகியவற்றை ஆதாரமாகக் கொண்ட ஒரு புதிய உலகத்தை நோக்கி அவர்கள் முன்னேறுகிறார்கள்.'

ஐரோப்பாவில் தான் அனுபவித்த வாழ்க்கைப் பிரச்சினைகளையும் தாண்டி மார்க்ஸ் அங்கே இன்னும் நம்பிக்கை கொள்வதை என்னால் புரிந்துகொள்ள முடிந்தது. கடந்த காலத்தை நினைத்து அவர் கொள்ளும் ஏக்கம்தானா இது என்று யோசித்தேன். அல்லது ஐரோப்பியப் புரட்சிக்குத் தன் வாழ்வையே அவர் அர்ப்பணித்தார் என்ற உண்மையைச் சார்ந்து கற்பனையில் தன் ஆசையை நிறைவேற்றிக்கொள்கிறாரா?

ஆனால் என்னுடைய இந்தக் கவலைகள், அவரை அவமதிக்கக் கூடும் என்பதால், வெளியே சொல்லவில்லை. நான் வெறுமனே அவர் சொன்னவற்றைத் தொகுத்தேன்: 'முதலில் மக்கள், அடுத்து லாபம்

*NORTH ATLANTIC TREATY ORGANISATION – பல ஐரோப்பிய நாடுகள், அமெரிக்கா, கனடா ஆகியவை இணைந்த ஓர் அமைப்பு. தேவைப்படும்போது பரஸ்பரம் ராணுவ உதவி செய்துகொள்வது அதன் நோக்கம். (மொ-ர்)

என்பதை நோக்கிய முதல் அடியெடுப்பு சமூக ஜனநாயகம் என்றும், லாபம் முதலில், மக்கள் அடுத்து என்ற கொள்கையின் கடைசி பெரும் அரணாக இருப்பது அமெரிக்கப் பெரு வணிக நிறுவன முதலாளித்துவம் என்றும் நீங்கள் சொல்கிறீர்கள், சரிதானே?'

48
அமெரிக்க பாணி வகைப்படுத்தல் எதிர் ஐரோப்பியப் பொது வளங்கள்

இறுதியில் ஆவி சொன்னது: 'மக்களின் தொடர் இருப்பு நல்வாழ்வு ஆகியவற்றை உறுதிப்படுத்த 'பொது வளங்க'ளான இயற்கை ஆதாரங்களை* ஒரு சமூகம் தன்னுடைய கூட்டு உடைமை [ownership]யாக வைத்துக் காப்பாற்றுவதை ஐரோப்பிய அமைப்பு முறை மேற்கொள்கிறது. நல்ல ஊதியம் தரும் வேலை வாய்ப்புகள், அதிக செலவு பிடிக்காத அல்லது இலவசக் கல்வி, மக்களுடைய ஆரோக்கியத்தைப் பாதுகாத்தல், வீட்டுவசதி, பொதுப் போக்குவரத்து வசதி, குழந்தை நலம், முதியோர் நலம், வேலை வாய்ப்புப் பயிற்சி, பொதுநல அரசின் சமூகப் பாதுகாப்புத் திட்டங்கள் மூலம் எல்லாருக்கும் கௌரவமான வாழ்க்கைத் தரம் கிடைப்பதற்கான உத்தரவாதத்துடன் ஐரோப்பாவின் சமூகப் பொது வளங்கள் பேணப்படுகின்றன. வேலை வாய்ப்புகள், நிலக்கரி, மின்சாரம், வாயு முதலியவற்றிலிருந்து கிடைக்கும் ஆற்றல், வரிகள், நகர்ப்புற உள்கட்டமைப்பு, தனிநபர் நுகர்வைச் சாராது பொதுச் சமூகத்தைச் சார்ந்து உருவாக்கப்படும் வாழ்க்கைத் தரம் தொடர்பான அரசின் கொள்கைகள், பசுமையைக் காப்பாற்றும் அர்ப்பணிப்புக் காரணமாக, சுற்றுச்சூழல் வளங்களை நீடித்து நிற்கச் செய்கின்றன.'

'ஆக, அமெரிக்காவில் பொது வளங்களுக்கு நேர்ந்திருக்கும் சோகம் நாட்டை அழிவுக்குக் கொண்டு சென்றுள்ளது. இதை ஒப்பிடும்

* காற்று, தண்ணீர், நிலம் ஆகிய இயற்கை வளங்கள் ஒரு சமூகத்தின் உறுப்பினர்கள் அனைவருக்கும் பொதுவானவை/உரிமையானவை என்ற நிலை. (மொ-ர்)

போது ஐரோப்பாவில் மக்களுக்குக் கிடைக்கும் சமூகப் பாதுகாப்பு மிக அதிகம். ஏனென்றால், ஐரோப்பிய பொது வள நுகர்வு எல்லாரையும் உள்ளடக்கியது; அவற்றின் மீதான உரிமை ஒரு நல்ல சமூகத்தை நீடித் திருக்கச் செய்யும் பொதுவுடைமை சார்ந்த ஈடுபாட்டைப் பிரதிபலிக் கிறது; சமூகவியலாளர்களான நாங்கள் 'சமூகக் கைவிடல்' (Social triage) என்று அழைக்கும் நிலைக்கு எந்தச் சமூகக் குழுவும் ஐரோப்பாவில் ஆளாவதில்லை; அதாவது, தொடர்ந்து வாழ இயலாத அளவுக்குப் பலவீன மானவை என்று கணிக்கப்படும் குழுக் களைக் கைவிட்டு சமூக மரணத்துக்கு அவற்றை ஒப்புக்கொடுத்து விடுவது; இதை நாங்கள் அமெரிக்காவின் நலிவுற்றப் பிரிவினரிடையே அடிக் கடி காண்கிறோம்,' என்றேன் நான்.

மூன்று பொது வளங்கள்: தனிச் சொத்தின் மீதான ஐரோப்பிய வரம்புகள்

1. பாதுகாப்பான பொது வெளி: தெருக்கள், பூங்காக்கள், பள்ளிக் கூடங்கள், விளையாட்டு மைதா னங்கள், அருங்காட்சியகங்கள், கட்டுப்பாடற்ற பொது வெளிகள்.
2. சமூக உள்கட்டமைப்பு: பொது நிதி யுதவி பெற்ற வேலை வாய்ப்புகள், வேலையில்லாதாவர்களுக்கான அரசின் உதவித் தொகையும் வேலை வாய்ப்புக்கான பயிற்சியும், கட்டுப்படியாகக்கூடிய வீட்டு வசதி, எளிதாகக் கிடைக்கும் மருத்துவச் சேவை, மற்றும் கல்வி.
3. இயற்கையான சுற்றுச் சூழல்; பொது மக்களுக்குச் சொந்தமான, அவர் களால் நிர்வகிக்கப்படுகிற சுத்தமான காற்று, தண்ணீர், புதுப்பிக்கப்படக் கூடிய ஆற்றல்.

ஆவி வேகமாகத் தலையசைத்தது. 'எனக்கு 'கைவிடல்' [triage] என்ற அந்த வார்த்தை நன்றாகத் தெரியும்; அது மருத்துவத் துறையில் தொடங்குகிறது; மிகப் பலவீனமான நோயாளிகள் இறந்துபோகட்டும் என்று விட்டுவிடுவார்கள்; இதில் பெறப்படும் உண்மை, ஒப்பீட்டளவில் வலுவாக இருக்கும் நோயாளிகளுக்குச் சிகிச்சை அளித்து தொடர்ந்து அவர்கள் வாழ வகை செய்வது என்பதுதான். மரணத்துக்குப் பிறகான இந்த உலகில் என்னோடு வாழும் சக ஆவிகள் பலர் சமூகக் கைவிட லுக்குப் பலியானவர்கள்தாம்; மனிதகுல சரித்திரத்தின் துயரமான பகுதி இது.'

'ஆக, சமூகக் கைவிடல் என்பது மரண ஆட்சியின் முக்கிய அறிகுறி என்பதையும், குறைந்த பட்சம், தற்போதைய பெரும் நிதி நெருக்கடி வரையிலுமாவது ஐரோப்பா அதை நிறுத்தியிருக்கிறது என்பதையும் நீங்கள் ஒத்துக்கொள்கிறீர்கள்,' என்றேன் நான்.

'ஆமாம்,' என்று ஆவி நான் சொன்னதை ஏற்றுக்கொண்டது. 'வலுவான தொழிற்சங்கங்களும், தொழிலாளர் கட்சிகளும், எல்லா ருக்குமான நலத்திட்டங்களும் ஐரோப்பாவின் எந்த பெரிய மக்கள் பிரிவும், தற்போதைய நெருக்கடியிலும், சமூகக் கைவிடலுக்கு ஆளா வதைத் தடுக்கின்றன; புலம்பெயர்ந்தோர்கள் மட்டும் விதிவிலக்காக

கைவிடலுக்கு எதிராக ஐரோப்பியர்கள்

முதலாளித்துவத்தின் தவிர்க்க இயலாத விளைவாகக் கைவிடலை மார்க்ஸ் காண்கிறார். சமூகக் கைவிடலைத் தடுக்கும் முதல் படியாக சமூக ஜனநாயகத்தை அவர் கருதுகிறார்; அதேசமயம், பொதுச் சொத்து தொடர்பான நன்கு வளர்ந்த அமைப்பு முறையாலேயே அமெரிக்காவில் பொது வளங்களுக்கு நேர்ந்திருக்கும் சோகத்தைத் தடுக்க முடியும் என்றும் வாதிடுகிறார்.

இருக்கலாம்; ஏனென்றால், எல்லாருமே, வேலையற்றவர்கள் உள்ளிட்ட, அனைவருக்குமான நலத்திட்டங்களில் பயன்பெறுகிறார்கள். எனவே, வறுமை வீதம் குறைவாக இருக்கிறது; வேலையற்றவர்களுக்கு வாழ்வாதாரமும், மறு பயிற்சியும் தரப்படுகின்றன.'

சமூக நலத் திட்டங்கள், பொது நலம், தொழிற்சங்கங்கள் மீது தற்போது நிகழ்த்தப்படும் தாக்குதலை எண்ணிப்பார்த்த நான், 'சமூகக் கைவிடல் முழு வளர்ச்சியடைந்த அமைப்பு முறை என்று அமெரிக்காவை நாம் வர்ணிக்கலாம்,' என்றேன்.

'கிரீஸ் தொடங்கி இங்கிலாந்து, அயர்லாந்து வரையிலான பல ஐரோப்பிய நாடுகளிலும் அது நடந்துகொண்டுதானிருக்கிறது. அட்லாண்டிக் பெருங்கடலின் அடுத்த கரையில் உள்ள வேறுபாடுகளை நான் மிகைப்படுத்த மாட்டேன்,' என்றது ஆவி. 'சிலர் அதை 'சிறிய வேறுபாடுகளின் சுயகாதல் ['Narcissism of small differences']' என்று அழைக்கிறார்கள்;* ஐரோப்பாவுக்கும், அமெரிக்காவுக்கும் இடையேயான வேறுபாடுகளை பலர் மிகைப்படுத்துகிறார்கள். அமெரிக்காவில் இருக்கும் ஐரோப்பிய விரும்பிகள் சிலர் பெரிய அளவில் ஐரோப்பாவுக்குப் புனைவியற் பண்பை ஊட்டுகிறார்கள் [romanticize].'

'எப்படி?' என்றேன். ஐரோப்பாவுக்குத் தான் புனைவியற் பண்பை ஊட்டுவதாக அவர் நினைக்கவில்லை என்பது தெளிவு.

'நாம் இதுவரை விவாதித்தது போல, அவர்களுடைய மிகச் சிறந்த சமூக நலத் திட்டங்களைத் துடைத்தெறியும் அளவுக்கு அச்சுறுத்தும் பற்றாக்குறைகள் கலந்த நிதி நெருக்கடியில் ஐரோப்பியர்கள் சிக்கியிருக்கிறார்கள். மில்லியன் கணக்கான சாதாரண ஐரோப்பியர்கள், குறிப்பாகப் புலம்பெயர்ந்தோர், புதிய சமூகப் பிரச்சினைகள் உண்டாக்கியுள்ள சூழலில் கவனம் பெறாமல் போகத் தொடங்கியிருக்கிறார்கள். இத்தாலி, கிரீஸ் போன்ற நாடுகளில் காணப்படும்

*ஃப்ராய்ட் 1917இல் உருவாக்கிய சொற்றொடர். பெரிய வேறுபாடுகளைக் கொண்ட மனிதர்களை விடவும் சிறிய வேறுபாடுகளை கொண்ட மனிதர்களே, தமக்குள் அதிகம் சண்டையிடும் குணமும், வெறுப்பும் கொண்டவர்களாக இருக்கிறார்கள் என்பதே ஃப்ராய்டின் கோட்பாடு. தம்மைப்போலவே பிறர் இருக்கவேண்டும் என்ற மனிதர்களின் ஆசையே இதன் அடிப்படை. (மொ-ர்)

பெரும் அரசியல் நேர்மைக்கேட்டை அகற்றும் அதே நேரத்தில், தங்களுடைய பற்றாக்குறை நெருக்கடியைத் தீர்க்கவேண்டுமானால், ஐரோப்பியர்கள் தங்களுடைய மிகப்பெரிய வங்கிகளை நாட்டுடைமை யாக்க வேண்டும், செல்வந்தர்களுக்கு இன்னும் கூடுதலான வரி விதிக்க வேண்டும். குறுகிய கால, நீண்ட காலத் தீர்வுகள் என்ற இரண்டுக்கும் அவர்களுடைய முழுப் பொருளாதார நடவடிக்கைகளைத் தீவிரமாக ஜனநாயகப்படுத்த வேண்டும். பொருளாதார ஜனநாயகத்துக்கான அர்ப்பணிப்போ மக்கள் பங்களிப்போ இல்லாத அரசு சார்ந்த மேட்டுக் குடியினரைக் கொண்ட அவர்களுடைய அரசியல் நிறுவனங்கள் நோய்க் கூறுடைய அதிகார வர்க்கமாக மாற்றப்பட்டுள்ளன. ஐரோப்பிய சமூக ஜனநாயகம் பொது வளங்களைக் காப்பாற்றுவதை நோக்கி சாயும் அதே நேரத்தில் அமெரிக்க முதலாளித்துவம் கைவிடலை நோக்கிச் சாய்வதும் உண்மை. அந்த வேறுபாடு ஒன்றும் சிறியதில்லை.'

49

ஜனநாயகம் சார்ந்தும் உடைமை சார்ந்தும் ஐரோப்பிய வேறுபாடு

ஆவி தொடர்ந்தது: 'கலாச்சார வேறுபாடுகளை விளக்க உதவும் சாதனமாக இருப்பவை அமைப்பு முறை ரீதியான வேறுபாடுகளே. மொத்தப் பொருளாதாரத்தை நிர்வகிக்க உதவுபவையும் முழு வேலை வாய்ப்பு, சமூக நலம், பொது வளங்கள் ஆகியவற்றைப் பாதுகாக்க முயலுபவையுமான வலுவான தொழிற்சங்கங்களையும், தொழிலாளர் கட்சிகளையும் வளர அனுமதித்த ஐரோப்பிய மாதிரியின் ஜனநாயகக் கூறுகளே அந்தச் சாதனம். பெரு வணிக நிறுவனம்கூட ஐரோப்பிய மாதிரியில் மறுவரையறை செய்யப்பட்டுள்ளது. அமெரிக்க மாதிரியின் மையமாக உள்ள தனிமுறைப்பட்ட பங்குதாரரின் உடைமை என்ற கருத்தாக்கம் ஐரோப்பாவில் பகுதியளவில் ஒதுக்கித் தள்ளப்பட்டு கூடுதல் ஜனநாயக வடிவம் ஒன்றால் அது மாற்றீடு செய்யப் பட்டுள்ளது.'

'எப்படி?' என்று நான் கேட்டேன்.

'ஜனநாயகம் என்பது ஒரு நபர், ஒரு வாக்கு. ஐரோப்பியப் பெரு வணிக நிறுவனம் பகுதியளவில் அந்த சூத்திரத்தைச் சார்ந்துதான் இருக்கிறது. ஒரு டாலர், ஒரு வாக்கு என்ற அமெரிக்காவின் அ-ஜனநாயகப் பெரு வணிக நிறுவனக் கொள்கையிலிருந்து அது பெரிய அளவில் மாறுபடுகிறது.'

'ஐரோப்பியப் பெரு வணிக நிறுவனத்துக்கும், அமெரிக்கப் பெரு வணிக நிறுவனத்துக்கும் இடையே உள்ள வேறுபாடு எனக்கு அவ்வளவாகத் தெரியவில்லை,' என்றேன் நான்.

'அதிகாரப்பூர்வமாக ஒன்றைத் தீர்மானிப்பதில் உள்ள உரிமையின் இணை முறைமை [co-determination system] ஒன்று ஜெர்மனியில் இருப்பதை யோசித்துப் பாருங்கள். 'சட்டப்படி, 500க்கு மேற்பட்ட தொழிலாளர்களை உடைய ஒவ்வொரு பெரு வணிக நிறுவனத்திலும் அதன் இயக்குநரையும் ஆட்சிக்குழுவின் 50 சதவீத உறுப்பினர்களை யும் தொழிலாளர்களே தேர்ந்தெடுக்கிறார்கள். தொழிலாளர்களுக்கு அந்நிறுவனத்தில் பங்கு இல்லையென்றாலும் இது நிகழ்கிறது; ஏனென்றால், அந்தப் பெரு வணிக நிறுவன சமூகத்தின் உறுப்பினர்களாக அவர்கள் கருதப்பட்டு வாக்குரிமையும் அவர்களுக்குத் தரப்படுகிறது.'

'ஆக, தொழிலாளர்களுக்கும், முதலீட்டாளர்களுக்கும் வாக்குரிமை தருவதால் பெரும் வணிக நிறுவனங்கள் ஜனநாயக ரீதியில் நிர்வகிக் கப்படுகின்றன, அப்படித்தானே' என்றேன் நான்.

'ஆமாம். தனியுடைமை தொடர் பான முதலாளித்துவக் கொள்கை யின் மையத்தையே இது கேள்விக் குள்ளாக்குகிறது. நிறுவனத்தின் உரிமையாளர்கள் யார் என்பதை ஐரோப்பியர்கள் மறு வரையறை செய்துள்ளானர்; முதலீட்டாளர் மட்டுமல்ல, நிறுவன இயக்கத்தின் மீது அக்கறை கொண்ட மற்றவர் களும், குறிப்பாக, பணம் எதையும் முதலீடு செய்யாத, நிறுவனத்தின் பங்குகள் எதையும் வைத்திராத தொழிலாளர்களும் உரிமையாளர்கள் தாம் என்பதே அந்த மறுவரை யறை. நுகர்வோர், நிறுவனத்துக்குப் பொருள்கள் சப்ளை செய்வோர்,

அதிகாரப் பூர்வமாக ஒன்றைத் தீர்மானிப்பதில் உள்ள உரிமையின் இணை முறைமை: பெரும் மாற்றத்தை நோக்கிய முதல் அடியெடுப்பு

ஜெர்மனியில், தொழிலாளர்கள் தாங்கள் பணிபுரியும் பெரு வணிக நிறுவனத்தில் பணம் எதுவும் முதலீடு செய்திருக்க வில்லை என்றாலும் அவர்கள் அந்நிறுவனத்தின் 'முதலாளிக'ளில் ஒருவர்தான். பங்குதாரர்கள் பணத்தை முதலீடு செய்துள்ளது போல அவர்கள் உழைப்பை முதலீடு செய்துள்ளதால் நிறுவனத்தின் சொத்தில் அவர்களுக்கு உரிமை கிடைத்துவிடுகிறது. சொத்து மற்றும் உடைமை தொடர்பான இன்னும் கூடுதலான சமூக மாதிரியை நோக்கிய ஒரு முதல் அடியெடுப்பு, முதல் முயற்சி அது.

மற்றும் பொதுமக்களுமே உரிமையாளர்கள்தாம் என்று கருதப்பட வேண்டும் என்ற எண்ணப் போக்குக்கு இந்த மறுவரையறை இட்டுச் செல்கிறது. இது உடைமை தொடர்பான ஒரு சமூகத் தொலைநோக்கு; வணிகத்துக்கு ஒரு ஜனநாயக மாதிரியையும் வழங்குகிறது. பணி யைத் திட்டமிடல், தொழில்நுட்பம், வெளியாட்களிடம் பணியை ஒப்படைத்தல், உடல்நலம், பாதுகாப்பு, மற்ற பல விஷயங்கள் தொடர்பான முக்கிய முடிவுகளில் தொழிலாளர்களுடைய இசைவைப் பெற பெரும் வணிக நிறுவனங்கள் சாதாரணத் தொழிலாளர்களின் அவைகளை உருவாக்கவேண்டியுள்ளது; உண்மையில், இதன்மூலம் முடிவுகள் எடுப்பதில் தொழிலாளர்களுக்குச் சட்டரீதியான பிற உரிமைகள் வழங்கப்படுகின்றன.'

'அமெரிக்காவில் சட்டப்படியாக நாங்கள் அங்கீகரிக்காத பொருளாதார ஜனநாயகத்தின் ஒரு வடிவமாக அது இருக்கும் போலிருக்கிறதே,' என்றேன் நான்.

'ஆமாம். ஜெர்மானிய நிறுவனங்கள் பெரிய அளவில் உற்பத்தி செய்கிறவையாக இருப்பதற்கு இந்த ஏற்பாடு உதவியுள்ளது. ஜனநாயகம் பொருளாதாரத்தை மேலும் நியாயபூர்வமானதாகவும், திறமை மிக்கதாகவும் ஆக்குகிறது. கூடிவாழும் ஒரு சமூகமாக வணிகத்தை ஆக்குவதன்மூலம் அந்நியப்படுத்தும் சூழலின் தீவிரம் குறைகிறது; பரந்துபட்ட சமூகத்தில் உயிர்த்துடிப்பின் ஒரு பகுதி இது.'

50

அமெரிக்காவிலும் உலகத்திலும் உள்ள பிரச்சினைகளுக்கு ஐரோப்பியப் பாணி சமூக ஜனநாயகம்தான் உண்மையான தீர்வா?

'உலகின் பிரச்சினைகளுக்கும் அமெரிக்காவின் பிரச்சினைகளுக்கும் ஐரோப்பிய சமூக ஜனநாயகமே தீர்வு என்று சொல்ல வருகிறீர்களா?' என்று ஆவியைக் கேட்டேன்.

'இல்லை,' என்றது ஆவி. 'பெரும் நிலை மாற்றம் ஒற்றைத் தீர்வு எதையும், பூதங்களைக் கொல்லும் வெள்ளிக் குண்டுகள் [இது ஒரு மத

நம்பிக்கை] எதையும் தராது என்று நான் ஏற்கனவே உங்களிடம் சொல்லியிருக்கிறேன். முற்றிலும் வேறான மாற்றுகள் பற்றி நான் சொல்ல வேண்டியுள்ளது; அவற்றில் சில அதிகத் தொலைநோக்கு கொண்டவை; ஐரோப்பிய மாதிரியிலிருந்து பெரிதும் வேறுபட்டவை.'

'பிறகு ஏன் ஐரோப்பாவிலிருந்து தொடங்கி அதற்கு நிறைய நேரத்தைச் செலவழித்தீர்கள்?'

'ஏனென்றால், குறைபாடுகளையும், தற்போதைய நெருக்கடிகளையும் தாண்டி அண்மை எதிர்காலத்தில் அதுதான் அமெரிக்க முதலாளித்துவத்துக்கு எதார்த்தமான, முற்போக்கான மாற்று. இது அமெரிக்காவுக்கும், உலகின் பெரும் பகுதிக்கும் பொருந்தும்.'

'ஆக, மிக முக்கிய மாற்று-முதலாளித்துவ நம்பிக்கையாகச் சமூக ஜனநாயகத்தைப் பார்க்கிறீர்களா?'

'உண்மையில் அது முதலாளித்துவத்தைப் போன்ற, ஆனால் அதனுடைய முக்கிய பண்புக்கூறுகள் இல்லாத ஒரு வடிவம். பெரும் நிலை மாற்றத்தின் ஒரு பகுதியாக அது இருக்கும் நேரத்தில், மனிதகுலத்தை அழிவிலிருந்து காப்பாற்றும் முயற்சியில் அதற்கு இருக்கவேண்டிய ஆழ்ந்த விருப்பமும் முயற்சியும் மிகக் குறைவாக உள்ளன.'

'உங்களைக் கைவிட்டுவிட்டு ஐரோப்பிய மாதிரியைப் போன்ற சமரசம் செய்துகொள்ளப்பட்ட, பெரு வணிக நிறுவனப் பண்பும் அதிகாரவர்க்கக் குணமும் கொண்ட அமைப்பு முறையை உருவாக்கிய சீர்திருத்தவாதிகளை ஆதரிக்கும் அளவுக்கு நீங்கள் மாறிவிட்டீர்களா? மார்க்ஸின் ஆவி, மார்க்ஸியராக இல்லாமல், மிதச் சீர்திருத்தவாதியாக, ஆகிவிட்டதா?' என்று நான் கேட்டேன்.

ஆவி எரிச்சலடைந்தது தெளிவாகத் தெரிந்தது. 'என்னுடைய மருமகனான பால் லாஃபார்க்யுவிடம் நான் சொன்னது உங்களுக்கு நினைவிருக்கலாம். போதுமான அளவுக்குப் புரட்சிகரமானவர்களாக இல்லை என்று சொல்லி, சீர்திருத்தவாத சமூக ஜனநாயகவாதிகளை மார்க்ஸிசத்தின் பெயரால் அவர் நிராகரித்தார். அவரிடமும், அவர் திருமணம் செய்துகொண்ட என்னுடைய மகளான ஜென்னி

சீர்திருத்தவாத சீர்திருத்தம் எதிர் தீவிர சீர்திருத்தம்

சீர்திருத்தவாத சீர்திருத்தத்தையும், தீவிர சீர்திருத்தத்தையும் ஃப்ரெஞ்ச் பசுமை சமூகவியலாளர் ஆந்ரெ கோர்ஸ் வேறுபடுத்திக் காட்டியுள்ளார். சீர்திருத்தவாத சீர்திருத்தங்கள் நடப்பிலுள்ள அமைப்பு முறையைப் பூட்டி வைத்துக் கொண்டுள்ளன. தீவிர சீர்திருத்தங்கள் அமைப்பு முறையில் ஆழமான மாற்றத்துக்குக் கதவைத் திறந்துவிடுகின்றன. ஐரோப்பிய சமூக ஜனநாயகத்தைக் கடுமையான குறைபாடுடையதாக மார்க்ஸ் காண்கிறார்; ஆனால், தீவிர சீர்திருத்தமாக உருவாவதற்கான உள்ளார்ந்த ஆற்றலை அது கொண்டுள்ளதையும் காண்கிறார்.

லாராவிடமும் ''மார்க்ஸிய குணம் கொண்டதில்லை என்று நீங்கள் சமூக ஜனநாயகத்தை நிராகரித்தால் பிறகு நானே மார்க்ஸியவாதி அல்ல என்பது உறுதி'' என்று சொன்னேன். எனவே அரசியல் ரீதியாக நான் சரியில்லை என்று சொல்ல முயலாதீர்கள். சித்தாந்தத் தூய்மையை நான் வெறுக்கிறேன். சமூக ஜனநாயகவாதிகள் முக்கியமான முன்னேற்றத்தை அடைகிறார்கள் என்பதை என்னுடைய வாழ்நாளிலேயே உணர்ந்தேன். அவர்கள்தான் மேற்கத்திய முதல் மாற்று-முதலாளித்துவவாதிகள். புரட்சியை இலக்காகக் கொண்ட பாதையை நோக்கி நான் பரிந்துரைத்த சில நடவடிக்கைகளை அவர்கள் தற்போது செயல்படுத்தியிருக்கிறார்கள். அவை: படிநிலை வீதப்படி வகைப் படுத்தப்பட்ட வருமான வரி, அனைவருக்கும் இலவச பொதுக் கல்வி, பொருளாதாரத்தை ஒழுங்குபடுத்தல், வேலைக் குறைவு வாரங்கள் [பணி இடைநிறுத்த காலமான - lay-offஇல் நிலைமை சீராகும்வரை தொழிலாளிகளுக்கு அதிகாரப் பூர்வமாகக் குறைவான வேலை நாள்கள்/நேரம் கொடுத்தல்], உயர் ஊதியம், பணிப் பாதுகாப்பு வழங்கல், சமூக நலம், போன்ற பல சீர்திருத்தங்கள். ஆனால், நீங்கள் நினைப்பது சரிதான், தற்சமயம் உலகுக்குத் தேவைப்படுவதை விட மிகக் குறைவான தொலைநோக்கையே ஐரோப்பிய மாதிரி கொண்டுள்ளது. அதுதான் தீர்வு என்று நான் காணவில்லை; ஆனால், சரியான திசையில் எடுத்துவைக்கப்படும் ஓர் அடி அது. சுற்றுச் சுழலிலும், பொருளாதாரத்திலும் ஏற்பட்டுள்ள பெருங்கேட்டின் இயல்பு கொண்ட, தவிர்க்க இயலாத தோல்வியைச் சமூக ஜனநாயகம் தாமதப்படுத்தலாமே ஒழிய நிறுத்திவிட முடியாது.'

51

தோழமைப் பொருளாதாரம், சாவேஸின் சோஷலிசம், நம் தென் பகுதியில் மலரும் பல்வேறு வகைப்பட்ட பூக்கள்

ஆவி தொடர்ந்தது: 'உலகின் ஒவ்வொரு பகுதியும் பெரும் நிலைமாற்றத்தின் ஒரு கூறுதான். அது வெறும் மேற்கத்திய கருத்து மட்டும் அல்ல; மற்ற பகுதிகளில் இன்னும் கூடுதலான புரட்சிகர

சாத்தியங்களைப் பார்க்க முடியும். எடுத்துக்காட்டாக, லத்தீன் அமெரிக்காவில் தொடங்கியுள்ள மாற்றத்தின் புதிய அதிர்வுகளைக் கவனித்தால் பெரும் நிலை மாற்றம் உலகளாவியது என்பதையும், சில சமயங்களில் தொலைநோக்குடையது என்பதையும், அது உண்மையில் முழு மாற்றம் சார்ந்தது என்பதையும் உங்களால் உணர முடியும்.'

'நீங்கள் சொல்வது சரிதான். அமெரிக்காவின் முனைப்பான, சக்திவாய்ந்த விமர்சகரும், வெளிப்படையான சோஷலிசவாதியுமான ஹ்யூகோ சாவேஸ் வெனிஸுவாலாவில் இருக்கிறார். அமெரிக்க அரசாலும், ஊடகத்தாலும் மிக ஆபத்தானவர் என்று அவர் சித்திரிக்கப் படுகிறார்,' என்றேன் நான். 'நீங்கள் அவரைப்பற்றி யோசித்துக் கொண்டிருக்கிறீர்கள் என்று நினைக்கிறேன்.'

'அமெரிக்காவின் ராணுவ மேலாதிக்கத்தின் மீதும் பேரரசு ஆக வேண்டும் என்ற அதன் வேட்கையின் மீதும் லத்தீன் அமெரிக்கா கொண்டுள்ள வெறுப்பை வெளிப்படுத்த உதவுவதில் அவர் பெரும் பங்கு வகிக்கிறார்,' என்றது ஆவி. 'அமெரிக்காவின் மீமிகை முதலாளித் துவத்தை வெளிப்படையாக நிராகரிக்கும் அவர் இருபத்தோராம் நூற்றாண்டுக்கான மனிதநேயம் மிக்க சோஷலிசத்தை நிறுவ விரும்புகிறார். அதற்கான நற்பெயரை அவருக்கு நான் வழங்குகிறேன். ஆனாலும், அவருடைய முயற்சி எப்படி வடிவெடுக்கிறது என்பதை நாம் பொறுத்திருந்துதான் பார்க்க வேண்டும். லத்தீன் அமெரிக்கா மீது அமெரிக்கா கொண்டுள்ள ராணுவரீதியான, பொருளாதாரரீதியான கட்டுப்பாட்டை அவர் வெளிப்படையாக எதிர்க்கும் முறை, மக்களை ஈர்க்கும் விதத்தில் வேடிக்கையாக, வினோதமாக இருந்தாலும் அவருடைய துணிச்சலை நான் பாராட்டுகிறேன். அவருடைய இந்த நடவடிக்கையை அவருடைய எதிரிகள் அதிகாரக் கைப்பற்றல் என்று கருதினாலும், மிக்க ஏழ்மையில் இருப்பவர்களுக்கு வேலைவாய்ப்பையும், சமூக வளங்களையும் அவர் வினியோகித்துள்ளார். 'பொலிவர் வட்டங்கள்'* என்று அறியப்படும் உள்ளூர் வாழிடங்கள் மற்றும்

சோஷலிசம் பற்றி சாவேஸ்

'அறிஞர்கள் பலர் சொன்னபடி முதலாளித்துவத்தைக் கடந்து போக வேண்டியது அவசியம் என்பதில் எனக்குள்ள நம்பிக்கை ஒவ்வொரு நாளும் வலுப்படுகிறது; என் மனதில் அது குறித்து எந்த சந்தேகமும் இல்லை... சமத்துவமும், நீதியும் கலந்த சோஷலிசத்தின் மூலமாக அது செய்யப்பட வேண்டும். ஜனநாயகத்தின் மூலமாகவும் - வாஷிங்டன் திணிக்கும் ஜனநாயக வகையில் அல்ல - அதை செய்ய இயலும் என்பதிலும் எனக்கு நம்பிக்கை இருக்கிறது.'

* சாவேஸால் 2001இல் தொடங்கப்பட்ட அரசியல், சமூக செயல்பாடுகளுக்கான தொழிலாளர் அவைகள். லத்தீன் அமெரிக்க நாடுகளின் விடுதலைக்குக் காரணகர்த்தாவான சைமன் பொலிவர் பெயரால் தொடங்கப்பட்ட இவை பங்கேற்பு ஜனநாயகத்துக்கான அடிப்படை. (மொ-ர்)

பணியிடங்களில் உள்ளூர் மக்களின் பங்கேற்பையும், அவற்றின் மீதான அவர்களுடைய கட்டுப்பாட்டையும் ஒழுங்கு செய்யும் செயற்பாட்டாளர்களின் குழுக்களோடு இணைந்து அவர் பணியாற்று கிறார் என்பதையும் மறுக்க முடியாது. உள்ளூர் சமூகக் குழுக்கள் தங்கள் கருத்துகளை வெளிப்படுத்தவும் உள்ளூர்ப் பொருளாதார நடவடிக்கை களை மேற்கொள்ளவும் அவ்வட்டங்கள் உதவுகின்றன. வெனிஸுவாலா உயர் குடியினரின் நீண்ட ஆட்சியை எதிர்த்து அவர் போராடுவதையும் மறுக்க முடியாது. அதிகாரம் அனைத்தையும் தங்கள் வசம் வைத்துக் கொண்டு ஆட்சி செய்த சிறு குழுவினர், அமெரிக்காவின் ஆதர வோடும் ராணுவத்தின் ஆதரவோடும் பல நூற்றாண்டுகளாக லத்தீன் அமெரிக்கச் சமூகங்களை மேலாதிக்கம் செய்ததால் அவருடைய இந்தப் போராட்டம் முக்கியத்துவம் பெறுகிறது. வறுமை மற்றும் சிசு மரணம் ஆகியவற்றைப் பாதியாகக் குறைத்தல், பொருளாதார வளர்ச்சியில் மெச்சத்தகுந்த முன்னேற்றம் போன்ற வெனிஸுவாலாவின் புத்தாயிரம் ஆண்டுக்கான இலக்குகளை சாவேஸ் அடைந்திருக்கிறார்.'

'ஆனால், அரசு, ஊடகங்கள், அரசியல் கட்டுப்பாடு ஆகியவற்றைத் தன்னுடைய கட்சியிடம் சாவேஸ் குவித்து வைத்திருக்கிறார் என்று கருதப்படுகிறது; பாரம்பரியமாக அரசியல் அதிகாரத்தை வைத்திருந்த சிறு குழுவினரின் எதிர்ப் புரட்சி முயற்சிகளைத் தடுத்து விலக்குவது என்ற பெயரால் அவர் ஜனநாயகத்தை ஏற்காது புறந்தள்ளுகிறார் என்று அவருடைய அமெரிக்க விமர்சகர்கள் குற்றம் சாட்டுகிறார்களே,' என்றேன் நான்.

'அவர்கள் அவரோடு முழுமூச்சில் சண்டையிடுகிறார்கள். வெனிஸுவாலாவின் முதலாளித்துவ மேட்டுக்குடியினரை அமெரிக்கா உற்சாகத்துடன் ஆதரிக்கிறது. நான் எப்போதும் எழுதியதுபோல, தன்னுடைய ஆட்சிக்காலத்தில் எந்த சோஷலிசத் தலைவர் அரசு அதிகாரத்தைக் கொஞ்சம் குவித்து வைக்கவில்லையோ அவர் உலகளாவிய முதலாளித்துவ அழுத்தத்துக்கு — இங்கு அது அமெரிக்காவின் அழுத்தம் — ஆளாகி வீழ்ந்து விடுவார், வெனிஸுவாலாவில் இன்னும் நிறைய வறுமை இருக்கிறது என்பதும், கூடுதல் வளர்ச்சிக்கும் ஜனநாயகத்துக்குமான தேவை இருக்கிறது என்பதும் உண்மைதான்,' என்றது ஆவி. சிறிது இடைவெளி விட்டு அது, 'ஏழைகளுக்கான எரிபொருள் வினியோகம் தொடர்பான உதவியை அமெரிக்கக் காங்கிரஸ் பெருமளவு குறைக்கும் நேரத்தில், ஏழைகளுக்குக் கட்டுப் படியாகும் விலையில் எரிபொருள் கிடைப்பதை உறுதி செய்யும் நோக்கில், குறிப்பிடத்தக்க நடவடிக்கையாக, சிடிஸன்ஸ் ஆயிலுக்குப்*

* குறைந்த விலையில் சமையல், கொதிகலன் போன்ற பயன்பாடுகளுக்கான எரி பொருளை எளிய குடிமக்களுக்கு வழங்கும் நிறுவனம். (மொ-ர்)

பொறுப்பான இளைய ஜோ கென்னடியோடு* சாவேஸ் இணைந் திருப்பதை எண்ணிப்பாருங்கள். இப்போது அது மக்களின் கவனத்தைப் பெறுகிறது; அமெரிக்க முதலாளித்துவம் குறித்த நாடகத்தனமான புரிந்துகொள்ளலை அவருடைய இந்த செயல் நகைச்சுவைப் பாணி யில் உண்டாக்குகிறது. சாவேஸின் வழக்கமான நடத்தை இது. இப்படி யான காரியத்தில் வெற்றி பெறுவதை நாம் சாவேஸிடம் மட்டுமே எதிர்பார்க்க முடியும். நம்மையெல்லாம் கொஞ்சம் அதிசயத்தில் ஆழ்த்தும் செயல் இது. அவர்களுடைய அரசே கொடுக்காத ஒரு நலத்திட்டத்தை அமெரிக்கர்களுக்கு வெனிஸுவாலா வழங்குவதைக் கற்பனை செய்து பாருங்கள். வெற்றிப் புள்ளிகள் சிலவற்றை சாவேஸுக்குப் பதிவு செய்யுங்கள்!'

'நகைச்சுவை ஒருபுறம் இருக்கட்டும். சாவேஸின் புரட்சிக்கு வெற்றி கிட்டும் என்று நினைக்கிறீர்களா, இல்லையா, சொல்லுங்கள்?' என்று ஆவியைக் கேட்டேன்.

'வடக்குத் திசையில் இருக்கும் பெரிய அண்ணனையும், அதனுடைய 'காட்டுமிராண்டித்தனமான முதலாளித்துவத்'தையும் நிராகரிக்கும் செயலின் குறியீடாக சாவேஸ் இருக்கிறார். அவரிடம் முழுமையான நிறைவு இல்லை என்பது உண்மைதான். ஆனால், அவரை வியந்து பாராட்ட நிறைய இருக்கிறது; அவரை ஒரு பூதமாகச் சித்திரிக்கும் அமெரிக்காவின் செயல் அந்த உண்மையை மூடி மறைக்கிறது. சாவேஸ், ஒதுக்கித் தள்ளமுடியாத ஓர் எதிர்ப்பின் குறியீடு. தென் அமெரிக்கக் கண்டம் முழுதும் நிகழ்ந்துகொண்டிருக்கும் பெரும் மாற்றத்தின் தலைவர் அவர். சுவாரஸ்யமான விஷயம் என்னவென்றால், வெற்றி கொள்ளப்பட்டு, அமெரிக்கக் கருத்துகளுக்கு பலவந்தமாகக் கீழ்ப்படிய வைக்கப்பட்டு இரண்டு நூற்றாண்டுகளுக்குப் பிறகு, அனேகமாக எல்லா லத்தீன் அமெரிக்க நாடுகளும் தற்போது தங்களுக்கான தொலைநோக்குத் திட்டங்களையும், பொருளாதார மாதிரிகளையும் தாமே உருவாக்கிக்கொண்டுள்ளன.'

'ஒரு புதிய லத்தீன் அமெரிக்க அமைப்பு முறையை நீங்கள் காண்கிறீர்களா? அப்படியானால், அதை என்ன பெயரிட்டு அழைப் பீர்கள்?' என்று கேட்டேன்.

* 1952இல் பிறந்தவர். கென்னடி குடும்பத்தை சேர்ந்த ராபர்ட் கென்னடியின் மூத்த மகன். ஜனநாயகக் கட்சி சார்பில் பிரதிநிதிகள் சபையில் அங்கம் வகித்தவர். ஏழை களுக்கான வீட்டு வசதி, அவர்களின் குழந்தைகளுக்குப் பள்ளியிலேயே காலை மற்றும் பகல் உணவு வழங்குதல் போன்ற பல திட்டங்களுக்குக் காரணமானவர். வெனிஸுவாலா நாட்டின் Citgo என்ற எரிபொருள் நிறுவனத்தின் உதவியோடு எரிபொருளை வாங்கி ஏழைகளுக்குக் குறைந்த விலையில் 2005 தொடங்கி வழங்குகிறார். 23 மாநிலங்களில் இரண்டு லட்சம் குடும்பங்கள் இதனால் பயன்பெறுவதாகச் சொல்லப்படுகிறது. (மொ-ர்)

''லத்தீன் அமெரிக்காவில் உள்ள சிலர் ''தோழமைப் பொருளாதாரம்''* குறித்துப் பேசுகிறார்கள்,' என்று ஆவி பதில் சொன்னது. 'ஏழைகளோடு கொண்ட தோழமையைச் சார்ந்து ஏழை நாடுகளுக்கு ஒரு புதிய சமூகத்தை உருவாக்குவது என்பதை அவர்கள் இதன் மூலம் உணர்த்து கிறார்கள். சுய சார்பையும் சமூகக் குழுவை மையமாகவும் கொண்ட ஒரு பொருளாதாரத்தை உருவாக்கக் குடியானவர்கள் மற்றும் தொழிலாளர்களின் கைகளில் அதிகாரத்தையும் இயற்கை வளங்களை யும் அந்தப் புதிய சமூகம் கொண்டு சேர்க்கிறது. தொழிலாளர் கூட்டுறவு நிறுவனங்கள், பங்கேற்பு ஜனநாயகம், பூமிக்கோளைக் காப்பாற்றக் குறைந்த அளவு கார்பனை வெளியிடுதல் போன்றவற்றை அது ஆதரிக்கிறது. உள்ளூர்க் கூட்டுறவு மாதிரிகளில் தொடங்கி ஒருங் கிணைந்த முழுமொத்த அமைப்பு முறை மாற்றுகளைக் கட்டுவதைப் பெருக்குவதற்கானத் தேவையை அது முதன்மைப்படுத்துகிறது.'

'அமெரிக்காவின் மீமிகை முதலாளித்துவக் கருத்துகளிலிருந்து லத்தீன் அமெரிக்க நாடுகள் விலகிக்கொண்டுள்ளன. ஆனால், ஒரு தனித்த மாற்று அமைப்பு முறையை ஒட்டி அவை ஒருங்கிணைய வில்லை என்று எனக்குத் தோன்றுகிறது,' என்று நான் சொன்னேன். 'முதலாளித்துவத்தைத் தாண்டிப் போகும் ஒன்றாக ''தோழமைப் பொருளாதார''த்தைச் சிலர் பார்க்கிறார்கள்; சிலர் அது முதலாளித் துவத்தை ''மனிதநேயமுள்ளதாக'' மாற்றுகிறது என்கிறார்கள்.'

'நீங்கள் சொல்வது சரிதான். ''தோழமைப் பொருளாதார''க் கொள்கைகள் மீது பொதுவான ஆர்வம் இருந்தாலும், ஒத்த இயல்புள்ள மாற்று முதலாளித்துவ அல்லது பின்முதலாளித்துவப் பணித்திட்ட வரைவு எதுவும் லத்தீன் அமெரிக்காவில் செல்வாக்குடன் இல்லை. அமெரிக்கக் கொள்கைகளிலிருந்து ஒவ்வொரு லத்தீன் அமெரிக்க நாடும் தன் வழியிலேயே தன்னைத் துண்டித்துகொண்டு விட்டது; மரணத்தை எதிர்கொண்டிருக்கும் உலகம் ஒன்றில் தம்முடைய வாழ்வுக்காக மாற்று அமைப்பு முறை ஒன்றை அந்நாடுகள் தேடிக் கொண்டுள்ளன.'

'வெனிஸுவாலாவைத் தாண்டி எனக்கு வேறு உதாரணங்களைக் கொடுங்கள்,' என்று நான் வலியுறுத்தினேன்.

* Solidarity Economy - ஒரே மாதிரியான நோக்கங்களைக் கொண்ட குழுவினர் ஒருவருக்கொருவர் வழங்கிக்கொள்ளும் ஆதரவு, பரஸ்பரச் சார்புநிலை. *(மொ-ர்)*

52

மொராலிஸின் பொலிவியாவும் சொந்த மண்ணில் தோன்றிய சோஷலிசமும்

'பொலிவியாவைப் பற்றியும் அதனுடைய அதிபரான ஈவ் மொராலிஸைப் பற்றியும் நீங்கள் யோசிக்க வேண்டும்,' என்று ஆவி சொன்னது; அதனுடைய குரலில் பரவசம் தென்பட்டது.

பழைய பொலிவியக் காலனிய அமைப்பையும் உலகம் முழுதும் உள்ள மீமிகை முதலாளித்துவவாதிகளையும் கலக்கத்துக்கு உள்ளாக்குபவர், உணர்ச்சி வசப்படுபவர், சொந்த மண்ணிலிருந்து கொள்கைகளைப் பெறுபவர் என்று எனக்கு அறிமுகமானவர் ஈவ் மொராலிஸ். 'ஏன் அவர்மீது மட்டும் தனித்த கவனம் செலுத்துகிறீர்கள்?' என்று கேட்டேன்.

'மொராலிஸ் பெரும் மாற்றத்தை நாடும் ஒரு தலைவர்,' என்று உற்சாகம் தொனிக்க ஆவி சொன்னது. 'ஒரு புரட்சிகர பின்முதலாளித்துவ சமூகத்துக்கான அடிக்கல்லை நாட்டும் ஆற்றல் அவருக்கு உண்டு. தவிர்க்க இயலாத தோல்வி உங்களை வீழ்த்தும் முன்பாக உலகத்தின் காயத்தை ஆற்றும் மருந்து அவர்தான்.'

'சோஷலிசவாதி என்று சுய பிரகடனம் செய்துகொண்டவராக மொராலிஸ் இருப்பதால் அவரோடு நீங்கள் நட்பு பாராட்டுவதில் எனக்கு ஆச்சரியமில்லை,' என்று ஆவியிடம் சொன்னேன். பொலிவியா ஒரு சிறிய நாடாக இருப்பதால் பிரேசிலைப் போன்ற பெரிய நாடு உண்டாக்கும் தாக்கத்தை அதனால் ஏற்படுத்த இயலாமல் போகலாம்,' என்று மறுத்துப் பேசினேன்.

'நீங்கள் எனக்கு ஏமாற்றத்தை அளிக்கிறீர்கள்,' என்று ஆவி வெடுக்கென்று சொன்னது. 'ஒரு நாட்டின் அளவு முக்கியமில்லை; அதனுடைய தொலைநோக்குதான் முக்கியம். தொலைநோக்குள்ள உலகத் தலைவர்களில் மொராலிஸும் ஒருவர். மேலும், அவர் தன்னைச் சோஷலிசவாதி என்று அழைத்துக்கொள்வது உண்மைதான்; சந்தேகமே இல்லாமல், அது எனக்கு மகிழ்ச்சியைத் தருகிறது. அமெரிக்க

முதலாளித்துவத்துக்கு மாற்றாக ஒரு புரட்சிகர அமைப்பு முறையைக் கட்ட அவர் விரும்புகிறார்; உண்மையான புரட்சி மட்டுமே பேரிடர் தரும் உலகளாவிய தோல்வியிலிருந்து நம்மைக் காக்கும் என்பதை அவர் புரிந்துவைத்துள்ளார்.'

'உண்மையான புதிய புரட்சியை அவர் உருவாக்குகிறார் என்று நீங்கள் கருதுகிறீர்களா?' என்று ஆவியைக் கேட்டேன். எங்களுடைய உரையாடலில் இதுவரை அதை இத்தனை பரவசத்துடன் நான் பார்த்ததாக எனக்குத் தோன்றவில்லை.

'அவருடைய சோஷலிசத்துக்குக் கொஞ்சம் பாராட்டைத் தெரிவிக்க விரும்புகிறேன்,' என்றது ஆவி. 'அவருடையது 'தெற்கின் சோஷலிசம்' என்பதுதான் உண்மை. சொந்த மண்ணிலிருந்து கருத்துகளை உருவாக்கிக்கொள்ள விரும்பும் விவேகி ஒருவரின் வாழ்வையும் உலகநோக்கையும் அது பிரதிபலிக்கிறது. அவருடைய மாற்று அமைப்பு முறையை 'சொந்த மண்ணில் தோன்றிய சோஷலிசம்' என்று அழைப்பேன். சுருக்கமாக அதற்கு ஈஸ் [INDIGENOUS SOCIALISM] என்ற அடையாளக் குறியை இடுகிறேன்.'

மொராலிஸின் பத்துக் கட்டளைகள்

1. பூமியைக் காப்பாற்ற வேண்டுமானால் முதலாளித்துவ மாதிரி ஒழிக்கப்பட வேண்டும்; வெளிநாட்டுக் கடன்களைத் தீர்த்துக்கொண்டிருக்கும், லத்தீன் அமெரிக்க நாடுகளோ உலகின் மற்ற பகுதிகளோ சுற்றுச் சூழல் கடனைத் தீர்க்கவேண்டிய தில்லை; அந்தக் கடனைத் தீர்க்க வேண்டியது புவி வெப்பத்தை அதிகப்படுத்தும் வடக்குப் பகுதியே. அதாவது, அமெரிக்கா போன்ற நாடுகளே.

2. போருக்கு முற்றுப்புள்ளி வைக்க வேண்டும். பேரரசுகளுக்கும், பன்னாட்டு நிறுவனங்களுக்கும், சில குடும்பங்களுக்குமே அது லாபத்தை அளிக்கிறது, மக்களுக்கல்ல. போர் நடவடிக்கைகளுக்காக முதலீடு செய்யப்படும் மில்லியன் கணக்கான டாலர்களைத் தவறான பயன்பாட்டாலும் பெரும் சுரண்டலாலும் சீர்கேடு அடைந்துள்ள பூமியைக் காப்பாற்றுவதற்குச் செலவழிக்க வேண்டும்.

3. ஏகாதிபத்தியமும் காலனியாதிக்கமும் இல்லாத ஓர் உலகில் நாடுகளுக்கு இடையே ஒற்றுமை உணர்வோடு கூடிய உறவை மேலாதிக்கம் இல்லாமல் வளர்த்தெடுக்க வேண்டும்.

4. தண்ணீர் மனித உரிமை; பூமியின் உயிரினங்கள் அனைத்தின் உரிமையும்கூட. தண்ணீரைத் தனியார் மயமாக்குவது தொடர்பான கொள்கைகளுக்கு இடமே இல்லை.

5. இயற்கையோடு இயைந்த, மாசற்ற ஆற்றல்களை மேம்படுத்த வேண்டும்; ஆற்றல் வீணடிப்புக்கு முற்றுப்புள்ளி வைக்க வேண்டும். மனிதர்களுக்கு உணவு வழங்கும் பயன்பாட்டுக்கு நிலத்தை ஒதுக்காமல் ஆடம்பரமான கார்களைத் தயாரிக்க நிலத்தை ஒதுக்கீடு செய்யும் அரசுகளின் பொருளாதார மாதிரிகளின் நடவடிக்கையைப் புரிந்துகொள்ள முடியவில்லை.

6. அன்னை நிலத்தை மதிக்க வேண்டும். அன்னை நிலத்தை மதிப்பதில் உள்ளூர் வாசிகள், மண்சார்ந்த மனிதர்கள் வழங்கும் வரலாற்று முக்கியத்துவம் வாய்ந்த போதனைகளைக் கற்க வேண்டும்.
7. தண்ணீர், மின்சாரம், கல்வி, மருத்துவச் சேவை, தொலைத் தொடர்பு, கூட்டுப் பயணமுறை போன்ற அடிப்படை சேவைகள் மனித உரிமைகளாகக் கருதப்பட வேண்டும்; அவை தனியார் மயமாக்கப்படக்கூடாது; அவை பொதுத் துறை சேவைகளாகவே இருக்க வேண்டும்.
8. எது தேவையோ அது மட்டுமே நுகரப்பட வேண்டும்; உள்ளூர்த் தயாரிப்புகளுக்கு முன்னுரிமை கொடுத்து நுகர வேண்டும்; நுகர்வுக் கலாச்சாரத்துக்கும், வீணடிப்புக்கும், ஆடம்பரத்துக்கும் முற்றுப்புள்ளி வைக்க வேண்டும். நல்ல வாழ்க்கைக்கு வாய்ப்பே இல்லாமல் மில்லியன் கணக்கான மனிதர்கள் இருக்கும்போது ஆடம்பரத் திற்குச் சில குடும்பங்கள் தம்மை அர்ப்பணித்துக் கொள்வதைப் புரிந்துகொள்ள முடியவில்லை.
9. பண்பாட்டு, பொருளாதாரப் பல்வகைமையை ஆதரிக்க வேண்டும். நாம் பல வகைமைகளைச் சேர்ந்தவர்கள்; அது நம்முடைய இயல்பு. வெள்ளையர்கள், பழுப்பு நிறத்தவர், கறுப்பர்கள் என்று அனைவரையும் உள்ளடக்கிய பன்மைத்துவ தேசங்கள் கொண்ட நாட்டை உருவாக்க வேண்டும்.
10. எல்லாரும் நன்றாக வாழவேண்டும் என்று நாம் விரும்புகிறோம்; ஒருவர் நோக மற்றவர் நன்றாக வாழ்வது என்று இதற்கு அர்த்தமில்லை. அன்னை நிலத்தோடு இசைவாக இருக்கும் சமூகம் சார்ந்த சோஷலிசத்தை நாம் உருவாக்க வேண்டும்.

'அப்படி என்றால் என்ன?' என்றேன்.

'ஈஸ் என்பது இதற்கு முன்பு நாம் பார்த்திராத ஓர் அமைப்பு முறை. மேற்கு அல்லாத, நவீன காலத்துக்கு முந்தைய கலாச்சாரத்தின் நல்ல கூறுகளின் பயன்களை முற்போக்கான மேற்கத்திய மரபுகளோடு அது ஒன்றுசேர்க்கிறது. பலர் அதை மெக்சிகோவில் உள்ள சியாபஸ் புரட்சி யாளர்களான ஜபாடிஸ்டாக்களோடு** தொடர்புபடுத்துகிறார்கள்; ஆனால், நான் அவர்களைப்பற்றி பிறகு நிறைய சொல்வேன். ஆஃப்ரிக்கா விலும், ஆசியாவின் சில பகுதிகளிலும், லத்தீன் மற்றும் மத்திய அமெரிக்க நாடுகளிலும் ஆதி முதலே வாழும் வெகுமக்களுக்கு அது எழுச்சியூட்ட லாம்; ஏனென்றால், அவர்களுடைய கலாச்சாரக் கௌவரத்தையும் ஜனநாயகத்துக்கான நம்பிக்கையையும் அது மீட்டெடுக்கிறது.'*

'ஈஸின் அம்சங்கள் என்ன?' நான் மீண்டும் கேட்டேன்.

'முதலாளித்துவத்தின் ''தீமையின் உடன்படிக்கை''க்கு எதிராக சோஷலிசத்தின் ''நன்மையின் உடன்படிக்கை'' ஒன்றை உருவாக்குவது

* சியாபஸ் - மெக்ஸிகோவின் தெற்குக் கோடியிலுள்ள ஒரு மாநிலம். (மொ-ர்)

** ஜெபாடிஸ்டா - சமூக, விவசாய சீர்திருத்தங்களுக்காக 1994இல் தொடங்கப்பட்ட இடதுசாரி புரட்சி இயக்கம். பெரும்பாலும் வன்முறை வழியைக் கைக்கொள்ளாத இந்த இயக்கம் ஆதி முதல் சொந்த மண்ணில் வசிக்கும் மக்களின் ஆதரவு பெற்றது. (மொ-ர்)

குறித்து மொராலிஸ் பேசிக் கொண்டிருக்கிறார். லூலா*வைப் போலல்லாமல், தற்போதைய உலகளாவிய முதலாளித்துவ அமைப்பு முறையைத் தீங்கானது என்று சொல்வதில் அவருக்கு மன உறுத்தல் ஏதுமில்லை. அதை மாற்ற வேண்டும் என்பதில் வெளிப்படையாக இருக்கிறார்.'

முதலாளித்துவம் குறித்தும் சோஷலிசம் குறித்தும் மொராலிஸ்

'அமெரிக்க முதலாளித்துவம் மனித குலத்தின் மிக மோசமான எதிரி. அது தான் நம்முடைய புரட்சிகளைக் கிளறி விடுகின்றன; காட்டு மிராண்டித்தனமான முதலாளித்துவத்தைப் பிரதி நிதித்துவப்படுத்தும் அமைப்பு முறைக்கு எதிரான, நவமிதச் சீர்திருத்த வாதத்துக்கு எதிரான புரட்சி அது.'

'ஆனால், சமூகநலம், மனித உரிமைகள் ஆகியவற்றை அவர் வலியுறுத்துவது ஐரோப்பிய சமூக ஜனநாயகத்தை பெரும்பாலும் ஒத்திருப்பதைப்போலத் தோன்றுகிறதே. மறுவினியோகம் செய்யும் அரசின் திட்டங்களை மிகவும் சார்ந்து இருக்கிறார் அவர்; ஆனால், அத்திட்டங்கள் உண்மையில் பங்கேற்புப் பண்பைக் கொண்டதாகவோ, தொழிலாளர் அல்லது குடியானவரை மையப்படுத்தியோ இல்லை. இதில் எவ்வித புதுமையையோ அல்லது சொந்த மண்சார்ந்த கூறையோ நான் காணவில்லை,' என்றேன்.

'கொஞ்சம் பொறுங்கள். பூமியைக் காப்பாற்றத் தேவையான தொலைநோக்குத் துணிச்சல் மொராலிஸிடம் இருக்கிறது. உலகளாவிய முதலாளித்துவத்தை ஒழித்தல், போர் மற்றும் ஏகாதிபத்தியத்தை முடிவுக்குக் கொண்டுவருதல், இயற்கையோடு இயைந்த வாழ்க்கைக்காகச் சொந்த மண்ணின்மீது ஆழ்ந்த மரியாதை, புவி வெப்பமய மாதலைத் தடுத்து அன்னை நிலத்தை நீடிக்கச் செய்யும் சுற்றுச் சூழல் சார்ந்த சோஷலிசம் ஆகியவற்றை அவர் வெளிப்படையாகக் கோருகிறார்,' என்றது ஆவி.

'வாழ்வுக்கும் சாவுக்கும் இடையேயான போராட்டம் என்பதைப் போல முதலாளித்துவத்தை சொந்த மண்ணின் சோஷலிசத்தால் பதிலீடு செய்யும் போராட்டத்தை அவர் காண்கிறார்,' என்று சொல்லி ஒத்துக்கொண்டேன். 'இது புரட்சிகரமான பொருண்மையைக் கொண்டுள்ளது. 'ஆதி முதல் ஒரே இடத்தில் வாழும் மக்களின் வரலாற்று முக்கியத்துவம் வாய்ந்த போதனைகளைக் கற்பதன் தேவையைக் குறித்து அவர் பேசுவதில் சொந்த மண்ணின் முத்திரையை நான் தற்போது பார்க்கிறேன்.'

'அன்னை நிலத்தின் ஆன்மாவான பஞ்சமாமா**வை வழிபடுபவர் மொராலிஸ். இது அவருக்கு இயல்பாக வந்த குணம். பொலிவியாவின்

---

* லூலா - 1945இல் பிறந்தவர். 2002 முதல் 2010 வரை பிரேசிலின் அதிபராக இருந்தவர்.
** பஞ்சமாமா - அன்டீஸ் மலைத் தொடர் பகுதியில் வசிக்கும் தொல்குடியினர் வழிபடும் பெண் கடவுள். (மொ-ர்)

மலைப் பகுதியைச் சேர்ந்த வறட்சி நிறைந்த இந்தியக் கிராமம் ஒன்றில் வைக்கோல் கூரையைக் கொண்ட சிறிய குடிசை ஒன்றில் வளர்ந் தவர் அவர். தன்னுடைய பெற்றோர்களுடன் சேர்ந்து கழனிகளில் உழைத்தவர்; வெப்ப மண்டலப் பழங்களையும், கோகோ செடியையும் பயிரிட்டவர்; உள்ளூர்க் கலாச்சாரத்தில் கோக்கா [Coca] ஒரு புனிதமான பயிர்; போதைப்பொருளாக [கோகேய்ன்] வளர்க்கப்படுவதில்லை; தேநீர் வடிப்புக்காக அல்லது உடல்நலத்தை உறுதி செய்கிற நோயைக் குணப்படுத்துகிற பண்புகளைக் கொண்ட தாவரமாக அது மெல்லப் படுகிறது; இது பஞ்ச்சமாமாவே தரும் கொடை. நிலத்தின் மீதான நேசம், செழிப்பான மண், நல்வாழ்வு ஆகியவற்றின் குறியீடாக அன்டீஸ் மலைத் தொடரின் பெண் தெய்வமான பஞ்ச்சமாமா இருக்கிறாள். சுய சிந்தனை, சமூகக் கூட்டுறவு, தொழிலாளர்க்கு அதிகாரமளித்தல் ஆகியவற்றை மேலெடுத்துச் செல்லும் அவருடைய சோஷலிச அரசியலுக்குள் முழுக்க முழுக்க அத்தெய்வம் புகுந்து பரவி தாக்கத்தை ஏற்படுத்துகிறது. உலகில் பெரும்பான்மையான வறியவர் களின் சமூக மதிப்பீடுகள், ஆன்மீகம் ஆகியவற்றின் உண்மையான வெளிப்பாடாக அவருடைய சோஷலிசம் இருக்கிறது.'

'ஆன்மீகம் குறித்த உங்களுடைய மரியாதை என்னை மீண்டும் ஆச்சரியத்தில் ஆழ்த்துகிறது. மதம் அடிமக்களின் அபின் என்று நீங்கள் சொல்வது வழக்கம். ஒருவேளை, மறு உலகத்தில் வாழ்வதன் செயல் பாடாக இந்தப் புதிய சிந்தனைப் போக்கு உள்ளதோ,' என்று நகைச்சுவயாக சொன்னேன்.

என்னைச் சிரிக்க வைக்க, 'இருக்கலாம்,' என்றது ஆவி. 'இப்போதும் நான் மதத்தை அபினாகத்தான் பார்க்கிறேன். ஆனாலும், மொராலி ஸைப் பொறுத்தவரை, ஆன்மீகம் - அல்லது, வாழ்க்கை குறித்த அவருடைய பேரார்வம் என்று அதை அழைக்கலாம் - முழுக்க அரசியலோடும், பொருளாதாரத்தோடும் பின்னிப் பிணைந்துள்ளது. அன்னை நிலம் மீதான அவருடைய நேசம், அதைக் காப்பாற்றும் பேரார்வம் ஆகியவற்றின் குறியீடான பஞ்ச்சமாமா, முதலாளித்துவம் குறித்தும் லாபத்துக்காக அது இயற்கையையும் தொழிலாளர்களையும் சீரழிப்பது குறித்தும் அவருக்குள்ள வெறுப்பை நடத்திச் செல்கிறது. அவருடைய சொந்த, வறிய பொலிவியக் குடிமக்களையும் உலகின் எதிர்காலத் தலைமுறைகளையும் காப்பாற்ற முனையும் பசுமை சோஷலிசப் புரட்சிக்கான அவருடைய பேரார்வத்தைத் தூண்டும் சக்தியாக அது இருக்கிறது.'

53

புரட்சிகரமான அலங்காரப் பேச்சைத் தாண்டி ஈஸ் உண்மையிலேயே நம்பகமானதா?

'அலங்கார நடை அற்புதம்,' என்றேன் ஆவியிடம். 'ஆனால், உண்மையிலேயே மொராலிஸ் அவருடைய திட்டத்தில் வெற்றி பெறுவாரா? அவருடைய வாக்குறுதிகளைக் காப்பாற்றினாரா? மொராலிஸையும், சின்னஞ்சிறிய ஏழை நாடான பொலிவியாவையும் மற்ற நாடுகள் கவனிக்கின்றனவா?'

'டீனாவின் உலகத்திலும், பேரிடர்கள் மரணத்துக்கு இட்டுச் செல்லும் உலகிலும் நாம் வாழும்போது தொலைநோக்குள்ள அலங்கார நடை மிக முக்கியமானது. டீனாவின் விதிவசக் கொள்கையால் பலவீனப்பட்டுள்ள ஓர் உலகத்தில் அது நம்பிக்கையையும், விருப்பத் தையும் தூண்டுகிறது. ஐநா சபையிலும் பெரும் பன்னாட்டு மன்றங் களிலும் மொராலிஸ் முக்கிய உரைகளை ஆற்றுகிறார். மக்கள் அவரைக் கவனித்துக்கொண்டிருக்கிறார்கள்.'

'ஆனால், அவர் பொலிவியாவை மாற்றத்துக்கு உள்ளாக்கியுள்ளாரா? உண்மையில் அவர் என்ன செய்திருக்கிறார்?'

'அவர் பேச்சோடு மட்டும் நிறுத்துவதில்லை. பிரேசிலின் லூலாவைப் போலவும் தென் ஆப்பிரிக்காவின் மண்டேலாவைப் போலவும் இந்த மனிதர் சோஷலிச மாற்றத்துக்காகத் தன்னுடைய வாழ்க்கையின் பெரும் பகுதியைக் கழித்திருப்பதை நினைவில் கொள்ளுங்கள். கோகோ பயிர் செய்யும் விவசாயிகளையும், நகர்ப்புறத் தொழிலாளர் களையும் சக்தி வாய்ந்த தொழிற்சங்கங்களிலும் அரசியல் அமைப்பு களிலும் இணைய வைத்து ஒழுங்கு செய்திருக்கிறார். 2006இல் அவரை அதிபராகத் தேர்ந்தெடுக்க உதவிய முன்னணி அரசியல் கட்சியும் சமூக இயக்கமுமான சோஷலிசத்துக்கான பொலிவிய இயக்கத்தை நிறுவுவதில் அவர் பங்காற்றியிருக்கிறார். ஏகாதிபத்தியத்தை எதிர்க் கவும், லத்தீன் அமெரிக்க நாடுகள் தம்முடைய பிரத்யேக வணிக விதிகளையும் சமூக விழுமியங்களையும் அடிப்படையாகக் கொண்ட

வட்டார சமூகக் குழுவை நிறுவவும், அந்நாடுகளின் கூட்டணிகளை உருவாக்கவும் அவர் பணியாற்றி வருகிறார்.'

'அது சரி. ஆனால், பொலிவியா என்ன மாற்றத்தைக் கண்டுள்ளது? சொந்த மண்ணின் சோஷலிசத்தை உண்மையிலேயே மொராலிஸ் அங்கு உருவாக்கிக்கொண்டிருக்கிறாரா?'

'பொருளாதாரப் பகுதியிலிருந்து நாம் தொடங்கலாம். முக்கியத் தொழிற்சாலைகளை நாட்டுடைமையாக்குவதில் மொராலிஸ் தீவிர மாக இருக்கிறார். நாட்டின் பரந்தகன்ற எரிவாயுக் கையிருப்பு களை நாட்டுடைமையாக்கும் சட்டம் ஒன்றில் அவர் 2006இல் கையெழுத்திட்டார்; அதே சமயம், பொலிவியர்கள் பயன்பெறுவதை உறுதிசெய்ய, எல்லா வெளிநாட்டு எரிபொருள் நிறுவனங்களும் தம்முடைய ஒப்பந்தங்களை மறுபேச்சுவார்த்தைக்கு உட்படுத்தவும் அவர் சட்டமியற்றினார். எக்ஸான், பிரிட்டிஷ் பெட்ரோலியம், மற்ற பிற மாபெரும் பன்னாட்டு எரிபொருள் நிறுவனங்களோடு அவர் நேரிடையாகவும், உறுதியாகவும் பேசினார். அவர் கோரும் சமூக ஒப்பந்தங்களுக்கு ஏற்ப அவை நடந்துகொள்ள வேண்டும் அல்லது பொலிவியாவை விட்டு வெளியேற வேண்டும் என்பதை உறுதிசெய்தார். உலோகத்தைக் கொண்டு பலவித உதிரி பாகங்கள் தயாரிக்கும் தொழிற்சாலைகள் போன்ற பிற பெரும் தொழிற்சாலைகளை அவர் நாட்டுடைமையாக்கினார்; பொலிவியாவின் சோஷலிச லட்சியங்கள், மக்களுடைய தேவைகள், நல்ல சுற்றுச்சூழலுக்கு வேண்டப்படும் தேவைகள் ஆகியவற்றை மதிக்காத எந்தத் தனியார் நிறுவனமும் செயல் படக்கூடாது என்ற பிரகடனத்தை அவர் வெளியிட்டுள்ளார். மருத்துவச் சேவை, கல்வி, ஏழைகளுக்கான நலத்திட்டங்கள் போன்றவற்றில் அவர் மிகப் பெரிய அளவில் பொது முதலீடுகளைச் செய்துள்ளார்; இவை போன்ற இன்றியமையாத சேவைகளைத் தனியார் மயமாக்கக் கூடாது என்ற சட்டங்களையும் அவர் பிறப்பித்துள்ளார்.'

'ஆனால், எரிவாயு போன்ற ஹைட்ரோ-கார்பன்கள் மூலம் மில்லியன் கணக்கான டாலர்களை பொலிவியா சம்பாதித்துக் கொண்டுள்ளதே. பொலிவியப் புரட்சியை வலுவாக்கும் பெட்ரோலிய முதலாளித்துவத்தின் இன்னொரு வடிவம் இல்லையா, அது?' என்று நான் கேட்டேன்.

'உங்கள் வாதம் சரிதான். மொராலிஸிடம் அவருக்கே உரிய சில முரண்பாடுகள் இருக்கின்றன; தேசிய-அரசுகளை தலைமை தாங்கி நடத்தும் சோஷலிஸ்ட்டுகள் பெரும் முரண்பாடுகளில் சிக்கிக்கொள் கிறார்கள். சொந்த மண்ணின் இயக்கங்களிலிருந்து மொராலிஸே வெளிவருகிறார்; அரசு அதிகாரத்தை அவர் கைக்கொண்டபோது, அன்டீஸ் மலைத் தொடர் பிராந்தியத்தில் தன்னாட்சி கொண்ட சோஷலிஸ்ட் பகுதிகளை உருவாக்கிக்கொண்டிருக்கும், எவ்வித

சார்போ, வணிகத் தொடர்புகளோ அரசோடு வைத்துக்கொள்ள விரும்பாதச் சமூகக் குழுக்களின் இயக்கங்களோடு அவருக்கு அசௌகரிய உணர்வோடு கூடிய உறவே இருந்தது. மொராலிஸைப் போன்ற தலைவரைக்கூட அதிகாரம் நேர்மையற்றவராக ஆக்கிவிடும் சக்தி உடையது என்பதை அவர்கள் புரிந்துவைத்திருக்கிறார்கள்; மனித விடுதலைக்கு மையமாக இருக்கும் உள்ளூர் சமூகக் குழுக்களுடைய சுய-ஆட்சியின் இலக்குகளை அது பலவீனப்படுத்திவிடும் என்பதும் அவர்களுக்குத் தெரிந்திருக்கிறது. ஜனவரி 2011இல், வெளிநாட்டு முதலீட்டாளர்களின் கவலையைப் போக்கி நம்பிக்கை ஊட்டும் விதமாக பொலிவிய மக்களுக்கு வழங்கி வந்த எரிபொருள் மானியங் களைக் குறைத்தார்; அவரே ஒரு நவ மித சீர்திருத்தவாதியாக மாறுகிறார் என்று அவருடைய பழைய ஆதரவாளர்கள் அவரைக் கண்டிக்க இந்த நடவடிக்கை வாய்ப்பளித்தது. எனவே, அவருடைய ஆளுமையை உருவாக்குவதில் பங்கு வகித்த சொந்த மண் இயக்கங் களோடு அவருக்குத் தீவிர, கொந்தளிப்பான உறவே இருக்கிறது; ஏனென்றால், அவர் தேசிய அரசு ஒன்றின் நம்பிக்கைகளை ஏந்திச் செல்கிறார். ஆனால், மாசற்ற ஆற்றலில் பெரும் முதலீட்டைச் செய்துள்ளார்; உயிரினங்களைக் காப்பாற்றும் நோக்கில், லத்தீன் அமெரிக்காவின் அனைத்துப் பகுதிகளிலும், உலகம் முழுதும் உள்ள தொழிலாளர்களை ஒன்றுபடுத்த முயலும் புரட்சிகர சுற்றுச் சூழல் பொருளாதாரம் மற்றும் தேசிய வாதத்துக்குப் பிந்தைய அரசியல் ஆகியவற்றின் பிரச்சாரகராக அவர் இருக்கிறார்.'

இதையெல்லாம் கேட்டு நான் மகிழ்ந்தேன். 'புரட்சியின் சொந்த மண் சார்ந்த பகுதியைப் பற்றி எனக்குச் சொல்லுங்கள்,' என்றேன்.

'சரி. பஞ்ச்சமாமாவிலிருந்து தொடங்குவோம். வளர்ச்சி, பேராசை, லாபம் ஆகியவற்றின் மேற்கத்திய முதலாளித்துவக் கடவுள்களுக்கு சொந்த மண்ணின் மாற்றாக இருப்பவள் பஞ்ச்சமாமா. அன்னை நிலத்தை நாம் மேலாதிக்கம் செய்யவோ அவளுக்கென்று உள்ளதை நாம் தொடர்ந்து எடுத்துக்கொண்டிருக்கவோ முடியாது என்ற சொந்த மண்ணுக்குரிய பார்வையின் பிரதிநிதி அவள்.'

'ஆக, ஈஸின் வேரிலேயே இயற்கையாக அதற்கு ஒரு சொந்த மண் பந்தம் இருக்கிறது, சரிதானே?'

'ஆமாம். மொராலிஸின் சுற்றுச் சூழல் சார்ந்த சோஷலிசத்தைப் புரிந்துகொள்ள அது உதவுகிறது. தெற்கின் பெரும்பகுதியில் ஏன் சுற்றுச் சூழலும், சோஷலிசமும் ஒன்றிணைந்தே உள்ளன; ஆனால், மேற்கில் அவை ஏன் வழக்கமாகத் தனித்தனியே வைக்கப்பட்டுள்ளன என்பதை அது விளக்குகிறது. உலகளாவிய மீமிகை முதலாளித்துவவாதிகள், "அன்னை நிலத்தை உயிரற்ற ஒரு பொருளாக, ஏதோ அவளுக்கு உரிமை களே இல்லாததுபோல நடத்துகிறார்கள்'' என்று கோபன்ஹேகனில்

முதலாளித்துவம் பற்றியும் பருவ நிலை மாற்றம் பற்றியும் மொராலிஸ் 'பருவ நிலை நெருக்கடி, உணவு நெருக்கடி, ஆற்றல் நெருக்கடி போன்ற நாம் எதிர்கொள்ளும் பல்வகை நெருக் கடிகளின் விளைவுகள் பற்றி மட்டுமே பேசுகிறோம், அவற்றின் காரணங் களைப் பற்றிப் பேசுவதில்லை. பருவ நிலை நெருக்கடி முதலாளித்துவ நெருக்கடிகளில் ஒன்று.'

மொராலிஸ் சொன்னார். இதே முறை யில்தான் முதலாளித்துவ மேட்டுக் குடியினர், ''நம்முடைய கறுப் பினத்தவரையும் சொந்த மண்ணில் வாழ்ந்துவரும் நம் சகோதரர்களை'' யும் பல நூற்றாண்டுகளாக நடத் தினார்கள் என்று அவர் சொன்னார்.'

'சுற்றுச் சூழலியலைச் சமூக நீதி இயக்கமாகப் பார்க்கும் புதிய முற்போக்குப் பசுமைச் சிந்தனையை மேற்கில் தூண்ட இது உதவுகிறது,' என்றேன்.

'மேற்கு நாடுகளில், பசுமை சோஷலிசத்துக்கும் முற்போக்குச் சிந்தனையின் பிற வடிவங்களுக்கும் ஊக்கம் அளிக்க இயலும் ஒருவ ராக மொராலிஸ் இருக்கிறார்,' என்று ஆவி மறுமொழி சொன்னது. 'பணக்கார மற்றும் ஏழை பிந்தைய-முதலாளித்துவங்களும் மாற்று-முதலாளித்துவங்களும் ஒன்றுக்கொன்று கற்பித்துக்கொள்ளவும் ஆதரவளித்துக்கொள்ளவும் முடியும்; ஆனால், அவற்றின் புரட்சிகள் வெவ்வேறு வகைகளில் இருக்கும்.'

'ஈஸின் அசாதாரண அம்சங்கள் எவை?' என்று கேட்டேன்.

'பொலிவியப் பள்ளிகளில் பழங்குடிகளின் மொழிகளைக் கற்பிக்க ஓர் இயக்கத்தை மொராலிஸ் வழிநடத்தினார்; ''மக்களின் மனப் பாங்கையும், பொலிவிய நாட்டையும் காலனிய சிந்தனைப் போக்கி லிருந்து விடுவிக்க'' அது ஒரு வழி என்றார். எல்லா அரசுப் பணியாளர் களும் ஏதாவது ஒரு பழங்குடி மொழியைக் கற்க வேண்டும் என்பதைக் கட்டாயமாக்குவது குறித்து ஒரு விரிவான விவாதம் அவருடைய நிர்வாகத்தில் நடந்தது.'

'வேறு என்ன?'

'அடுத்தது கோக்கா இலை. உள்ளூர்ப் பழங்குடிகளின் கலாச்சாரத்தில் கோக்கா இலைக்கு உள்ள புனித இடத்தை மொராலிஸ் புரிந்து கொள்கிறார். 2005இல் நடந்த தேர்தலில் வாக்களிக்க அவர் நடந்து போனபோது ஒரு கோக்கா இலையை எடுத்துக்கொண்டு போனார். கோக்காவைப் பயிர் செய்ய விவசாயிகளுக்கு உள்ள உரிமை குறித்து அவர் பிரச்சாரம் செய்தார்; கோக்காவுக்கானப் போராட்டம் விடுதலைக்கான நம்முடையப் போராட்டத்தின் குறியீடு' என்று ஒரு மக்கள் திரளிடம் சொன்னார்.

'அது சரி. வெவ்வேறுபட்ட நோக்கங்கள் மொராலிஸை வழிநடத்து கின்றனவா, கோகேய்ன் பயன்படுத்துவதற்கான உரிமை கோரிப் போராடுவது, போதை மருந்து வணிகத்தில் லாபம் சந்திப்பது என?'

'இல்லை,' என்றது ஆவி. 'போதை மருந்தை ஒழிப்பது என்று அமெரிக்கா மேற்கொள்ளும் போர்களை, லத்தீன் அமெரிக்காவுக்குள் துருப்புகளை அனுப்புவதற்கான சாக்குப்போக்காகவே மொராலிஸ் காண்கிறார். கோகேய்ன் உற்பத்தி, போதை மருந்துக்கு எதிரான போர் ஆகிய இரண்டையும் முதலாளித்துவப் பொருளாதாரத்தின் பகுதி யாகவே, மரண ஆட்சியின் பகுதியாகவே அவர் காண்கிறார். கோக்கா இலையை மெல்லுவதற்கும், கோகேய்ன், போதை மருந்துகள் ஆகிய வற்றுக்கும் எவ்வித தொடர்பும் கிடையாது. சொந்த மண்ணில் தொடக்கம் முதல் இருந்து வரும் வாழ்க்கை முறையைத் தற்காத்துக் கொள்ளும் ஒரு முறை அது; ஆதி காலத்துக்குத் திரும்பிப்போகும் ஒரு செயல் அது.'

'சோஷலிசத்தில் ஒரு கோக்கா இலை இத்தனை முக்கியத்துவம் பெறும் என்று நான் ஒருபோதும் நினைத்ததில்லை,' என்றேன்.

'கோக்காவைப் பாதுகாப்பது ஏகாதிபத்திய எதிர்ப்பு, சோஷலிசம், கண்ணியம் ஆகியவற்றின் குறியீடு,' என்று ஆவி பதில் சொன்னது.

'தெற்குச் சோஷலிசத்தின் சாரத்தை ஒரு பச்சை இலை கைப்பற்றி வைத்துள்ளதா?'

'புவி வெப்பமயமாகும் காலத்தில், மீமிகை முதலாளித்துவத்தின் கலாச்சார ஏகாதிபத்திய காலத்தில் வேறு எது அதைவிடப் பொருத்த மானதாக இருக்க முடியும்?' என்று சொல்லி ஆவி புன்னகைத்தது.

54

சியாபஸில் ஜபாடிஸ்டாக்களும் ஈஸூம்

ஆவி கொஞ்சம் இடைவெளி விட்டது. பிறகு சொன்னது: 'நாம் சியாபஸை மறந்துவிட வேண்டாம்.'

'நீங்கள் மெக்சிகோவில் நடந்த ஜபாடிஸ்டா புரட்சியைப் பற்றிப் பேசுகிறீர்கள், சரிதானே?' என்று கேட்டேன். 'சியாபஸ் மெக்சிகோவின் தெற்கில் உள்ள மிக ஏழ்மையான ஒரு பழங்குடி மயன்* மாநிலம்.'

* தென்கிழக்கு மெக்சிகோவிலும், மத்திய அமெரிக்காவிலும் உள்ள தொல்குடியினரை யும், அவர்களுடைய கலாச்சாரம், மொழி, வரலாறு போன்றவற்றையும் குறிக்கும் சொல். (மொ-ர்)

'ஆமாம். சியாபஸில் நீண்ட காலமாக ஜபாடிஸ்டாக்களை வழிநடத்தியவர் முகமூடி அணிந்த புகழ்பெற்ற புரட்சியாளர் துணை கமாண்டர் மார்கோஸ்,' என்றது ஆவி. 'உலகளாவியத் தொல்குடி மக்கள் சோஷலிச இயக்கத்தின் தலைவர் அவர். மார்கோஸை ஈஸின் மார்க்ஸ் என்றுகூட அழைக்கலாம்.' தன்னையே குறித்த இந்தக் கருத்தை உரத்த சிரிப்புடன் சொன்னது ஆவி.

'சியாபஸ் மீதுள்ள கட்டுப்பாட்டை மீட்டு தொல்குடியினரிடமே அதைக் கொடுக்க 1990களில் ஜபாடிஸ்டாக்கள் மெக்சிக அரசை எதிர்த்து ஆயுதப்புரட்சியைத் தொடங்கினார்கள் என்பது எனக்குத் தெரியும்,' என்று நான் மறுமொழி கூறினேன்.

'அந்தப் புரட்சியின் முன்னணிக் கோட்பாட்டாளராக சப்கான்-டேன்ட்டி (துணை கமாண்டர்) மார்கோஸ் இருந்தார்; அதனுடைய அரசியல் மற்றும் ராணுவத் தலை வரும் அவரே. ஆனால், மார்க்ஸிய மரபின் பெரும்பகுதியை அவர் வெளிப்படையாக நிராகரித்தார்; தொழிலாளர் "முன்னணிப்படை" அல்லது அரசு சர்வாதிகாரம் என்பதற்கு எதிராகப் பேசினார். அதற்கு மாறாக, தொல்குடியினரின் உள்ளூர்ப் பங்கேற்பு ஜனநாயகக் கருத்துகளை ஒட்டி உருவாக்கப் பட்ட "மக்களின் கருத்து, செயல் ஆகியவற்றுக்கான முழு விடுதலை" என்ற கோட்பாட்டை ஆதரித்தார்.'

நான் எதிர்பார்த்த அளவுக்கு ஆவி தற்காப்பு உணர்வோடு பேச வில்லை. 'ஆமாம். மேற்கத்திய சோஷலிசம் மற்றும் சொந்த மண்ணுக் குரிய தத்துவங்களின் அசாதாரண ஒன்றிணைவை இது சித்திரிக் கிறது. "பாட்டாளி வர்க்க சர்வாதிகாரம்" என்ற என் கருத்தின் மீது தன்னுடைய எரிச்சலூட்டும் மனப்பதிவை வெளிப்படுத்துகிறார் என்பது உண்மைதான். ஆனால், பொருளாதார ஜனநாயகம் குறித்த என்னுடைய உள்ளார்ந்த ஈடுபாட்டை அவர் புரிந்துகொள்கிறார். தொழிலாளர்கள், சமூகக் குழுக்கள் ஆகியவற்றுக்கிடையே நிலவ வேண்டிய சுதந்திரக் கூட்டு மற்றும் சுய ஒழுங்குபடுத்தல்* போன்றவை குறித்த என் சிந்தனையிலிருந்து தன்னுடைய கருத்துகளைப் பெற்றுக் கொள்கிறார்; அதே சமயம், சொந்த மண்ணுக்குரிய மயன் கலாச்சாரத்தின் சமூகக் குழுக்கள் சார்ந்த மரபு களிலிருந்தும், குறிப்பாக 'எஜிடோ

மார்கோஸின் அசௌகரியமான புரட்சி

'இந்த அசௌகரியத்துக்காக வருந்து கிறோம்; ஆனால், இது ஒரு புரட்சி...' ஆனால், மேலும் சொல்கிறார்: 'இந்த பூமியின் எல்லா புரட்சிகர முன்னணிப் படையினர் மீதும் நான் மலம் கழிக் கிறேன்.' மார்கோஸ் மார்க்ஸின் புரட்சிகர உணர்வை ஆதரிக்கிறார்; ஆனால், மார்க்ஸிய ஆதிக்கப்போக்கின் எல்லா வடிவங்களையும் நிராகரிக்கிறார்.

---

* அரசோ, அதிகாரமோ, தனி உடைமையோ இல்லாத, மக்கள் தங்கள் வாழ்வுக்குரிய நிலைகளைத் தாங்களே உருவாக்கிக்கொள்ளும் நிலை.(மொ-ர்)

அமைப்பு முறை'* என்று அறியப்படும் நிலத்தைப் பொதுவுடைமைக்கும், பொதுக் கட்டுப்பாட்டுக்கும் உள்ளாக்கும் முறையிலிருந்தும் தன்னுடைய கருத்துகளைப் பெறுகிறார். ஒரு பகுதியின் பிரதான பொருளாதார வள ஆதாரமாக இருக்கும் நிலத்தைச் சொந்த மண்ணுக் குரிய சமூகக் குழுக்களின் கூட்டு உடைமையாக அந்த அமைப்புமுறை சட்டப்படி நிறுவியுள்ளது.'

'தனிச் சொத்து குறித்த முதலாளித்துவக் கருத்துகளோடு இது கடுமையாக மோதியது, சரிதானே?'என்றேன் நான்.

'ஆமாம். மெக்சிகோவின் மத்திய அரசு பல பத்தாண்டுகளுக்கு எஜிடோ அமைப்பு முறையை மதித்தது,' என்றது ஆவி. 'ஆனால், மெக்சிகோவின் நவசீர்திருத்தவாத முதலாளித்துவ வளர்ச்சி, 1980 களிலும், 1990களிலும் மெக்சிகத் தலைவர்களை அதை எதிர்க்குமாறு செய்தது. மருந்து உற்பத்தி, பிற லாபகரமானப் பயன்பாடுகளுக்காக அந்தப் பகுதி நிலத்திலும் பயிர்களிலும் பன்னாட்டு நிறுவனங்கள் ஆர்வம் காட்டின. சமூகச் சொத்தின் உடைமையுரிமைகளை மீண்டும் பெறவும், தங்கள் வள ஆதாரங்களைத் தக்கவைத்துக்கொள்ளவும், சியாபஸைத் தன்னாட்சி பெற்ற மாநிலமாக்கவும் ஜபாடிஸ்டாக்கள் தங்கள் புரட்சியைத் தொடங்கினார்கள்.'

'முதலாளித்துவத்துக்கு எதிரான பிரபல போராட்டங்களில் ஒன்றாக அது ஆகியுள்ளது,' என்றேன் நான். 'அது சில குறைபாடுகளைக் கொண்டுள்ளது. மூர்க்கத்தனமான கொள்கைப் பிடிப்பு, அகம்பாவம், துணை கமாண்டர் மார்கோஸ் மீதான தனிநபர் வழிபாடு, கூட்டாளி களுடன் பிடிவாதமாக இணைய மறுப்பதோடு அவர்களுக்கு ஆணை களைப் பிறப்பித்தல் போன்ற குற்றச்சாட்டுகள் ஜபாடிஸ்டாக்கள் மீது சுமத்தப்படுகின்றன. ஆனால், அதனுடைய மூல முதலான தொலைநோக்கு, மேற்கத்திய முதலாளித்துவத்தை அது துணிச்சலுடன் நிராகரிப்பது போன்றவை ஊக்கமளிப்பவையாக உள்ளன.'

'ஆமாம். உலகளாவிய முதலாளித்துவம், மெக்சிக நவ சீர்திருத்த வாத முதலாளித்துவம் மீது மார்கோஸ் வசீகரமான, இரக்கமற்ற தாக்குதலைத் தொடங்கினார். அதன் மூலம் சியாபர்களை மட்டும் அவர் ஊக்கம் கொள்ளச் செய்யவில்லை; டீனாவை நிராகரித்து புதிய சமூக ஒழுங்கமைவைக்கான இயக்கங்களைத் தொடங்க உலகம் முழுதும் அவர் ஊக்கம் கொள்ளச் செய்தார். 1996இல், சியாபஸில் இருக்கும் சான் அண்ட்ரிஸ் என்ற இடத்தில் ஜபாடிஸ்டாக்கள் மெக்சிக அரசோடு பேச்சுவார்த்தை நடத்தி, சொந்த ஊர் நிலத்தின் மீது

* ஒரு கிராமத்தின் நிலம் எல்லாருக்கும் பொதுவானது; தனி நபர்கள், சில நிபந்தனைகளுக்கு உட்பட்டு, அதில் பயிர் செய்து கொள்ளலாம். செவ்விந்தியர்களின் ஆதி விவசாய முறை இது. (மொ-ர்)

தொல்குடி மக்களுக்கு உள்ள உடைமையுரிமையை நிலைநாட்டல், உள்ளூர் மற்றும் பிராந்திய வரவு செலவுத் திட்டத்தைத் தீர்மானித்தல், அதில் பங்கேற்றல், சட்ட விவகாரங்களை நிர்வகித்தல் ஆகியவற்றில் உடன்படிக்கைகளை எய்தினார்கள். பிறகு, மெக்சிக அரசு தன் உறுதி மொழியிலிருந்து பின்வாங்கியபோது, உள்ளூர்த் தன்னாட்சிக்காகத் தங்களுடைய புரட்சியை மீண்டும் தொடங்கினார்கள்; ஆனாலும், அதை அஹிம்சை வழியில் நடத்த உறுதி மேற்கொண்டார்கள்.'

தொழில் நுட்பம், இணையம், நாடுகள் நட்புடன் இருத்தல் ஆகியவை குறித்து மார்க்ஸ்

'உற்பத்திச் சூழல்களைத் தொடர்ந்து முழு மாறுதலுக்கு உள்ளாக்கிக்கொண்டே இருக்காவிட்டால் பூர்ஷ்வாக்களால் பிழைத்திருக்க இயலாது.' தொழில் நுட்பத்தில் நிகழும் இந்தப் புரட்சி முதலாளித்துவத்துக்கு ஊழியம் செய் கிறது; ஆனால், இறுதியில் கம்யூனிசத்தை சாத்தியமாக்குகிறது. உழைக்கும் மனிதர் களின் எல்லைகளற்ற உலகம் ஒன்றை உருவாக்க உதவும் நம்பிக்கை ஊட்டும் சாதனம் இணையம்; சுய ஆட்சி செய்து கொள்ளும் உலகளாவிய ஒரு சமூகம் அந்த உலகம்.

'சரி. அஹிம்சையை நான் விரும்பு கிறேன்; ஏனென்றால், மரணத்துக்குப் பதிலாக வாழ்க்கையைத் தேர்ந் தெடுக்கும் மாற்று-முதலாளித் துவ ஈடுபாட்டை அது பிரதிபலிக்கிறது. மேலும், ச்சியாபிய சோஷலிச மாதிரியில் உள்ளூர்ப் பண்பும், பங்கேற்புப் பண்பும் இருக்கின்றன; அது மனித நேயப் பண்பையும், உயிரூட்டும் தன்மையையும் கொண்டுள்ளது,' என்றேன் நான்.

'ஆம்' என்று சொல்லி உடனே ஆவி ஒத்துக்கொண்டது. 'அதோடு, அவர்கள் இணையம், ஒத்துணர்வை வளர்க்கும் செயல்களைப் பயன்படுத்திப் பாலஸ்தீனியர்களுடை யதைப் போன்ற பன்னாட்டு விடுதலைப் போராட்டங்களோடு உலகளாவிய வலையமைப்பு ஒன்றை உருவாக்கியுள்ளார்கள். அமெரிக்காவிலும், ஐரோப்பாவிலும் உள்ள ஆயிரக்கணக்கான தீவிர ஆதரவாளர்களோடு அவர்கள் முக்கியத் தொடர்புகளை வளர்த்தெடுத் துள்ளார்கள். அவர்களைச் சொந்த மண் சார்ந்த 'பின்நவீனத்துவ'ப் புரட்சியாளர்கள் என்று அழைக்கலாம்; ஏனென்றால், இணையத்தில் உள்ள எதிர்ப்பின் புதிய மின்னணு வடிவங்கள் அனைத்திலும் அவர்கள் நன்கு தேர்ச்சி பெற்றுள்ளார்கள். எல்லைகளைத் தாண்டி மக்களை ஒன்றுபடுத்த உதவுவதன் காரணமாக புதிய தொழில்நுட்பம் விடுதலை தரும் திறனைப் பெற்றுள்ளதை நான் எப்போதும் கண்டுவந்துள்ளேன். மீமிகை முதலாளித்துவம் எப்படி உலகளாவியதோ அப்படியே மரண ஆட்சிக்கான எதிர்ப்பும் ஒரே நேரத்தில் உள்ளூர் சார்ந்ததாகவும் உலகளாவியதாகவும் இருக்க முடியும், இருக்க வேண்டும்.'

55

ராணுவமோ, புவி வெப்பமயமாதலுக்கு இட்டுச் செல்லும் வாயுக்களோ இல்லாத ஜனநாயகமும் கோஸ்டா ரிகாவும்

ஆவியின் பேச்சு தொடர்ந்தது: 'லத்தீன் அமெரிக்க மாதிரிகளை நாம் ஆராயும்போது, கோஸ்டா ரிகாவைப் பற்றி சுருக்கமாகப் பார்ப்போம். ஈஸிலிருந்து அது மாறுபட்டது; பன்னாட்டு நிறுவனங்கள் அதிகமாகக் காலூன்றியதால், வலுவான முதலாளித்துவப் பரிமாணங்கள் சேர்ந்த மாற்று-முதலாளித்துவத்தின் மேலதிக சீர்திருத்தவாத மாதிரி அது; பல பிற ஈஸ் நாடுகளிலும், தெற்கில் உள்ள பிராந்தியங்களிலும் இருப்பதைப் போல கோஸ்டா ரிகாவிலும் ஏற்றுக்கொள்ள முடியாத அளவுக்கு அதிக வறுமையும், வேலையின்மையும், சமத்துவமின்மையும் இருக்கின்றன. நவசீர்திருத்தவாதம் நோக்கிய அதனுடைய நகர்வு அளவுக்கதிகமானது; வாயில் எச்சில் ஒழுக அலையும் பன்னாட்டு மீமிகை முதலாளித்துவத்துக்குத் தன்னைத் திறந்துவைத்துவிட்டது. ஆனால், பொருட்படுத்தக்கூடிய மாற்று- முதலாளித்துவ மாதிரியின் அங்கங்களாக இருக்கவேண்டிய மூன்று விஷயங்கள் முக்கியமானவை.'

அண்மைப் பத்தாண்டுகளில் கோஸ்டா ரிகாவில் இரண்டு முறை அதிபராக இருந்தவரும், அமைதிக்கான நோபல் பரிசு பெற்றவருமான ஆஸ்கர் அரியேஸ் பற்றியும், அவருடைய புகழ்பெற்ற கூற்றையும் நினைத்துப் பார்த்தேன்: "அமைதியும், நீதியும் ஒன்றாகச் சேர்ந்துதான் செழித்து வளர முடியும், தனித்தனியாக அல்ல." நான் சொன்னேன்: 'கோஸ்டா ரிகா போரை நிராகரிப்பது அந்த மூன்று விஷயங்களில் ஒன்று என்பது எனக்கு உறுதியாகத் தெரியும். போர் முதலாளித் துவத்தின் கேடுகளில் ஒன்று என்று நீங்கள் எழுதினீர்கள். மக்கள் மீது அவர்களுடைய எஜமானர்கள் திணித்தத் துயரங்களிலிருந்து அவர் களுடைய கவனத்தை பேரரசின் மகிமைகள் திசைதிருப்பின; இதுதான் போலிப் பிரக்ஞையின் அடிப்படைக் காரணம்.'

அமைதி குறித்து அரியேஸ்

'தன்னுடைய முழு ஆன்மாவுடனும் ஒருவர் விரும்புவதில்தான் பெரிய அளவில் அமைதி அடங்கியுள்ளது. எராஸ்மஸின் [1466-1536. நெதர்லாந்தைச் சேர்ந்த மனிதமைய வாதி. 1498இல் இங்கிலாந்துக்குப் போய் இறையியல் பேராசிரியரானார். திருச்சபையின் மோசடிகளை அம்பலப்படுத்தினார். கிரேக்க **புதிய ஏற்பாட்டின்** முதல் ஆங்கில மொழிபெயர்ப்பைச் செய்தார்.] இந்த வார்த்தைகளை என்னுடைய சிறிய நாடான கோஸ்டா ரிகாவின் மக்கள் உணர்ந்திருக்கிறார்கள். என்னுடைய மக்கள் நிராயுதபாணிகள்; எங்களுடைய குழந்தைகள் போர் விமானத்தையோ, பீரங்கி வண்டியையோ, போர்க்கப்பலையோ ஒருபோதும் பார்த்ததில்லை...

'என்னுடைய நாடு ஆசிரியர்களின் நாடு. எனவே, அது அமைதியின் நாடு... எங்களுடைய நாடு ஆசிரியர்களின் நாடாக இருப்பதால் ராணுவ முகாம்களை மூடிவிட்டோம்; எங்களுடைய குழந்தைகள் தோளுக்குக் கீழே புத்தகங்களை எடுத்துச் செல்கிறார்கள், தோளுக்கு மேலே துப்பாக்கிகளை ஏந்திச் செல்வதில்லை.'

'நீங்கள் சொன்னது சரி,' என்று ஆவி ஆமோதித்தது. 'முதலாளித்துவ ரீதியிலான வெளிநாட்டு லாபத்தைப் பாதுகாக்கும் முதலாளித்துவ அரசு ராணுவமயப்படுத்தப்பட்டதாகவே இருக்கும் என்பதை நான் எப்போதுமே கண்டிருக்கிறேன். ராணுவமே இல்லாத சின்னஞ்சிறிய நாடுகளில் ஒன்று கோஸ்டா ரிகா. உண்மையைச் சொன்னால், வெளிப்படையாகத் தனது நிலையான ராணுவப் படையைத் துறந்த முதல் நாடு அதுதான்.'

'அது எப்போது நடந்தது? எந்த அளவுக்கு அது நிரந்தரமானது?' என்று நான் கேட்டேன்.

'1948இல் கோஸ்டா ரிகா ராணுவத்தை ஒழித்துவிட்டது. பிறகு, நாடு, இனி ஒருபோதும் நிலையான ராணுவத்தை வைத்துக் கொள்ளக் கூடாது என்று 1949இல் தன் அரசியல் சாசனத்தில் எழுதிவைத்தது. எந்தத் தலைவரும் கோஸ்டா ரிகாவை இனி மறு ராணுவமயப்படுத்த முடியாது.'

'அந்த நாடு அமைதியாக இருந்து வந்துள்ளதா?'

'ஆம்,' என்றது ஆவி. 'கடந்த 50 வருடங்களில் போரில் ஈடுபடாத ஒரே மத்திய அமெரிக்க நாடு அதுதான். மனித உரிமைகள், ஐநா, பன்னாட்டு குற்றவியல் நீதிமன்றம் ஆகியவற்றின் முக்கிய ஆதரவாளராகவும் அது இருக்கிறது. போரில்லாத ஒரு உலகத்தை நிறுவ தன்னை முழுமையாக ஈடுபடுத்திக்கொண்டுள்ளது அந்நாடு.'

'அணு ஆயுதங்களும் ராணுவமும் ஒரு நாட்டை பலமுள்ளதாக்குகிறது என்ற கொள்கையும், முடிவற்றப் போரும் நிறைந்த ஓர் உலகத்தில் கோஸ்டா ரிகா ராணுவத்தைத் துறந்தது வாழ்வுக்கான மிகப்பெரும் குறியீடு,' என்றேன் நான்.

'போரைத் துறப்பது மாற்று-முதலாளித்துவத்தின் உன்னத லட்சியங்களில் ஒன்று,' என்று ஆவி சொன்னது. 'ஜனநாயகத்தைப் போற்றிப் பேணுவது என்ற இரண்டாவது லட்சியத்துக்கு அது இட்டுச் செல்கிறது.

கடந்த 50 ஆண்டுகளுக்கும் மேலாக ஜனநாயக அமைப்பு முறையைக் கோஸ்டா ரிகா பின்பற்றி வருகிறது. தொழிலாளர்களுக்கும், விவசாயிகளுக்கும் உண்மையான அதிகாரத்தை வழங்க வேண்டும் என்ற ஜனநாயக லட்சியத்திலிருந்து வெகுதொலைவு அந்த நாடு விலகி இருந்தாலும் மத்திய அமெரிக்காவில் மிக வலுவாக நிலைத்துள்ள ஜனநாயகம் அங்கே இருக்கிறது; உலகின் பழைய ஜனநாயகங்களில் ஒன்றாகவும் அது உள்ளது.'

'மத்திய அமெரிக்காவில் இது அபூர்வம்தான்,' என்று நான் ஒத்துக் கொண்டேன்.

'கோஸ்டா ரிகாவின் மூன்றாவது சாதனை பசுமைப் புரட்சி. விலைவாசி, ஊதியம் தொடர்பான பல்வேறு உலகளாவியக் குறியீடுகளில் உலகின் 'மிகப் பசுமையான' நாடு என்று கோஸ்டா ரிகா தரப்படுத்தப்பட்டுள்ளது. சுற்றுச் சூழல் பாதுகாப்புக்கு உகந்த சுற்றுலா, அதன் அழகான தாவரங்கள், விலங்குகள் ஆகியவற்றைப் பராமரிப்பதில் ஈடுபாடு காட்டல் ஆகியவற்றுக்கு அந்நாடு பெயர் பெற்றது. அந்நாட்டின் பெரும் பகுதிப் பொருளாதாரத்தை புதுப்பிக்கப்படத்தக்க ஆற்றல் நடத்திச் செல்கிறது.'

'அதன் இயற்கை அழகையும், சுற்றுச் சூழல் பாதுகாப்பு மாதிரியையும் பார்க்க நான் ஆர்வம் கொண்டிருக்கிறேன்,' என்று சொல்லி ஆசையை ஒப்புக்கொண்டேன்.

'கார்பன் வெளியிடலைக் குறைப்பதற்கான ஒப்பந்தத்தில் தன் ஈடுபாட்டை உறுதியாகக் காண்பித்த முதல் நாடு கோஸ்டா ரிகாதான்,' என்றது ஆவி. '2021ஆம் ஆண்டு வாக்கில் கார்பன் வெளிப்பாட்டை முற்றிலுமாக இல்லாமல் ஆக்கப் போவதாக அது உறுதியளித்துள்ளது; தூய்மையான ஆற்றலை உற்பத்தி செய்கிற அளவுக்கு மிகாமல் கார்பனை வெளியிடப்போவதில்லை என்று உறுதியளித்துள்ளது. உலகம் நீடித்து இருக்க வேண்டுமானால் நமக்குத் தேவை இதுதான்; கால வரம்போடு தன்னுடைய உறுதிமொழியை வேறு எந்த நாடும் வெளியிடவில்லை.'

'ஆக, இன்னும் பத்தாண்டு காலத்தில் கோஸ்டா ரிகா கார்பனையே வெளியிடாது,' என்றேன் நான். 'எது சாத்தியம் என்பதை அது காட்டுவதால் அதன் ஈடுபாடு மற்ற நாடுகளுக்கு ஊக்கமளிக்கும். இப்போதுள்ள மோசமான சூழலையும் தாண்டி நாம் ஒருவேளை மரணத்தை நிராகரித்து வாழ்வைத் தேர்ந்தெடுப்போமோ, என்னவோ.'

56

சீனா: மீமிகை சோஷலிசமா, மீமிகை முதலாளித்துவமா?

'வடக்கு, தெற்கு அமெரிக்காக்களிலிருந்து நாம் ஆசியாவுக்குப் போவோம். சீனாவைப் பற்றிப் பேசாமல் இருக்க முடியாது,' என்றது ஆவி.

நான் கிளர்ச்சியடைந்தேன். 'உலகின் இரண்டாவது மிகப்பெரியப் பொருளாதாரமாக சீனா தற்போது ஆகியுள்ளது. அங்கு என்ன நடக்கிறது என்று தெரிந்துகொள்ள எல்லாரும் ஆசைப்படுகிறார்கள்.'

'பொருளாதார வல்லரசாக சீன டிராகன் வளர்ந்து வருகிறது; விரைவில் அமெரிக்காவை விஞ்சிவிடும். அதை அவர்கள் என்னுடைய பெயரில் செய்துகொண்டிருக்கிறார்கள்.' அவர்களுடைய வியக்கத்தக்க வெற்றிக்கான நற்பெயரைக் கொஞ்சம் துய்த்துக்கொள்ள ஆவி தயாராக இருந்தது.

'உண்மைதான். கிழக்காசிய அற்புதங்கள் என்று அழைக்கப்படுகிற ஜப்பான், தைவான், தென் கொரியா, சிங்கப்பூர், ஹாங்காங் ஆகிய வற்றுக்கிடையே சீனா மட்டும்தான் தன்னைச் சோஷலிச நாடு என்றும், மார்க்சியம் சார்ந்த நாடு என்று அழைத்துக்கொள்கிறது.' ஆவிக்கு உரியதைத் தர நான் தயாராக இருந்தேன்.

அது மகிழ்ச்சியடைந்தது போலத் தோன்றியது. அதே சமயம், பிற ஆசியப் புலிகளின்* வெற்றியை விளக்கவும் தன் கருத்துகள் உதவும் என்று அது சொன்னது. 'மிக அதிக அளவிலான அரசுத் தலை யீட்டினாலும், வழிகாட்டலாலும் உயர் வளர்ச்சி கண்ட பொருளாதாரங் களின் ஆசிய மாதிரி ஒன்று உள்ளது. மேற்கின் முதலாளித்துவத்

* சில தென் கிழக்கு ஆசிய நாடுகளின் பொருளாதாரத்தைக் குறிப்பிடப் பயன்படுத்தப் படும் செல்லப் பெயர். பெரும் அந்நிய முதலீடுகளால் அவற்றின் பொருளாதாரம் குறிப்பிடத்தக்க வளர்ச்சியைக் கண்டது. 1980களில் சில பிரச்சினைகளைச் சந்தித்தாலும் 1990களுக்குப் பிறகு உறுதியடைந்தது.(மொ-ர்)

தனிமனிதவாதத்தை நிராகரித்து, குழு அல்லது சமூகத்தின் மீது கவனத்தைக் குவிக்கும் அவை கூட்டுடைமைச் சமூகங்கள். இதற்கு ஜப்பான் சிறந்த ஓர் உதாரணம்.'

'ஆக, நீங்கள் ஆசியப் பொருளாதாரங்களை முதலாளித்துவமாகப் பார்க்கவில்லை, அப்படித்தானே?'

'முதலாளித்துவம், சோஷலிசம், கூட்டுடைமைச் சமூகம் கலந்த கலப்பினமே ஆசிய மாதிரி. நீங்கள் அதைக் கன்ஃபூசிய முதலாளித்துவம் என்றோ, கன்ஃபூசிய சோஷலிசம் என்றோ, சந்தைச் சோஷலிசம் என்றோ, கன்ஃபூசிய சமூகச் சந்தைப் பொருளாதாரம் என்றோ அழைக்கலாம். மேற்கத்திய முதலாளித்துவத்தைவிட அதிக அளவில் சமூகம், கூட்டுடைமை ஆகியவைச் சார்ந்ததாகவும், அரசின் வழிநடத்தலுக்கு உட்பட்டதாகவும் இருக்கிறது; இந்த வகையில், அது ஆசிய விழுமியங்களையும், அரச வழி அரசியல் மரபுகளையும் பிரதிபலிக்கிறது.'

'பெரும்பாலும் லத்தீன் அமெரிக்க அமைப்பு முறையைப் போலவே ஆசிய மாதிரியும் நாட்டுக்கு நாடு மாறுபடுகிறது. ஆனால், மேற்கத்திய முதலாளித்துவத்திலிருந்து சந்தேகமேயில்லாமல் அது வேறுபட்டுள்ளது.'

'முற்றிலும் சரி! உலகளாவிய பொருளாதாரத்தில் அவற்றுக்குள்ள தொடர்புகளையும் தாண்டி ஆசியப் பொருளாதாரங்கள் எல்லாமும் மாற்று-முதலாளித்துவ அமைப்பு முறைகளே,' என்று சொல்லி ஆவி நான் சொன்னதை ஏற்றுக்கொண்டது. 'சில வகைகளில் சீனா மூர்க்கத்தனமான முதலாளித்துவவாதியாகவும், அதே சமயம் மிக வெளிப்படையான சோஷலிசவாதியாகவும் இருக்கிறது.'

'அன்மையில் நான் சீனாவுக்குப் போயிருந்தபோது, உங்களுடைய அமைப்பு முறையை எப்படி வரையறுப்பீர்கள் என்று முன்னணி கல்வியாளர்களையும், கம்யூனிஸ்ட் கட்சியின் அலுவலர்களையும் கேட்டேன். அதிகாரப்பூர்வமாக அவர்கள் அதைச் சோஷலிசம் என்று அழைக்கிறார்கள். அதிகாரப்பூர்வமற்ற வகையில் எனக்குப் பல்வேறு பதில்கள் கிடைத்தன; அவற்றில் ஒன்று "சோஷலிசச்

ஆசியாவில் அரசின் பெரும் வெற்றி

சீனாவும் பிற ஆசிய நாடுகளும் புதிய பொருளாதார வல்லரசுகளாக மாறிக் கொண்டுள்ளன. அரசைத் திறமையற்றது என்று அழைத்தவரும் சுதந்திரச் சந்தைக் கோட்பாட்டாளருமான மில்டன் ஃப்ரீட்மன் இப்போது மகிழ்ச்சியற்ற ஓர் ஆவி; ஏனென்றால், மேற்கின் சந்தைப் பொருளாதாரங்களுடைய வீழ்ச்சியையோ, ஆசியாவின் பெரும் அரசுப் பொருளாதாரங்களுடைய வெற்றியையோ அவருடைய கோட்பாடுகளால் விளக்க முடியாது.

'சிவப்பு சோஷலிச'த்துக்குப் போய்ச் சாப்பிடுங்கள்

பெய்ஜிங்கில் உள்ள *சிவப்பு முதலாளித்துவம்* என்று அழைக்கப்படும் உணவு விடுதியில் நீங்கள் சாப்பிடலாம் என்று என்னிடம் சொன்னார்கள். நான் அங்குச் சாப்பிடவில்லை; ஆனால், முதலாளித்துவம் அல்லது சோஷலிசம் என்ற நம்முடைய மாறாத, சலிப்பூட்டும் உருப்படிவங்களுக்குப் பொருந்தாத கலப்பினச் சீனாவுக்கு அந்த உணவு விடுதி ஒரு பொருத்தமான படிமம்.

சமூகச் சந்தைப் பொருளாதாரம்'' என்பது; அவற்றில் மிக அதிக சுவாரஸ்யமான பதில் "சிவப்பு முதலாளித்துவம்" என்பது,' என்றேன் நான்.

'அவர்கள் முன்னேற முன்னேற தங்களுடைய செய்முறையை வளர்த்தெடுத்துக்கொள்கிறார்கள். அதற்கு நல்ல பெயர் எதுவும் இல்லை. சந்தை சோஷலிசம் என்பது வேண்டுமானால் அதற்குச் சிறந்த பெயராக இருக்கலாம்; இந்த அமைப்பு முறையில், சந்தைகளையும் சில பெரிய துறைகளில் தனியுடைமையையும் அறிமுகப்படுத்தும் அதே நேரத்தில் அரசு முக்கிய உற்பத்தி முறைகளைத் தன்வசமே வைத்துக் கொண்டு அவற்றை வழிநடத்தவும் செய்கிறது.'

'சீனா பெயரளவில்தான் சோஷலிச நாடாக இருக்கிறது என்று மேற்கில் உள்ள பெரும்பாலானோர் கருதுகிறார்கள். ஆனால், அது வெற்றிகரமாக இருப்பதற்குக் காரணம், உண்மையில் அது முதலாளித் துவத்தைத் தழுவியதுதான்.'

ஆவி கோபத்துடன் என்னைப் பார்த்தது. 'இது சித்தாந்த ரீதியில் சிறுபிள்ளைத்தனமானப் பேச்சு. தங்களை விஞ்சிச் செல்லும் புதிய ஓர் அமைப்பு முறைக்கு வெற்றியைக் கோரும் மேற்கத்திய முதலாளித்துவ வாதிகளின் முயற்சியே அந்தப் பேச்சு.'

இவ்விடத்தில் செவ்வியல் மார்க்ஸ் பேசுகிறார்; போலி முதலாளித் துவக் கருத்துகளை அவர் 'சிறுபிள்ளைத்தனமானப் பேச்சு' அல்லது 'வெற்றுப் பேச்சு' என்று சொல்லி நிராகரிக்க விரும்புவது வழக்கம்.' நான் வெறுமனே அவரைக் கேட்டேன்: ' அதற்கு என்ன ஆதாரம்?'

'2008இல் நிகழ்ந்த பெரும் தேக்கநிலையின்போது, அமெரிக்கப் பங்குச்சந்தை வீழ்ந்ததைப்போல சீன வங்கிகள் சரிந்துவிடவில்லை. அவற்றின் அதிகார வர்க்கம் மற்றும் முதலீட்டுக் கையிருப்பு வகையில் சில பிரச்சினைகள் இருந்ததற்கான ஆதாரம் இருந்தாலும் வியக்கத்தக்க வகையில் அவை ஆரோக்கியமாக தொடர்ந்து இருந்தன. அமெரிக்கப் பங்குச்சந்தை வீழ்ந்தபோது, சீன வங்கிகள் கடனைத் தீர்த்துத் தொடர்ந்து தொழிலில் நிற்கும் திறனை எப்படிக் கொண்டிருந்தன என்பது உங்களுக்குத் தெரியுமா?'

'தயவுசெய்து விளக்குங்கள்.'

'ஏனென்றால் சீனாவின் மிகப் பெரிய வங்கிகளெல்லாம் அரசுக்குச் சொந்தமானவை. அமெரிக்க வங்கிகளும், பங்குச்சந்தையும் உலகெங்கும் விற்றுக்கொண்டிருக்கும் பங்குகளையோ, திருப்பிச் செலுத்த இயலாத வீட்டுக் கடன்கள் போன்ற பிற நிதிப் பத்திரங்களையோ சீன வங்கிகள் வாங்குவதைச் சீன அரசு தடைசெய்திருந்தது.'

'அதனால் சீன நிதி அமைப்பு முறை சோஷலிசமயமானதா?'

'அங்குள்ள பெரும் வங்கிகள் அரசுக்குச் சொந்தமானவை; அரசால்

வழிநடத்தப்படுபவை. அதே சமயம், அது வங்கிகளுக்கு மட்டுமே உரிய உண்மை அல்ல. பிற முக்கியப் பொருளாதாரத் துறைகளும் நாட்டு டைமையாக்கப்பட்டுள்ளன. நிதி, எரிசக்தி, போக்குவரத்து, தொலைத் தொடர்பு, ரியல் எஸ்டேட், கட்டுமானம், வாகன உற்பத்தி, சுரங்கத் தொழில் போன்ற துறை களை அரசு தன்னுடைய உடைமை களாக வைத்திருப்பதோடு அவற்றை நிர்வகிக்கவும் உதவுகிறது. மேலும், இயல்பாகவே, பாதுகாப்புத் தொடர் பான நிறுவனங்களையும், துறைமுகங் களையும், விமான நிலையங்களை யும் அரசு தன்னுடைய உடைமை யுரிமையிலேயே வைத்துள்ளது.'

சீனாவின் பெரும் வங்கிகள் எதிர் அமெரிக்காவின் பெரும் வங்கிகள்

பெரும் தேக்கநிலைக் காலத்தில், இடர் களையும், பிரச்சினைகளையும் சமூக வயப்படுத்தி, லாபங்களைத் தனியார் மயமாக்கி அமெரிக்கா தன்னுடைய வங்கிகளை நெருக்கடியிலிருந்து காப்பாற்றியது. சீனாவின் பெரும் வங்கிகள் காப்பாற்றப்பட வேண்டிய நிலையில் ஒருபோதும் இல்லை.. அவை அரசுக்குச் சொந்தமானவை; அவை, மார்க்ஸின் அர்த்தத்தில், சோஷலிச மயமானவை. இடர்கள், லாபங்கள் இரண்டுமே சமூகவயப்பட்டவை; சூதாட்ட வங்கி நடவடிக்கைகளில் ஈடுபடுவதினின்றும் சீன வங்கிகள் தடுக்கப்பட்டிருந்தன.

'ஆனால், கூகுள் தொடங்கி ஜெனரல் மோட்டார்ஸ் வரை பல வெளிநாட்டுத் தனியார் நிறுவனங்களும், ஆயிரக்கணக்கான சீன தனியார் வணிக நிறுவனங்களும் ஆபத்தான வேகத்தில் அந்நாட்டில் இயங்கிக்கொண்டுள்ளனவே,' என்று நான் மறுப்புச் சொன்னேன்.

'அது சுறுசுறுப்புடன் செயல்படுகிற ஆனால் பொருளாதாரத்தின் சிறு பகுதியாக இருக்கும் ஒரு துறை. அதன் பெரும்பகுதி ஏற்றுமதி மண்டலங்களிலேயே நெருக்கி வைக்கப்பட்டுள்ளது; தொழிலாளர்கள் குறைந்த ஊதியத்துக்குப் பணிபுரிபவர்கள் ஆயத்த ஆடைகள் தயாரித்தல், மின்னணுக் கருவிகளின் உறுப்புகளைப் பொருத்தும் தொழில் போன்றவை அங்கே நடக்கின்றன. சீனப் பொருளாதாரத்தின் "செல்வாக்கு மிக்க உச்சங்களில்"* உள்ள 60 சதவீத பெரும் நிறுவனங் களில் பலவும், அவற்றைவிட சிறிய ஆயிரக்கணக்கான நிறுவனங்களும் தேசிய அரசுக்குச் சொந்தமானவை; இன்னும் ஆயிரக்கணக்கான நிறுவனங்கள் மாகாண மற்றும் உள்ளூர் அரசுகளுக்குச் சொந்த மானவை.'

'ஆனால், நிச்சயமாக ஒரு மாற்றம் தென்படுகிறதே. தனியார் வணிகத்தை நோக்கிய நகர்வா?'

* பெரிய அளவிலான தொழிற்சாலைகள், வெளிநாட்டு வணிகம், வங்கித் துறை, போக்குவரத்து போன்றவற்றைக் குறிக்க 1921இல் லெனின் பயன்படுத்திய சொற் றொடர். தொடக்கத்தில் அரசின் நிர்வாகத்தில் இருந்த அவை பிறகு நாட்டுடைமை யாக்கப்பட்டன. காலப்போக்கில் சோஷலிச நாடுகள் முன்சொன்னவற்றோடு வேறு சில துறைகளையும் சேர்த்துக்கொண்டன. (மொ-ர்)

'1980களில் தாராளமயமாக்கல் தொடங்கியபோது அதுதான் இலக்கு. ஆனால், 2000க்குப் பிறகு அலை திசைமாறியது. அரசுக்குச் சொந்தமான நிறுவனங்கள் பல்கிப் பெருகி வளர்ந்துள்ளன; இதெல்லாம் அரசின் வெளிப்படையான ஊக்குவிப்போடு நடக்கிறது. தனியார் வணிகத் துறையின், வெளிநாட்டு, உள்நாட்டு முயற்சிகள் ஒரு வரம்புக்குள் வைக்கப்படுகின்றன.'

'ஏன்?'

சீன சோஷலிசத்தின் செயல் திறன்

'திறமையுடன் தீர்மானங்களை எடுப்பதிலும், பெரும் தொழில்களைத் திறமையுடன் ஒருங்கமைத்து, அவற்றிற்கான வளங்களைத் திரட்டி ஒருமுகப்படுத்தி, அவற்றை வெற்றிகரமாக நிறைவேற்றுவதிலும் சோஷலிச அமைப்பு முறையின் அனுகூலங்கள் நமக்கு உதவுகின்றன' என்று 2010இல் சீனப் பிரதமர் வென் ஜியாபாவ் சொன்னார்.

'வெவ்வேறு வழிமுறைகளைச் சோதித்துப் பார்த்ததில், குறிப்பாக உலகளாவிய தேக்கநிலைக் காலத்தில், தமக்குச் சொந்தமான நிறுவனங்களுக்குப் பணத்தை வழங்குவதன் மூலம் பொருளாதாரத்தை இன்னும் திறமையாக நிர்வகிக்கலாம் என்பதைச் சீனத் தலைவர்கள் தெரிந்து கொண்டார்கள். மேற்கத்தியக் கருத்துகளுக்கு முரணாக, அரசுக்குச் சொந்தமான நிறுவனங்களின் உட்கூறாக உள்ள வலுவும், திறனுமே மற்றவர்களைவிட தாம் நல்லநிலையில் இருப்பதற்குக் காரணம் என்பதையும் சீனர்கள் உணர்கிறார்கள்.'

'ஆனால், பொதுத்துறை நிறுவனங்கள் ஊழலாலும், வேண்டியவர்களுக்கு சலுகை காட்டும் அரசியல் தலையீட்டாலும் நிரம்பியிருப்பதாகப் பரவலாகப் பேசப்படுகிறது. எங்கெல்லாம் தனியார் நிறுவனங்கள் போட்டிபோட அனுமதிக்கப்படுகின்றனவோ அங்கெல்லாம் பொதுத்துறை நிறுவனங்கள் அவற்றுக்கு நிகராகச் செயல்பட முடியவில்லை.'

'ஆமாம். வேண்டியவர்களுக்குத் தரப்படும் ஆதரவும், சிவப்பு நாடாவும் அரசு நிறுவனங்களில் உள்ள முக்கியப் பிரச்சினைகள். மூச்சைத் திணறவைக்கும் அதிகார வர்க்கம் இருக்கிறது; தனியார், அரசு என்று இரண்டு பக்கங்களிலும் இருக்கும் பல சீன நிறுவனங்களில் உண்மையான படைப்பூக்கம் குறைவாக உள்ளது. ஆனால், சீனர்கள், மையத்தில் இருக்கும் அரசுக் கட்டுப்பாட்டை நீக்கி அதை உள்ளூர் அமைப்புகளுக்கு வழங்கியும், அரசுப் பணியில் புதிய மேலாளர்களை நியமித்தும் வருகிறார்கள். அரசுடைமையின் தீங்குகளைவிட அதன் மொத்தப் பயன்கள் கூடுதலாக இருக்குமாறு பார்த்துக் கொள்கிறார்கள்.'

'ஆக, கட்டுமானத் தொழிலின் உலகத் தலைநகரமான ஷாங்கையில் நான் பார்த்த, உயரமான க்ரேன்கள் மூலம் விண்ணை முட்டும்

கட்டடங்களைக் கட்டும் தொழில்கள் எல்லாம் பொதுத்துறையைச் சேர்ந்தவையா?'

'ஆம். 2009ஆம் ஆண்டில் மட்டும் அரசுக்கு சொந்தமான 8000க்கும் மேற்பட்ட கட்டுமானத் துறையைச் சேர்ந்த புதிய தொழில்கள் தொடங்கப்பட்டன.'

'ஷாங்கைய்க்குப் போய் வந்த யாரும் சோஷலிசத் தொழில் முயற்சிகள் பற்றியும், அவற்றின் செயல்திறன் பற்றியும் தனக்குள்ள கருத்துகளை மறுசிந்தனைக்கு உட்படுத்தவேண்டியிருக்கும்,' என்றேன் நான்.

'முதலாளித்துவம் குறித்த மேற்கின் சில முக்கிய ஊகங்களை ஷாங்கைய் மட்டுமல்ல. முழு சீன அமைப்பு முறையுமே கேள்விக் குள்ளாக்க வைக்கும்,' என்றது ஆவி. 'பெரும் தேக்கநிலைக் காலத்தில் உலகப் பொருளாதாரம் தேங்கிப்போய் நிலைதடுமாறிக்கொண்டிருந்த போது, வளர்ச்சியைத் தூண்டும் பெரும் அளவிலான பணத்தை அரசுக்குச் சொந்தமானப் பொருளாதாரத் துறைகளுக்குள் சீனர்கள் செலுத்திக்கொண்டிருந்தார்கள்; அந்தப் பணம் வேலைவாய்ப்புகளை உருவாக்குவது போன்ற உருப்படியான வழிகளில் செலவழிக்கப்பட வேண்டுமே ஒழிய நிர்வாகிகள் தங்களுக்குத் தாங்களே போனஸ் வழங்கிக்கொள்ளவோ பெரிய வங்கிகள், நிறுவனங்கள் பதுக்கிவைத்துக் கொள்ளவோ கூடாது என்பதை சீனர்கள் உறுதிசெய்துகொண்டார்கள்.'

'அமெரிக்காவிலும், உலகம் முழுதிலும் பொருளாதார மந்தநிலை ஏற்பட்டபோது சீனா நிலைமைக்கு ஏற்பத் தன்னை மாற்றிக்கொண்டு பிரச்சினையிலிருந்து மீண்டு பழைய நிலையை அடைந்தது இதன் காரணமாகத்தானா?'

'அதைப்பற்றி சந்தேகமே வேண்டாம். அவர்கள் தங்களுடைய செலாவணியை *(கரன்சி)* நேர்மையற்ற முறையில் தங்களுக்குச் சாதகமாகப் பயன்படுத்திக்கொள்கிறார்கள் என்பதும், தங்களுடைய செல்வத்தைப் பெருக்கிக்கொள்ள தொழில்நுட்பப் புனைவாக்கங் களையும் வெளிநாடுகளின் பெரும் வணிக நிறுவனங்களிடமிருந்து இசைவுரிமை இன்றிப் பொருள்களை வல்லந்தமாகப் பிடுங்கிக்கொள் வதையும் செய்கிறார்கள் என்பதும் உண்மைதான்; அவர்களுடைய அணுகுமுறையில் நிறைய தவறுகள் இருக்கின்றன. அந்த நாடு ஒன்றும் சோஷலிச சொர்க்கமில்லை; அனேகமாக அதற்கு எதிர் நிலையில் இருக்கிறது. ஆனால், அரசின் கட்டுப்பாடு குறிப்பிடத்தக்க வளர்ச்சியை மட்டுமல்ல, சமூக மற்றும் சுற்றுச்சூழல் நெருக்கடிகளுக்கு மற்றவர் களைவிட விரைவாக எதிர்வினை புரிவதை அனுமதிக்கிறது. அவர் களுடைய பழைய அசுத்தமான நிலக்கரி நிறுவனங்களால் ஏற்படும் மருத்துவச் செலவுகள் மற்றும் எண்ணெய்க்காகப் பிறரைச் சார்ந்திருப்

பதால் ஏற்படும் எதிர்காலச் செலவுகள் ஆகியவை குறித்த அக்கறை காரணமாகச் சீன அரசு ஏராளமான பணத்தை அரசுக்குச் சொந்தமான புதிய எரிசக்தி நிறுவனங்களுக்கு வழங்குகிறது. அமெரிக்காவை மிஞ்சும் வேகத்தில் பொதுத்துறையில் பசுமை மின்சார நிறுவனங்களை அவர்கள் தொடங்கியிருக்கிறார்கள்; உலகிலேயே மிகப்பெரிய காற்றாலை மற்றும் சூரிய சக்தித் தொழிற்சாலைகளைக் கட்டியிருக்கிறார்கள்.'

சீனா பசுமைப் புரட்சியை வழியை நடத்துகிறதா?

முதலாளித்துவத்தின் பெரும் ரசிகரான டாம் ஃப்ரீட்மன், சுற்றுச் சூழலைப் பாதுகாக்கும் பசுமைப்புரட்சியில் தூய ஆற்றலைத் தயாரிக்கும் காற்றாலை மற்றும் சூரிய சக்தித் தொழில்களில் சீனா நம்மைத் தோற்கடிக்கிறது என்று நம்புகிறார். பருவ நிலை மாற்றத்திலிருந்து சோஷலிச சீனா உலகைக் காப்பாற்றும் என்பதையும், அந்த வகையில் உலகளாவிய பொருளாதாரத் தலைமையும், அதிகாரமும் அமெரிக்காவிலிருந்து சீனாவுக்கு மாறும் என்பதையும் பசுமை முதலாளித்துவத்தின் ஆதரவாளரான ஃப்ரீட்மன் ஒப்புக்கொள்கிறார். சோஷலிச நெறிகளோடு இணைந்த பசுமையான புதிய நடவடிக்கை [Green New Deal - பருவநிலை மாற்றம், நிதி நெருக்கடி போன்றவற்றுக்குத் தீர்வாக வளர்ந்த நாடுகள் எடுத்த முன்முயற்சிகள்] போன்ற முயற்சிகளுக்கு பெரும் அளவிலான அரசின் நிதி ஊக்குவிப்புகள் இருந்தால் மட்டுமே புவி வெப்பமயமாதலிலிருந்து நாம் காப்பாற்றப்பட முடியும் என்பதை ஃப்ரீட்மன் உணர்கிறார். அவ்வகையான சோஷலிசம் மட்டுமே இருபத்தோராம் நூற்றாண்டின் உலகளாவியப் பொருளாதாரத்தில் நாடுகளை ஒன்றோடொன்று போட்டிபோட்டு வளர வைக்க முடியும்.

'ஆக, அவர்கள் அன்றாடம் கட்டிக்கொண்டிருக்கும் அசுத்தமான நிலக்கரித் தொழிற்சாலைகளையும் தாண்டி சீன வகை சோஷலிசம் உலகின் மிக முக்கியமான, சுற்றுச் சூழலைப் பாதுகாக்கும் பசுமைப் புரட்சியை உண்டாக்கிக்கொண்டிருக்கிறார்கள், அப்படித்தானே?'

'சுற்றுச் சூழலைப் பாதுகாப்பதில் அவர்கள் அரைகுறையாகத்தான் இருக்கிறார்கள் என்று நீங்கள் சொல்வது சரிதான். காற்று அசுத்தமாக இருக்கிறது; அசுத்தமான நிலக்கரி ஒரு தொல்லைதான். ஆனால், வேறெந்த நாட்டையும்விட விரைவாக சீனா புதுப்பிக்கத்தக்க ஆற்றலை விளைவிக்கிறது; அதனுடைய புதுவகை சோஷலிச/முதலாளித்துவக் கலப்பினம் உலகுக்கு ஒரு பொருளாதார மாதிரியாக ஆகலாம். சீனர்களுக்கு இது ஒரு முக்கியமான மாற்றத்தைக் குறிக்கும் காலம். நகரத்துக்கும், கிராமப்புறத்துக்கும் இடையே உள்ள பெரும் பொருளாதார வேறுபாட்டையும், கிராமப்புற மீமிகை ஏழைகளுக்கும், நகரம் சார்ந்த மத்தியதர வர்க்கம் மற்றும் பணக்காரர்கள் ஆகியோருக்கிடையே வளர்ந்துவரும் இடைவெளியையும் அவர்களால் வென்றெடுக்க முடியுமா என்பதும்தான் முக்கியக் கேள்வி. அவ்வகை வர்க்கப்

பிரிவினைகளும், தீவிர சமத்துவமின்மையும் சீன சோஷலிச மாதிரியை சமரசத்துக்கு உள்ளாக்குகின்றன; புதிய சீன மீமிகைப் பணக்காரர் களின் அதிகாரத்தைக் குறைத்து, மில்லியன் கணக்கான ஏழைச் சீனர்களுக்கு மேம்பட்ட வாழ்க்கைத் தரத்தையும் பாதுகாப்பையும் வழங்கவேண்டியுள்ளது. அதன் பிறகு வர்க்க முரண்பாடுகள் குறையும்; அவர்கள் அடைய விரும்பும் சமநிலையைப் பெறுவார்கள். நான் முன்கூட்டியே சொன்னது போலவே, மேலதிக மனித உரிமைகளும், ஜனநாயகமும் வளர இந்த நிலை அனுமதிக்கும். செல்வ வளம் பரவப் பரவ இறுதியில் அரசுக் கட்டுப்பாடு தளர்ந்து மறையும்; வர்க்கப் பிரிவினைகள் வலுகுறைந்து அழியும்.'

57

மொண்ட்ரகோன், கூட்டுறவு நிறுவனங்கள், மேலும் மூலதனத்துக்கு மேல்நிலையில் தொழிலாளர்கள்

பொழுது புலரத் தொடங்கியது; ஆவியோடு நான் உரையாடும் நேரம் குறைவாகத்தான் இருக்கும் என்பது எனக்குத் தெரிந்தது. அமெரிக்காவைப் பற்றி அதனுடைய எண்ணங்களைக் கேட்க எனக்கிருந்த ஆவல் கட்டுக்கடங்காததாக இருந்தது.

'பொறுங்கள்,' என்று அழுத்தமாக ஆவி சொன்னது. மொண்ட்ரகோன் (Mondragon) என்ற இன்னொரு பன்னாட்டு நடப்பைப்பற்றி நாம் பேசவேண்டியுள்ளது. அது சமூக ஜனநாயகம், மண்சார்ந்த சோஷலிசம் என்ற இரண்டிலிருந்தும் வேறுபட்ட, அவற்றைவிட மேலான ஒரு முக்கிய மாதிரி. அமெரிக்காவிலேகூட ஒரு மாற்றத்தை ஏற்படுத்த இயலும் ஒரு தூண்டுதலாக அது ஆகலாம்.'

'ஓ, ஆமாம். எனக்கு மொண்ட்ரகோனைத் தெரியும்,' என்று ஆவியிடம் சொன்னேன். 'ஸ்பெய்னில் பாஸ்க் என்ற அழகான, அதிகாரத்துக்கு எதிரான மனோபாவம் கொண்ட பகுதியில் உள்ள ஊரான மொண்ட்ரகோனில் இருக்கும் உலகின் மிகப் பிரபல, வெற்றிகரமான, தொழிலாளர்களுக்குச் சொந்தமான கூட்டுறவு இணையத்தைப்பற்றித்தான் நீங்கள் பேசுகிறீர்கள்.'

'அது சரி,' என்றது ஆவி. 'சமூகரீதியில் முற்போக்கான சிந்தனை கொண்டவரும் கத்தோலிக்க அருட்தந்தையுமான ஜோஸ் மரியா அரிஸ்மெண்டி என்பவரால் 1940களில் மொண்ட்ரகோன் தொடங்கப் பட்டது. ஒன்றோடொன்றுடனும், தாம் சார்ந்த சமூகக் குழுக் களுடனும், பரந்த அளவிலான கூட்டுறவு மற்றும் தொழிலாளர் இயக்கத்துடனும் தொடர்புடைய உயர்ந்த அளவு உற்பத்தித் திறன் கொண்ட 250 தொழிலாளர் கூட்டுறவு நிறுவனங்களைக் கடந்த 65 ஆண்டுகளில் மொண்ட்ரகோன் உருவாக்கியுள்ளது. உயர்தர எந்திரங்களையும், நீண்டநாள் நீடித்திருக்கக்கூடிய உலகத் தர குளிர் சாதனப் பெட்டிகளையும் உற்பத்தி செய்கின்றன மொண்ட்ரகோனில் உள்ள பல கூட்டுறவு நிறுவனங்கள்; மற்றவை உயர்தர மின்னணுப் பொருள்களை உற்பத்தி செய்யும் உயர் தொழில் நுட்ப நிறுவனங்கள். அவைதாம் பல முக்கியப் பொருள்களைத் தயாரிப்பதில் ஐரோப்பிய அளவில் மிகப் பெரியவை.

கூட்டுறவுப் பள்ளிகள், மருத்துவமனைகள், பல்கலைக் கழகங்கள், வங்கிகள் போன்றவையும் மொண்ட்ரகோனில் உள்ளன. தன்னுடைய ஆயிரக்கணக்கான ஊழியர்களில் யாரையும் பணியில்லை என்று வீட்டுக்கு அனுப்பாமல் லாபகரமாகவே தன்னுடைய வணிகத்தில் ஈடுபட்டு, கூட்டுறவு நிறுவனங்கள் நீடித்த வாழ்வை உடையவை என்பதையும் முற்றிலும் ஒரு புதிய வகை வாழ்க்கையை உருவாக்கும் திறன் கொண்டவை என்பதையும் நிரூபித்து கடந்த 70 ஆண்டுகளுக்கும் மேலாக மொண்ட்ரகோன் நிலைத்து நிற்கிறது.'

'ஸ்பெய்னின் அந்த முழுப் பகுதியையும் 'கூட்டுறவு தேசம்' என்று நீங்கள் அழைக்கலாம்,' என்றேன் நான். 'ஆனால், கூட்டுறவு நிறுவனங் களுக்கு நீங்கள் ஆதரவு தேடுவதுதான் எனக்கு ஆச்சரியமாக இருக்கிறது. கூட்டுறவு நிறுவனங்கள் ஒருவகை ''கற்பனை உலக சோஷலிசம்'' என்றும், சமூகப் புரட்சியை உண்டாக்கும் பரந்த கடமையி லிருந்து தொழிலாளர்களை அவை திசைதிருப்பும் என்றும் எழுதியவர் நீங்கள். ''புதிய ஜெருசலேமின் [புனித நகரம்/கடவுளின் நகரம்] கையடக்கப் பதிப்புகளான தம்மு டைய சமூகக் கற்பனை உலகுகளை சோதனை ரீதியில் நிஜ உலகுக்குக் கொண்டுவந்துவிட முடியும் என்று அவை [கூட்டுறவு நிறுவனங்கள்] கனவு காணுகின்றன. இந்த மனக் கோட்டைகளை எல்லாம் நடை

கூட்டுறவு நிறுவனங்கள் மற்றும் கற்பனை உலக சோஷலிசம் ஆகியவற்றில் உள்ள ஆபத்துகள் குறித்து மார்க்ஸ்

கூட்டுறவு நிறுவனங்களை நிறுவிய கற்பனை உலக சோஷலிஸ்ட்டுகள், 'எல்லா அரசியல், குறிப்பாக புரட்சி கர செயல்பாடுகளையும் நிராகரிக் கிறார்கள்... (அவர்களுடைய) சிறு சோதனைகள் தவிர்க்கவியலாமல் தோல்வியைச் சந்தித்தே தீரும்... அவை வர்க்கப் போராட்டத்தை வலுவிழக்கவும் செய்யும்,' என்று மார்க்ஸ் எழுதினார்.

முறைக்குக் கொண்டுவர பூர்ஷ்வாக்களின் உணர்ச்சிகளையும் பணத்தை யும் தமக்கு ஆதரவாக ஈர்த்துக்கொள்ள அவை [கூட்டுறவு நிறுவனங்கள்] நிர்ப்பந்திக்கப்படுகின்றன. கொஞ்சம் கொஞ்சமாக அவை பிற்போக்குப் பழைமை வாத சோஷலிஸ்ட்டுப் பிரிவுக்குள் அமிழ்ந்து போகின்றன.... எனவே, உழைக்கும் வர்க்கம் முன்னெடுக்கும் எல்லா அரசியல் செயல் பாடுகளையும் அவை மூர்க்கத்தனமாக எதிர்க்கின்றன; அவர்களைப் பொறுத்தவரை, அவ்வகை செயல்பாடுகள் புதிய திருமறை [Gospel- இங்குக் கூட்டுறவுக் கோட்பாடு]யில் நம்பிக்கை கொள் ளாததிலிருந்து மட்டுமே விளைய முடியும்'' என்றெல்லாம் நீங்கள் அவற்றுக்கு எதிராகக் கடுமையாக எழுதினீர்கள். தொழிலாளர்களின் சுய-மேலாண்மை யில் நீங்கள் நம்பிக்கை கொண்டிருந்தது உண்மைதான்; "கூட்டுறவு முறையில் தொழிலாளர்கள் உற்பத்தியில் ஈடுபடுதல்" என்பதிலும் நீங்கள் நம்பிக்கை கொண்டிருந்தீர்கள்; ஆனால், என்னுடைய சிலேடையை நீங்கள் மன்னிப்பதாக இருந்தால், முதலாளித்துவ அமைப்பு முறையில் கூட்டுறவு நிறுவனங்கள் அந்த அமைப்பு முறை யின் அங்கமாக ஆக்கப்பட்டுவிடும் என்பதை நீங்கள் உணர்ந்திருந் தீர்கள்.* மேலும் அவை முதலாளித் துவத்தை நியாயபூர்வமாகத் தோன்றச் செய்யும்; இப்படியாக அது ஒரு வகையான போலி கூட்டுறவுத் தொழிலாளர் பிரக்ஞையை உருவாக்கும்.'

'ஆமாம். சில அம்சங்களில் நான் சரியாகத்தான் சொல்லியிருக் கிறேன்,' என்றது ஆவி. 'பாஸ்க் மற்றும் ஸ்பானிய அமைப்பு முறையை மாற்ற முயலும் பாஸ்க் சோஷலிச இயக்கத்துடன் கூட்டுறவு நிறுவனங்கள் ஒருபோதும் இணைந்ததில்லை. இப்போது அவை உலகளாவிய ஒரு முதலாளித்துவ அமைப்பு முறையில் மகிழ்ச்சியாக செயல்படுகின்றன.'

'அப்படியிருக்கும்போது, நீங்கள் இப்போது ஏன் அவற்றுக்கு ஆதரவு தேடுகிறீர்கள்?'

'நல்லது. முதலாளித்துவத்தின் ஊதிய அடிமைத்தனம் குறித்த நுண்ணறிவுத் திறன்களைக் கற்பனை உலக சோஷலிஸ்ட்டுகள் கொண்டிருந்தார்கள் என்று நான் எழுதினேன். மொண்ட்ரகோன் குழு தற்போது பரந்த அளவிலான தொழிலாளர் மற்றும் சமூக இயக்கங்களோடு இணையத் தொடங்கியுள்ளது. இது, கூட்டுறவு நிறுவனங்கள் முதலாளித்துவ சித்தாந்தத்தை எதிர்க்கத் தொடங்கும் என்ற நம்பிக்கையை எனக்கு அளிக்கிறது. மொண்ட்ரகோன் கூட்டுறவு

---

* ஆங்கில வார்த்தை co-opt. பிற உறுப்பினர்களின் இசைவோடு ஒருவரை ஒரு குழுவில் உறுப்பினராக சேர்த்துக்கொள்ளுதல் என்று இதற்கு அர்த்தம்; பெரும்பாலும் ஒருவரின் விருப்பம் இல்லாமலேயே அவரைக் குழுவில் சேர்த்துக்கொள்ளுதல் என்றும் அது அர்த்தம் தரும். Co-operation, Co-optation என்ற இரண்டு அர்த்தங்கள் வருமாறு சிலேடை செய்யப்பட்டுள்ளது. (மொ-ர்)

நிறுவனங்களில் நிலவும் மூலதனம்-உழைப்பு தொடர்பான உறவின் அசாதாரணத் தன்மை, சொத்து மற்றும் உடைமை தொடர்பான முக்கிய முதலாளித்துவக் கருத்துகளை நிலைகுலைய வைக்கிறது; முதலாளித்துவம் பற்றிய சிந்தனைக்குப் புரட்சிகர வழிமுறைகளை இது உருவாக்கலாம்.'

'தயவுசெய்து விளக்குங்கள்,' என்றேன். எனக்குக் குழப்பமாக இருந்தது.

'மூலதன இசம் என்பதற்குப் பதிலாக தொழிலாளர் இசம் என்று நீங்கள் அழைக்க வாய்ப்புள்ள ஓர் அமைப்பு முறையின் கருமுளையே மொண்ட்ரகோன்,' என்று ஆவி பதில் சொன்னது. 'முதலாளித்துவத்தின் அடிப்படைக் கொள்கை ஒன்றை மொண்ட்ரகோன் கூட்டுறவு அமைப்புகள் கேள்விக்குள்ளாக்குகின்றன; அவை ஒரு தொழிலாளி, ஒரு வாக்கு என்ற கொள்கையைச் சார்ந்து உள்ளன; ஒரு டாலர், ஒரு வாக்கு என்ற கொள்கையைச் சார்ந்து இல்லை.'

'ஆம்,' என்று நான் ஒப்புக்கொண்டேன். 'உலகம் முழுதும் உள்ளவை போல, மொண்ட்ரகோன் கூட்டுறவு நிறுவனங்களும் ஜனநாயக ரீதியில் வடிவமைக்கப்பட்டவை. முதலாளித்துவ உடைமை தொடர்பாக நாம் காணும் கருத்தாக்கத்தை அவை முழுமையாக மாற்றுகின்றன. இங்குப் பணத்தை முதலீடு செய்பவர்களுக்கு லாபங்களுக்கான உரிமையும் கட்டுப்பாடு செய்யும் உரிமையும் கிடையாது; மாறாக அவை தொழிலாளர்களுக்கு உரியவை. இந்த விஷயங்களைப் பற்றி உங்கள் புத்தகங்கள் சிலவற்றில் எழுதினீர்கள். உண்மையைச் சொன்னால், 'இந்தப் பெரும் சமூக சோதனைகளின் மதிப்பை மிகையாகக் கணிக்க முடியாது. வாதத்தினால் அல்லாமல் செயலினால் அந்தச் சோதனைகள் ஒன்றை நிரூபித்திருக்கின்றன; அதாவது, நவீன விஞ்ஞானத்தின் துணைகொண்டு, உழைக்கும் வர்க்கம் ஒன்றை வேலைக்கு வைக்கும் எஜமான வர்க்கம் என்ற ஒன்று இல்லாமல், பெரிய அளவிலான உற்பத்தியை மேற்கொள்ள முடியும் என்பதே அது; மேலும், நல்ல பயன் விளைய, உழைக்கும் மனிதனைச் சுரண்டுவதற்கும் அவனை மேலாட்சி செய்யவும் ஓர் உபாயமாக உழைப்புச் சாதனங்களை ஏகபோகம் ஆக்க வேண்டியதில்லை என்பதையும் அவை நிரூபித்திருக்கின்றன...' என்றெல்லாம் நீங்கள் எழுதினீர்கள்.'

'ஆமாம். நான் அதில் மிகுந்த ஆர்வம் கொண்டிருந்தேன். முதல் அகிலத்தில் நான் கூட்டுறவு

கூட்டுறவு நிறுவனங்களின் நற்பண்புகள் குறித்து மார்க்ஸ்

'அவை (கூட்டுறவு நிறுவனங்கள்) இப்போதுள்ள சமூகத்தின் ஒவ்வொரு கொள்கையையும் தாக்குகின்றன. எனவே, உழைக்கும் வர்க்கம் தெளிவு பெறுவதற்கான மிக மதிப்புமிக்க கருத்துகளை அவை நிறைய அளவில் கொண்டுள்ளன.'

நிறுவனங்களோடு இணைந்து பணியாற்றினேன். மொண்ட்ரகோன் கூட்டுறவு நிறுவனங்களில் முதலீடு செய்தவர்கள் பாரம்பரியமாகக் கிடைக்கும் நிலையான ஆறு சதவீத லாபத்தை தங்கள் முதலீட்டின் மீது இன்னமும் பெறுகிறார்கள். ஆனால், கட்டுப்பாட்டு உரிமைகளைத் தொழிலாளர்கள் பிரயோகிக்கிறார்கள்; முடிவுகளையும் அவர்கள் எடுக்கிறார்கள். இது அவர்கள் பணத்தை முதலீடு செய்கிறார்கள் என்பதனால் அல்ல, அவர்கள் உழைப்புக் குழுவின் உறுப்பினர்களாகப் பார்க்கப்படுகிறார்கள் என்பதால்தான். அவர்கள் ஒவ்வொருவருக்கும் ஒரு வாக்கு இருக்கிறது; ஏனென்றால், ஒவ்வொரு உறுப்பினரும் சமமாகப் பார்க்கப்படுகிறார்கள். முதலாளித்துவத்தின் தர்க்கத்தை இது உண்மையில் நிலைகுலைய வைக்கிறது.'

'கூட்டுறவு நிறுவனங்கள் வணிகத்தைப் பணம் சார்ந்த அதிகாரப் படிநிலையாக்காமல் அதை ஜனநாயகமாகப் பார்க்கும் மறு வடிவத்துக்கு உள்ளாக்குவதால் அவற்றை நீங்கள் ஆதரிக்கிறீர்களா?'

'பணம் சார்ந்த உடைமை முதலாளித்துவத்தின் மையப் பகுதியாக இருக்கிறது,' என்றது ஆவி. 'லாபமும் வணிகத்தைக் கட்டுப்படுத்தும் உரிமையும் பங்குதாரர்களுக்கு அல்லது முதலீட்டாளர்களுக்கு முதலாளித்துவத்தில் உறுதியளிக்கப்பட்டுள்ளன. ஆனால், மொண்ட்ரகோனில் பங்குதாரர்களே கிடையாது. முதலீட்டாளர்கள் இருக்கிறார்கள்; ஆனால், அவர்கள் உரிமையாளர்கள் என்பதைவிட வங்கியில் முதலீடு செய்பவர்களையே அதிகமும் ஒத்திருக்கிறார்கள். அவர்களுடைய பணத்துக்கு வெகுமதியாக வட்டி கொடுக்கப்படுகிறது; வணிகத்தைக் கட்டுப்படுத்தும் உரிமைகள் தரப்படுவதில்லை. அந்த உரிமைகள் தொழிலாளர்களுக்கும், குறைந்த அளவில் கூட்டுறவுக் குழுக்களுக்கும், அவை இடம்பெற்றுள்ள சமூகப் பகுதிக்கும் ஒதுக்கி வைக்கப்பட்டுள்ளன.'

'ஆக, ஒரு வகையில், மொண்ட்ரகோன் மாதிரியில் முதலாளிகளே கிடையாது,' என்றேன் நான்.

'ஒருவகையில் சரி. கூட்டுறவு நிறுவனங்களே சந்தைகளில் லாபத்தைப் பெறுகின்றன; மேலும், முதலீட்டாளர்களும் வங்கிகளும் இருப்பது உண்மைதான். பரந்த அளவில் உள்ள மீமிகை முதலாளித்துவப் பொருளாதாரத்தில் பங்கேற்று அவர்கள் தங்களுடைய சரக்குகளையும் சேவைகளையும் விற்கிறார்கள். அதிகாரப் படிநிலையற்ற பங்கேற்பு நிர்வாக அமைப்பு முறை, பிற கூட்டுறவு நிறுவனங்கள், கூட்டுறவு வங்கி அவை அமைந்துள்ள சமூகம் ஆகியவற்றோடு கொள்ளும் உறவு போன்ற தம்முடைய செயல்முறைமைக் கொள்கைகளில் முதலாளித்துவத்திலிருந்து முழு அளவில் மாறுபட்டு கூட்டுறவு நிறுவனங்கள் இருக்கின்றன. அவை ஒரு தினுசான வகை.'

'ஆனால், மொண்ட்ரகோனில் வணிகம் எவ்வாறு நடத்தப்படுகிறது என்பதில் இதெல்லாம் ஏதும் மாற்றத்தை ஏற்படுத்துகிறது என்று நினைக்கிறீர்களா? ஏனென்றால், பரந்த அளவில் உள்ள ஸ்பானிய, உலகப் பொருளாதாரத்தில் அது போட்டிபோட வேண்டியுள்ளதே' என்று நான் கேட்டேன்.

'உலகளாவிய முதலாளித்துவப் பொருளாதாரத்தில் மொண்ட்ரகோன் பங்குபெறுகிறது. பிற நாடுகளிலும் தொழிற்சாலைகளை அண்மையில் அது தொடங்கியுள்ளது. ஒரு குழுவில் பிற உறுப்பினர்களின் இசைவோடு ஒருவரைச் சேர்த்துக்கொள்ளுதல், அரசியல் எதிர்ப்பின்மை ஆகிய இரண்டின் அறிகுறியாக இது இருக்கிறது. ஆனாலும் கூட, இன்னும் நீங்கள் மரபுவழியில் நடத்தப்படும் வணிகத்தோடு மொண்ட்ரகோனைக் குழப்பிக்கொள்ளக் கூடாது. கூட்டுறவு நிறுவனங்கள் லாபம் ஈட்டுகின்றன; சந்தையில் பெரிய பங்கை நாடுகின்றன; இவற்றின் காரணமாக அவை ஓரளவுக்கு மரபுவழியிலானவை. ஆனால், இதை யோசித்துப் பாருங்கள். பணியில்லை என்று சொல்லி தொழிலாளர்களை வீட்டுக்கு அனுப்புவது ஏறத்தாழ 275 மொண்ட்ரகோன் கூட்டுறவு நிறுவனங்களிலும் நிகழ்வது அபூர்வம். கூட்டுறவு நிறுவனத்தில் உச்ச பட்ச சம்பளம் பெறுபவருக்கும், மிகக் குறைவான சம்பளம் பெறும் நபருக்கும் இடையே உள்ள விகிதாச்சாரம் பத்துக்கு ஒன்று என்பதற்கும் கீழே தான். அதிகாரப் படிநிலையைத் தகர்த்து, தங்களுடைய பணியின்மீது நேரிடையான ஜனநாயக ரீதியிலான கட்டுப்பாட்டைத் தொழிலாளர்களே மேற்கொள்வதை ஊக்குவிக்கும் பங்கேற்பு முறையைப் பல கூட்டுறவு நிறுவனங்கள் பின்பற்றுகின்றன. அவற்றின் துணை விதிகளின்படி தங்களுடைய லாபத்தில் பத்து சதவீதத்தை தாம் இடம்பெற்றுள்ள சமூகக் குழுவுக்கு அவை அளிக்கவேண்டும். இந்நிறுவனங்கள் செயல்பட வழிகாட்டுதலை தேர்ந்தெடுக்கப்பட்ட உறுப்பினர்கள் மட்டுமல்லாது தொடக்கக் கூட்டுறவு நிறுவனங்களுக்கு நிதியையும் வணிக ஆதரவுச் சேவையையும் வழங்கும் பெரும் கூட்டுறவு வங்கியின் உறுப்பினர்கள், மொண்ட்ரகோனில் உள்ள பிற கூட்டுறவு அமைப்புகளின் பிரதிநிதிகள், கூட்டுறவு நிறுவனம் அமைந்துள்ள உள்ளூர் சமூகக் குழுவின் சாதாரண குடிமக்களும் வழங்குவர்.'

'ஒரு நாட்டின் முழுப் பொருளாதாரத்துக்கும் மொண்ட்ரகோன் மாதிரி ஓர் அடிப்படையாக அமையும் என்று நீங்கள் இப்போது கருதுகிறீர்களா?'

'நான் உயிரோடு இருந்தபோது எனக்கு அதில் சந்தேகம் இருந்தது; தொழிலாளர் கூட்டுறவுகளை நான் முழுதும் ஆதரிக்கவோ, ஊக்குவிக்கவோ இல்லை; ஏனென்றால், முதலாளித்துவ அமைப்புமுறையை எதிர்க்க அவை அரசியல் ரீதியில் ஒன்றுசேரவில்லை. பேரளவில் இருந்த

பொருளாதாரத்தை லாபம் என்ற குறிக்கோளே இயக்கி வந்தது. இப்போதும் எனக்கு இந்தக் கவலைகள் இருக்கின்றன. கூட்டுறவு என்ற கருத்தாக்கத்தை உயரிய நிலைக்குக் கொண்டுபோயுள்ள மொண்ட்ரகோன், ஒரு முழு பொருளாதாரத்தை மாறுபட்ட வகையில் இயக்கச் செய்ய ஓர் அடிப்படையை வழங்க முடியும் என்பதை நிரூபித்துள்ளது. ஆனால், முழுச் சமூகத்துக்கும் மாற்றத்தைக் கொண்டு வரும் அரசியல் நோக்கை இன்னும் அது ஏற்றுக்கொள்ளவில்லை. இறுதியில் முதலாளித்துவத்தையே எதிர்க்கத் தொழிற்சங்கங்களோடும் முற்போக்குத் தொழிலாளர் அரசியல் கட்சிகளோடும் இணைய வேண்டிய அவசியம் கூட்டுறவுகளுக்கு உள்ளது.'

'தொழிலாளர்க் கூட்டுறவு நிறுவனங்களை அமெரிக்காவில் தொடங்க அங்குள்ள ஐக்கிய எஃகுத் தொழிலாளர்கள் (United Steelworkers) என்ற பெரிய தொழிற்சங்கத்தோடு மொண்ட்ரகோன் பேச்சுவார்த்தையை ஆரம்பித்துள்ளது என்பது சுவாரசியமான விஷயம். கூட்டுறவு நிறுவனங்களைப் பொறுத்தவரை அமெரிக்காவுக்கு நீண்ட வரலாறு உண்டு; அவற்றில் பல உள்ளூர் அல்லது தேசிய அளவிலான தொழிற் சங்கங்களோடு தொடர்பு கொண்டவை. எனவே, கூட்டுறவியம் தொழிலாளர் இயக்கத்தோடு பிணைப்புக்கொண்டு, முதலாளித் துவத்துவ எதிர்ப்புக்கு எழுச்சியூட்டும் ஒரு வடிவமாக மாறி, அமெரிக்காவில் வேரூன்ற வாய்ப்புண்டு,' என்றேன் நான்.

மாற்றத்தை விளைவிக்க இயலுபவையாகக் கூட்டுறவு நிறுவனங்கள் இருக்கும் வாய்ப்பு குறித்து மார்க்ஸ்

'தேசியப் பரிமாணங்களுக்கு ஏற்ப கூட்டுறவு சார்ந்த உழைப்பு வளர்த்தெடுக்கப்பட வேண்டும்; அடுத்து அது தேசிய வாய்ப்பு வசதிகளால் பேணப்பட வேண்டும்.'

பெரிய அளவில் பொருளாதாரத்தை மாற்றத்துக்கு உள்ளாக்கப் 'படிப்படியாக பெரிய அளவுக்குக் கூட்டுறவு நிறுவனங்கள் கொண்டு போகப்பட்டு' தொழிலாளர் இயக்கங்களோடும் சோஷலிசக் கட்சிகளோடும் இணைக்கப்பட வேண்டும் என்பதை மார்க்ஸ் உணர்த்துகிறார்.

சூரியனின் முதல் ரேகைகள் அந்தக் கல்லறைத் தோட்டத்தைப் பிரகாசமாக்குவதைக் கவனமுடன் பார்த்த ஆவி, 'நம் உரையாடல் அமெரிக்காவுக்கே நம்மைக் கொண்டு வந்து சேர்க்கிறது' என்றது. 'உங்களிடம் விடைபெறுவதற்கு முன்பாக அதைப்பற்றி நாம் பேசுவோம்.'

58

அமெரிக்காவில் மாற்று முதலாளித்துவ மற்றும் முதலாளித்துவத்துக்குப் பிந்தைய மலர்கள்

'அமெரிக்காவில் உண்மையான நம்பிக்கை ஏதும் இருக்கிறதா?' என்று நான் கேட்டேன். '2010இல் குடியரசுக் கட்சியினர் பெரும் வெற்றிகளைப் பெற்ற சூழலில், பெரும் வணிக நிறுவனங்கள் பொருளாதாரத்தைத் தங்கள் கட்டுப்பாட்டுக்குள் வைத்து அரசை இயக்கும் சூழலில் எந்தப் பெரிய மாற்றமும் நாம் ஏற்கனவே விவாதித்த அச்சுறுத்தும் வலதுசாரி நிகழ்முறைகளில் ஒன்றாகத்தான் உள்நாட்டில் இருக்க முடியும் என்று தோன்றுகிறது.'

'அதற்கு நிறைய சாத்தியம் இருக்கிறது. அதே சமயம், அமைப்பு முறையில் நேர்மறையான, முற்போக்கான மாற்றம் நிகழ்வதற்கான வாய்ப்புகளையும் நீங்கள் குறைத்து மதிப்பிட்டு விடக்கூடாது' என்றது ஆவி. டீனாவை நானும் நம்புகிறேன் என்பதைப்போல ஆவி என்னைத் திட்டுவதாகத் தோன்றியது.

'பெரும்பான்மை இடதுசாரி இயக்கம் குறிப்பிட்ட பிரச்சினைகளில் கவனம் செலுத்துகிறதே அன்றி மொத்த அமைப்பு முறை மாற்றுகளுக்குப் போராடுவதோ, அவற்றை கற்பனை செய்வதோ இல்லை. நிலைமை இப்படி இருக்க உங்களுடைய நம்பிக்கை எதைச் சார்ந்து இருக்கிறது?' என்று கேட்டேன்.

'அமெரிக்காவும், முழு உலகமும் தாம் இதுவரை கண்டிராத பெருங் கேட்டை விளைவிக்கும் இருத்தலிய நெருக்கடிகளை, பருவநிலை மாற்றம் என்ற கோரத்தைச் சந்தித்துக் கொண்டிருப்பதைப் பற்றிய நம் முந்தைய விவாதத்தை நினைவில் கொள்ளுங்கள். வாழ்வை உறுதிப் படுத்தும் அமைப்பு முறை மாற்றுகளை உருவாக்காமல், அமெரிக்கர் களையும் உள்ளிட்ட, மனிதர்கள் தொடர்ந்து உயிர்வாழ முடியாது என்பது அதற்கு அர்த்தம்.'

அது சொன்னதை நான் மனதில் வாங்கிக்கொள்ளவும், அங்கீகரிக் கவும் அவகாசம் கொடுத்துக் காத்திருந்தது. 'மனிதன் உயிர் வாழ்தலே

ஆபத்தில் சிக்கியுள்ளது என்பதை ஒத்துக் கொள்கிறேன். கேடுகளையும் மீறி உயிர் வாழ்தலுக்கான உள்ளுணர்வு சக்திமிக்கதாக இருக்கிறது' என்றேன் நான்.

ஆவி தொடர்ந்து பேசியது: 'உலகம் முழுவதிலும் அமெரிக்காவிலும் கடுமையான பொருளாதார நெருக்கடிகள் நிலவும் அதே நேரத்திலேயே பருவநிலைப் பேரிடரும் வருவதை நினைவில் கொள்ளுங்கள். உலக அளவில் தான் வகிக்கும் ஆதிக்க நிலையில் சரிவை அமெரிக்கா எதிர்கொண்டுள்ளது; அமெரிக்கர்கள் பலரும் தாங்கள் இறங்குமுகமான ஒரு வாழ்க்கையைக் காண்பதாகவும், தங்களுடையதைவிடக் கீழான வாழ்க்கையைத் தங்களுடைய குழந்தைகளும் பேரக்குழந்தைகளும் வாழ்வதாகக் கருத்துக்கணிப்பு செய்பவர்களிடம் சொல்கிறார்கள். வேலைவாய்ப்புகள் காணாமல் போகின்றன; அவற்றோடு மில்லியன் கணக்கான அமெரிக்கர்களின் நம்பிக்கைகளும்.'

முதலாளித்துவத்தை ஓயாமல் வட்டமிடும் புதிய பேய்

தன் காலத்திய முதலாளித்துவத்தைச் சோஷலிசம் என்ற பூதம் ஓயாமல் வட்டமிட்டது என்று மார்க்ஸ் எழுதியது புகழ்பெற்ற ஒரு கூற்று. தற்போது, முழு மனித நாகரிகத்தை அழிக்கும் பூதம் முதலாளித்துவத்தை ஓயாமல் வட்டமிடுகிறது என்று சொல்கிறார். இன்று அச்சமூட்டும் வகையில் தோன்றும் பெருங்கேடுகள் முன்னவற்றைவிடப் பெரியவை.

அதையும் நான் ஒப்புக்கொள்ள வேண்டியிருந்தது.

'தேநீர் விருந்து கட்சியில் தங்களுடைய முழுக் கவனத்தையும் ஊடகங்கள் செலுத்திக்கொண்டிருக்கும் இந்தக் காலகட்டத்தில் நடக்கும் ஆச்சரியமான விஷயம் ஒன்றைச் சொல்கிறேன். அண்மைப் பத்தாண்டுகளில் அமெரிக்காவின் பெரும்பான்மை மக்கள் முற்போக்குத் திசையை நோக்கி நகர்ந்திருக்கிறார்கள். 50 வருடங்களுக்கு முன்பு ஒபாமாவின் தேர்வை யாரும் கனவு கண்டிருக்க முடியாது. இனம் குறித்து மட்டுமல்ல, பெண்களின் உரிமைகள், ஓரினச்சேர்க்கையாளர்களின் உரிமைகள், சுற்றுச் சூழலைப் பாதுகாப்பதற்கான ஆதரவு ஆகியவை குறித்த சீர்திருத்த மனப்பான்மை அமெரிக்கா முழுமையும் பரவியுள்ளதை இது பிரதிபலிக்கிறது. பெரும் வணிகம் குறித்து நீண்டகாலமாக வளர்ந்துகொண்டேயிருக்கும் பொதுமக்களின் அவநம்பிக்கையையும், பெரு வணிக நிறுவனங்களின் மூலம் கிடைக்கும் பணம் ஜனநாயகத்தை நேர்மையற்றதாக ஆக்குவதால் அதைக் கட்டுக்குள் வைக்க வேண்டும் என்ற மக்களின் கருத்தையும் சீர்திருத்த மனப்பான்மை வெளிப்படையாகக் காட்டுகிறது.'

'ஆம்,' என்று நான் ஒத்துக் கொண்டேன். 'தேர்தல்களில் மக்கள் வாக்களிக்கும் விதம் குறித்து ஆய்வு செய்திருக்கிறேன்; ஆச்சரியமும் கொஞ்சம் நம்பிக்கையும் அங்கே தென்படுகிறது.'

இள வயது அமெரிக்கர்கள்

- அமெரிக்காவின் 43 சதவீத இள வயதினர் 'முதலாளித்துவம்' என்ற வார்த்தையோடு நேர்மறையான தோழமையைக் கொண்டிருக்கிறார்கள்.
- அமெரிக்காவின் 43 சதவீத இள வயதினர் 'சோஷலிசம்' என்ற வார்த்தையோடு நேர்மறையான தோழமையைக்கொண்டுள்ளார்கள்.
- இளம் தலைமுறையினர் சோஷலிச வாதிகளாக ஆகிகொண்டிருக்கிறார்களா?

'தேர்தல்கள் பற்றி நாம் பேசும் போது மேலும் சொல்ல வேண்டியுள்ளது.' ஆவி இப்போது மிக வேகமாகப் பேசியது. 'நான் ஏற்கனவே குறிப்பிட்டது போல, அமெரிக்கர்களில் குறைவானப் பெரும்பான்மையில் இருப்பவர்களே ''முதலாளித்துவம்'' என்ற வார்த்தையோடு நேர்மறையான தோழமை கொண்டிருக்கிறார்கள் என்பதை அண்மைக்கால தேர்தல்கள் காட்டுகின்றன. 18இல் இருந்து 30 வயதுக்குள் இருக்கும் கிட்டத்தட்ட பாதி அமெரிக்க இளவயதினர் ''சோஷலிசம்'' என்ற வார்த்தையோடு நேர்மறையான தோழமையைக் கொண்டுள்ளார்கள்.' நான் புரிந்து கொண்டேனா என்பதை உறுதி செய்துகொள்ள ஆவி மீண்டும் நிறுத்தியது. பிறகு தொடர்ந்தது. 'அமெரிக்காவின் இளைய தலைமுறை அமைப்பு முறையை மாற்றும் திசையில், அதுவும் முற்போக்கான திசையில், நகர்ந்துகொண்டிருக்கிறது என்பதற்கு இது ஒரு சாடைக்குறிப்பு.'

'தேர்தல் புள்ளி விவரங்கள் ஆச்சரியமூட்டுகின்றன,' என்று சொல்லி ஒத்துக்கொண்டேன். 'அப்படியான மாற்றம் என்ன வடிவத்தை மேற்கொள்ளும் என்று நினைக்கிறீர்கள்?'

'அதுபற்றி நாம் அதிகம் யூகிக்க வேண்டியதில்லை. மாற்றங்கள் ஏற்கனவே நிகழத் தொடங்கிவிட்டன. அவை இன்னும் தலைநகரை உலுக்க ஆரம்பிக்கவில்லை. ஆனால், அவை சமூகக் குழுக்களிடமும், பணியிடங்களிலும், நாடெங்குமுள்ள கல்வி வளாகங்களிலும் எதிர்பாராத நேரங்களில் தோன்றுகின்றன; விஸ்கான்சினின் ஸ்காட் வாக்கர் போன்ற தேநீர் விருந்துக் கட்சியின் ஆளுநர்களின் தாக்குதல்களிலிருந்து தொழிற்சங்கங்களையும் ஆசிரியர்கள் மற்றும் பொதுத்துறை தொழிற்சங்கங்களின் கூட்டுபேர உரிமைகளையும் காப்பாற்ற மேடிசன், கொலம்பஸ், மற்றும் பிற மாநிலத் தலைநகரங்களில் 2011இல் நடந்த தொழிலாளர்/மாணவர்ப் போராட்டங்கள் மாற்றங்களுக்கான குரல் படிப்படியாக உயர்ந்துவருவதைக் காட்டுகின்றன. நாம் செய்யவேண்டியதெல்லாம் நீண்ட காலத்துக்கான அமைப்பு முறை மாற்றத்தை நோக்கி அமெரிக்கா முழுமையும் தோன்றியுள்ள செயல்பாடுகளைக் கூர்ந்து கவனிப்பதுதான்.'

'நீங்கள் கவனிப்பதை எனக்குச் சொல்லுங்கள்,' என்று ஆவியை வேண்டினேன்.

59

அமெரிக்காவில் சமூக ஜனநாயகம்

'அமெரிக்காவுக்கும் சமூக ஜனநாயகம் வரக்கூடும் என்பதால்தான் ஐரோப்பாவைப் பற்றி நாம் பேசத் தொடங்கினோம். உங்களுக்கு வேண்டப்படும் புரட்சியோடு ஒப்பிட்டால் சமூக ஜனநாயகம் ஒரு குழந்தையின் அடியெடுப்புப் போன்றதுதான் என்பதை நாம் ஏற்கனவே ஒப்புக்கொண்டோம்; ஆனால், அது ஒரு தொடக்கம்,' என்றது ஆவி.

'மக்கள் மீது அரசு கொண்ட கட்டுப்பாடு, அபரிமிதமான வரிகள், பெரிய அளவிலான சமூக நலத் திட்டம் போன்றவையோடு கூடிய சமூக ஜனநாயகம் அமெரிக்காவுக்கு ஏற்றதாகத் தோன்றவில்லை.'

'அமெரிக்காவில் அது வேறு வடிவத்தை எடுக்கும்,' என்றது ஆவி. 'அதற்குள்ள தடைகள் பெரியவை. ஆனால், புதிய சமூகப் பொருளாதார ஏற்பாட்டுக் [New Deal] காலத்தின்போது பெரும்பான்மை யோரால் விரும்பப்பட்ட வடிவத்தில் ஃப்ரேங்க்ளின் ரூஸ்வெல்ட் அமெரிக்கச் சமூக ஜனநாயகத்தை அறிமுகப்படுத்தினார். ஆகவே, சமூக ஜனநாயகத்துக்கு இங்கு ஒரு வரலாறு இருக்கிறது; பலர் அதை நாட்டின் மிகப்பெரிய சமூகச் சாதனைகளில் ஒன்றாகப் பார்க்கிறார்கள்.'

'அமெரிக்க சமூக ஜனநாயகம் எப்படி இருக்கும்?' என்று கேட்டேன்.

'ரூஸ்வெல்ட்டின் புதிய நட வடிக்கை, லிண்டன் பி. ஜான்சனின் உன்னத சமூகம்* என்ற இரண்டிலும், இப்போது ஒபாமாவிலும் அதனு டைய சுருக்கமான ஆரம்பகாலக் கூறுகளைக் காணலாம்; 'ரூஸ்வெல்ட் சமூகப் பாதுகாப்புத் திட்டத்தைத் தொடங்கினார்; மில்லியன் கணக் கான புதிய வேலைவாய்ப்புகளை உருவாக்க அரசை அவர் பயன் படுத்திக்கொண்டார். அற்றில் பல பசுமைப் பேணலைச் சார்ந்தவை; இன்னும் சொன்னால், அவை மரம் நடுவதைச் சார்ந்தவை. முழு

---

* Great Society - 1960களில் அமெரிக்க அதிபர் லிண்டன் பி. ஜான்சனும் ஜனநாயகக் கட்சியினரும் பின்பற்றிய சில திட்டங்களின் தொகுப்பு. அதன் முக்கிய இலக்குகள் வறுமை ஒழிப்பும் இனப் பாகுபாட்டு அநீதியைக் களைவதும். (மொ-ர்)

பசுமையைப் பேணும் இன்றைய புதிய நடவடிக்கை

பசுமையைக் காக்கும் வேலைவாய்ப்புகளை உருவாக்குவதன் மூலம் பொருளாதார நெருக்கடியைத் தீர்ப்பேன் என்று உறுதியளித்து 2008 தேர்தலில் ஒபாமா போட்டியிட்டார். அந்த உறுதிமொழியை அவர் காப்பாற்றவில்லை; மீண்டும் 2011இல் பசுமையைக் காக்கும் திட்டத்தில் முதலீடு செய்வதே தன்னுடைய பொருளாதாரக் கொள்கையின் முக்கியக் கூறு என்று சொன்னார். அவரைத் தேர்ந்தெடுத்த மக்கள் இன்னும் பசுமையைப் பேணும் புதிய நடவடிக்கை ஒன்றில் நம்பிக்கை கொண்டுள்ளார்கள்.

வேலைவாய்ப்பு, பற்றாக்குறைக் காலத்தில் மக்களின் நலம் பேணும் திட்டங்கள் ஆகியவற்றை மேம்படுத்த 1930களில் புதிய நடவடிக்கை அமெரிக்க அரசை மறுசீரமைப்புக்கு உட்படுத்தியது. ஒரு புதிய அமெரிக்கச் சமூக ஜனநாயகத்துக்கான அடித்தளமாக இது அமைந்தது. லிண்டன் பி. ஜான்சன் மருத்துவக் காப்பு தொடர்பான திட்டத்தை ஆரம்பித்து வைத்தார். இது அமெரிக்கச் சமூக ஜனநாயகத்தின் இரண்டாவது தூணாக ஆனது. தற்போது ஒபாமா மருத்துவச் சேவைத் திட்டத்தைத் தொடங்கியுள்ளார்; சமூக ஜனநாயகப் பாதையில் இது ஒரு குழந்தையின் இன்னொரு அடியெடுப்பு.'

'ஆனால், அரசே வேலைவாய்ப்புகளை உருவாக்குவது தொடங்கி சமூகநலம் வரையிலான இந்தத் திட்டங்ள் வங்கிகளைத் தகர்ப்பவை, செயல்படுத்த மிகுந்த செலவுபிடிப்பவை என்று பழமைவாதிகளாலும், அமெரிக்கர்கள் பலராலும் பார்க்கப்படுகின்றன. அவர்கள் இப்போதுள்ள திட்டங்களை வெகுவாகக் குறைக்கிறார்கள்; புதியவற்றைத் தடுத்து நிறுத்த அவர்கள் என்ன வேண்டுமானாலும் செய்வார்கள்,' என்றேன் நான்.

'அவர்கள் சிறுபான்மையினர். தேநீர் விருந்துக் கட்சி இதை மிகைப்படுத்த பெரிய ஒலிபெருக்கியை வைத்துள்ளது உண்மைதான். அடுத்து, பிரதிநிதிகள் சபையில் விஸ்கான்சினின் குடியரசுக் கட்சி உறுப்பினரும் அக்கட்சியின் பட்ஜெட் குழுத் தலைவருமான பால் ரயான் போன்ற அரசு எதிர்ப்பாளர்களின் செல்வாக்கும் அதிகாரமும் ஒரு பக்கம் செயல்படுகின்றன; மருத்துவக் காப்புத் திட்டத்தைத் தனியார்மயமாக்குவதற்கான மசோதாவை அவர்தான் எழுதித் தாக்கல் செய்தார்; அவர் அதை ஒரு பற்றுச் சீட்டுத் திட்டமாக* ஆக்கினார். ஆனால்,

* Voucher Programme - ஒபாமாவின் தாராளமான மருத்துவக் காப்பீட்டுத் திட்டத்தை மாற்ற பிரதிநிதிகள் சபையில் ஆளும் ஜனநாயகக் கட்சியைவிட அதிகப் பெரும்பான்மையுடன் எதிர்க் கட்சியான குடியரசுக் கட்சியின் பால் ரயான் 2011இல் கொண்டுவந்த திட்டம். இது 55 வயதுக்கும் மேற்பட்ட மூத்தக் குடிமக்கள் தனியார் காப்பீட்டு நிறுவனத்தின் மருத்துவப் பாலிசிகளை வாங்க அரசு உதவி செய்யும் திட்டம். மூத்தக் குடிமக்கள் வருடத்துக்குக் கூடுதலாக 6400 டாலர்கள் செலவழிக்க வேண்டிய நிர்ப்பந்தத்தை இந்தத் திட்டம் உருவாக்குவதாகப் புகார் இருக்கிறது. (மொ-ர்)

சமூகப் பாதுகாப்புத் திட்டம் அல்லது மருத்துவக் காப்பீட்டுத் திட்டம் போன்ற முக்கிய அரசுத் திட்டங்களை நீக்கிவிட பெரும்பான்மை அமெரிக்கர்கள் விரும்பவில்லை என்பதைத் தேர்தல் முடிவுகள் காட்டுகின்றன. கல்வி, வேலைவாய்ப்பு, அடிப்படைக் கட்டுமானம், சமூகப் பாதுகாப்புத் திட்டம், மருத்துவக் காப்புத் திட்டம், பொதுத் துறைப் போக்குவரத்து, குறைந்த செலவில் வீட்டு வசதி, வேலை வாய்ப்புப் பயிற்சி போன்வற்றுக்குக் கூடுதலாக அரசு செலவழிப்பது பெரும்பாலோரால் விரும்பப்படும் செயல்பாடு; ஏனென்றால், மில்லியன் கணக்கான மக்கள் தொடர்ந்து வாழ்வதற்கான ஒரே வழி அதுதான். மருத்துவக் காப்புத் திட்டத்தை எதிர்ப்பது அரசியல் தற்கொலை என்பதைக் குடியரசுக் கட்சியினர் உணர்ந்து கொண்டார்கள்; ஏனென்றால், 80 சதவீத மக்கள் ஆதரிக்கும் அமெரிக்கப் பொதுநல அரசின் ஒரு தூணாக அது ஆகிவிட்டது.'

'நல்லது. நான் ஒத்துக்கொள்கிறேன்,' என்றேன் நான். *'மாணவர் களின் கல்விக் கடன் குறித்து என் கருத்தும் இதுவேதான். மாணவர் களுக்கும் கல்விக்கும் அரசு நிதியுதவி செய்யும் அமெரிக்காவின் 'சமூக நல'த் திட்டம், என்னுடைய பழமை வாத மாணவர்களின் மனதைக் கவரும் ஒன்றாக இருப்பதைக் காண் கிறேன். மாணவர்களின் குடும் பங்கள் துன்பப்படுகின்றன; கல்விக் கட்டணம் அவர்களுடைய சக்திக்கு மீறியதாக இருக்கிறது; பெற்ற கல்விக் கடனுக்குத் தாங்கள் அடிமைப் பட்டுள்ளதாக உணர்கிறார்கள். ஆனால், 12 ட்ரில்லியன் டாலர்கள் தேசியக் கடனாக உள்ள கால கட்டத்தில் இந்த நலத் திட்டங்களுக்கு ஆகும் செலவின் மதிப்பைப் பற்றி [அதாவது, அவை ஒரு பொருட்டா என்று] அவர்கள் எப்போதுமே கேட்கிறார்கள்.'*

'குறுகிய காலச் செலவினம் அதிக மாக உள்ளது,' என்று சொல்லி ஆவி ஒத்துக்கொண்டது. *'அமெரிக்கச் சமூக ஜனநாயகத்தை வளர்ச்சிக் குப் பயன்படுத்த மொத்த அரசு பட்ஜெட்டில் பெரும் மாற்றத்தை*

மாணவர்க் கடன்களும், தொலைந்துபோன கனவுகளும்

உண்மையாக தாங்கள் விரும்பும் படைப்பூக்கம் நிரம்பிய, சமூக மாற்றத் துக்கான வேலைவாய்ப்புகளைத் தேர்ந்தெடுப்பதற்குப் பதிலாக நிறைய ஊதியம் தரும் பெரும் வணிக நிறுவன வேலைவாய்ப்புகளைத் தேர்ந்தெடுப் பதாக என்னுடைய மாணவர்கள் ஒத்துக்கொள்வதை நான் ஆவியிடம் சொன்னேன். அவர்கள் பட்டம் பெற்று வெளியேறும்போது அவர்களுடைய கல்விக் கடன் 50,000 டாலர்களுக்கும் மேலாக இருக்கிறது. எனவே, கடனைத் திருப்பிச் செலுத்துவதற்காகத் தங்களு டைய கனவுகளைக் கைவிடுகிறார்கள். ஐரோப்பிய மாணவர்கள் தங்களுடைய கடன்கள் குறைவாக இருப்பதால் (காரணம் கல்விக் கட்டணம் அங்குக் குறைவு) அவற்றை எளிதாகக் தீர்த்து விடுகிறார்கள் என்பதை அறியும்போது அமெரிக்க மாணவர்களின் கண்கள் ஆச்சரியத்தில் விரிகின்றன. தங்கள் கனவுகளைப் பின்தொடர சமூக ஜனநாயகம் தங்களை விடுவிக்கும் என்று அவர்கள் எண்ணுகிறார்கள்.

செய்யவேண்டியிருக்கும். ராணுவச் செலவினத்தை பெரிய அளவில் குறைக்க வேண்டும். பெரும் பணக்காரர்கள் மீது கூடுதல் வரிகளை விதிக்க வேண்டும். ஊதிப் போயுள்ள பெரும் வணிக நிறுவன நலத் திட்டங்களை அதிரடியாகக் குறைக்க வேண்டும்; அதாவது, மானியங்கள், இலவசங்கள், வரிவிலக்குகள் என்பவற்றின் பெயரால் எக்ஸான், கோல்டுமேன், சாக்ஸ், மோசாண்டோ, போயிங் போன்ற பெரும் வணிக நிறுவனங்களுக்காக செலவழிக்கப்படும் ஏராளமான பணத்தைக் குறைக்க வேண்டும்.'

'அதாவது, ஏற்கனவே நாம் மாபெரும் சமூக நல அரசைக் கொண்டுள்ளோம் என்று சொல்கிறீர்கள், சரிதானே?' என்றேன் நான். 'பெரும் வணிக நிறுவனங்களுக்கான நலப் பாதுகாப்பிலிருந்து வரி செலுத்துவோரின் டாலர்களைச் சமூக நலத்துக்கு மாற்ற வேண்டும் என்ற யோசனையை முன்வைக்கிறீர்கள்.'

'சரியாகச் சொல்கிறீர்கள்,' என்றது ஆவி. 'ஒற்றை நபர் பணத்தைச் செலுத்தும் பிரம்மாண்ட சமூக நல அமைப்பு முறை* ஏற்கனவே உங்கள் அமெரிக்காவில் உண்டு. பெரும் வணிக நிறுவனங்களுக்கு நலம் அளிப்பதே அத்திட்டம். மிகப்பெரிய பணக்கார அமெரிக்கர்கள், பெரும் வணிகத் தொழில் நிறுவனங்கள், ராணுவம் ஆகியவற்றை மட்டுமே அது ஆதரிக்கும். ஏழைகளையோ உழைக்கும் வர்க்கங்களையோ அல்ல. அதே நேரத்தில், இறுதியில் ஒரு மாற்றம் பணத்தை வீணாகாமல் காத்துத் திறமையை அதிகரிக்கும்; ஏனென்றால், அரசு மக்கள் மீது முதலீடு செய்தால் நாட்டுக்காக அவர்கள் தியாகம் செய்வார்கள்; திறமையும், படைப்பூக்கமும் கொண்ட தொழிலாளர்களாக அவர்கள் ஆவார்கள்.'

பெரும் வணிக நிறுவன நலத்திலிருந்து சமூக நலத்துக்கு

அமெரிக்க ஊடகங்களும், அமெரிக்க அரசியல்வாதிகளும் பொது மக்களுக்கு ஒருபோதும் சொல்லாத ரகசியத்தை மார்க்ஸ் மீண்டும் குறிப்பிடுகிறார். அமெரிக்கா ஏற்கனவே ஒரு சமூக நல அரசுதான். ஆனால், அது சமூக நலத்தை ஏழைகளுக்கும், தொழிலாளர்களுக்கும் வழங்குவதை விடுத்து பெரு வணிக நிறுவன நலத்தை பெரும் தொழில் அமைப்புகளுக்கும், ராணுவ நலத்தை பென்ட்டகனுக்கும் வாரி வாரி வழங்குகிறது.

நான் பதில் சொன்னேன்: 'சமூக ஜனநாயகம் ஒவ்வொருவரையும் சமுதாயத்தை நம்ப வைக்கும்;

* Single-payer welfare system. அமெரிக்காவின் மருத்துவக் காப்பீட்டுத் திட்டம் மிகப் பெரியது. சிக்கலானதும்கூட. இதை நிர்வகிக்க பல அமைப்புகளை அரசு வைத்திருந்தது. நிர்வாகச் சிக்கல், நேர/பண வீணடிப்பு போன்றவற்றைத் தவிர்க்க அந்த ஒற்றை நபராக அரசே தன்னை நியமித்துக்கொண்டு பயனாளிகளுக்கு ஒற்றை அமைப்பு முறை மூலமாக அவர்கள் செலவழித்தப் பணத்தைத் திரும்பக் கொடுக்கும் வசதியை ஏற்படுத்தியுள்ளது. இந்த இடத்தில், பெரும் வணிக நிறுவனங்களுக்கு மட்டுமே உதவும் அமெரிக்க அரசை அந்த சொற்றொடரைக் கொண்டு ஆவி கிண்டல் செய்கிறது. (மொ-ர்)

அவர்களை அதன் அங்கமாக்கும். எளிய மக்களை சமூக லாப, நஷ்டங்களில் அக்கறை உள்ளவர்களாக, சமூகத்தின் மீது விசுவாசம் கொண்டவர்களாக ஆக்கும். பணச் செலவு பிடித்தாலும், குற்றங்கள், மனநல மருத்துவச் செலவுகள், பிற சமூகப் பிரச்சினைகள் ஆகிய வற்றைக் குறைப்பதிலும், தொழிலாளர்களின் திறமை, செயலார்வம் ஆகியவற்றை அதிகரிப்பதிலும் அது பெரிய வெற்றியைப் பெற்றுத் தரும்; இதன் மூலம் பொருளாதார வளமும் பெருகும்.'

'நீங்கள் விஷயத்தைப் புரிந்து கொண்டீர்கள். பொருளாதாரத்தின் செயல் திறமைக்கும், சமூகத்தின் பொது ஆரோக்கியத்துக்கும் சமூக ஜனநாயகம் ஒரு நல்ல செயல் திட்டம். ஜெர்மனியைப் போன்ற ஐரோப்பிய பொருளாதாரங்கள் மிகுந்த படைப்பூக்கத்துடனும் திறமையுடனும் இருப்பதற்குக் காரணம் அவற்றின் சமூக ஜனநாயகம் தான். அது இருப்பதையும் மீறி அல்ல. எல்லா ஜெர்மானியர்களும் அவர்கள் சமுதாயத்தின் லாப, நஷ்டங்களில் அக்கறை உடையவர்கள்; பணி புரியும் இடத்தில் அவர்களுக்கு இருக்கும் அதிகாரத்தை அவர் களால் பிரயோகிக்க முடிகிறது; பலவேறு வகையான மனித சேவைகள் அவர்களுக்குக் கிடைக்கின்றன. விசுவாசம், கடின உழைப்பு, சமூக ஈடுபாடு ஆகியவற்றை அவர்கள் சமுதாயத்துக்குத் திருப்பித் தருகிறார்கள்.'

'இந்த விஷயத்தில் அமெரிக்காவும் விரைவில் மற்றவர்களோடு சேருவது நல்லது என்று தோன்றுகிறது.'

60

கூட்டுறவு தேசம், அமெரிக்க பாணி

'ஆம்,' என்றது ஆவி. 'ஆனால், மாற்று-முதலாளித்துவச் சாத்தியங்களில் ஒன்றுதான் சமூக ஜனநாயகம் என்பதை நினைவில் கொள்ளுங்கள்; புவி வெப்பமடைதல், நிதி நெருக்கடி, வேலைவாய்ப்பின்மை, போர் போன்ற மிகப்பெரிய நெருக்கடிகளைத் தீர்க்கும் அளவுக்கு தொலை நோக்குடையதாக அது இல்லை. வேறு சில அமைப்பு முறைகளை யும் அமெரிக்கக் கலவையில் சேர்க்கலாம். அவற்றில் ஒன்று கூட்டுறவுத்துவம்.'

'அப்படியென்றால் என்ன? அமெரிக்கா முழுமைக்கும் விரிவு படுத்தப்பட்ட மொண்ட்ரகோன் அமைப்பு முறையைப் போன்ற ஒன்றா?'

'ஆமாம். அமெரிக்காவின் மிகப்பெரிய வணிக நிறுவனங்களைப் படிப்படியாகத் தொழிலாளர்களுக்கும், சமூகக் குழுக்களுக்கும் சொந்த மானவையாக மாற்றுவது என்று அதற்கு அர்த்தம். மொண்ட்ரகோன் பாணியில் அவை ஒழுங்கமைப்பட்டால், மேலிருந்து கீழே மேலாண்மை செய்யப்படும் முறைமையிலிருந்து தொழில் நிறுவனங்களைக் கீழிருந்து மேலே நிர்வகிக்கப்படும் வணிக நிறுவனங்களாக அந்தப் பாணி மாற்றும். ஒரு நபர், ஒரு வாக்கு ஜனநாயகம் என்பதாக அமெரிக்க வணிக அமைப்பு மறுசீரமைக்கப்படும். மொண்ட்ரகோனையும் தாண்டி அவை போகவேண்டும்; அரசு அதிகாரத்தைத் தம் வசம் எடுத்துக் கொள்ளவும், சொத்து, தொழில் நிறுவனங்கள் ஆகியவற்றைத் தொழிலாளர்களின் சுய-ஆளுகையை ஒட்டி மறுசீரமைக்கவும் முற்போக்கான தொழிலாளர்களின் அரசியல் கட்சிகளோடு அவை ஒன்றுசேர வேண்டும்.'

'ஆக, ஒருவகைப் பொருளாதார ஜனநாயகம் பற்றி நீங்கள் பேசிக்கொண்டிருக்கிறீர்கள். மக்களின், மக்களுக்கான, மக்களால் நடத்தப்படும் வணிகம் என்று அதைச் சொல்லலாம், சரியா?'

'பரந்துபட்ட பொருளாதாரத்திலும் சமூகத்திலும் அமைப்பு ரீதியில் அரசியல் மாற்றத்தை ஏற்படுத்தித் தம்மை அர்ப்பணித்துக்கொண்ட தொழில் நிறுவனங்களின் வலையமைப்பு பற்றி பேசிக்கொண்டி ருக்கும் வரை அது சரிதான். தொழிலாளர்கள் தங்கள் பணியையும் ஒட்டுமொத்த வணிக நிறுவனத்தையும் நிர்வகித்துக் கொள்ளும் ஜனநாயக முறையில் ஒழுங்கமைப்பட்ட தொழில் அமைப்புகள், உயர்ந்த அளவில் உற்பத்தி செய்கிறவையாக, திறமை மிக்கவையாக உள்ளன. இன்னும் சொன்னால் உலக அளவில் போட்டியிடுபவை யாக இருக்க முடியும் என்பதை மொண்ட்ரகோன் நிரூபித்துள்ளது. ஆனால், தொழிலாளர்களின் சுய ஆளுகைக்கும், பொருளாதார ஜனநாயகத்துக்குமுரிய ஒரு புதிய அரசியல் செயல்திட்டத்திற்காக கூட்டுறவுத் தேசத்துக்குப் பின்னால் மக்களும் அரசும் அணிவகுக்கும் போதும் கூட்டுறவு அமைப்புகள் போராட்ட குணம் கொண்ட

மைக்கேல் மூரும் கூட்டுறவு தேசமும்

முதலாளித்துவம்: ஒரு காதல் கதை என்ற தன்னுடைய ஆவணப் படத்தில் மைக்கேல் மூர் முதலாளித்துவத்தை மாற்றுவது குறித்து வாதிடுகிறார். தங்களுடைய பணிகளை வெளியார் வசம் ஒப்படைக்காத, உழைப்பை மனிதப் பண்பற்றதாக மாற்றாத, தொழிலாளர் களுக்கே சொந்தமான நிறுவனங்களாக பெரும் முதலாளித்துவ நிறுவனங்களை மாற்றும் கூட்டுறவுத்துவமே அவர் தரும் முக்கிய தீர்வு.

தொழிலாளர் கட்சிகளோடு இணையும்போதும் மட்டுமே அது வெற்றிகரமாக நிகழ முடியும்' என்றது ஆவி.

'நல்லது. ஜனநாயகம் என்ற கருத்து அமெரிக்காவில் நன்றாகவே செல்லுபடியாகும்,' என்று சொல்லி ஆவியுடன் உடன்பட்டேன். 'ஏனென்றால், எங்களுடைய தேசிய அலங்காரச் சொல்நடையிலும், தொன்மத்திலும் ஜனநாயகம் மிகச் சிறந்த அமைப்பு முறை என்ற எண்ணத்துக்கு சிறப்பான இடம் உண்டு. ஆனாலும், இன்னும் அது ஒரு கனவு உலகமாக, முழுக் கற்பனையாகத் தோன்றுகிறது. பெரும் தொழில் நிறுவனங்கள் அதை இறுதிவரை எதிர்க்கும்.'

'அது சரிதான். ஆனால், அமெரிக்கத் தொழிலாளர்களில் 70 சதவீதம் பேர் கூட்டுறவு நிறுவனத்திலோ தொழிலாளர்களுக்கு சொந்தமான தொழில் நிறுவனத்திலோ பணியாற்றுவதை விரும்புகிறார்கள் என்பதைக் கருத்துக்கணிப்புகள் காட்டுகின்றன. உண்மையைச் சொன்னால், கூட்டுறவு நிறுவனங்கள் தொடர்பான விரிவான வரலாறு அமெரிக்காவுக்கு உண்டு,' என்று ஆவி எனக்கு நினைவூட்டியது. 'கிட்டத்தட்ட கடந்த ஒரு நூற்றாண்டுக்கும் மேலாக, கட்டடங் களுக்குத் தேவையான மரத்துண்டுகளை விற்கும் சில கூட்டுறவு நிறுவனங்கள் ஆரெகனிலும், வாஷிங்டனிலும் மிகவும் வெற்றிகரமாக செயல்பட்டு வருகின்றன. பல பெரிய விவசாயக் கூட்டுறவு நிறுவனங்கள், சில தொழில் மற்றும் உணவுக் கூட்டுறவு அமைப்புகள் அன்றி, அமெரிக்கா முழுவதும் உள்ள நகரங்களில் சிறிய வணிக நிறுவனங்களான அடுமனைகள், புத்தக விற்பனையகங்கள், வீடு களைத் துப்புரவு செய்யும் அமைப்புகள், மளிகைக் கடைகள் என்று பல கூட்டுறவு அமைப்புகள் வெற்றிகரமாகச் செயல்பட்டு வருகின்றன. உற்பத்தியாளர், நுகர்வோர் என்ற இரு சாராருடைய கூட்டுறவு அமைப்புகளின் வலையமைப்பு செழிப்பாக வளர்ந்து வருகிறது; அவை கூட்டுறவுச் சங்கங்களோடும் அவற்றின் நலத்துக்காகப் பாடுபடும் தொழிலாளர் அமைப்புகளோடு தம்மை மேலும் மேலும் இணைத்துக் கொள்கின்றன.'

'அதிகாரத்தைப் பெறுவதற்காகத் தொழிற்சங்கங்கள் நடத்தும் போராட்டத்தோடு கூட்டுறவு அமைப்புகள் அடிக்கடி மோதவேண்டி வரும் என்று நீங்கள் எழுதினீர்கள். தொழிலாளர்களுக்குத் தொழிற் சங்கங்கள் தேவையில்லை என்பதைக் கூட்டுறவு அமைப்புகள் நிரூபிக்கின்றன என்று நிறுவனங்கள் சொல்லிவிடலாம்; இப்படிச் சொல்வதன் மூலம் கூட்டுறவு அமைப்பை போலி ஜனநாயகமாக ஆக்கிவிட முடியும்; உண்மையான பொருளாதார ஜனநாயகத்தை அடைய இது தடைக்கல்லாக மாறும்,' என்றேன் நான்.

'இன்னும்கூட எனக்கு அது முக்கியக் கவலைதான். ஆனால், கூட்டுறவு அமைப்புகளை வசீகரம் நிரம்பியவையாகத் தொழிற்

பங்குச்சந்தைக்கும் மீமிகை முதலாளித்துவத்துக்கும் எதிராகத் தொழிற்சங்கங்களும் கூட்டுறவு நிறுவனங்களும்

ஐக்கிய எஃகு நிறுவனத் தொழிலாளர் அமைப்பின் தலைவரான லியோ ஜெரார்ட் சொன்னார்: 'நல்ல வேலை வாய்ப்புகள், தொழிலாளர்களுக்கு அதிகாரம் அளித்தல், தாம் இடம் பெற்றுள்ள சமூகக் குழுக்களுக்கு ஆதரவளித்தல் ஆகியவற்றை சாத்தியப் படுத்தும் ஒரு வணிக மாதிரியாக கூட்டுறவு அமைப்புகளின் தொழிற் சங்கங்களை ஆக்குவதன் வரலாற்று முக்கியத்துவம் வாய்ந்த முதல் படியாக இன்றைய உடன்படிக்கையை நாம் பார்க்கிறோம்... தொழிலாளர்கள் மீதும் சமூகக் குழுக்கள் மீதும் முதலீடு செய்யும் ஒரு புதிய வணிக மாதிரியே நமக்குத் தேவை.'

சங்கங்கள் பார்க்கத் தொடங்கி யுள்ளன. ஜனநாயகக் கனவை நிறை வேற்றிக்கொள்ளத் தொழிற்சங்கங்கள் இன்னும் தேவை என்பதைப் பல கூட்டுறவு அமைப்புகள் உணர் கின்றன. பணிகளை வெளியார் வசம் ஒப்படைத்து விட்டு, அயல் நாடுகளுக்கு இடம்பெயர்வதால் மூடப்படும் தொழிற்சாலைகளை எடுத்து நடத்தக் கூட்டுறவு அமைப் புகள் ஓர் உத்தி என்பதையும் அவை புரிந்துகொண்டுள்ளன.'

'தொழிலாளர்களுக்குச் சொந்த மான நிறுவனங்கள் தாமே வேலை வாய்ப்புகளை உருவாக்குவதை ஒரு செயல் திட்டமாகத் தொழிற் சங்கங்கள் காண்கின்றன; ஏனென் றால், உலகளாவிய முதலாளித்துவம் வேலைவாய்ப்புகளைக் களவாடி தொலைதூரங்களுக்குக் கொண்டு செல்கின்றன,' என்றேன் நான்.

'அது முற்றிலும் சரிதான். அமெரிக்காவின் மிகப்பெரிய தொழிற் சங்கங்களில் ஒன்றான ஐக்கிய எஃகு நிறுவனத் தொழிலாளர்கள் என்ற அமைப்பு, தொழிலாளர்களுக்குச் சொந்தமான கூட்டுறவு நிறுவனங் களை அமெரிக்காவில் உருவாக்க மொண்ட்ரகோனோடு 2009இல் ஒரு சம்பிரதாய உடன்படிக்கையை மேற்கொண்டது உங்களுக்கு நினைவிருக்கலாம்,' என்றது ஆவி.

'இது நம்பிக்கையூட்டும் முன்னேற்றமாகத் தோன்றுகிறது,' என்று அவர் சொன்னதை நான் ஒத்துக்கொண்டேன். 'ஆனாலும், தொழிற் சங்கங்கள் இதை சோதனை முயற்சிதான் என்று ஒத்துக்கொள்கின்றன்; அவை எச்சரிக்கையுடனே செயல்படுகின்றன. பெரும்பான்மையான பெரும் வணிகத் தொழில் நிறுவனங்கள் தொழிலாளர்க் கூட்டுறவு அமைப்புகளாக மாற நீண்ட காலம் பிடிக்கும்.'

'நீங்கள் சொல்வது சரிதான். அதன் காரணமாக மற்ற துறைகளில் நாம் விரைவாகச் செயல்பட வேண்டியுள்ளது. பெரும் தொழில் நிறுவனங்கள் இந்த முயற்சியை எதிர்க்கும்; அண்மைக் காலத்தில் அவை கூட்டுறவு அமைப்புகளாக மாறப்போதில்லை. ஆனால், பங்குச் சந்தையின் மீமிகை முதலாளித்துவத்தில் அமைப்பு முறை ரீதியிலான மாற்றங்களுக்காகப் போராடும் கூட்டுறவு இயக்கத்துக்கு அரசியல்

செயல்திட்டம் ஒன்றை வழங்கவும் பண வசதியைப் பெருக்கிக் கொள்ளவும் தொழிற்சங்கங்களும் பிற முற்போக்குக் குழுக்களும் முயலும். பெரிய அளவிலான சமூக மாற்றம் நிகழும் என்ற நம்பிக்கையை இது ஊட்டுகிறது,' என்றது ஆவி.

61

பெரும் வணிக நிறுவனச் சூழலுக்குப் பிந்தைய அமெரிக்கா: பெரும் வணிகத் தொழில் நிறுவனத்துக்கு அப்பால்

'நீங்கள் சொல்வதோடு நான் முழுக்க உடன்படுகிறேன்,' என்றேன் நான். 'ஆனால், பெரும் வணிகத் தொழில் நிறுவனங்களைக் (Corporations) கையாள வேறு வழிகள் எவை? அமெரிக்காவை அவை மேலாதிக்கம் செய்யும் வரையில் மீமிகை முதலாளித்துவத்தையும் பெருங்கேட்டின் தவிர்க்க இயலாத தோல்வியின் தீவிரத்தையும் நாம் அனுபவிக்கத்தான் செய்வோம்.'

'ஆமாம். அதனால்தான் டீனா மிக ஆபத்தானது. பிரபஞ்சத்துக்கே எஜமானர்களாகத் தொடர்ந்து இருக்கப் போகிற அமெரிக்க பாணி பெரும் வணிகத் தொழில் நிறுவனங்கள் இல்லாத நாட்டையோ உலகத்தையோ கற்பனை செய்ய முடியாமல் பெரும்பான்மை அமெரிக்கர்களைத் தடுத்துக்கொண்டிருப்பது டீனாதான்.'

'ஆக, நிகழவே இயலாதது என்று தோன்றும் பெரும் வணிக நிறுவனச் சூழலுக்குப் பிந்தைய உலகம் (Post-corporate world) என்ற ஒன்றின் சாத்தியத்தில் நம்பிக்கையை மறுதூண்டலுக்கு உள்ளாக்கு வதே மாற்று முதலாளித்துவ அல்லது பின்முதலாளித்துவப் புரட்சியின் கடமை என்று சொல்ல வருகிறீர்களா?'

'திருவாளர் டீனா, மீண்டும் அதே இடத்துக்குப் போகிறீர்கள்.' ஆவி என்னைக் கண்டித்தது. 'உண்மையில், இதே இலக்கை நோக்கி செயல் பட்டுக்கொண்டிருக்கும் சமூக இயக்கங்கள் அமெரிக்கா முழுதும் உள்ளன. சந்தேகமேயில்லாமல், ஒரு வணிகத் தொழில் முயற்சி

இருப்பதற்கான தேவை உள்ளது; ஆனால், நாம் அமெரிக்காவில் பார்ப்பது போல அது மீமிகை முதலாளித்துவ வடிவத்தை மேற்கொள்ள வேண்டிய அவசியம் இல்லை; ஒப்பீட்டளவில், இது ஓர் அண்மைக் கால கண்டுபிடிப்பு.'

'ஐரோப்பிய மாதிரியை முன்வைத்து அமெரிக்கப் பெரு வணிக நிறுவனங்கள், சமூகப் பொறுப்பு, முதலீட்டாளர்கள், பணியாளர்கள், வாடிக்கையாளர்கள் நலன்களை உள்ளடக்கிய பெரு வணிகத் தொழில் நிறுவனங்கள் பற்றி தற்போது பேசிக்கொண்டிருக்கின்றன. அவ்வகை நிறுவனங்களில் முதலீட்டாளர்கள் மட்டுமல்ல, தொழி லாளர்கள், நுகர்வோர்கள், நிறுவனத்துக்குப் பொருள்களை சப்ளை செய்பவர்கள், சமூகக் குழுக்கள் ஆகியோரும் செல்வாக்குக் கொண்ட வர்களாக, அவற்றின் நிர்வாகக் குழுவில்கூட ஒருவேளை இடம் பெறுபவர்களாக இருக்கக்கூடும்,' என்றேன் நான்.

'சமூகப் பொறுப்பு, நிறுவனச் செயல்பாட்டில் பங்குகொள்பவர்கள் என்று நாம் முன்பு சொன்னவர்கள் பற்றிய மொழியின் பெரும்பகுதி மிகைப்படுத்தப்பட்டதே என்பது உங்களுக்குத் தெரியும். அவை யெல்லாம் பெரு வணிக நிறுவனங்கள் செய்யும் பகட்டான ஒப்பனைதான். உண்மையான அதிகாரம் நிர்வாகிகளின் கைகளில் ஒப்படைக்கப்பட்டுள்ளது.'

'நீங்கள் ஒப்புக்கொள்வதைவிட கூடுதலான நம்பிக்கைக்கு இங்கு இடம் இருக்கிறது என்று எனக்குத் தோன்றுகிறது. நிறுவனத்தின் இயக்கத்தில் பங்குகொள்ளும் அனைவரின் நலனைக் காக்கும் முயற்சி யில் இருக்கும் செயற்பாட்டாளர்கள் சிலரைத் தனிப்பட்ட முறையில் எனக்குத் தெரியும்; அவர்கள் இந்த முழு அமைப்பு முறையிலும் மாற்றம் வரவேண்டுமென்று விரும்புகிறார்கள். தொடர்புடைய அனைவரின் நலன் காக்கும் பெரு வணிகத் தொழில் நிறுவனங்களை உருவாக்குவது முதல்படி என்பது ஒத்துக்கொள்ளப்படவேண்டிய விஷயம்தான்; அப்படிப்பட்ட நலனைக் காக்க முயலும் மிகச் சிறந்த செயற்பாட்டாளர்களுக்கு இது தெரியும்.'

'இது பெரும்பாலும் பகட்டுப் பேச்சுதான்.' ஆவி திரும்பவும் அதையே சொன்னது. 'அவ்வகைச் செயல்பாடுடைய தொலைநோக்கு உள்ளவர்கள் சொல்வதில் சில சாத்தியங்கள் இருக்கலாம். ஆனால், காலம் குறைவு. ஆனால் விரைவான, அதிக முற்போக்கான மாற்றமே தேவை.'

'சரி, வணிக நிறுவன இயக்கத் தொடர்புடையவர் பற்றிய எண்ணங்கள், அவற்றை ஆதரிக்கும் கூட்டுறவு அமைப்புகளைத் தாண்டி பெரும் வணிகத் தொழில்களை மறுகண்டுபிடிப்பு செய்ய நாம் என்ன செய்ய வேண்டும்?' என்று கேட்டேன். 'நடைமுறைச்

சாத்தியமான மாற்று ஒன்று இருந்தால், புதிய வணிக மாதிரி எது?' குரலில் கூடுதலான சந்தேகம் தொனித்தது.

'அமெரிக்க வரலாறே நமக்கு நல்ல வழிகாட்டி,' என்றது ஆவி. 'அமெரிக்காவை நிறுவியவர்கள், பிறகு வந்த ஆபிரகாம் லிங்கன் போன்ற அதிபர்கள், தங்களுடைய ஜனநாயகம் என்ற சோதனை முயற்சியை அழிக்கும் மேலாதிக்க மாகப் பெரும் வணிகத் தொழில் நிறுவனங்கள் மாறலாம் என்று அச்சப் பட்டார்கள். பெரு வணிகத் தொழில் நிறுவனங்கள் பொது மக்களுக் குப் பயன்படுபவையாக இருக்க வேண்டுமே தவிர பொதுமக்கள் அவற்றுக்குப் பயன்படுபவர்களாக இருக்கக்கூடாது என்பதை உறுதி செய்யும் விதமாக ஒவ்வொரு மாநிலத்திலும் வணிக நோக்கத்தை, அதன் ஆளுகையை வரையறை செய்யும் விதமாக பெரும் வணிகத் தொழில் முயற்சி தொடர்பான ஒரு சாசனத்தை அவர்கள் வகுத்தார்கள்.'

பெரும் வணிகத் தொழில் நிறுவனங்கள் பற்றி ஆபிரகாம் லிங்கன்

'என்னைப் பதற்றமடையச் செய்யும், நாட்டின் பாதுகாப்புக் குறித்து என்னைக் கலக்கமடையச் செய்யும் ஒரு நெருக்கடி நெருங்கி வந்துகொண்டிப்பதை காண கிறேன்... பெரும் வணிகத் தொழில் நிறுவனங்கள் அரியணையில் அமர்த்தப் பட்டுவிட்டன; உயர்ந்த இடங்களில் நேர்மைக்குறைவு ஏற்படும் காலம் அதைத் தொடர்ந்து வரும்; எல்லா செல்வங்களும் ஒரு சில கைகளிலேயே குவிந்து குடியரசு அழிக்கப்படும் காலம் வரும் வரை, மக்களுடைய காரண காரியத் தொடர்பற்ற கருத்துகளைத் தங்களுக்கு சாதகமாக இணக்கமாக்கி பணத்தின் ஆட்சி தன்னை நீட்டித்துக் கொள்ளும்.'

'சாசன விதிகள் சாராம்சத்தில் பெரு வணிகத் தொழில் நிறுவன அமைப்பைப் பற்றிச் சொல்கின்றன,' என்றேன் நான். 'பொதுமக்களால் உருவாக்கப்பட்டு பொது நலத்துக்குப் பயன்படுவது பெரு வணிகத் தொழில் அமைப்பு என்று தொடக்க கால சாசனங்கள் வரையறை செய்தன.'

'ஒவ்வொரு அமெரிக்கனும் இந்த ரகசிய வரலாறைத் தெரிந்து கொள்வது அவசியம்,' என்றது ஆவி. 'ஏனென்றால், ஆரம்பகால சாசனங்கள் தொலைநோக்குப் பார்வையை அளிக்கின்றன. பொது மக்கள் நலனுக்குச் சேவை செய்வதுதான் பெரு வணிகத் தொழில் நிறுவனத்தின் நோக்கம் என்று சட்டபூர்வமாக அவை வரையறுத்தன. முதலீட்டாளர்களுக்குத் தனிப்பட்ட லாபத்தை அவை அனுமதித்தன. மக்களுக்கும், தேர்ந்தெடுக்கப்பட்ட பிரதிநிதிகளுக்கும் பெரு வணிகத் தொழில் நிறுவனங்கள் பதில் சொல்லக் கடமைப்பட்டவையே தவிர பங்குதாரர்களுக்கோ முதலீட்டாளர்களுக்கோ அல்ல என்று அவை சொல்லின.'

'ஒரு வகையில், பெரு வணிகத் தொழில் நிறுவனங்கள் மக்களுடை யவை, மக்களால் நிர்வகிக்கப்படுபவை, மக்களுக்காக உள்ளவை,' என்று நான் தொகுத்துச் சொன்னேன்.

'சரி. அவை மிகவும் முழுமை பெறாதவை; ஆனால், ஆமாம், இப்படித்தான் நாம் வணிகத்தை மறுகண்டுபிடிப்பு செய்ய வேண்டியுள்ளது,' என்றது ஆவி. 'ஒன்றை நினைவில் வைத்துக்கொள்ளுங்கள். அமெரிக்கா போன்ற பெருவணிகத் தொழில் நிறுவன நலனுக்கான நாட்டில், அந்த மாபெரும் வணிக நிறுவனங்களுக்கு மக்கள் நிதிஉதவி செய்கிறார்கள்; ஏனென்றால், அவற்றை நிதி நெருக்கடியிலிருந்து காப்பாற்றுவது, மானியங்கள் அளிப்பது வரிச் சலுகைகள் வழங்குவது போன்றவை மக்களின் வரிப்பணத்திலிருந்தே நடக்கின்றன. பெரு வணிக நிறுவன நலம், பொது மக்களின் இசைவு இல்லாமலேயே வரிவிதிப்பின் மூலமும் அரசின் மானியங்கள் மூலமும் பெரிய நிறுவனங்களில் செய்யப்படும் கட்டாயப்படுத்தப்பட்ட, ஜனரஞ்சக முதலீடு என்ற அமைப்பு மூலமும் காக்கப்படுகிறது. பெரு வணிகத் தொழில் நிறுவனங்களுக்கு மக்கள் நிதிஉதவி செய்கிறார்கள் என்றால் அந்நிறுவனங்கள் மக்களுக்குப் பதில் சொல்லக் கடமைப்பட்டவையாகும்.'

'பிரதிநிதித்துவம் இல்லையென்றால் வரிவிதிப்பும் கூடாது,' என்று நான் சொன்னேன்.

'ஆமாம். மிகுந்த மரியாதைக்குரிய அமெரிக்க மரபு அது,' என்றது ஆவி. இந்தக் கோட்பாட்டைப் பெரு வணிகத் தொழில் நிறுவன நல அமைப்பு முறைக்குப் பிரயோகிக்கும்போது, சாசனத்தின் மூலத் தொலைநோக்குக்கு பெரு வணிகத் தொழில் நிறுவனங்கள் திரும்பப் போக வேண்டும்; அதாவது, எந்த வணிக நடவடிக்கையும் பொது மக்களின் நலத்தை முதல் நோக்கமாகக் கொள்வதோடு சட்டரீதியாக மக்களுக்குப் பதில் சொல்லவும் கடமைப்பட்டது என்பதே அது.'

'ஆக, தொடக்ககால ஜனநாயகத் தொலைநோக்குப் பண்பை மனதில் கொண்டு பெரு வணிகத் தொழில் தொடர்பான சாசனத்தைத் திரும்ப எழுத வேண்டியதே முதல் வேலை,' என்றேன் நான்.

'ஆம்,' என்று ஆவி ஒத்துக் கொண்டது. 'நாடெங்கிலும் அடிநிலை மக்கள் இயக்கங்கள் இதைச் செய்ய முயலுகின்றன. செய்ய வேண்டியது நிறைய உள்ளது. பெரு வணிகத் தொழில் நிறுவனத்துக்கு வழங்கப்படும் 'நபர்' என்ற

பெரு வணிகத் தொழில் நிறுவனங்கள் தனி நபர்களா?

தலைமை நீதிபதி ஜான் ராபார்ட்ஸின் உச்ச நீதி மன்றம் அப்படித்தான் நினைப்பதாகத் தோன்றுகிறது. ஆனால், அரசியல் அமைப்புச் சட்டம் ஒருபோதும் பெரு வணிகத் தொழில் நிறுவனங்கள் என்று குறிப்பிடுவதோ அல்லது அவற்றுக்குப் பாதுகாப்பு வழங்குவதோ கிடையாது. பெரு வணிகத் தொழில் நிறுவனங்களின் மேலாதிக்கம் குறித்து அச்சப்பட்ட ஜெஃபர்சன், தான் முன்மொழிந்த உரிமைகள் தொடர்பான மசோதா பெரு வணிகத் தொழில் நிறுவனங்களைப் பாதுகாப்பது பற்றி அறிந்தால் அதிர்ச்சி அடைவார்.

அந்தஸ்தை ஒழிக்க வேண்டும்; எந்த நேரத்திலும் அது பெரும் தீங்கான கருத்து.'

'பெரு வணிகத் தொழில் நிறுவனம் என்பது அரசியல் அமைப்புச் சட்டத்தின் பாதுகாப்பைப் பெற்ற ஒரு 'நபர்' அல்லது 'குடிமகன்' என்று 1886இல் சாண்டா க்ளாரா உச்ச நீதிமன்றம் உறுதிப்படுத்திய தீர்ப்பிலிருந்து எழுந்த கருத்தைக் குறிப்பிடுகிறீர்களா? தொடக்க காலத்தில் ரத்தமும், சதையும் கொண்ட மனிதர்களுக்காக – தொழில் நிறுவனங்களுக்காக அல்ல – ஒதுக்கி வைக்கப்பட்ட பேச்சுரிமை, பொதுமக்களின் கவனத்திலிருந்து விலகியிருக்கும் உரிமை போன்ற வற்றைப் பெரு வணிகத் தொழில் நிறுவனங்களுக்கு இந்தத் தீர்மானம் வழங்கியது.'

'இது மிக முக்கியம்,' என்றது ஆவி. 'பொதுப் பிரச்சினைகள் குறித்து வெளியிடப்படும் அரசியல் விளம்பரங்களுக்கோ வேட்பாளர்களை ஆதரிப்பதற்கோ பெரு வணிக நிறுவனங்கள் செய்யும் செலவுக்கு வரம்புகள் விதிப்பது அரசியல் அமைப்புச் சட்டத்துக்கு முரணானது என்று ஐக்கியக் குடிமக்கள் கட்சி தொடுத்த வழக்கில் 2010இல் உச்ச நீதிமன்றம் தீர்ப்பளித்துள்ளது பலருக்கும் தெரிந்ததுதான். நபர் என்ற அந்தஸ்தை வழங்கும் கோட்பாட்டைச் சார்ந்துதான் அந்த பயங்கரத் தீர்ப்பு வழங்கப்பட்டது; ஏனென்றால், பணத்தைக் கொடுப்பதற்கான உரிமையையும் பேச்சுரிமையையும் நீதிமன்றம் சரிசமமாகப் பார்க்கிறது; ஆகவேதான், பெரு வணிகத் தொழில் நிறுவனங்கள் கொடுக்கும் அரசியல் நன்கொடைகளைக் கட்டுப்படுத்துவது தனிநபர் உரிமை களை வழங்கும் அரசியல் அமைப்பு சட்டத்தின் முதல் திருத்தத்தை [First Amendment] மீறும் செயல் என்று கருதப்படுகிறது.'

இந்த விஷயத்தில் நான் ஆவியோடு ஒத்துப்போனேன். 'பெரு வணிகத் தொழில் நிறுவனம் என்ற பதத்தை அரசியல் அமைப்புச் சட்டம் ஒருபோதும் குறிப்பிடுவதில்லை. உண்மையான மக்களின் உரிமைகளைப் பயன்படுத்தி அவற்றைக் காக்கவேண்டும் என்று அமெரிக்காவை நிறுவியவர்கள் ஒருபோதும் கருதவில்லை; ஏனென்றால், அது ஜனநாயகச் சோதனை முயற்சியை அழித்துவிடும் என்பதை அவர்கள் உணர்ந்திருந்தார்கள். ஐக்கியக் குடிமக்கள் கட்சி கொடுத்த அதிர்ச்சி யிலிருந்து [2010ஆம் ஆண்டு வழங்கப்பட்ட தீர்ப்பு] அமெரிக்கர்கள் இதில் கவனம் கொள்ளத் தொடங்கிவிட்டார்கள். கிட்டத்தட்ட 80 சதவீத மக்கள் இந்தத் தீர்ப்பை நிராகரித்து விட்டார்கள்.'

'ஆமாம். பெரு வணிகத் தொழில் நிறுவனங்களுக்கு அளிக்கப்படும் நபர் என்ற அந்தஸ்தை ஒழிக்க அடிநிலை மக்களின் இயக்கங்கள் போராடுகின்றன. இந்தப் போராட்டம் அமெரிக்க ஜனநாயகத்தின் எதிர்காலத்தை வரையறுக்க உதவும். பெரு வணிகத் தொழில்

நிறுவனங்கள், மக்களுடையவை, மக்களால் நிர்வகிக்கப்படுபவை, மக்களுக்காக உள்ளவை என்ற மூலக் கருத்தை மீண்டும் கைக்கொள்ள நடக்கும் பெரும் நிலைமாற்றப் போராட்டத்தில் அரிதாகவே விவாதிக்கப் படும் இன்னொரு மாற்றத்தையும் நாம் குறிப்பிட வேண்டியுள்ளது.'

'அது என்ன?' என்று நான் கேட்டேன்.

'பெரிய நிறுவனங்கள் படிப்படியாக முடிவுக்குக் கொண்டு வரப்படவேண்டும்,' என்றது ஆவி. 'பொருளாதார நெருக்கடிக்குப் பிறகு அமெரிக்கப் பெரும் வங்கிகள் குறித்த விவாதத்தில் இது தெளி வாகிக்கொண்டு வருகிறது. ஆனாலும், சில நிறுவனங்கள் தொடர்ந்து இருக்கும்; அவை பொதுநலத்தைக் கருத்தில் கொண்டு இயங்குவதை உறுதிசெய்ய இருக்கும் ஒரே வழி பொதுமக்கள் அவற்றின் உடைமை யுரிமையைக் கைக்கொள்ள வேண்டியதுதான்.'

'நாட்டுடைமையாக்குவது பற்றிப் பேசிக்கொண்டிருக்கிறீர்களா?' என்று கேட்டேன். 'அமெரிக்கா அதை ஆதரிக்காது என்பது உங்களுக்குத் தெரியும்தானே.'

'அவ்வளவு உறுதியாக இருக்காதீர்கள். பொருளாதார நெருக்கடிக் காலத்தில் கோல்டுமேன் சாக்ஸ், ஜே.பீ. மோர்கன், ஏஐஜி, இன்ன பிற பெரிய பங்குச் சந்தை, நிதி நிறுவனங்களை நெருக்கடியிலிருந்து அரசு காப்பாற்றியது உங்களுக்கு நினைவிருக்கிறதா? சட்டப்படி ஏற்கப்படாத போதிலும் நடப்பின்படி இது ஒருவகை நாட்டுடைமையாக்கல் என்பதை மக்கள் திடீரென்று உணர்ந்து கொண்டார்கள். ஏஐஜி போன்ற பெரும் நிதி நிறுவனங்களில் அமெரிக்கா பெரிய அளவிலான பங்குதாரராகவும், கட்டுப்படுத்தும் பங்குதாரராகவும் ஆனது; ஜிஎம் போன்ற வாகன உற்பத்தி நிறுவனங் களை அது முழுவதுமாகத் தன்வசம் எடுத்துக் கொண்டது.'

'வங்கிகளையும், பெரும் நிறு வனங்களையும் நாட்டுடையாக்க வேண்டியதின் அவசியம் குறித்து ஜோசஃப் ஸ்டிக்லிட்ஸ், பால் க்ரக்மன் போன்ற முக்கியப் பொருளாதார நிபுணர்கள் வெளிப்படை யாகப் பேசினார்கள்,' என்று நான் நினைவு கூர்ந்தேன். 'ஆனால், அது ஒரு தீவிர நெருக்கடி காலத்தில் சொல்லப் பட்ட கருத்து.'

அமெரிக்கப் பங்குச்சந்தையையும் நிதி நிறுவனங்களையும் நாட்டுடைமையாக்குவது குறித்து நோபல் பரிசு பெற்ற ஜோசஃப் ஸ்டிக்லிட்ஸ்

'வங்கிகள் தோல்வியடைந்துவிட்டன என்பது மிகத் தெளிவாகத் தெரிகிறது. முக்கிய வங்கிகள் பலவற்றிலும் அமெரிக்கக் குடிமக்கள் பெரும்பான்மை உரிமையாளர்கள் ஆகிவிட்டார்கள். ஆனால், அவர்களுக்கு அவற்றைக் கட்டுப்படுத்தும் உரிமை கிடையாது. உடைமைக்கும், கட்டுப்படுத்தும் உரிமைக்கும் எந்த அமைப்பு முறையில் பிரிவினை இருக்கிறதோ அங்கு பெரும் இடர் நிகழும்... நாட்டுடைமையாக்கலே ஒரே தீர்வு.'

'ஏமாந்து போகாதீர்கள். நெருக்கடிகள் தொடர்ந்து வரத்தான் செய்யும்; 'நெருக்கடிகளிலிருந்து நிதி நிறுவனங்களைக் காப்பாற்றும் தேசம்' ஒன்றில் தாங்கள் வாழ்கிறோம் என்பதை அமெரிக்கர்கள் மேலும் மேலும் உணர்வார்கள். பெரும் வங்கிகளை மட்டுமல்ல, பிரம்மாண்ட எண்ணெய் நிறுவனங்கள், நிலக்கரி நிறுவனங்களை பிற நாடுகளில் நிகழ்ந்தது போல, நாட்டுடைமையாக்கி, பொது மக்கள் நலன் சார்ந்து இயங்குபவையாக ஆக்க வேண்டியதன் அவசியத்தை நெருக்கடிகளும், உலகளாவியப் போட்டியும் உண்டாக்கியுள்ளன.'

'அது இன்னும் பெரிய நெருக்கடிகளைக் கொண்டுவந்து சேர்க்கும்,' என்றேன் நான்.

'இருக்கலாம். ஆனால், இவையெல்லாம் தவிர்க்க இயலாதவை; ஏற்கனவே தெளிவாகத் தெரியத் தொடங்கிவிட்டவை.'

62

உள்ளூரியம்:
அமெரிக்காவில் சமூகக்குழுவும் நடப்பிலுள்ள உள்ளூர்ப் பொருளாதாரங்களும்

ஆவியிடம் நான் சொன்னேன்: 'நீங்கள் முன்வைக்கும் மாற்றுகளை வீண் கற்பனைகள் என்று அமெரிக்காவின் இடதுசாரிகள் பலர் கருதுவது உங்களுக்குத் தெரியுமா? தேர்தல் அரசியல் மூலம் ஃபெடரல் அரசைக் கைக்கொள்வதே அவர்களுடைய நோக்கம். ஆனால், மிகுந்த ஊக்கமும், தொலைநோக்கும் உள்ள பலர் அந்த நோக்கத்தில் நம்பிக்கை வைப்பதில்லை. அவர்கள் அந்த நம்பிக்கையைத் தங்களுடைய சொந்த சமூகக் குழுக்களிலும், சொந்த வாழ்க்கையிலுமே காண்கிறார்கள்.'

'ஆஆ,' என்று சொல்லி ஆவி எதிர்வினை காட்டியது. 'ஆமாம், மாற்றம் என்பது உள்ளூரிலும், சமூகக் குழுக்களிலும், தங்கள் வாழ்க்கையிலும் தொடங்கி இறுதியில் அங்கேயே முடிகிறது என்று நம்பும் உள்ளூரியலாளர்களைப் பற்றிப் பேசுகிறீர்கள்.'

'புத்துணர்ச்சியூட்டும் கருத்து அது,' என்றேன் நான். 'ஏனென்றால், உள்ளூரியலாளர்கள் சொல்வதைச் செயலிலும் காட்டுபவர்கள். அவர்களிடம் தனிப்பட்ட நம்பகத்தன்மை இருக்கிறது; அது பல மில்லியன் அமெரிக்கர்களை இறுதியில் ஈர்க்கும்; வாஷிங்டன்மீது நேரிடையாகவும் கடுமையாகவும் வைக்கப்படும் விமர்சனத்தைவிட இது அதிக மாற்றத்தை விளைவிக்கும். ஆயிரக்கணக்கான உள்ளூர் சமூகக்குழுக்கள், உள்ளூர் விவசாயச் சந்தைகளையும், சைக்கிள்கள் செல்லத் தனிப் பாதைகளையும், கடன் வழங்கும் உள்ளூர்ச் சங்கங்களையும் நிறுவினால் ஃபெடரல் அரசுகளோ அல்லது உலகளாவிய உடன்படிக்கைகளோ சாதிப்பதைவிட அதிக அளவில் உலகத்தை மாற்றும்.'

'நீங்கள் ஒரு தவறு செய்கிறீர்கள்,' என்றது ஆவி. 'அமைப்பு முறையில் உள்ள பிரச்சினைகளை உள்ளூர் சமூகக் குழுக்கள் தம் அளவில் தீர்த்து

விட முடியாது. இதற்குத் தேசிய, உலகளாவிய அளவில் இயக்கங்கள் தேவைப்படும். இறுதியில், சாதாரண மக்கள் ஜனநாயகத்தைத் தீவிரமாகக் கருதி, ஒவ்வொரு நிலையிலும் தங்களுடைய அரசுகளின் மீதான கட்டுப்பாட்டைத் தங்கள் வசம் எடுத்துக்கொள்ள வேண்டும்.'

'ஆனால், உள்ளூரியம் (Localism) தொடர்பான கருத்துகள் அமெரிக்கா முழுமையும் ஒரு பெரும் மக்கள் இயக்கத்துக்கு உத்வேகம் அளித் துள்ளன' என்றேன் நான். 'உலகப் பொருளா தாரத்திலிருந்து வெளி யேறவும், மீமிகை முதலாளித் துவத்தின் ஒரு பகுதியாக இல்லா திருக்கவும் அவர்கள் விரும்பு கிறார்கள். தங்களுடைய சொந்த வாழ்க்கையையும், சமூகக் குழுக் களையும் அடிக்கற்களாகக் கொண்டு, உள்ளூர் உடைமையான வணிகம், நகர மண்டப ஜனநாயகம், பிராந்தியப் பொருளாதாரம், சுய ஆளுகைக் குட்பட்ட நூற்றாயிரக்கணக்கான சமூகக் குழுக்களோடு உடன் படிக்கைகள் வழியாகப் புதிய ஓர் உலகத்தைக் கட்ட விரும்புகிறார்கள்.'

நீங்கள் செய்யவேண்டும் என்று உள்ளூரியலாளர்கள் நம்புபவை

முன்னணி உள்ளூரியச் சிந்தனையாள ரான டேவிட் கோர்ட்டன் எழுதுகிறார்: 'பங்குச்சந்தையிலிருந்து உங்களை விடுவித்துக்கொள்வதை வெளிப்படை யாகத் தெரிவித்துக்கொள்வதும், எளிமை யான வாழ்க்கைக்கான தன்னார்வ இயக்கத்தில் சேர்வதும், தேவையற்ற நுகர்வைக் குறைத்துக் கொள்வதுமே புதியப் பொருளாதாரத்துக்கு நீங்கள் வழங்கும் பங்களிப்பின் முதல் படி. அதற்கும் அப்பால், எங்கெங்கு சாத்தி யமோ அங்கெல்லாம் சுய சார்புடைய உள்ளூர்க் கடைகளிலேயே பொருள் களை வாங்குங்கள்; கிடைக்கும் போதெல் லாம் உள்ளூரிலேயே தயாரிக்கப்பட்ட பொருள்களை வாங்குங்கள். இதே தேர்வை நீங்கள் வேலை பார்க்கும் இடத்தையும், முதலீடு செய்யும் இடத் தையும் முடிவு செய்யும்போது பிரயோகி யுங்கள்.'

'அது ஒரு புரட்சிகரமான நாட்டம்தான்,' என்று ஆவி ஒத்துக் கொண்டது. 'ஆனால், நான் கண்டித்த கற்பனை உலக சோஷலிசத்தின் குறைகள் அதனிடம் உள்ளன. ஆனாலும், உங்களுடைய உள்ளூர் வாதிகளை மிகுந்த ஆர்வத்துடன் நான் கவனித்துக்கொண்டு வருகிறேன். வேறெங்குமுள்ள இடதுசாரிகளிடம் காணமுடியாத திடமும் புரட்சிகர உணர்வும் அவர்களிடம் இருக்கின்றன; என் காலத்திய உள்ளூரியலாளர்களுக்கு இருந்ததைவிடவும் மேலதிக உலக ளாவிய, அரசியல் செயற்பாட்டுத் தொலைநோக்கு அவர்களில் பலருக்கு இருக்கிறது. ''உலக அளவில் சிந்தியுங்கள், உள்ளூர் அளவில் செயல்படுங்கள்'' என்ற முழக்கத் துடன் பலர் பல்வேறு மட்டங்களில் செயல்படுகிறார்கள்.'

உள்ளூரியம் தொடர்பான வரம்புகள் குறித்து மார்க்ஸ்

'சிறு, சிறு சோதனைகள் மூலம் புதிய சமூக சித்தாந்தத்துக்கான வழியைப் படைக்கும் அவர்களுடைய கடுமை யான முயற்சிகள் தோல்வியிலேயே முடியும் என்பதற்கு உதாரணங்கள் உள்ளன.'

நான் சொன்னேன்: 'போர்ட்லாந்து, ஆரெகன் தொடங்கி போர்ட்ஸ்மௌத், நியூ ஹேம்ப்ஷியர் வரை நாடு முழுவதும் உள்ளூரிய லாளர்கள் தங்கள் சமூகக் குழுக்களிடையே முனைப்புடன் செயல் படுகிறார்கள். பலர் சிறிய அளவிலான தொழில்முனைவோர்கள் தாம்; உள்ளூர் அளவிலான சந்தையில் வலுவான நம்பிக்கை வைத்திருக் கிறார்கள்; ஆனால், உலகளாவிய மீமிகை முதலாளித்துவத்துக்கு எதிரான போரில் அவர்கள் முக்கியமான, நூதனமான பங்கேற்பாளர்கள்.'

'உள்ளூர் தொழில்முனைவோர்கள் வசீகரமான உள்ளூரியக் குழு. தங்கள் வணிக நடவடிக்கைகளையும் சமூகக் குழுக்களையும் அழித்து வரும் வால்மார்ட்டுகளையும் மீமிகை முதலாளித்துவப் பெரு வணிகத் தொழில் நிறுவனங்களையும் அவர்கள் வெறுக்கிறார்கள். நூற்றுக் கணக்கான சிறு வணிகர்கள் பேல்லே (Business Alliance for Local Living Economies - BALLE) என்ற அமைப்பில் ஈடுபட்டுள்ளார்கள்; தங்களால் மாற்றத்தைக் கொண்டுவர முடியும் என்பதை அவர்கள் நிரூபித்து வருகிறார்கள். வட அமெரிக்காவில் விரைவாக வளர்ந்து வரும் சமூகப் பொறுப்புள்ள வணிகத் தொழில்களின் வலையமைப்பாக பேல்லே இருந்து வருகிறது; அமெரிக்காவிலும், கனடாவிலும் 30 மாநிலங்களில் உள்ள 80 சமூகக் குழுக்களின் தொகுதிகளைக் கொண்டது பேல்லே; இரண்டு நாடுகளின் சுய சார்பான 22,000 வணிக உறுப்பினர்களை அது பிரதிநிதித்துவப்படுத்துகிறது. வணிகர்கள் இல்லாமல் உங்களால் சமூகப் புரட்சியை உண்டாக்க முடியாது. உள்ளூர்ப் பொருளாதாரம் மட்டுமே சுய ஆளுகை உடையதாக இருக்கும் என்ற நம்பிக்கையைச் சார்ந்து பொருளாதாரத்தை அடி நிலையிலிருந்து மறுஆக்கம் செய்ய அவர்கள் விரும்புகிறார்கள்.'

'உள்ளூரியலாளர் வாதத்தின் அடிப்படைக் கூற்று அதுதான்' என்று நான் சொன்னேன். 'சிறியது அழகானது.* சமூகக் குழுவில் அனைவரையும் உள்ளடக்குங்கள். உங்கள் குழந்தைகளைப் பொறுப் புடன் பார்த்துக்கொள்ள யாரைச் சார்ந்து இருக்கிறீர்களோ அவர்களை நீங்கள் சுரண்டமாட்டீர்கள்.'

'உள்ளூருக்கு புனைவியற் பண்பை நாம் ஊட்ட வேண்டாம். உள்ளூர் சமூகக் குழுக்கள் பெரும்பாலும் இனவெறி கொண்டவையாக, சர்வாதிகாரப் போக்குடையவையாக, ஜனநாயகப் பண்பு அற்றவையாக

* Small in Beautiful: A Study of Economics as if People Mattered என்னும் தலைப்பில் ஒரு கட்டுரைத் தொகுதியைப் பிரிட்டிஷ் பொருளாதார அறிஞர் இ.எஃப். ஷூமேக்கர் 1973இல் வெளியிட்டார். 'பெரியது மேலானது' என்ற கருத்தாக்கத்துக்கு எதிராக சிறிய, உகந்த தொழில்நுட்பங்கள் – தொழிலாளருக்கு முக்கியத்துவம் தருகிற, எரிசக்தி குறைவாகத் தேவைப்படுகிற, சுற்றுச்சூழலைப் பாதிக்காத, உள்ளூர் மக்களால் கட்டுப்படுத்தப்படுகிற தொழில்நுட்பங்கள் – மக்களுக்கு அதிக அதிகாரம் அளிக்கும் என்ற கோட்பாட்டை இந்நூல் முன்வைக்கிறது. (மொ-ர்)

BALLE

'வணிகத் தொழிலுடன் தொடர்புடைய அனைவருக்கும், சுற்றுச் சூழலுக்கும் பதில் சொல்லக் கடமைப்பட்டவையாக இந்த வணிக நடவடிக்கைகள் இருக்கின்றன என்பதை நாங்கள் நிரூபித்து வருகிறோம். இந்த வணிக நடவடிக்கைகள் உள்ளூர்ப் பொருளாதாரங்களில் செழித்து வளர நாங்கள் உதவு கிறோம். சமூகக் குழுவைச் சார்ந்த, சுற்றுச்சூழலைப் பேணுகிற, நியாயபூர்வமான, உள்ளூரில் உயிர்ப்புடன் இருக்கும் பொருளாதாரங்களின் வலைப்பின்னல் ஒன்றை நிர்மாணிக்க உள்ளூர் வலையமைப்பின் ஆற்றலை நாங்கள் உயர்த்துகிறோம்,' என்று BALLE அதிகாரப்பூர்வமாகத் தெரிவிக்கிறது.

இருந்து வந்துள்ளன. வரலாற்று ரீதியாக, உண்மையில் நாம் விவாதித்ததற்கு நேர்மாறாக, சிறு வணிகங்களின் உடைமையாளர்கள் பலர் முற்போக்குச் சிந்தனை இல்லாதவர்களாக இருந்திருக்கிறார்கள்' என்று ஆவி தன் கருத்தைப் பதிலாகச் சொன்னது.

'பிறகு ஏன் உள்ளூரியத்தில் நம்பிக்கையைக் காண்கிறீர்கள்?'

'நாம் விவாதித்த விஷயங்கள் சிலவற்றில் எனக்குச் சில ஆட்சேபணைகள் இருக்கின்றன. முதலாளித்துவ அமைப்பு முறையை மாற்ற முயலும் தேசிய அரசியல் இயக்கத்தின் பகுதியாக அவை வளரவேண்டும். ஆனால், அவர்கள் ஏற்கனவே மாற்று முதலாளித்துவப் புரட்சியை வாழத் தொடங்கிவிட்டார்கள். அவர்கள் எப்படிச் சாப்பிடுகிறார்கள் என்பதைக் கவனியுங்கள். பெரும் வணிக நிறுவன விவசாயமுறைக்கு மாற்றாக அவர்களுடைய விவசாயச் சந்தைகள் இருக்கின்றன; அவை அதிக ஜனநாயகப் பண்பு கொண்டவை. சுற்றுச்சூழலில் அக்கறை உடையவை. அவர்களுடைய வங்கி நடவடிக்கைகளைக் கவனியுங்கள். கடன் வழங்கும் உள்ளூர் சங்கங்களில் தங்கள் பணத்தைப் போடுவதன் மூலம், எல்லாவற்றையும் பங்குச்சந்தைக்கு ஒப்புக்கொடுக்காமலேயே வாழ முடியும் என்பதை அவர்கள் நிரூபிக்கிறார்கள். போர்ட்லாந்திலும், சியாட்டிலிலும் உள்ள, சுய மேலாண்மைக்குட்பட்ட சிறிய கூட்டுறவு நிறுவனங்களில் அவர்கள் எப்படிப் பணிபுரிகிறார்கள் என்பதைக் கவனியுங்கள். அவர்கள் பொருள்களை உள்ளூர் வணிக நிறுவனங்களில் வாங்குவதன் மூலம் வால்மார்ட்டும், மற்ற பிரம்மாண்டமான கடைகளும் தேவையில்லை என்பதை நிரூபித்துக் காட்டுகிறார்கள். ஓர் இடத்திலிருந்து மற்றொரு இடத்துக்கு எப்படிப் போகிறார்கள் என்பதைக் கவனியுங்கள். இரு சக்கர வாகனத்திலேயோ, வெறுமனே நடந்தோ போகிறார்கள். என்னுடைய சிலேடையை நீங்கள் மன்னிப்பதாக இருந்தால், அது மந்தமானதாகத் தோன்றலாம்* ஆனால், அது ஓர் உண்மையான மாற்று வாழ்முறையின் கருமுளை. உள்ளூர் நகர்

* ஆங்கில வார்த்தை pedestrian. இதற்கு இரண்டு அர்த்தங்கள் உண்டு. பெயர்ச்சொல்லாக 'நடந்துபோகிறவர்' என்றும், பெயரடையாக 'மந்தமான' என்றும் அர்த்தம் தரும். உள்ளூர் வாழ்க்கை மந்தமானதாக, மெதுவானதாக இருக்கலாம்; ஆனால், பல வழிகளில் உயர்ந்தது என்ற பொருள்படவும் பயன்படுத்தப்பட்டுள்ளது. (மொ-ர்)

மன்றங்களைத் தங்கள் கட்டுப்பாட்டில் கொண்டுவருவதன் மூலம், தேசிய, உள்ளூர் நிலைகளில் தற்போது சாத்தியப்படாத தொலை நோக்குத் திட்டங்களை அவர்கள் உண்மையில் சட்டபூர்வமானவை யாக ஆக்கி விடலாம்.'

'உலகமயமாதலும், புவி வெப்பமயமாதலும் நிகழும் இக்காலத்தில் உள்ளூரியம் என்பது உண்மையில் அமைப்பு முறையை அழிக்க முயலும் ஒரு கருத்து என்பதில் சந்தேகமேயில்லை,' என்றேன் நான். 'உங்களுடைய வீட்டின் முன்றிலிலேயே, அண்டை வீட்டுக்காரர் களுடன் சேர்ந்து உங்கள் ஊரின் நகர அரங்கத்திலேயே புரட்சியை அனுபவித்து வாழ்வது எல்லாருக்கும் நம்பிக்கையைத் தருகிறது. ஆனால், தேசிய, உலக அளவிலான மாற்றத்தைக் கைவிட அறிவுரை சொல்லும் கடைசி ஆன்மாவாக நீங்கள் தோன்றலாம். மீமிகை முதலாளித்துவம் பங்குச்சந்தையிலும் தலைநகரான வாஷிங்டனிலும் தானே தன்னுடைய அதிகாரத்தைக் குவிக்கிறது. அங்கே இருக்கும் நெம்பு கோல்களை நீங்கள் பிடித்து இழுத்து பாதையை மாற்றவில்லை என்றால், பரந்துபட்ட சமூகம் மீமிகை முதலாளித்துவ எஞ்சினோடு சேர்ந்து தொடர்ந்து போய்க் கொண்டேயிருக்கும்.'

'ஆமாம்,' என்றது ஆவி. 'ஆனால், மிகச் சிறந்த உள்ளூரியலாளர்கள் அதைப் புரிந்துகொள்கிறார்கள். தங்களுடைய புரட்சியை அனுப வித்து வாழ்ந்து நடனமாடாத புரட்சி யாளர்கள் தோல்வியடைவதுடன், ஒருபோதும் பிறருக்கு உணர்ச்சி யூட்டுவதும் இல்லை என்பதையும் அவர்கள் உணர்ந்திருக்கிறார்கள்.'

'மாற்றத்தை நீங்கள் வாழ்ந்து அனுபவிக்கவில்லையென்றால், உண்மையில் மாற்றத்தில் நம்பிக்கை வைக்கவில்லை என்பதாகத்தான் அர்த்தம்,' என்றேன் நான். 'டீனா ஒரு பொய் என்பதற்கு வாழும் நிரூ பணமாக இந்தக் கணத்தில் இருப் பவர்கள் உள்ளூரியலாளர்கள்தான்.'

'ஆமாம். ஆனால், இன்னும் பலவும் உள்ளன. இந்த இணைய காலத்தில், உள்ளூர்ச் செயல்பாடுகள் ஒருபோதும் உள்ளூர் அளவிலேயே நிற்பதில்லை. மாற்று முதலாளித்துவ

புரட்சியின்போது நடனமாடல்

புகழ்பெற்ற மார்க்ஸிய அனார்கிஸ்டான [அரசும், சட்டங்களும் தேவையற்றவை என்ற கோட்பாட்டை உடையவர்] எம்மா கோல்ட்மன் [1869-1940. வட அமெரிக்காவிலும், ஐரோப்பாவிலும் அனார்கிஸத் தத்துவத்தை வளர்த்ததில் முக்கியப் பங்காற்றியவர். பெண்ணுரிமை, குடும்பக் கட்டுப்பாடு, போர் எதிர்ப்பு போன்ற பிரச்சினைகள் குறித்து ஆயிரக் கணக்கானவர்களை ஈர்க்கும் விதமாகச் சொற்பொழிவுகளை நிகழ்த்தியவர். அமெரிக்காவின் முதல் இடதுசாரி, அனார்கிஸ சிறுபத்திரிகையான *த மதர் எர்த்தை* (1907-1917) நடத்தியவர். புரட்சிக்குப் பிந்தைய சோவியத்தில் கருத்துச் சுதந்திரம் நசுக்கப்பட்ட போது அதைக் கடுமையாக எதிர்த்தவர். தன்னுடைய கருத்துகளுக்காக பலமுறை சிறை சென்றவர்.] 'என்னால் நடனமாட முடியாதென்றால், உங்களுடைய புரட்சியின் ஒரு பகுதியாக இருக்க நான் விரும்பவில்லை' என்றார்.

உள்ளூர்ச் செயல்பாடுகள் மின்னல் வேகத்தில் பரவுகின்றன. அமெரிக்காவின் உள்ளூரியலாளர்கள் ஐரோப்பாவிலும், லத்தீன் அமெரிக்காவிலும், ஆப்பிரிக்காவிலும், ஆசியாவிலும் இருக்கும், தங்கள் கருத்துகளோடு ஒத்துப்போகும் சமூகக் குழு செயற்பாட்டாளர்களோடு முகநூல், மின்னஞ்சல் மூலமாகத் தொடர்புகள் ஏற்படுத்திக் கொண்டு படங்களையும் கருத்துகளையும் பகிர்ந்துகொள்கிறார்கள். சமூகத் தளங்களில் ஒருவரையொருவர் சந்தித்துக்கொள் வதோடன்றி, வால்மார்ட், பங்குச்சந்தை, சுதந்திர வணிக உடன் படிக்கைகளுக்கு எதிரான பொது செயல்பாட்டு உடன்படிக்கைகளையும் ஏற்படுத்திக் கொள்கிறார்கள்,' என்றது ஆவி.

'ஆக, உள்ளூரியம் என்பது வெறும் உள்ளூர் சார்ந்தது மட்டுமே யில்லை.'

'அது ஓர் உலகளாவிய இயக்கம்,' என்றது ஆவி. 'வாஷிங்டனில் நடக்கும் தேசிய அளவிலான எதிர்ப்பு நடவடிக்கைகளிலும், உலக அளவில் நடக்கும் உலகமயமாதலுக்கு எதிரான பேரணிகளிலும் உள்ளூரிய செயற்பாட்டாளர்கள் பலரை நீங்கள் பார்க்கலாம்.'

'ஆனால், உள்ளூர் அளவில் மாற்றங்களை ஏற்படுத்தி வரும் ஒரு முற்போக்கு இயக்கம் எழுச்சி நிறைந்த ஆயிரக்கணக்கான செயற் பாட்டாளர்களாக துண்டுதுண்டாகச் சிதறிக் கிடக்கிறது; அவர்களால், ஒன்றிணைந்து பங்குச்சந்தையிலும், வாஷிங்டனிலும், உலக வர்த்தக அமைப்பிலும் நமக்குத் தேவையான மாற்றங்களைச் செய்ய இயல வில்லை.'

'உள்ளூரியலாளர்கள் முன் உள்ள இறுதி சவால் அதுதான்,' என்றது ஆவி. 'அவர்கள் சுயப் பிரக்ஞை உள்ள உலகளாவிய உள்ளூரியலாளர் களாக இருக்க வேண்டிய அவசியம் இருக்கிறது. உலகளாவிய செயற்பாட்டாளர்கள் வெற்றிபெற உள்ளூரியலாளர்கள் தேவைப் படுகிறார்கள்; உள்ளூரியலாளர்களுக்கு உலகளாவிய செயற்பாட்டா ளர்கள் தேவைப்படுகிறார்கள். உள்ளூர் விவசாயச் சந்தைகளால் புவி வெப்பமயமாதல் என்ற பிரச்சினையைத் தீர்க்க முடியாது என்பது உள்ளூரியலாளர்களுக்குத் தெரியும்; ஏனென்றால், கார்பன் பயன் பாட்டுக்குக் கட்டுப்பாடு விதிக்கவும், வரி விதிக்கவும் உலகளாவிய உடன்படிக்கை ஒன்று தேவைப்படுகிறது. ஆனால், உள்ளூரியலாளர்கள் சுற்றுச்சூழலுக்கு உகந்த தங்களுடைய சொந்த ஊர் வணிக நடவடிக்கை களையும், விவசாயச் சந்தைகளையும் அமைக்கவில்லையென்றால் அந்த உலகளாவிய உடன்படிக்கை வெறுமனே காகிதத்தில்தான் இருக்கும். இரண்டு குழுக்களும் இணைந்து பயிரிடவில்லையென்றால் புரட்சித் தோட்டம் என்ற ஒன்று இருக்காது.'

63

நேர்மறையான அனார்கிஸம்: அரசை எதிர்த்து நில்லுங்கள், அதோடு இணையாதீர்கள்

ஆவி தொடர்ந்து பேசியது: 'உள்ளூரியலாளர்களைப் பற்றிய நம் பேச்சு இன்னொரு இயக்கத்தை எனக்கு நினைவூட்டுகிறது: அனார்கிஸ்ட்டுகள்.'

'இன்றைய தேதியில் அமெரிக்காவில் அனார்கிஸ்ட்டுகள் நிறைய பேர் இருப்பதாக எனக்குத் தோன்றவில்லை,' என்றேன் நான். 'அனார்க்கி என்ற வார்த்தையை அமெரிக்கர்கள் கேட்டால் அவர்களுக்கு நினைவுக்கு வருவது காங்கோவாகவோ ஆஃப்கானிஸ்தானாகவோதான் இருக்கும். அப்படிப்பட்ட ஒன்றை அமெரிக்காவில் காண விரும்பமாட்டார்கள்; அதைப்போல ஒன்றைப்பற்றி அவர்கள் பெரிதும் கவலைப்படுவார்களா என்ற சந்தேகமும் எனக்கு இருக்கிறது.'

ஒரு விநாடி தாமதித்த நான் மீண்டும் சொன்னேன்: '"கறுப்புக் குழுவினர்" என்ற பெயரிடப்பட்ட, முகமூடி அணிந்த, கறுப்பு உடை தரித்த அனார்கிஸ்ட்டுகளைத் தொலைக்காட்சியில் அமெரிக்கர்கள் பார்த்திருக்கக்கூடும்; ஜன்னல்களை உடைத்தபடி, காவலர்கள் மீது கற்களை வீசியவாறு உலகமயமாதலை எதிர்த்து நடக்கும் பல போராட்டங்களில் அவர்கள் தோன்றுவார்கள். பெரும் வங்கிகளை எதிர்த்து வசைச்சொற்களைச் சுவரில் கிறுக்குவதாகவும், குப்பைத் தொட்டிகளில் தீ கொளுத்துவதாகவும் அவர்கள் தோன்றும் புகைப்படங்களை வெளியிடுவதில் அமெரிக்க ஊடகம் ஆர்வம் காட்டுகிறது. மேலும், குழப்பத்துக்கும் வன்முறைக்குமான ஒரு செய்முறையாக மட்டுமே அனார்கிஸம் தோன்றுகிறது; விவேகமான எந்த நபருக்கும் அது ஒரு மாற்றாகத் தோன்றாது.'

'முன்கூட்டியே நிரல் செய்யப்பட்ட அறியாமையை சொற்களாக நீங்கள் பீச்சியடிக்கிறீர்கள்,' என்றது ஆவி. 'தொலைக்காட்சியில் பரபரப்பான மாலைநேர ஒளிபரப்புப் பகுதிகளில் அனார்கிஸ்ட்டுகள்

தோன்றுகிறார்கள்; இதனால், நேயர்களின் விருப்பத்தை அளவிடும் கணிப்பீட்டு எண்ணிக்கை கூடுகிறது. அமெரிக்கர்களுக்குக் கிடைப்பதெல்லாம் பீதியூட்டும் படிமங்கள்தாம். ஆனால், அனார்கிஸம் முக்கியமான ஒரு தத்துவ மரபு; வரலாற்று ரீதியில் மார்க்ஸியத்தோடு பின்னிப் பிணைந்தது. எல்லா அரசுகளிலும் உள்ளார்ந்து இருக்கும் வன்முறையையும் ஊழலையும் அது பேசுகிறது; முழுக்கவும் மக்களே தங்களை சுயஆட்சி செய்துகொள்ளும் எதிர்கால உலகம் ஒன்றை அது முன்வைக்கிறது.'

அரசு குறித்து அனார்கிஸ்ட்டுகள்

பகூனின் எழுதினார்: 'எங்கெல்லாம் அரசு இருக்கிறதோ அங்கெல்லாம் தவிர்க்க இயலாமல் மேலாதிக்கமும் இருக்கிறது; இதன் விளைவாக, அடிமைத்தனமும் இருக்கிறது... எனவேதான், நாங்கள் அரசின் எதிரிகள்.' அவர் தொடர்ந்து எழுதினார்: 'ஆளும் உரிமைத் தளத்துக்கு உயர்த்தப்படும் உழைக்கும் வர்க்கம், எல்லா ஆளும் வர்க்கங்களிடமும் உள்ள மேலாதிக்க உணர்விடம் சரணடைந்துவிடும்.'

'அனார்கிஸத்தைப்பற்றி பரிவுடன் நீங்கள் பேசுவது எனக்கு ஆச்சரியமாக இருக்கிறது,' என்றேன் நான். 'அரசு அதிகாரத்தைத் தொழிலாளர்கள் கைப்பற்றுவதைப் பற்றியும், நீதி உணர்வோடு முழு சமூகத்தை மறுஆக்கம் செய்ய அந்த அதிகாரத்தை அவர்கள் பயன்படுத்துவதைப் பற்றியும் நீங்கள் நிறைய எழுதியிருக்கிறீர்கள். உங்கள் காலத்திய பெரும் அனார்கிஸ்ட்டான மிக்கைல் பகூனினைக் கண்டித்திருக்கிறீர்கள்; சோஷலிஸ்ட்டுகள், தொழிற்சங்கவாதிகள், அனார்கிஸ்ட்டுகள், சமூக ஜனநாயகவாதிகள் அடங்கிய சர்வதேச செயற்பாட்டாளர் அமைப்பான சர்வதேச உழைக்கும் மக்களின் சங்கத்தை அமைக்க நீங்கள் உதவினீர்கள்; அதில் பகூனின் தான் உங்களின் பிரதான எதிராளி. அவரோடு நீங்கள் நிகழ்த்திய மூர்க்கமான சண்டைகள்தாம் முதல் அகிலத்தை இறுதியில் அழித்தன. உங்கள் தொழிலாளர் அரசு மக்களின் பெயரால் அதிகாரத்தைக் கைப்பற்றும் என்றும், ஆனால், எல்லா அரசுகளைப் போல அதுவும் "ஆட்சிபுரியும் சிறுபான்மையின் கொடுங்கோன்மையை" உருவாக்கும் என்றும் பகூனின் சொன்னார். இங்குக் குறிப்பிடப்படுகிற ஆட்சிபுரியும் சிறுபான்மை என்பது கம்யூனிஸ்ட் கட்சி. பகூனின் சொன்னது எந்த அளவு சரியென்றும், நீங்கள் சொன்னது எந்த அளவு தவறென்றும் ஸ்டாலினும், மாவோவும் நிரூபிக்கவில்லையா?'

பேசுவதை ஒரு நிமிடம் நிறுத்திய நான், பிறகு என்னுடைய வாதத்தைத் தெளிவாக்க மார்க்ஸ் சொன்னதை வைத்தே அவரை எதிர்கொண்டேன். 'இந்த மாதிரி விஷயங்களில் நீங்கள் பகூனினோடு முரண்பட்ட புள்ளிகள் குறித்து நீங்களே எழுதியது இதோ:

பகூனின்: 'ஆளும் சிறுபான்மையின் கொடுங்கோன்மையை மார்க்ஸ் மறைக்கிறார்; மக்களின் விருப்பம் என்று அழைக்கப்படுவதன் பெயரில் அது வெளிப்படும்போது

அது இன்னும் கூடுதலான ஆபத்தாக மாறுகிறது.'

மார்க்ஸ்: 'கூட்டுடைமையில் மக்களின் விருப்பம் என்று அழைக்கப்படுவது மறைந்துபோய், கூட்டுறவின் உண்மையான விருப்பம் என்பதற்கு அது வழி விடுகிறது.'

பகூனின்: 'ஆக, இதன் விளைவு, பரந்த பெரும்பான்மை மக்களைத் தனிச் சலுகை அடைந்த சிறுபான்மையினர் கட்டுப்படுத்துவது என்பதே. ஆனால், இந்த சிறுபான்மையினர், ஆட்சி அதிகாரம் என்ற உயர்நிலையில் இருந்து சாதாரணத் தொழிலாளர்களின் முழு உலகத்தையும் தாழ்நிலையில் வைத்தே பார்ப்பார்கள்; அதன் பிறகு அவர்கள் மக்களின் விருப்பத்தை பிரதிநிதித்துவப்படுத்தாமல் தம்முடைய விருப்பத்தையே பிரதிநிதித்துவப்படுத்துவார்கள்.'

'சோஷலிச அரசை முதலாளித்துவ அரசோடு சமமாக வைத்துப் பார்த்ததற்காகப் பகூனினை நான் கண்டித்தது உண்மைதான். அரசு என்பது எந்த அரசாக இருந்தாலும் ஆள்பவர்கள் ஆளப்படுபவர்களை அடிமைகளாக வைத்திருக்கும் நிலையையே எப்போதும் உருவாக்கும் என்று அவர் கருதினார்.'

'நீங்கள் கருதியது தவறு என்று இப்போது நினைக்கிறீர்களா,' என்று நான் கேட்டேன்.

'இறந்துகொண்டிருக்கும் முதலாளித்துவத்திலிருந்து புதிய ஓர் அமைப்பு முறைக்கான மாற்றத்தை உருவாக்கும்போதே அதிகாரத்தை வென்று அதைத் தங்கள் பிடியில் மக்கள் வைத்திருக்க வேண்டும் என்பதை நான் இன்னும் நம்புகிறேன்.' விமர்சனத்தை ஏற்றுக்கொள்ளும் தொனியில் ஆவி தொடர்ந்து பேசியது: 'துயரம் விளைவிக்கும் சில கூற்றுகளை நான் சொல்லிவிட்டேன் என்பதை ஏற்கனவே இரண்டு முறை ஒத்துக்கொண்டிருக்கிறேன். தொழிலாளர்களின் அரசு மக்களின் விருப்பத்தைப் பிரதிநிதித்துவப்படுத்துவதால் அந்த அரசைக் கண்காணிக்கவோ அல்லது அரசுக்கு எதிரான கருத்து மாறுபாட்டைப் பாதுகாக்கவோ எந்தக் காரணமும் இல்லை என்று எளிதாக விளக்கம் சொல்லும் வகையில் நான் எழுதினேன். அது நான் செய்த பெரிய தவறு; இடதுசாரி சர்வாதிகாரத்துக்கு நீண்ட வரலாற்றை சாத்தியப் படுத்த அது உதவியது. இந்தச் சர்வாதிகரம் தொடர்பான விளக்கத்தை என்னைப் பின்பற்றிய எல்லாரும் ஏற்றுக்கொள்ளவில்லை; பலரும் என்னுடைய ஜனநாயக நாட்டங்களுக்கு உண்மையானவர்களாக இருந்தார்கள். ஆனால், என்னுடைய எழுத்துக்கு சர்வாதிகாரம் தொடர்பான விளக்கம் தரப்பட்டதற்கு லெனினிய மரபு நிச்சயமாக ஒரு உதாரணம்; "தொழிலாளர் அரசு" ஒன்றில் முழு அளவிலான அரசு அதிகாரத்தை நியாயபூர்வமாக்க உதவுவதாக என்னுடைய சில எழுத்துகள் இருந்தது குறித்து நான் வருந்துகிறேன்; அதிலும், அப்படியான தொழிலாளர் அரசின் அடிப்படை நோக்கமாக நான்

கருதிய சுயநிர்ணய உரிமையை இழக்க வைத்து அந்த அதிகாரம் விளைந்தது.'

ஆவி மீண்டும் மிகுந்த மனவாட்டதுக்கு ஆளானது; ஆனால், நான் அதன் வாதத்தைப் பின்தொடர்ந்தேன். 'தொழிலாளர்களின் அரசு உள்ளிட்ட எந்த அரசும், மக்களைப் பிரதிநிதித்துவப்படுத்த இயலாது என்ற பகூனின் எச்சரிக்கையை "அர்த்தமற்ற உளறல்" என்று நீங்கள் ஒதுக்கித் தள்ளினீர்கள். முதலாளித்துவவாதிகளைப் பிரதிநிதித்துவப் படுத்தாமல் போனாலும், அதிகார வர்க்கத்தின் அதிகாரங்களை அரசு பயன்படுத்தத் தொடங்கும் என்பதை பகூனின், மேக்ஸ் வெபரைப் போலவே, ஒத்துக்கொண்டார். முதலாளித்துவக் கட்டுப்பாட்டை ஒருமுறை அரசிலிருந்து வெளியேற்றிவிட்டால் அரசு சுதந்திரமளிக்கும் அமைப்பாக மாறிவிடும் என்று, உங்களுடைய பிற்கால எழுத்துகளில், வாதிட்டீர்கள்.'

மார்க்ஸ் என்னுடைய பேச்சில் குறுக்கிட்டார். 'நீங்கள் சொல்வது சரிதான். ஆனால், அந்நியமாதலை வென்றெடுப்பதைப் பற்றியும், சுய ஆளுகையை உறுதி செய்துகொள்வது பற்றியும் என்னுடைய ஆரம்ப காலத்தில் உறுதியுடன் எழுதினேன். மனித விடுதலை, கண்ணியம் குறித்து வாழ்நாள் முழுக்க நான் எழுதியதற்கு முக்கியத்துவம் தராமல் அரசு குறித்த என்னுடைய கருத்துக்குத் தரப்பட்ட ஒரு விளக்கத்தை வலியுறுத்திச் சொல்கிறீர்கள்.'

இதற்கு என்னுடைய மறுமொழியை முன்வைத்தேன். 'ஆமாம், எல்லாவகை அநீதியான அதிகாரத்திலிருந்தும் விடுபட்டுத் தற்சார்பு அடைவதும், விடுதலை பெறுவதுமே உங்கள் அடிப்படை இலக்காக இருந்தது. ஆனால், சோஷலிச அரசு ஒருபோதும் அநீதியான அதிகாரத் தைப் பிரயோகிக்காது என்று நீங்கள் அடிக்கடி எழுதினீர்கள். முதலாளித்துவக் கொள்கைகள் அற்ற அரசுகள்கூட, அவை வலது சாரியோ, இடதுசாரியோ, அல்லது இவை இரண்டுமல்லாத நடுநிலையில் இருப்பவையோ, அளவுக்கு மீறிய அதிகாரத்தை நோக்கிய உள்ளார்ந்த மனப்பாங்கு கொண்டவையாகத்தான் இருக்கும் என்ற அனார்கிஸ்ட்டு களின் (மேலும், சமூக ஜனநாயகவாதிகளின், மார்க்ஸியம் சாராதவர் களின்) வாதங்களை காதுகொடுத்து நீங்கள் கேட்கத் தவறினீர்கள். உள்ளூரில் அடிநிலையில் உள்ள அமைப்புகளாலும், தொழிற்சங்கங் களாலும், சிவில் சமூகத்திலுள்ள தன்னார்வ அமைப்புகளாலும் கண்காணிக்கப்படவில்லையென்றால் சோஷலிச அரசுகளும் ஒடுக்கு முறை கொண்டவையாக ஆகிவிடும். இந்த விஷயத்தில் உங்கள் வார்த்தைகள் எவ்வளவு ஆபத்தானவை என்பதையும் உங்களுடைய விமர்சகர்கள் எவ்வளவு சரியாக இருந்திருக்கிறார்கள் என்பதை யும் ஸ்டாலின் மற்றும் மாவோவின் இருபதாம் நூற்றாண்டு நிரூபித்துள்ளது.'

மார்க்ஸும் அனார்கிஸமும்

அரசியல் அதிகாரத்தைப் பெற தொழிலாளர்களும் குடிமக்களும் போராடவில்லையென்றால் உலகின் பிரச்சினைகளைத் தீர்க்க முடியாது என்று மார்க்ஸ் சொல்கிறார்; எல்லாவகை அரசாங்கங்களையும் நிராகரிக்கும் அனார்கிஸ்ட்டுகளுக்கு முரணானது இந்தக் கருத்து. ஆனால், ஒரு முறை முதலாளித்துவவாதிகள் உறுதியாகவும், இறுதியாகவும் தோற்கடிக்கப்பட்டுவிட்டால் அரசை முடிவுக்குக் கொண்டு வருவதை மார்க்ஸ் கோருகிறார்; மேலும், அரசே இல்லாத சமூகம் குறித்த அனார்கிஸ்டுகளின் பார்வையை அவர் ஏற்றுக்கொள்கிறார்.

'இருக்கலாம்,' என்று துயரத்தில் இருந்ததைப்போல ஆவி மெதுவாக சொன்னது. 'ஆனால், அரசியல் போராட்டம் இப்போதும் முக்கியமானதுதான்; குடிமக்களும் தொழிலாளர்களும் அரசியல் அதிகாரத்தைக் கைப்பற்றாமல் முதலாளித்துவத்தில் எந்த நிலை மாற்றமும் நிகழாது என்பதை நினைவில்கொள்ளுங்கள்.' உறுதியான குரலில் ஆவி தொடர்ந்தது: 'மேலும், வர்க்க வேறுபாடுகள் மறையும்போது ''அரசு உதிர்ந்துவிடும்'' என்பதே என்னுடைய இறுதி இலக்கு என்பதையும் நினைவில் கொள்ளுங்கள். இந்த சர்ச்சைக்குப் பிறகு முக்கியமானது என்னவென்றால் நானே ஒருவகையில் அனார்கிஸ்ட் என்பதுதான். வர்க்கப் போரட்டத்தின் ஒரு பகுதியாகவே அரசு இருக்கிறது எனபதிலும், ஒரு நல்ல சமூகத்தில் ஜனநாயகம் மக்களாலேயே தங்களுடைய வாழ்க்கை மீதும் தங்களுடைய சமூகக் குழுக்கள் மீதும் நேரிடையாக நடைமுறைப்படுத்தப்பட வேண்டும் என்பதிலும் நான் அனார்கிஸ்டுகளோடு உடன்படுகிறேன். இறுதியில், வர்க்க வேறுபாடுகள் மறையும்போது, அரசியல் அதிகாரமும் அரசும் மறைந்துவிடும். இதில் நான் அனார்கிஸ்டுகளோடு ஒத்துப்போகிறேன். பகூனினோடு நான் நடத்திய விவாதங்களில் இதைத் தெளிவாக எழுதியிருக்கிறேன். நிலை மாற்றத்துக்கு வர்க்கப் போராட்டமே திறவுகோல் என்பதில் அனார்கிஸ்டுகள் என்னுடன் ஒத்துபோகிறார்கள்.'

'ஆனால், அரசு அதிகாரத்தைக் கைக்கொள்வதில் எந்தவித முயற்சியையும் அனார்கிஸ்டுகள் ஏற்றுக்கொள்வதில்லை. அவர்கள் பெரும் நிறுவன அரசை எதிர்க்கிறார்கள்; ஆனால், எல்லா உண்மையான அரசுகளும் வழக்கமாக ஆவதுபோல, அதிகாரத்தைக் கைப்பற்ற நடக்கும் முயற்சி இடதுசாரிகளையும் ஊழல் நிரம்பியவர்களாக ஜனநாயகத்துக்கு எதிரானவர்களாக்கும் என்று அவர்கள் நம்புகிறார்கள்.'

'அவர்கள் சொல்வதிலும் உண்மை இருக்கிறது. அநீதிக்கு எதிராகவும் அரசின் அடக்குமுறைக்கு எதிராகவும் போரிடுவதுதான் இடதுசாரிகளின் செயல்பாடே தவிர உண்மையில் பெரிய மாற்றம் எதையும் கொண்டுவராத தேர்தல் அரசியலிலோ அரசு அதிகாரத்திலோ மாட்டிக்கொள்வதல்ல என்பது அவர்களுடைய கருத்து. இடதுசாரிகள் அரசு அதிகாரத்தை அடையும்போது அதற்குப் பிறகு இடதுசாரி முகாமே இல்லை எனவும், முக்கிய மாற்றம் எதையும் கொண்டுவரும்

காரகராக [agent] அவர்கள் இருக்கமாட்டார்கள் எனவும் சிலர் வாதிடலாம். தங்களுடைய பணியிடங்களிலும், சமூகக் குழுக்களிலும் மாற்றத்தை ஏற்படுத்திக் கொண்டே தெருவில் இறங்கியும் போராடும் மக்களிடமிருந்து மட்டுமே அத்தகைய வாதம் வரலாம். ஆனால், அவ்வகை தெருச் செயல்பாடு, இறுதியில் அரசையே அழிக்கும் இலக்காக இருந்தாலும், அரசு அதிகாரத்தை செயல்படுத்த விரும்பும் ஓர் அரசியல் இயக்கத்துக்கு வழிவகுக்கவேண்டும்.'

64

உண்மை ஜனநாயகம்: அரசியல், பங்கேற்பு ஜனநாயகம், அரசியலமைப்புச் சட்டம்

சூரியன் வானத்தின் மேலே ஏறி வருவதை ஆவி பார்த்தது. அதன் குரல் பலவீனமாவதை நான் கவனித்தேன். 'நமக்கு இருப்பது கொஞ்ச நேரம்தான்,' என்றது அது.

'எனக்கு சொல்ல விரும்பும் விஷயங்கள் உங்களிடம் இன்னும் இருக்கின்றனவா?' என்று கேட்டேன்.

'இரண்டு விஷயங்களை நீங்கள் மனதில் கொள்ளவேண்டும் என்று விரும்புகிறேன். ஒன்று, ஆழ்ந்த ஜனநாயகமே என் முக்கிய சிந்தனை யாக இருந்து வருகிறது. அந்நியமாதலை வென்றெடுப்பது உண்மை ஜனநாயகத்தை அடைவதுதான். நாம் தற்போது ஜனநாயகம் என்று நம்புகிற பெரும் பணத்தால் இயக்கப்படும் போலி வடிவங்களை யல்ல.'

'ஆக, உண்மை ஜனநாயகத்துக்கு ஒவ்வாததாக முதலாளித்துவம் இருப்பதால்தான் நீங்கள் அதை நிராகரிக்கிறீர்களா?'

'ஆமாம். உண்மை ஜனநாயகத்தை நசுக்க வடிவமைக்கப்பட்டதே உங்கள் முதலாளித்துவம்; இதெல்லாம் ஜனநாயகத்தின் பெயராலேயே நடக்கிறது. ஆர்வெல் சொன்னதே நடக்கிறது. ஆனால், பொருளா தாரம் எந்த அளவுக்கு ஜனநாயகப்பூர்வமாக இருக்கிறதோ அந்த

உண்மை ஜனநாயகம் ✦ 257

சிவில் சமூகத்தில் நடத்த வேண்டிய போராட்டம் குறித்து மார்க்ஸ்

'குடும்பம், கல்வி, பெற்றோருக்கும், குழந்தைக்கும் உள்ள சக உறவை மரியாதைக்குரிய, புனிதமான ஒன்றாக ஆக்கல் ஆகியவை குறித்த பூர்ஷ்வா பகட்டுப் பேச்சு மேலும் மேலும் வெறுப்புக்குரியதாக ஆகிறது; நவீன தொழில்துறையால் அது மேலும் வெறுப்புக்குரியதாகிறது; உழைக்கும் மக்களிடையே இருக்கும் எல்லா குடும்ப உறவுகளும் பிய்த்து எறியப்படுகின்றன; அவர்களுடைய குழந்தைகள் வணிகப் பொருள்களாக, உழைப்புச் சாதனங் களாக மாற்றப்படுகின்றனர்.'

அளவுக்குத்தான் அரசியல் அமைப்பு முறைகளும் ஜனநாயகபூர்வமாக இருக்க முடியும்; பொருளாதார ஆளும் வர்க்கங்களே எப்போதும் ஆட்சியாளர்களைப் பொறுக்கி யெடுக்கின்றன.'

'பொருளாதார ஜனநாயகமும் வர்க்கப் பிரிவினைகளை அகற்று வதுமே அரசியலிலும் தனிப்பட்ட வாழ்க்கையிலும் உண்மை ஜன நாயகத்தை அனுமதிக்கும் என்று சொல்கிறீர்கள்.'

'ஜனநாயகத்துக்கான போராட்டம் பிரிக்க முடியாத முழுமையான செயல்பாடு,' என்றது ஆவி. 'அது முதலாளித்துவத்துக்கு எதிராகப் பணியிடத்தில் தன்னுடைய செயலைத் தொடங்க வேண்டும்; இல்லையென்றால், எல்லாவற்றையும் இழக்க வேண்டியதுதான். அதே சமயத்தில் குடும்பத்திலும், சமூகக் குழுவிலும், அரசியலிலும் அந்தப் போராட்டத்தைத் தொடங்கித் தொடர்ந்து நடத்த வேண்டும்.'

'ஆமாம், உங்களுடைய எழுத்தில் தொடர்ந்து இது வலியுறுத்தப் படுகிறது. சொத்திலும், குடும்ப வாழ்க்கையிலும், ஆண்களுக்கும், பெண்களுக்கும் இடையிலும், வாழ்க்கைக் களத்தில் இருக்கும் எஜமானர்கள், அடிமைகள் இடையே உள்ள உறவுகளிலும் இருக்கும் சுரண்டலையும் முடிவுக்குக் கொண்டுவர வேண்டிய அவசரத் தேவை குறித்து நீங்கள் *கம்யூனிஸ்ட் அறிக்கையிலும்*, *ஜெர்மன் சித்தாந்தத்திலும்* எழுதினீர்கள்.'

'மேலும், நேரிடையாக அரசியலிலும்கூட,' என்று ஆவி எனக்கு நினைவூட்டியது. 'அரசியல் அமைப்பு முறை பற்றியும் மீமிகை முதலாளித்துவவாதிகள் தங்களுக்காகவே வடிவமைத்துக் கொண்ட கேலிக்கூத்தான ஜனநாயகத்தை எவ்வாறு மாற்ற வேண்டும் என்பது பற்றியும் பேசாமல் நம் விவாதத்தை முடிவுக்குக் கொண்டுவர முடியாது. அமெரிக்கத் தேர்தல்கள், அவற்றின் அமைப்பிலேயே, ஒரு வலைப்பொறி; ஜனநாயகம் போன்ற தோற்றத்தைத்தான் அவை தரும். அவை உண்மையான ஜனநாயகம் இல்லை; ஏனென்றால், பெரும் அரசியல் கட்சிகள் எல்லாம் பெரும் வணிகத் தொழில் நிறுவனங்களின் கைப்பாவைகளே.'

மீண்டும் சூரியனை நோட்டமிட்ட ஆவி விரைவாகப் பேசியது. 'மோசடியான பிரதிநிதித்துவ அமைப்பு முறைகளிலிருந்து மேலதிக

பங்கேற்பை உறுதி செய்யும் அமைப்பு முறைகளுக்கு நாம் நகர்ந்து போக வேண்டும். தங்கள் வாழ்க்கையைப் பாதிக்கும் முடிவு களில் மக்கள் நேரிடையாகப் பங்கேற்பதே உண்மையான ஜனநாயகம். தற்போதைய உங்கள் பிரதிநிதித்துவ அமைப்பு முறையில் அரசியல் ஒரு கேளிக்கைக் காட்சியாகத் தாழ்வுறுகிறது: சடங்கு ரீதியான வாக்களித்தல், கேளிக்கை, பணத்தின் ஆட்சி. மக்கள் இவற்றில் பங்கு கொள்ள வேண்டாமென்று முடிவு செய்து, தங்களைக் கூட்டுக்குள் அடைத்துக்கொண்டு, தொலைக்காட்சி பார்த்துக்கொண்டு, பாலியலிலும், பிரபலங்களிலும் தங்கள் முழுக் கவனத்தைச் செலுத்திக்கொண்டிருக் கிறார்கள். ஜனநாயகம் ஒரு நாடக அரங்காக - சீமாட்டி காகாவைப் போன்ற பிரபலங்களை நான் நினைக்கும்போது - முற்றிலும் பாலியல் சார்ந்த அரங்காகத் தோன்றும் ஒரு நிகழ்வு.'

வேறு எந்த அரசியல்வாதியையும்விட, அதிபரை விடவும்கூட, கூடுதலான முகநூல் ஆதரவாளர்களைச் சீமாட்டி காகா கொண்டி ருப்பது எனக்குத் தெரியுமாதலால் நான் ஆவி சொன்ன உண்மையைப் புரிந்துகொண்டேன். 'ஆக, காட்சி உலகத்தில், செயலூக்கமிக்க, பங்கேற்பு ஜனநாயகத்தை நீங்கள் ஆதரிக் கிறீர்கள்,' என்றேன் நான். 'ஆனால், அமெரிக்கர்களை அவர்களுடைய சுகமான இருக்கையிலிருந்து நாங்கள் எழவைத்து, யூட்யூபில் சீமாட்டி காகாவைப் பார்ப்பதிலிருந்து அவர் களை அகற்றி, மாற்றத்துக்கான சமூக இயக்கங்களில் எப்படிப் பங்கேற்க வைப்பது?'

'பணத்தின் அதிகாரத்துக்கு எதிராக நடக்கும் இயக்கங்களில் நேரிடையாகப் பங்கேற்பதே அது,' என்றது ஆவி. 'தொழிலாளர் இயக் கங்கள் முக்கியமானவை; பொருளா தார நெருக்கடிகள் முற்றும் போது, தொழிலாளர்கள் மேலும் மேலும் பெரும் எண்ணிக்கையில் தங்கள் இருத்தலுக்கே போராடும் நிலை ஏற்படும்போது அவர்கள் தவிர்க்க இயலாமல் எழுவார்கள். ஆனால், தொழிற்சங்கங்களை நசுக்குவதற்கு பெரு வணிக நிறுவனங்களிடம் ஏராளமான பணம் இருக்கிறது.

சீமாட்டி காகாவைக் குறித்தும் புகழ் என்ற பூதம் குறித்தும் மார்க்ஸ்

அரசியலைக் கவனிப்பதைவிடவும் சீமாட்டி காகாவை அமெரிக்கர்கள் அதிகம் கவனிக்கிறார்கள். 'புகழ்ப் பூதம்' ஒன்றிற்குத் தன் ஆன்மாவையும், உடலையும் விற்க விரும்புவதாகவும், [பிரபலமான ஒரு நபருடன் என்பது அன்றி] பிரபலம் என்ற பொருண்மை யுடனேயே தான் 'கெட்ட காதல் உறவை' வைத்துக்கொள்ள முயல்வதாகவும் சொல்லும் சீமாட்டி காகாவின் கூற்று களை அமெரிக்கர்களின் பெருவாரிக் கலாச்சாரத்தை அவதானித்து வரும் ஆவி அடிக்கோடிட்டுக் காண்பிக்கிறது. 'தன்முனைப்புக் கணக்கீ'ட்டுக்குக் குறுக்கப்படும் வாழ்க்கை; வெட்கமற்ற அந்நியமாதலின் வாழ்க்கை என்று மார்க்ஸ் வர்ணிக்கும் ஒன்றின் நவீன வடிவம் இது; காகாவைப் பொறுத்த வரை, புகழுக்காகவும், செல்வத்துக் காகவும் சுயப் பிரக்ஞையுடன் தன் சுயத்தை சோரத்துக்குள்ளாக்கும் ஒரு செயல்.

சூழலியலாளர்களும், போர் எதிர்ப்பாளர்களும் ஆஃப்ரிக்க அமெரிக்கர்களும், பெண்களும் தொழிற்சங்கங்களோடு இணைய வேண்டும்; முதலாளித்துவத்தை மாற்றுவதிலும், பொருளாதார ஜனநாயகம், அரசியல் ஜனநாயகம் என்ற இரண்டையும் உருவாக்குவதிலும் இவர்கள் அனைவருக்கும் பங்கு இருக்கிறது.'

ஆவி தொடர்ந்து பேசியது: 'உங்கள் அமைப்பு முறையாக இருந்தாலும் சரி, வேறு எந்த அமைப்பு முறையாக இருந்தாலும் சரி, அந்நியமாதலை வென்று, மாற்றத்தை உண்டாக்க இருக்கும் ஒரே வழி, ஆபத்து ஏற்பட வாய்ப்புள்ள முறையில் உங்களை வெளிப்படுத்திக் கொள்வதும், உரையாடலில் உங்கள் குரல்களை நேரிடையாகக் கேட்கவைப்பதுமே ஆகும். பணத்தை வெளியேற்றுங்கள், உங்கள் இதயத்தோடும், ஆன்மாவோடும் உள்ளே நுழையுங்கள்.' ஆவியின் குரல் பலவீனமாகிக்கொண்டே வந்தது; ஆனால், அதனுடைய உறுதிப்பாடுகள் வலிமையடைந்துகொண்டே வந்தன.

'நல்லது. பங்கேற்பு ஜனநாயகம் என்பது உள்ளூரியலாளர் செய்துகொண்டிருப்பதன் ஒரு பகுதிதான். பொலிவியாவிலும், பிரேசிலில் உள்ள போர்ட்டோ அலெக்ரியிலும் உள்ளதுபோல, அமெரிக்காவிலும், உலகம் முழுவதிலும் 'பங்கேற்பு வரவு-செலவுத் திட்டத்தைக் கணக்கிடல்' சோதனைகள் நடைபெறுகின்றன. வரிவசூல் மூலம் கிடைக்கும் பணத்தைத் தங்கள் சமூகக் குழுக்களின் வளர்ச்சிக்கு எவ்வாறு செலவிடுவது என்பதற்கான கணக்கிடலைக் குறிப்பிட்ட பகுதிகளில் வசிப்பவர்கள் ஒன்று சேர்ந்து செய்கிறார்கள். உங்கள் பாராட்டுக்கு உகந்த ஒரு மார்க்ஸியவாதி எரிக் ஓலின் ரைட். அவரைப் போன்ற சமூகவியலாளர்கள் அமெரிக்கப் பல்கலைக் கழகங்களில் முழுதுமான எளிய வீட்டுத் தொழில் [cottage industry] ஒன்றைத் தொடங்கியிருக்கிறார்கள்; 'உண்மையான கற்பனை உலகுகள்' என்று ரைட் அழைப்பவற்றை ஆராய்வதே அதன் பணி.'

உண்மையான கற்பனை உலகுகள்

எரிக் ஓலின் ரைட், ஜோயல் ரோஜெர்ஸ் போன்ற சமூகவியலாளர்களின் உண்மையான 'கற்பனை உலகுகள்' குறித்த ஆய்வுகளைப் பிரபலப் படுத்த வேண்டும் என்று ஆவி விரும்பு கிறது. பிரேசில் தொடங்கி விஸ்கான்சின் வரையில் உள்ள சமூகக் குழுக்களின் நகர் மன்றக் கூட்டங்களில் பங்கேற்பு ஜனநாயகம் குறித்து அவர்கள் ஆய்வு செய்திருக்கிறார்கள்.

'ஆம். அவர்களுடைய இந்தப் பணியைப் பற்றி அறிவேன். அது மிக முக்கியமானது. ஆனால், கல்வியாளர்கள் இதைக் கல்விப்புல ஆய்வேடுகளிலும், தனி வரைவு நூல்களிலும் புதைத்து விடாமல் அமெரிக்க மக்களின் பார்வைக்கு முன்வைக்க வேண்டிய அவசியம் இருக்கிறது.'

'நல்லது. அவர்கள் தங்கள் ஆய்வுகளின்போது சமூகக் குழுக்களோடும், தொழிற்சங்கங்களோடும் சேர்ந்து செயல் படுகிறார்கள்; மேலும், பங்கேற்பு ஜனநாயக அமைப்புகளை உருவாக்க அவர்கள் உதவுகிறார்கள்.'

'அது பற்றி சந்தேகமில்லை. மிகுந்த தொலைநோக்குள்ள பணி அது. டீனாவை நிராகரித்த கல்வியாளர்கள் இவர்கள்; செயற்பாட்டாளர்களும்கூட. ஆனால், இந்தப் பணியை பிராந்திய, தேசிய, உலகளாவிய அளவுக்குக் கொண்டுபோகவேண்டும்.'

'ஒத்துக்கொண்டேன்! அவர்கள் ஏற்கனவே பிராந்திய அளவிலான அமைப்பு முறைகள் சந்தை சோஷலிசம் அல்லது கூட்டுறவு சார்ந்த ஒத்துணர்வுப் பொருளாதாரங்கள் என்ற வடிவங்களை அடையலாம் என்று ஆய்வு செய்து வருகிறார்கள். மைக்கேல் ஆல்பர்ட், ராபின் ஹானல் போன்ற பொருளாதாரச் சிந்தனையாளர்கள் பேர்கான் (Parecon - Participatory Economicsஇன் சுருக்க வடிவம்] பற்றி விரிவாக எழுதியிருக்கிறார்கள். சந்தைகளும் பெரும் அதிகார வர்க்கங்களும் இல்லாத பங்கேற்பு அமைப்புமுறையை ஆல்பர்ட் முன்வைக்கிறார்.'

'ஆமாம். ஆல்பர்ட் ஏதோ செய்ய முயல்கிறார். டீனாவை முற்றிலுமாக நிராகரிக்கும் நபர் அவர்.'

பேர்கான்

கையாளக் கடினமான வார்த்தை இது. ஆனால், மைக்கேல் ஆல்பர்ட் தன்னுடைய நூலான *பேர்கானில்* துணிச்சலான ஒரு டீனா எதிர்ப்புப் பார்வையைப் பதிவு செய்திருக்கிறார். *Zcommunications* என்ற முற்போக்கு இதழைக் கூட்டாக நிறுவிய ஆல்பர்ட், சந்தைகளோ அல்லது லாபமோ இல்லாத ஒரு பங்கேற்புப் பொருளாதாரத்தை விவரிக்கிறார். நேரிடையான ஜனநாயத்தைச் சார்ந்த பொருளாதாரங்களே மனித விடுதலைக்கான திறவுகோல் என்று மார்க்ஸ் கருதுகிறார்.

'ஆனால், முழு அரசியல் அமைப்பு முறையுமே உண்மை ஜனநாயகத்துக்கு எதிராக மோசடி செய்யப்பட்ட ஒன்று. இந்த எதார்த்தத்தை எதிர்த்து உண்மையான கற்பனை உலகுகளும், பங்கேற்புப் பொருளாதாரங்களும் கடுமையாக செயல்படவேண்டியுள்ளது,' என்றேன் நான். 'அரசியலமைப்புச் சட்டம் எழுதப்பட்ட காலத்திலிருந்தே இது இப்படித்தான் இருக்கிறது; அடிமைகளையும், பெண்களையும், வாக்களிக்கப் போதுமான அளவுக்கு சொத்துகள் இல்லாத 90 சதவீத வெள்ளையர்களையும் அது விலக்கியே வைத்தது.'

'நீங்கள் அரசியலமைப்புச் சட்டத்தைக் குறிப்பிடுவது முக்கியமானது,' என்றது ஆவி. 'ஜனநாயகம் குறித்த அமெரிக்காவின் அலங்காரப் பேச்சையும் தாண்டி, அரசியலமைப்புச் சட்டத்தில் சில மாற்றங்கள் செய்யாமல், அமெரிக்காவில் உண்மையான எந்த ஜனநாயகமும் தோன்றாது.'

'என்ன மாதிரியான மாற்றங்கள்?' என்று நான் கேட்டேன். நியூயார்க் ட்ரிபூனில் மார்க்ஸ் எழுதினார் என்பதையும், அமெரிக்க அரசியல் குறித்து மிக ஆழமாக ஆய்வு செய்திருக்கிறார் என்பதையும் நினைவு கூர்கிறேன்.

'பெரிய மாநிலங்கள் அளவுக்குச் சிறிய மாநிலங்களுக்கும் செனட் சபையில் சமமாகப் பிரதிநிதித்துவம் தர செய்யப்பட்ட சமரசங்களில் ஆரம்பித்தது ஒரு பெரிய பிரச்சினை. கலிஃபோர்னியாவின் செனட் சபை உறுப்பினர்களுக்குச் சமமான எண்ணிக்கையில் வயோமிங் மாநிலத்துக்கும் உறுப்பினர்களை வழங்குவது கொஞ்சமும் ஜனநாயக பூர்வமான விஷயம் இல்லை; உண்மையைச் சொன்னால் முழு பைத்தியக்காரத்தனம். அமெரிக்கா செனட் சபையை ஒழிக்க வேண்டும். அல்லது, இங்கிலாந்தில் உள்ள பிரபுக்கள் சபையைப் போல ஆலோசனை வழங்கும் அமைப்பாக அதை ஆக்க வேண்டும். உண்மையில், அது ஜனநாயகம் குறித்த பழைய உயர்குடியினருடைய கருத்தின் எச்சமே; ஜனநாயகக் கோட்பாடுகளைச் சார்ந்து, மக்கள்தொகை தொடர்பான தகுதிகளை வைத்து மாநிலங்களுக்கு வழங்கப்படும் அதிகாரங்களை விட கிராமப்புற, பழமைவாத மாநிலங்களுக்கு மிகக் கூடுதலான அதிகாரங்களை வழங்க அது இப்போது பயன்படுத்தப் படுகிறது.'

'அரசியல் ரீதியில் அதைச் சாதிப்பது மிகக் கடினம்; ஆனாலும், நீங்கள் சொல்வதில் உண்மை இருப்பதாகத் தோன்றுகிறது.'

'இன்னும் நிறைய இருக்கிறது. ஒவ்வொரு மாநிலத்திலும் பெற்ற வாக்குகளின் அடிப்படையில் அதிபரையும், துணை அதிபரையும் தேர்ந்தெடுக்கும் வாக்காளர் குழுவை நீங்கள் ஒழிக்க வேண்டும். தங்களுடைய அதிபரை நேரடியாகத் தேர்ந்தெடுக்கும் உரிமையை மக்களுக்கு அது மறுக்கிறது; 2000இல் ஃப்ளோரிடாவில் நடந்ததைப் போல தேர்தலை ஒரு கேலிப் பொருளாக அது ஆக்குகிறது; அங்கு அதிகமான வாக்குகளை கோர் [Gore] பெற்றிருந்தும், உச்ச நீதிமன்ற ஆணையின்படி புஷ் அதிபரானார்.'

'தற்போது நிறைய பேர் அந்த மாற்றத்தை ஆதரிக்கிறார்கள்,' என்று நான் ஒத்துக்கொண்டேன்.

'பெரும் வணிகத் தொழில் நிறுவனங்களுக்கு நபர் என்ற அந்தஸ்தை வழங்குவதையும் நீங்கள் ஒழிக்க வேண்டிய அவசியம் இருக்கிறது; அரசியல் அமைப்புச் சட்டத்தில் செய்யப்பட்ட முதல் திருத்த உரிமை களையும் அரசியல் அமைப்புச் சட்டத்தின் பிற பாதுகாப்புகளை யும் பெரும் வணிகத் தொழில் நிறுவனத்துக்கு அது வழங்குகிறது. சுதந்திரத்தின் பெயராலும் பேச்சுரிமையின் பெயராலும் ஜனநாயக அமைப்பு முறையை மோசடி செய்ய வேட்பாளர்களுக்கு வணிக

நிறுவனங்கள் மில்லியன் கணக்கான டாலர்களைச் செலவு செய்ய இந்த அந்தஸ்து வழிவகை செய்கிறது. ஜனநாயக அமைப்பு முறையைக் கேலிப் பொருளாக்கும் இதையும் அரசியல் அமைப்புச் சட்டத் திருத்தம் ஒன்று முடிவுக்குக் கொண்டுவர வேண்டும்.'

65

மாற்று-உலகமயமாதலும் மாற்று-முதலாளித்துவமும்

'கொஞ்ச நேரம்தான் எனக்கு இருக்கிறது' என்றது ஆவி. உண்மையாகவே, மேலெழும்பி வரும் சூரிய ஒளியில் அதைப் பார்ப்பதோ, அது பேசுவதைக் கேட்பதோ மிகக் கடினமாக ஆகிக் கொண்டிருந்தது.

'புதிய உலகளாவிய ஓர் அமைப்பு முறையைப் பற்றி நாம் பேசவில்லை என்பதை இப்போதுதான் உணர்கிறேன். உலக அளவில் பெரிய மாற்றங்களை ஏற்படுத்தாமல், நாம் விவாதித்த பெரும் நிலைமாற்றங்களை அமெரிக்காவில் நம்மால் ஏற்படுத்த முடியாது,' என்றேன் நான்.

'ஆம்' என்று தலையை வேகமாக ஆவி அசைத்தது. 'என் காலத்திலேயே முதலாளித்துவம் தேசிய எல்லைகளை அழித்துவிட்டது என்று நான் விரிவாக எழுதினேன். பத்தொன்பதாம் நூற்றாண்டில் அது முழுக்க ஓர் உலகளாவிய அமைப்பு முறையாக மாறியிருந்தது. எனவே, ஒரு தனி நாடு இன்று உலகளாவிய முதலாளித்துவ விதிகளிடம் சிக்கியிருப்பது ஒன்றும் ஆச்சரியத்துக்குரியது இல்லை.'

தேசங்களின் முடிவு பற்றி மார்க்ஸ்

'பழைய கால உள்ளூர், தேசிய தனிநிலை, தன்னிறைவுக்குப் பதிலாக இப்போது நாம் எல்லாத் திசைகளிலும் உறவு கொண்டுள்ளோம்... சரக்குகளின் மலிவான விலைகள் என்ற பீரங்கிகளைக் கொண்டு முதலாளித்துவம் சீனப் பெருஞ்சுவர்களை நொறுக்கித் தள்ளுகிறது.'

கொஞ்சம் நிறுத்திய ஆவி மீண்டும் பேசத் தொடங்கியது. 'ஒரு தனி நாட்டின் பின்முதலாளித்துவத்துக்கு அல்லது மாற்று-முதலாளித் துவத்துக்கு உலகளாவிய மாற்று-முதலாளித்துவம் தேவைப்படுகிறது. உலகளாவிய செயல்பாட்டுக்கு புதிய விதிகள்.'

'தற்போதைய உலகளாவிய முதலாளித்துவ அமைப்பு முறையை மாற்ற அதிர்ஷ்டவசமாக மிகப் பெரிய ஓர் இயக்கம் இருக்கிறது. முன்பு உலகமயமாதலுக்கு எதிரான இயக்கம் என்று அது அழைக்கப்பட்டது. தற்போது பலரும் *மாற்று-உலகமயமாதல் போராட்டம்* என்று அதை அழைக்கிறார்கள்' என்றேன் நான்.

'ஆமாம். இருபத்தோராம் நூற்றாண்டின் இறுதிப் பெரும் போராட்ட மாக மாற்று-உலகமயமாதல் இருக்கப் போகிறது. மாற்று-உலகமய மாதல் என்பது பின்-முதலாளித்துவம்; அது உலகளாவிய அளவில் இருக்கப்போகும் மாற்று-முதலாளித்துவம். அப்படி இருக்கையில், அது முதலாளித்துவத்தின் கூறுகளைக் கொண்டிருக்கலாம்; ஆனால், அமைப்பு முறையில் உலகளாவிய முழு அளவிலான மாற்றத்தை அது நாடிச் செல்லும்; லாபநோக்கத்தால் இயக்கப்படும் அமைப்பு முறையிலிருந்து நீங்கி சமூக நீதி, சுற்றுச்சூழல் நல்லறிவு, அமைதி, விளிம்புநிலை சமூகக் குழுக்கள் அனைத்தோடும் ஒத்துணர்வு கொண்டிருத்தல் என்பவற்றை நோக்கி அது நகரும். அது வெற்றி பெற்றால், நாம் விவாதித்த பல்வேறு வடிவங்களைக்கொண்ட தேசிய, உள்ளூர் பின்-முதலாளித்துவங்களும், மாற்று-முதலாளித்துவங்களும் பலனளிப்பதை அது சாத்தியப்படுத்தும். ஆனால், உலகளாவிய அளவில் பெரும் மாற்றம் இல்லையென்றால், தேசிய அளவிலும், உள்ளூர் அளவிலும் நிகழும் மாற்றங்கள் - அவை எவ்வளவுதான் தேவை என்றாலும், தனிப்பட்ட முறையில் திருப்திகரமாக இருந்தாலும் - அமைப்பு முறையின் அங்கமாக்கப்படும், நசுக்கப்படும், தோல்வியுற வைக்கப்படும்.'

'அந்தப் புதிய உலகளாவிய நடைமுறை எப்படி இருக்கும்?' என்று நான் கேட்டேன்.

'மாற்று-உலகமயமாதல் இயக்கம் அதை சரியாகத் திட்டமிட்டிருக் கிறது. அது போர் முடிவுக்கு வந்த ஓர் உலகம்; மாசற்ற, புதுப்பிக்கத்தக்க ஆற்றலே புதிய உலகளாவிய எரிபொருளாக அங்கு இருக்கும்; உலகளாவிய மீமிகை முதலாளித்துவம் தன்னுடைய பாதையில் இருக்கும் எல்லாவற்றையும் அழிப்பதற்கு முன்னால் உலகத்தை மாற்ற வேண்டிய கடமை உள்ள மக்களின் தேவைகளுக்கு அடிபணிந்ததாக உலகப் பொருளாதாரம் ஆக்கப்படும்.'

'அது ஓர் உலகளாவிய பொருளாதார ஜனநாயகம், சரிதானே?' என்கிறேன் நான்.

'ஆமாம். ஒத்துணர்வு கொண்ட பொருளாதாரம் என்று சொல்லலாம்; உலகத்துக்கான ஒரு ஜனநாயக ஆளுகை என்றும் சொல்லலாம். புதிய உலகாளவிய நடைமுறையில் நமக்குத் தேவை மூன்று மாற்றங்கள்.'

'முதலாவது?'

'புவி வெப்பமயமாதலுக்குக் காரணமான கார்பன் வாயுக்கள் போன்றவற்றை வரம்புக்குள் வைத்தலும், அவற்றுக்கு வரி விதித்தலும்; இதைத் தொடர்ந்து, ஒவ்வொரு நாட்டிலும், பெரிய அளவில் எரிசக்தியை உற்பத்தி செய்யும் நாடுகளிலும் கார்பன் வெளியேற்றத்தின் மீது விரைந்து நடைமுறைப்படுத்தக் கூடிய, உச்ச அளவுகளைக் குறைத்து நிர்ணயியித்தல்; மிக விரைவில் உலக அளவில் மாசற்ற எரிசக்திக்கு மாறுதல். மனிதகுலத்துக்கு மிகப் பெரிய அச்சுறுத்தலாகப் புவி வெப்பமயமாதல் இருப்பதால் உலகளாவிய மாற்று-முதலாளித்துவத்தின் உயர் முன்னுரிமையாக இது இருக்கும்.'

உலகை மாற்ற மூன்று முதன்மைக் குறிக்கோள்கள்

1. புவி வெப்பமயமாதலை முடிவுக்குக் கொண்டுவந்து நீடித்த உலகப் பொருளாதாரத்தை உருவாக்குதல்.
2. சர்வதேச அரசைச் சார்ந்து கூட்டுப் பாதுகாப்பு அமைப்பு முறை ஒன்றை வடிவமைத்துப் போரையும் ராணுவ மேலாதிக்கத்தையும் ஒழித்தல்.
3. உலகளாவிய ஒத்துணர்வுப் பொருளாதாரத்தை உருவாக்குவதன் மூலம் உலகளாவிய மீமிகை முதலாளித்துவத்தை இடித்து வீழ்த்தல்.

மூன்றாவது குறிக்கோளை அடைந்தால்தான் முதலிரண்டையும் வெல்ல முடியும் என்று ஆவி சொல்கிறது.

'உலகளாவிய ஒரு பசுமை ஆட்சிமுறை,' என்றேன் நான். 'வளிமண்டலத்தில் உள்ள கார்பன் அளவுகளை 350க்கும் கீழே கொண்டு வருவதில் உலகின் கவனம் லேசர் கதிரைப் போலக் குவிக்கப்பட வேண்டும்; மனிதகுலம் நீண்ட காலம் நீடித்திருக்க அதுதான் உகந்த உச்சபட்ச அளவு.'

'இயற்பியலும், இயற்கை அன்னையும் பிறப்பிக்கும் ஆணை அது. சுற்றுச்சூழல் ரீதியில் நீடித்த உலகளாவிய பொருளாதாரத்தை உருவாக்குவதில் உங்களால் வெற்றிபெற முடியவில்லையென்றால், எல்லாவற்றையும் நீங்கள் மறந்துவிட வேண்டியதுதான். இதன் அர்த்தம், உலகச் சந்தைகளில் வணிக நடவடிக்கைகளுக்கு உள்ளாகும் இயற்கை வளங்களுக்கு உண்மையான விலையை நிர்ணயித்தல் என்பதே; மேலும், இயற்கை வளங்கள் தனியார்மயமாக்கப் படுவதைத் தடுக்க புதிய உலகளாவிய விதிகளை வகுக்க வேண்டும். இதன் மூலம், நிலம் உள்ளிட்ட உலகின் எல்லா வளங்களையும் பாதுகாக்க முடியும். ஒரு தொழில் நடவடிக்கைக்குத் தொடர்பே இல்லாத மூன்றாவது நபர் பாதிக்கப்படுவது இனி நிகழக்கூடாது [உதாரணமாக, ஒரு தொழிற்சாலையின் கழிவுகளால் அதைச் சுற்றி வசிப்பவர்களின்

உடல்நலம் பாதிக்கப்படுவது]. உலகளாவிய வளர்ச்சிக்குக் கொடுக்கப் படும் முக்கியத்துவத்திலிருந்து நிறைவு மனப்பான்மைக்கு நீங்கள் நகர வேண்டும். ஆனால், அமைப்பு முறையில் வேறு இரண்டு மாற்றங் களைச் செய்வதை சார்ந்து இது இருக்கிறது.'

'இரண்டாவது எது?'

'போரை முடிவுக்குக் கொண்டுவருவது. அதாவது, பழைய ஐரோப்பியப் பேரரசுகள் மற்றும் அமெரிக்க மேலாதிக்கம் என்ற அமைப்பு முறையிலிருந்து விலகி பன்னாட்டுச் சட்டம் மற்றும் ஆளுகை என்ற புதிய அமைப்பு முறைக்குப் போவது.'

'அமைதியின் உலகளாவிய ஆட்சிமுறை. முரண்பாட்டைப் போர் இல்லாமல் தீர்த்துக்கொள்வது,' என்றேன் நான்.

'ஆமாம். ஏனென்றால், இதுதான் மனிதகுலத்தின் தொடர் இருப்புக்கு உள்ள இரண்டாவது பெரும் அச்சுறுத்தல். மேலும், புவி வெப்பமய மாதலைப் போலவே, போர் என்ற பிரச்சினையை உள்ளூர், உள்நாடு என்ற அளவில் தீர்க்க முடியாது; உலகளாவிய அளவில்தான் தீர்க்க முடியும். புதிய, நடைமுறைப்படுத்தகூடிய பாதுகாப்பு ஏற்பாடுகளும், தேசிய இறையாண்மையிலிருந்து மாறி ஐநா மற்றும் உலகளாவிய ஆளுகையை நோக்கிய நகர்வும் இதற்குத் தேவைப்படுகின்றன; ஆனால், இதெல்லாமும் உலகளாவிய முழு அளவிலான பொருளாதார மாற்றத்தை சார்ந்துதான் நிகழ முடியும். இது மூன்றாவது பெரிய மாற்றத்துக்கு இட்டுச் செல்கிறது. ஒரு புதிய, உலக அளவிலான ஒத்துணர்வுப் பொருளாதாரம். அதாவது, அமெரிக்கப் பாணி முதலாளித் துவத்துக்கு முற்றுப்புள்ளி வைத்தல்; இந்த மாற்றம் சமூக நீதியை உருவாக்குவதற்கு மட்டுமல்ல, போரையும், புவி வெப்பமயமாதலை யும் முடிவுக்குக் கொண்டுவருவதற்கான அடிப்படையாகவும் இருக்கும்.'

இந்தக் குழுக்கள் வெவ்வேறு முன்னுரிமைகளைக் கொண்டுள்ளன; ஆனாலும், பெரும் வணிகத் தொழில் நிறுவனங்கள் சார்ந்த உலகமயமாதலை முடிவுக்குக் கொண்டுவருதலிலும், உள்ளூர், பிராந்திய, தேசிய, உலக அளவில் ஜனநாயகபூர்வ பொருளாதாரத்தை யும் அரசியலையும் உருவாக்குதலிலும் தம்முடைய உள்ளார்ந்த ஈடுபாட்டைப் பகிர்ந்துகொள்கின்றன. பிரதானமாக உள்ளூர் சார்ந்த ஒரு பொருளாதாரத்தை விரும்பும் உள்ளூரியலாளர்கள், பசுமை சார்ந்ததும் ஜனநாயக பூர்வமானதுமான உலகளாவிய பொருளா தாரத்தை விரும்பும் புதிய உலகமயவாதிகள் ஆகிய இரண்டு குழுக் களுமே உலகளாவிய முதலாளித்துவத்தைக் கேள்விக்குள்ளாக்குவ தையும் உலகளாவிய சோஷலிசத்தை நோக்கிச் செயல்படுவதையும் மார்க்ஸ் காண்கிறார். புதிய உலகமயவாதிகள் புதிய அமைப்புமுறையின்

எலும்புக்கூட்டை உருவாக்கு கிறார்கள்; உள்ளூரியலாளர்கள் ரத்தத்தையும் சதையையும் சேர்த்து உலகளாவிய சமூக ஜனநாயகத் துக்கு மனிதப்பண்பூட்டுகிறார்கள்.

'மாற்று-உலகமயவாதிகள் பலரும், சுற்றுச் சூழல் ரீதியில் நீடித்து நிற்கும் பிராந்திய, உள்ளூர்ப் பொருளாதாரங் களை நோக்கி நகர்ந்து உலகளாவிய பொருளாதாரத்தை ஒழித்து, நாடு பிடிக்கும் ஆசையையும், போரை யும் முடிவுக்குக் கொண்டுவரு வார்கள்.'

'ஆமாம். இவர்கள் உள்ளூரிய லாளர்கள். கீழ்நிலையில் இருப் பவர்கள், திறம்படக் கையாள்வார்கள் என்பதால், *அவர்களிடம் காரியங்களைக் கையாளும் பொறுப்பை சிறிய அளவில் ஒப்படைத்தல்* என்ற கோட்பாட்டை நோக்கி நாம் நகர வேண்டும் என்று உள்ளூரியலாளர்கள் சொல்வது சரிதான். இதன் அர்த்தம், ஒவ்வொரு பொருளாதார, அரசியல் விளைபொருளும், முடிவும் உள்ளூர் அளவில் தீர்மானிக்கப்படுதல் என்பதே.'

மாற்று-உலகமயவாதிகளுக்கு எதிராக எதிர்-உலகமயவாதிகள்

உலகளாவிய முதலாளித்துவத்தின் முன் உள்ள சவால் இரண்டு குழுக்களை உள்ளடக்கியதாகத் தோன்றுகிறது:

1. உள்ளூரியலாளர்கள். இவர்கள் எதிர்-உலகமயவாதிகள். உலகமய வாதத்தை முடிவுக்குக் கொண்டு வந்து, உள்ளூர் அல்லது பிராந்தியப் பொருளாதாரங்களுக்குத் திரும்பிப்போக விரும்புபவர்கள்.
2. புதிய உலகமயவாதிகள். இவர்கள் மாற்று-உலகமயவாத செயற் பாட்டாளர்கள். பெரும் வணிகத் தொழில் நிறுவன உலகமயமாதலை ஜனநாயகபூர்வ, பசுமை சார்ந்த உலக மயமாதலாக மாற்ற விரும்புபவர்கள்.

'உலகளாவிய பொருளாதாரத்தை ஒழித்தல் என்பதைப் பற்றிப் பேசிக்கொண்டிருக்கிறீர்களா?'

'தீவிர உள்ளூரியலாளர்கள் சிலர் அதை ஆதரிக்கிறார்கள். உள்ளூர் சமூகக் குழுக்களை இணக்கமாக ஆக்க உதவும் உலகளாவிய அமைப்பு முறைகள் நமக்கு வேண்டுவதன் அவசியத்தை மாற்று-உலகமய வாதிகள் உணர்கிறார்கள். ஒன்றையொன்று எதிர்த்துப் போரிடுகிற, கட்டுப்பாட்டை மீறிய சமூகக் குழுக்கள் மீது நடவடிக்கை எடுக்க அப்படிப்பட்ட அமைப்பு முறைகள் தேவைப்படும். கார்பன் வெளியேறும் அளவை விரைவாகக் குறைக்க உள்ளூர் சமூகக் குழுக் களின் செயல்பாடுகள் பன்னாட்டு உடன்படிக்கைகள் மூலம் ஒருங் கிணைக்கப்பட வேண்டியதன் அவசியத்தை உள்ளூரியலாளர்கள் பெரும்பான்மையோர் புரிந்துகொள்கிறார்கள். உலகளாவிய வறுமையை முடிவுக்குக் கொண்டுவர செல்வந்த நாடுகள் தங்களுடைய வளங் களை ஏழை நாடுகளுக்கு மாற்றித் தரவும் அந்த அமைப்பு முறைகள் தேவைப்படும்.'

'உள்ளூர் அடித்தளத்தின் மீது கட்டப்படும் உலகளாவிய பொருளா தாரம் எப்படிப்பட்ட வடிவத்தை மேற்கொள்ளும்?'

‘அந்தப் பணி ஏற்கனவே வளர்ந்து வருகிறது. மீமிகை முதலாளித் துவத்தை மாற்றீடு செய்து தோழமைப் பொருளாதாரத்தை உருவாக்குவதற்கு கட்சிக் கொள்கைகளோ மந்திரத் தீர்வோ இல்லை. ஆனால், அதன் பொருட்சுருக்கம் பரிச்சயமாக இருக்கிறது. முதன்மை யாக, உலகளாவிய பெரும் வணிகத் தொழில் நிறுவன அமைப்பை மாற்றுவது; லாபத்தையும் உடைமையையும் பாதுகாப்பது; தொழிலாளர் களுடைய உரிமைகள், மனித உரிமைகள், சுற்றுச்சூழல் உரிமைகள், சமூக சமத்துவம், சுற்றுச்சூழலைச் சுரண்டுவதை முடிவுக்குக் கொண்டு வருதல் ஆகியவற்றின் மீது கவனத்தைக் குவிப்பது போன்றவற்றை அது உள்ளடக்கியது. உழைப்பையும் சுற்றுச்சூழலையும் பாதுகாக்கும் விதமாக வணிக விதிகளை மாற்றுவது, தொழிலாளியின் குடும்பத்துக்கு கண்ணியமான வாழ்க்கைத் தரத்தை உறுதி செய்யும் அளவுக்கு ஊதியம் வழங்குவதற்கான விதிகளையும், தொழிலாளருக்கும், சுற்றுச்சூழலுக்கும் உரிய பொது உரிமைகளையும் வணிக உடன் படிக்கைகளின் எழுத்துப் படிவத்தில் சேர்ப்பது அதன் அர்த்தம்.’

ஆவியின் பேச்சை நான் ஒரு கணம் நிறுத்தினேன். ‘ஆமாம். ‘‘தடையில்லா வணிகம்’’, உலகளாவிய பெரும் வணிகத் தொழில் நிறுவனங்களின் அதிகாரத்தையும் லாபத்தையும் அதிகரிக்கப் பயன்படுத்தப்படும் இடக்கரடக்கல், மாற்று-உலகமயமாதலுக்கான இயக்கங்கள் தோன்ற வழிவகுத்த ஒரு தீப்பொறி; 1999ஆம் ஆண்டு நவம்பர் மாதம் அமெரிக்காவின் சியாட்டிலில் உலக வாணிகக் கழகம் (WTO) ஏற்பாடு செய்த கூட்டம் நடந்த அரங்குக்கு முன்பாக 40,000 பேர் திரண்டு உலகமயமாதலை எதிர்த்து நடத்திய ஆர்ப்பாட்டம் வேலைவாய்ப்பு களையும், சுற்றுச் சூழலையும் பாதுகாக்கத் தொழிற் சங்கங்களை யும், சுற்றுச்சூழல் ஆர்வலர்களை யும், மனித உரிமை செயற்பாட்டா ளர்களையும் ஒன்று சேர்த்தது.’

‘நவ-மிதச் சீர்திருத்தவாத ‘‘தடை யில்லா வணிக’’ உடன்படிக்கைகள் மீதான கண்டனத்தின் முக்கியத் துவத்தை நான் நன்றாகவே புரிந்து கொள்கிறேன். தடையில்லா வணிகம் உலகைக் காப்பாற்றும் என்று வாதிட்ட நவ-மிதச் சீர்திருத்தவாதி களை குறிப்பாக டேவிட் ரிகார் டோவை எதிர்த்து, வாதிட்டதில் பல ஆண்டுகளை செலவிட்டேன்.

மக்களுக்கான உலக வாணிகக் கழகம், பன்னாட்டு செலாவணி நிதியம், உலக வங்கி

பெரும் வணிகத் தொழில் நிறுவனங் களால் கட்டுப்படுத்தப்படும் உலக அரசு என்று கருதி இந்த மூன்றையும் மாற்று-உலகமயமாதல் இயக்கம் கண்டிக்கிறது; முதலாளித்துவ சித்தாந்தமான ‘நவ-மிதச் சீர்திருத்தவாதம்’ மற்றும் ‘தடை யில்லா வணிகம்’ என்பவற்றின் பெயரால் அவை லாபத்தைத்தான் பாதுகாக்கின்றன, மக்களையல்ல. உலகளாவிய ஒத்துணர்வுப் பொருளாதாரமே விடுதலைக்கான ஒரே வழி என்று 150 ஆண்டுகளுக்கு முன்னால் தான் எழுதியதை மார்க்ஸ் எனக்கு நினைவூட்டினார்.

''தடையில்லா வணிகம்'' காலனிய விரிவாக்கத்திலிருந்து பிரிக்க முடியாத அம்சம் என்றும், அது சுதந்திரமானதில்லை என்பதையும் *மூலதனத்தின்* மூன்றாம் பாகத்திலும், *உபரிமதிப்புக் கோட்பாடுகளிலும்* நான் நிரூபித்துள்ளேன். ராணுவங்கள், காலனியப் பேரரசுகளில் இருக்கும் கைப்பாவை ஆட்சியாளர்கள் ஆதரவோடு, அயல் நாடுகளில் கிடைக்கும் மலிவான உழைப்பு, இயற்கை வளங்கள், சந்தைகள் ஆகியவற்றைப் பெரும் வணிகத் தொழில் நிறுவனங்கள் கைக்கொள்ள அந்த வணிகம் அனுமதிக்கிறது.'

மாற்று-உலகமயமாதல் பற்றிக் கூடுதல் தகவல்களைச் சொல்லுமாறு ஆவியைக் கேட்டுக்கொண்டேன்.

'''தடையில்லா வணிகம்'' குறித்த விதிகளையும், நவ-மிதச்சீர் திருத்தவாத, உலகளாவிய, பெரும் வணிகத் தொழில் நிறுவன முதலாளித்துவ அமைப்பு முறையையும் மாற்றி எழுதவேண்டியதன் அவசியம் பற்றி ஏராளமாக எழுதினேன். 'ஒன்று, தடையில்லா வணிகத்தை ஏற்றுக் கொண்ட அரசியல் பொருளாதாரத்தை நிராகரிக்க வேண்டும்; அல்லது, இந்தத் தடையில்லா வணிகத்தின் கீழ் பொருளாதார விதிகளின் மொத்தக் கடுமையும் தொழிலாளர்களின் மேல் விழும் என்பதை நாம் ஒத்துக்கொள்ள வேண்டும்' என்று நான் எழுதினேன். ஊக வணிகத்தை முடிவுக்குக் கொண்டுவருவதை உறுதி செய்ய உலகளாவிய நிதி சார்ந்த விதிகளை மாற்றுவதை ஆதரித்து நான் *மூலதனத்தில்* எழுதினேன்; சுற்றுச்சூழலுக்குக் கேடு விளைவிக்காத வேலைவாய்ப்புகள், நீடித்த வளர்ச்சி என்றெல்லாம் தற்போது நீங்கள் அழைப்பவற்றில் உலகளாவிய மூலதனத்தை முதலீடு செய்வதை உறுதிசெய்ய ஊக்க உதவிகள் [incentives] வழங்கப்படுவதையும், ஏழை நாடுகள் தங்களின் எதிர்காலத்தைத் தாங்களே திட்டமிடவும், சுற்றுச்சூழலுக்கு ஊறு விளைவிக்காத வேலைவாய்ப்புகளையும், சமூக சேவைகளையும் உருவாக்கவும் அதிகாரம் தரும் அதே வேளையில் அவற்றின் கடன்களையும் நீக்கிவிட வேண்டும் என்றும் நான் எழுதினேன். அவை 'மூலதனக் கட்டுப்பாடுகள்' என்று அறியப்படும்; அதாவது,

'தடையில்லா வணிகம்' குறித்து மார்க்ஸ்

'தடையில்லா வணிகம் என்ற பிரச்சினை குறித்து' என்ற தலைப்பில் மார்க்ஸ் 1848இல் எழுதியது:

'தொகுத்துச் சொன்னால், தடையில்லா வணிகம் என்றால் என்ன, இன்றைய சமூகச் சூழலில் தடையில்லா வணிகம் என்றால் அது மூலதனத்துக்கான சுதந்திரம். மூலதனத்தின் வளர்ச்சியை இன்னும்கூட கட்டுப்படுத்தும் சில தேசியத் தடைகளை நீங்கள் தூக்கியெறிந்துவிட்ட பிறகு அதனுடைய செயல்பாட்டுக்கு முழு சுதந்திரத்தையும் கொடுத்துவிட்டீர்கள் என்றுதான் அர்த்தம்... கனவான்களே! சுதந்திரம் என்ற அருவமான வார்த்தை உங்களை ஏமாற்றுவதற்கு அனுமதிக்காதீர்கள். யாருடைய சுதந்திரம்? ஒரு தனி நபருக்கு இன்னொருவர் தொடர்பாக உள்ள சுதந்திரம் அல்ல; தொழிலாளியை நசுக்க மூலதனத்துக்கு உள்ள சுதந்திரம்.'

கட்டற்ற பேராசையால் இயக்கப்படும் பன்னாட்டு நிதிப் புழக்கங்களையும், எதற்கும் துணிந்த நிதிசார்ந்த வணிக நடவடிக் கைகளையும் தடுத்து நிறுத்துபவை.'

கொஞ்சம் நிறுத்திய பிறகு மார்க்ஸ் பேச ஆரம்பித்தார். 'உலக வாணிகக் கழகம், பன்னாட்டு செலவாணி நிதியம், உலக வங்கி போன்றவற்றுக்கு என் காலத்தில் தேவை இருக்கவில்லை; ஏனென்றால், இவை இன்று செய்யும் கேவலமான வேலையை அன்று காலனிய ஆட்சிகள் செய்தன; இவை ஒழிக்கப்பட வேண்டும்; மனித உரிமைகள், தொழிலாளர் உரிமைகள், சுற்றுச்சூழலைப் பேணுதல் ஆகியவற்றுக்கு உச்ச முன்னுரிமை தரும், உலகளாவிய ஆளுகையைத் தரும் புதிய அமைப்புகளால் இவை மாற்றீடு செய்யப்பட வேண்டும். உலகளாவிய பொருளாதாரத்திலும், சுற்றுச் சூழலிலும் தொழில் நடவடிக்கைக்குத் தொடர்பில்லாத மூன்றாவது நபர் பாதிக்கப்படுவதைத் தடுக்கும் விதமாக இந்த அமைப்புகள் செயல்பட வேண்டும். உச்சியை அடைவதற்கான போட்டியாக, கீழ்நிலையை அடைய அல்ல, உலகமயமாதலை ஆக்க எல்லாமும் மாற்றப்பட வேண்டும்.'

'ஆனால், உலகளாவிய நிறுவனங்களும், அவற்றின் கட்டுப்பாட்டில் உள்ள அரசுகளும் இவை நிகழ்வதை நிச்சயம் தடுக்கும்,' என்று நான் உறுதிபடச் சொன்னேன். 'இது நடைமுறை சாத்தியமற்ற மிகு கற்பனை.'

'நீங்கள் மீண்டும் டீனாவை ஆதரிக்கிறீர்கள்,' என்று ஆவி பொறுமையின்றிச் சொன்னது. 'ஆமாம், அது மிகக் கடினமானதுதான். ஆனால், உலகளாவிய நெருக்கடி, பூமிக் கோளில் இருக்கும் ஒவ்வொருவருக்கும் தொடர்ந்து வாழ்வதில் ஏற்பட்டுள்ள நெருக்கடி, சீட்டுக்கட்டைக் கலைத்துப்போடும். உலகளாவிய அமைப்பு முறைக்கு அது ஏற்கனவே கலக்கத்தை உண்டுபண்ணிக்கொண்டுள்ளது; உலகளாவிய பெரும் வணிகத் தொழில் நிறுவன அமைப்பு முறை, நியாயங்களை மீறிய ஒன்று என்ற உணர்வை அது ஏற்படுத்திக்கொண்டுள்ளது. இறுதியில் உலகம் தழுவிய ஒரு மந்தநிலையைக் கொண்டுவரப்போகும் பருவநிலை நெருக்கடியும், உறுதியற்றப் பொருளாதாரமும் மொத்த உலகத்திலும் அமைப்பு முறை மாற்றத்தைக் கட்டாயமாக்கும்.'

'உலகம் தழுவி இருக்கும் பெரும் வணிகத் தொழில் நிறுவனங்கள் மிகுந்த சக்திவாய்ந்தவையாக இருக்கின்றன; ஏனென்றால், அவற்றின் அபரிமிதமான செல்வம் தேசிய அரசுகளையும், ராணுவங்களையும் கட்டுப்படுத்துவதைச் சாத்தியமாக்குகிறது.'

'நீங்கள் சொல்வது சரி,' என்றது ஆவி. 'தொடர்ந்து பிழைத்திருப்பதற்கும், நல்ல முறையில் வாழ்வதற்கும் இருக்கும் ஒரே வழியாக நவ-மிதச் சீர்திருத்தவாத உலகமயமாதலை அவை உருவாக்கியுள்ளன.

எனவே, இது வாழ்வா, சாவா என்ற போராட்டம். எதிர்காலத்தைத் தீர்மானிப்பவை உலகளாவிய பெரும் வணிகத் தொழில் நிறுவனங்களா, அல்லது உலகின் மக்களா?'

'மீண்டும் நாம் ஜனநாயகம் என்ற விவகாரத்துக்குத்தான் வந்திருக்கிறோம்,' என்றேன் நான். 'ஆனால், உலக அளவில் ஜனநாயகம் மிகப்பெரிய சவாலாகத் தோன்றுகிறது. பூமி முழுதும் பெரும் வணிகத் தொழில் நிறுவனங்கள் ஒன்றிணைவது இயலுவதுதான்; ஆனால், உலகத் தொழிலாளர்களும் சமூகக் குழுக்களும் எல்லைகளாலும், இனங்களாலும், தேசிய அடையாளங்களாலும், மதங்களாலும் பிரிந்து கிடக்கிறார்கள்.'

'ஆமாம்,' என்றது ஆவி. 'ஆனால், மீமிகை முதலாளித்துவமே உலகத்தை சிறிய இடமாக மாற்றிவிட்டது. பணத்தைப் போல விரைவாக மக்களால் எல்லைகளைத் தாண்டி நகரவோ, ஒன்றுசேரவோ முடியாது; ஆனால், அமைப்பு முறைக்கு எதிராகத் திருப்ப முடிகிற புதிய உலகளாவிய கலாச்சாரத்தை மீமிகை முதலாளித்துவமே உருவாக்கியுள்ளது. பொருளாதாரம் படிப்படியாக உலகமயமாகி, நாடுகளையும், தேசிய அடையாளங்களையும் பலவீனப்படுத்தி, இறுதியில் அவற்றைப் பயனற்றுப்போனவையாக ஆக்கும்போது நாடுகள் மெல்ல மெல்ல மறைந்துபோகும் என்பதை என்னுடைய நாளிலேயே என்னால் காணமுடிந்தது. தேசியத் தொழிலாளர்கள் என்பவர்கள் இப்போது இல்லை; உலகளாவியத் தொழிலாளர்கள்தாம் உண்டு. அடையாளத்தின் மீதும், அரசியலின்மீதும் தொழில்நுட்பம் இதே மாதிரியான உலகமயமாக்கும் தாக்கத்தைக் கொண்டுள்ளது. உலகலாவிய உற்பத்திக்கும், லாபத்துக்கும் மீமிகை முதலாளித்துவவாதிகள் உருவாக்கிய இணையம், அரபு உலகம் முழுவதிலும் 2011இல் ஏற்பட்ட புரட்சிகளின்போது நாம் பார்த்ததுபோல சரிசம வலுவுடன் எதிர்ச்செயலாற்றும் ஆயுதமாக சமூக செயற்பாட்டாளர்களால் பயன்படுத்தப்பட முடியும்.'

'ஆக, இந்த மாற்றத்தை மேட்டுக் குடியினர் ஒருபோதும் முன்னெடுக்க மாட்டார்கள். தங்களுடைய பொது அக்கறைகளை உணர்ந்தறிகிற, மனிதக் குடும்பத்தில் உணர்ச்சிபூர்வமாகத் தங்களை ஓர் அங்கமாகக் கருதுகிற உலக மக்களிடமிருந்துதான் அது வர முடியும்.'

'ஆமாம். அடையாளத்திலும், அதோடு இணைந்தே வரும் அரசியலிலும் உருவாகி வரும் ஒரு முற்போக்கான மாற்றம் அது. உலகளாவிய ஒட்டுறவு மற்றும் ஒத்துணர்வுக்கான உண்மையான மனப்பாங்குடன்

நாடுகள் பற்றியும், சர்வதேசியம் பற்றியும் மார்க்ஸ்

'உழைப்பவர்களுக்கு இனி நாடு கிடையாது. அவர்களிடம் இல்லாததை அவர்களிடமிருந்து நம்மால் எடுக்க முடியாது.'

கூடிய சமூக இயக்கங்களின் வடிவத்தைக் கீழிருந்து மேலே போகும் அத்தகைய உலகளாவிய அரசியல் மேற்கொள்கிறது. ஒவ்வொரு வருடமும் ஆயிரக்கணக்கான செயற்பாட்டாளர்கள் கூடுமிடமான உலகச் சமூக மாமன்றம் (*வேல்ட் சோஷியல் ஃபாரம்*) போன்ற இடங்களில் இணையத்தின் மூலமும், நேரிடையாகவும தோழமை மனப்பாங்கை அவர்கள் ஏற்கனவே வளர்த்து வருகிறார்கள்.'

'இவையெல்லாம் இன்னும்கூட மனக்கோட்டைகளாகத்தாம் தோன்றுகின்றன,' என்றேன் நான்.

'இல்லை. மாற்றங்கள் ஏற்கனவே நிகழத் தொடங்கிவிட்டன. மையநீரோட்ட ஊடகங்களின் கவனத்தில் அவை உள்ளன; அன்றாடப் பாட்டில் சிந்தனையைச் செலுத்திக்கொண்டிருக்கும் வெகுமக்களின் பார்வைப் பரப்பில் அவை இல்லை. ஆனால், தொடர்ந்து வாழ்தலுக் கான அதே போராட்டங்கள்தாம் இறுதியில் வெகுமக்கள் போராட்டங் களை விரைவுபடுத்துபவையாக இருக்கும்; மீமிகை முதலாளித்துவப் பூதத்தை வெட்டிச் சாய்த்து பூமியில் வாழ்க்கையை நீடிக்கச் செய்ய முடியும் என்ற நம்பிக்கையை அவை நமக்குத் தரும்.'

'நாம் கொஞ்சமும் எதிர்பார்க்காத இடங்களில் இளைஞர்களைத் தெருவுக்குக் கொண்டுவந்து போராட வைத்துள்ள ''ஜனநாயக ஆதரவு'' இயக்கங்களை மனதில் வைத்துப் பேசுகிறீர்களா?'

'ஆமாம். புரட்சிகர உணர்வு இன்னும் மறைந்துவிடவில்லை என்பதை எகிப்திலும், டுனீஷியாவிலும், பஹ்ரைனிலும், யேமனிலும், பிற இஸ்லாமிய நாடுகளிலும் இளைஞர்கள் தொடங்கியுள்ள புரட்சி நிரூபிக்கிறது. இஸ்லாமிய உலகில் அமெரிக்க ராணுவத்தால் தாங்கிப் பிடிக்கப்பட்டிருக்கிற, மரணத் தருவாயிலிருக்கும் சர்வாதிகாரங்களுக்கு எதிராக இந்த இளைஞர்கள் புரட்சியை முன்னெடுப்பார்கள் என்று யாருமே ஊகித்திருக்க முடியாது. ஆனால், துல்லியமாக இதைத்தான் 2011 உலகத்துக்கு முன்னால் கொண்டுவந்து சேர்த்திருக் கிறது; ஒரு நோக்கம் நிறைவேறுவதற்கான செயலுறுதி (Activism) பற்றி நாம் விவாதிக்கும்போது குறிப்பிடத்தக்க புதிய புரட்சியாளர்களைக் குறித்துப் பேச நாம் கொஞ்ச நேரம் செலவிட வேண்டும்.'

அவர்களைப்பற்றிய கருத்துகளைக் கேட்கும் என் ஆசையை நான் ஆவிக்குத் தெரியப்படுத்தினேன். ஆனால், செயலுறுதி குறித்த எங்களு டைய இறுதி உரையாடலின் ஒரு பகுதியாக இது இருக்கும்.

பகுதி ஆறு

என்ன செய்ய வேண்டும்?

66

என்ன செய்ய வேண்டும்? ஒரு செயல்பாட்டாளர் என்ற முறையில் தன்னுடைய வாழ்க்கையைப் பற்றி ஆவி பேசுகிறது

இளங்காலைச் சூரியன் கல்லறையைப் பிரகாசமாக ஆக்கிக்கொண்டிருந்தது; ஆவி மெதுவாக மறையத் தொடங்கியிருந்தது. 'விரைவில் இங்கிருந்து நீங்கள் போய்விடவேண்டியிருக்கும் என்பது எனக்குத் தெரியும்,' என்றேன் நான். 'ஆனால், பல பேர் மட்டற்ற ஆர்வத்துடன் இதைக் கேட்க விரும்புவார்கள்: நான் என்ன செய்ய வேண்டும்? வித்தியாசமான ஒன்றை என்னால் எப்படி உண்டாக்க முடியும் என்ற பற்றிய நடைமுறைக்குரிய சில நடவடிக்கைகளைத் தயவுசெய்து, தயவு செய்து எனக்கு சொல்லுங்களேன்.'

ஆவி வேகமாகப் பேசியது: 'இந்த மன அமைதிக் குலைவும் பொறுமையின்மையும் எனக்குப் புரிகிறது. இதே கேள்வியை எனக்கு நானே பலமுறை கேட்க வேண்டியிருந்தது. என்னுடைய முழு வாழ்க்கையையும் புரட்சிகர எழுத்தாளராக மட்டும் நான் வாழவில்லை, செயற்பாட்டாளராகவும்தான் வாழ்ந்தேன். செயற்பாட்டாளரின் வாழ்க்கை ஆபத்துக்கான வாய்ப்புகளையும், முட்டுச்சந்துகளையும் கொண்டது. என்னுடைய புரட்சிகரச் செயல்பாட்டுக்காகச் சில நாடுகளிலிருந்து துரத்தப்

மார்க்ஸ் - ஒரு செயற்பாட்டாளராக

மார்க்ஸ் புரட்சிக்கனலை மூட்டிய எழுத்தாளர் மட்டுமல்ல, செயற்பாட்டாளரும் கூட; அவருக்கு அவற்றுக்கான விலைகளும் தெரியும், விளைவுகளும் தெரியும். அவர் தன்னுடைய 20களிலும், 30களிலும் ஒரு புரட்சிகரப் பத்திரிகையாளராகவும், தொழிற்சங்கங்களைக் கட்டுபவராகவும் இருந்தார். அவருடைய செயலுறுதியின் வெற்றியைக் கண்டு பயந்துபோன ஃப்ரான்ஸும், ஜெர்மனியும் அவரை நாடுகடத்தின. லண்டனுக்குப் போன அவர் சோஷலிஸ்ட் கட்சி, தொழிற்சங்கங்கள் ஆகியவற்றின் உலகம் தழுவிய முதல் சங்கமான **முதல் அகிலத்**தைக் கூட்டினார். முதலாளித்துவ உலகமயமாதலை எதிர்த்துப் போராடிய மேற்குலகின் முதல் செயற்பாட்டாளர் என்று அவரைக் கருதலாம்.

பட்டேன்; பெரும்பாலும் கடும் வறுமைக்கு ஆட்பட்டிருந்தேன். உட்கட்சிக் குழுக்களோடும், பிற கட்சிகளோடும் தொடர்ந்து சண்டையிட்டேன். ஆனால், அதே வழியில் தொடர்ந்து செயல்பட்டேன்.'

'இன்று உங்களை பிரபல எழுத்தாளர் என்றே மக்கள் நினைக்கிறார்கள்; நீங்கள் செயலில் அழுத்தமான ஈடுபாடு கொண்ட செயற்பாட்டாளராகவும் இருந்தீர்கள் என்பது அவர்களுக்குத் தெரியாது. உண்மையைச் சொன்னால், முதலாளித்துவம் உள்வெடிப்புக்கு உள்ளாகி அழிந்துவிடும் என்றும், செயலுறுதிக்கான பங்கு மிகக் கொஞ்சம் என்றும் நீங்கள் நம்பியதாகப் பலர் முடிவு செய்கிறார்கள். லெனின் மற்றும் மாவோ நடத்திய புரட்சிகளைப் பார்க்கும் அவர்கள் செயலுறுதி நல்லதைவிட அதிகம் தீங்கைச் செய்யும் என்று கவலைப்படுகிறார்கள்.'

'என்னுடைய எழுத்தை மிகத் தவறாகப் படித்ததின் விளைவு இது. முதலாளித்துவக் கட்டமைப்பில் இருக்கும் காரணங்களாலேயே அது சுய-அழிவுக்கு உள்ளாகும். புரட்சிகள் எப்போதுமே பகுதியளவில் முன்தயாரிப்புக்கு உட்படுவதில்லை. அவை அமைப்பு ரீதியில் உண்டாகும் நெருக்கடிகளுக்குத் தன்னிச்சையான எதிர்வினைகளே என்பனவற்றில் நான் கவனம் செலுத்தியது உண்மைதான். ஆனால், தொழிலாளிகளும், புரட்சிகரக் கோட்பாட்டாளர்களும், செயற்பாட்டாளர்களும் முக்கியப் பங்கை வகிக்கிறார்கள் என்பதை என்னுடைய எழுத்தும் வாழ்க்கையும் தெளிவாக்கின. அவர்கள் செயல்படத் தவறும் பட்சத்தில், வலதுசாரி சக்திகள் முதலாளித்துவ நெருக்கடிகளைத் தங்களுக்கு சாதகமாகப் பயன்படுத்தி முதலாளித்துவத்தைவிட மோசமான ஆட்சிமுறைகளை உருவாக்கி விடும்.'

'ஆக, முதலாளித்துவத்தின் வளர்ச்சி மற்றும் வீழ்ச்சி குறித்த விதிகள் மீதான உங்களுடைய கவனத்தையும் தாண்டி, புது உலகத்தை நோக்கிய நிலைமாற்றம் நிகழும் காலம் முழுதும் விழிப்புணர்வை உருவாக்கி, புதிய ஒரு சமூகத்தைக் கட்டுவதற்கு வழிகாட்ட செயற்பாட்டாளர்கள் இன்றியமையாதவர்கள் என்பதை நீங்கள் உணர்ந்திருந்தீர்கள். அப்படித்தானே?'

'சரியாகச் சொன்னீர்கள். நாம் திரும்பத் திரும்ப சொன்னதுபோல, புரட்சி, பல வடிவங்களை எடுக்கும் நீண்ட நிலைமாற்றம் என்பதை நான் உணர்ந்திருந்தேன். விடுதலையை நோக்கிய நீண்ட நிலைமாற்றப் பாதையை வகுத்து வழிநடத்த செயற்பாட்டாளர்கள் முடிவில்லாமல் போராடவில்லையென்றால், வலதுசாரி, இடதுசாரி என்று இரண்டு வழிகளிலும் மிக மோசமான விளைவுகளைப் புரட்சி கொண்டுவந்து சேர்த்துவிடும். அரசியல் செயல்பாட்டை வேண்டி முடிவற்ற வாதங்களை முன்வைத்தேன்.'

‘முதலாளித்துவக் கட்டமைப்பு ரீதியில் புரட்சி தீர்மானிக்கப் படுகிறது என்று இன்று சொல்லும் மார்க்ஸியக் கோட்பாட்டாளர்கள் ஓர் ஆபத்தான செய்தியைக் கொண்டுவந்து சேர்க்கிறார்கள்.’

‘கட்டமைப்பு சக்திகள் முற்றிலும் ஆபத்தானவை; தீர்மானகரமான மாற்றங்கள் சாத்தியப்படும்போது அவை தம்மை வடிவமைத்துக் கொள்ளும். ஆனால், புரட்சி நிகழ்வதற்கான செயலுறுதிக்கோ காரகத்துக்கோ (Agency) எதிராகக் கட்டமைப்புப் பகுப்பாய்வு (Structural Analysis) ஒரு வாதமாக முன்வைக்கப்படுமானால் அது மிக மோசமான தவறு; அது ஆபத்தான விளைவுகளுக்கு இட்டுச் செல்லும். புரட்சிகள் மக்களால் உண்டாக்கபடுபவை.’

‘முதலாளித்துவக் கோட்பாடுகளைப் பற்றி எழுதிய அளவுக்கு உங்களுடைய செயல்பாடுகளைப் பற்றி நீங்கள் எழுதவில்லை. எனவே, உங்கள் வாழ்க்கை எந்த அளவுக்குச் செயல்பாடுகளுக்காக அர்ப்பணிக்கப்பட்டது என்பதையோ, எந்த அளவுக்கு உங்களுக்கு அவை முக்கியம் என்பதையோ மக்கள் புரிந்துகொள்வதில்லை.’

‘செயல்பாடு, சமூக இயக்கங்கள் குறித்த என்னுடைய கருத்து களைப் பல கட்டுரைகளிலும், தொழிற்சங்கங் களிலும், உழைக்கும் வர்க்க இயக்கங்களிலும் நான் ஆற்றிய சொற் பொழிவுகளிலும் நீங்கள் காணலாம். செயலுறுதியை ஆதரித்தும் செயல்பாடுகளைத் திட்ட மிட்டும் செய்தித்தாள்களிலும், இடதுசாரி பத்திரிகைகளிலும், தொழிற் சங்க சிறு வெளியீடுகளிலும் நூற்றுக்கணக்கான பத்திகள் எழுதினேன். பிரஷ்யக் கொடுங்கோன்மையைக் கவிழ்க்க முனைந்து பாரிஸ் கம்யூனின் புரட்சி பற்றியும் ஜெர்மன் சோஷலிஸ்ட் கட்சியின் செயல்திட்டம் பற்றியும் எழுதினேன். செயலுறுதியை வலியுறுத்தும் மிக முக்கிய மானதும் மிகப் பரவலாகப் படிக்கப்பட்டதுமான கம்யூனிஸ்ட் அறிக்கையை மறந்துவிட வேண்டாம்.’

‘எது உங்களைச் செயற்பாட்டாளராக தொடர்ந்து வைத்திருந்தது? ஏன் அதில் உங்களை ஈடுபடுத்திக்கொண்டீர்கள்?’

‘எப்போதும் என் தீவிர ஆர்வமாக இருந்த நீதிக்காகப் போராட அது ஒன்றுதான் வழி. அது என் வாழ்க்கைக்கு அர்த்தத்தைக் கொடுத்தது. மனிதகுலம் முழுவதையும் விடுவிக்கும் புரட்சியை உருவாக்குவதைத் தவிர வேறு எது அதிக முக்கியமானதாக இருக்க முடியும்? புரட்சிகரத் தொழிலாளர் இயக்கங்களின் ஒழுங் கமைப்புக்கு உதவ என்னுடைய எல்லா சக்தியையும் செலவிட்டதால் மிக முக்கியமான எழுத்துகளை நான் தாமதப்படுத்தினேன்.’

‘ஆனால், உங்களுடைய புரட்சிகள் தொடர்ந்து தோல்வியடைந்து கொண்டே வந்தன. முடியாட்சிகள் மீட்கப்பட்டன; முதலாளித்துவம் முன்னைவிட வலுவாகத் திரும்ப வந்துகொண்டே இருந்தது.’

'வரலாறு என் பக்கம் இருந்தது என்பதும், முதலாளித்துவம் பிறப்பிக்கும் துயரம் நீண்ட காலத்திற்கு அதை நீடிக்கவிடாது என்பதும் எனக்குத் தெரியும்.'

'உங்களுடைய தனிப்பட்ட செயல்பாட்டு வாழ்க்கை குறித்து கொஞ்சம் சொல்ல முடியுமா?'

'பல்கலைக்கழகத்தில் படிக்கும்போது அன்றைய சமூகக் கோட்பாடு களை நானாகவே கற்றேன்; எப்போதும் கல்வியே செயலை நோக்கிய முதல் படி. என்னுடைய வகுப்புகளும், ஆரம்பகால எழுத்துகளும் என்னை முற்போக்கு மாணவர்கள், எழுத்தாளர்கள், தொழிற் சங்கங்கள், இடதுசாரி அரசியல் அமைப்புகளோடு ஒன்றிணைத்தன. உலகை மாற்றும் லட்சியம் கொடுத்த பரவசப் போதையில், சில சமயங்களில் உண்மையான போதையிலும் திளைத்தோம்.'

'நல்லது. அப்போது ஜெர்மனியிலும், ஃப்ரான்ஸிலும் புரட்சிகள் உருவாகிக்கொண்டிருந்தன. அமெரிக்காவின் **1960**களைப் போலவும், எகிப்திலும், அரபு உலகின் பிற பகுதிகளிலும் **2011**இல் நிகழ்ந்த எழுச்சிகளைப் போலவும் இருந்த புரட்சிகர காலகட்டத்தில் நீங்கள் மாணவராக இருந்துள்ளீர்கள்.'

'ஆமாம். அது கிளர்ச்சியூட்டிய ஒரு காலம். என் எண்ணங்களை வெளிப்படுத்தத் தயங்கவில்லை. ஓர் இளம் பத்திரிகையாளன், கோட்பாட்டாளன் என்ற முறையில் புரட்சிகரக் கட்டுரைகளை எழுதினேன். **1848**இல் ஃப்ரான்ஸில் தொடங்கி ஜெர்மனி, பெல்ஜியம், பிற ஐரோப்பிய நாடுகளுக்குப் பரவிய புரட்சிகள் மனக் கிளர்ச்சியை அளித்தன; அவை பழைய பிரபுத்துவ ஆட்சிமுறையையும், அப்போது தோன்றி வளர்ந்துவந்த முதலாளித்துவ அமைப்பையும் ஒரே நேரத்தில் உறுதியாக அழித்துவிடும் என்று தோன்றியது. அவற்றில் ஈடுபடாமல் இருப்பது சாத்தியமே இல்லை; என்னை முழுமையாக ஈடுபடுத்திக் கொண்டேன்.'

'உங்களுடைய புரட்சிகரக் கருத்துகளும், செயல்களும் பல்கலைக் கழகத்தில் உங்களுக்குக் கிடைக்க இருந்த வேலைவாய்ப்பைத் தடுத்து விட்டன; பிறகு, வெந்த புண்ணில் வேலைப் பாய்ச்சுவதைப்போல, நீங்கள் அந்த இரண்டு நாடுகளிலிருந்தும் துரத்தியடிக்கப்பட்டீர்கள்.'

'ஆமாம். தணிக்கை முறைகளையும், ஒற்றர்களையும் புகுத்தி என்னை மௌனமாக்க அரசுகள் முயன்றதால் என் கடிதங்களையும், எழுத்துகளையும் ரகசியத் தொடர்புகள் மூலம் அனுப்பவேண்டி யிருந்தது. பல்கலைக்கழக வேலைவாய்ப்பை நான் இழந்தது என் பெற்றோர்களுக்கு வருத்தத்தை அளித்தது. புரட்சிகர அரசியலில் நான் கொண்டிருந்த ஈடுபாடு என்னை ஐரோப்பியக் கண்டத்திலிருந்து [பிரிட்டன் அல்லது அயர்லாந்தைத் தவிர்த்த ஏனைய ஐரோப்பிய

நாடுகளை Continent என்று குறிப்பிடுவது வழக்கம்] துரத்த அதிக வருடங்கள் பிடிக்கவில்லை. 1849இல், எனக்கு 31 வயது ஆனபோது, அரசியல் புகலிடம் தேடி லண்டனுக்குப் போனேன். அங்கிருந்து எப்போதும் திரும்பவே இல்லை.'

'அது செயலுறுதி மிக்க உங்கள் நண்பர்களிடமிருந்தும், சமூக இயக்கங்களிடமிருந்தும் உங்களைப் பிரித்துத் தனியராக்கியது; பிரிட்டிஷ் மியூசியத்தில்* உட்கார்ந்து புத்தகங்களையும், நியூயார்க் ட்ரிபூனுக்கு பத்திகளும் எழுதினீர்கள்; எழுத்தின்மூலம் சொற்ப வருமானமே. கிடைத்தது தனிமையும், வறுமையும் உங்களை வாட்டியிருக்கவேண்டும்.'

'அது உண்மைதான். ஆனால், என்னுடைய செயலுறுதியை நான் கைவிடவில்லை. ஜெர்மானிய, ஃப்ரெஞ்ச் புரட்சித் தோழர்களோடு இருந்த என்னுடைய தொடர்பைத் தக்கவைத்துக்கொண்டு அவர்களுடைய அரசியல் போராட்டங்கள் குறித்து மிகப் பிரபலமான கட்டுரைகள் சிலவற்றில் எழுதினேன். 1864இல் [லண்டனில்] உழைக்கும் மக்களின் முதல் அகிலத்தை ஒருங்கிணைத்து நடத்த உதவினேன்; பல்வேறு நாடுகளைச் சேர்ந்த சோஷலிசஸ்ட், கம்யூனிஸ்ட் தொழிற் சங்க ஒருங்கிணைப்பாளர்கள், தொழிலாளர்க் கட்சித் தலைவர்கள், பிற முற்போக்காளர்களான கூட்டுறவுவாதிகள், அனார்கிஸ்ட்டுகள், சாசனவாதிகள்** ஆகியோரை அதில் ஒன்றுசேர்த்தோம். உலகளாவிய முதலாளித்துவத்தை உலகளாவிய இயக்கம் ஒன்றினாலேயே கவிழ்க்க முடியும் என்பது எனக்குத் தெரியும்.'

'இந்த முதல் அகிலத்தின் முன்னணிச் சிந்தனையாளராகவும், ஒருங்கிணைப்பாளராகவும் நீங்கள் ஆனீர்கள். ஐரோப்பா முழுவதும், ரஷ்யாவிலும் இருந்த சோஷலிஸ்ட், பிற புரட்சிகர இயக்கங்களோடும் தொடர்பில் இருக்க இது உங்களுக்கு உதவியது, சரிதானே?'

'ஆமாம். மேற்குலகின் தொழிற் சங்கங்களோடும், புரட்சிகர அரசியல் இயக்கங்களோடும் நான் நெருங்கிய தொடர்பில் இருந்தேன். பொதுவான ஓர் அரசியல் தொலை நோக்கு, யுக்திகளை உருவாக்கவும் தொழிலாளர்களை எவ்வாறு ஒன்று சேர்ப்பது என்பது பற்றி சிந்திக்கவும் அவற்றுக்கு உதவ என்னுடைய எல்லா சக்தியையும் அர்ப்பணித்தேன்.

*1753இல் தொடங்கப்பட்ட வழக்கமான அருங்காட்சியகத்தோடு இருந்த மிகப் பெரிய நூலகம். 1997இல் நூலகம் தனியாகப் பிரிக்கப்பட்டது. (மொ-ர்)

** Chartists - 1838இல் வெளியிடப்பட்ட 'மக்கள் சாசன'த்தை ஆதரித்தவர்கள். அனைவருக்கும் ஜனநாயக உரிமைகள் வழங்கப்பட வேண்டும் என்பதே இவர்கள் அமைப்பின் அடிப்படை. சொத்துரிமை அடிப்படையில் அல்லாமல் வயதுவந்த அனைவர்க்கும் வாக்குரிமை, ரகசிய வாக்கெடுப்பு, வருடாந்தர பொதுத் தேர்தல்கள் ஆகியவை அதன் கோரிக்கைகள். (மொ-ர்)

மார்க்ஸும், இயக்கங்களும்

1850களில் மார்க்ஸ் தனித்தப் புலம் பெயர்ந்தவராக லண்டனில் இருந்தார். ஆனால், 1864இல் **முதல் அகிலத்**தை நிறுவுவதற்கு உதவியதன் மூலம் ஐரோப்பா முழுமைக்கும் தெரிந்த முன்னணிப் புரட்சியாளராக ஆனார். **முதல் அகிலம்** இன்றைய **உலகச் சமூக மாமன்றத்தை (world social forum)** ஓரளவு ஒத்திருந்தது; எல்லா வகைக் கோட்பாடுகளும் லட்சியங்களும் கொண்ட உலகளாவிய புரட்சிகர இயக்கங்களின் சந்திப்பாக அது இருந்தது. அந்த இயக்கங்கள் மார்க்ஸின் வார்த்தைகளை உலகம் முழுதும் காட்டுத் தீயாக பரப்பி உலகளாவிய செயலுறுதியைத் தொடக்கி வைத்தன.

ஜெர்மானிய, பெல்ஜிய, ஏன் ரஷ்ய, அமெரிக்கத் தொழிலாளர் தலைவர்களுக்கும், சீர்திருத்தவாதிகள், புரட்சியாளர்கள் என்ற இரண்டு தரப்பினருக்கும் பன்னாட்டுத் தளங்களை ஒழுங்கமைத்துக் கொடுத்தேன். இவர்களோடு அனார்கிஸ்டுகளும், கூட்டுறவுவாதிகளும், சமூக ஜனநாயகவாதிகளும், மற்ற சமூக இயக்கவாதிகளும் இணைந்து கொண்டார்கள். எல்லா நேரமும் எங்களுக்குள் சச்சரவிட்டுக் கொண்டாலும், பொதுத் தளத்தைக் கண்டுபிடிக்க முயல்வதையும் எங்கு நடந்தாலும் புரட்சிகரப் போராட்டத்துக்கு ஆதரவு தருவதையும் ஒருபோதும் நாங்கள் நிறுத்தவில்லை.'

'ஆக, தொழிலாளர் மற்றும் சமூக இயக்கங்களோடு சேர்ந்து ஈடுபாட்டுடன் உழைப்பது உங்கள் செயலுறுதியின் அடித்தளம் என்பது சரியா?'

'ஆமாம். உங்களை மட்டுமே சார்ந்து அமைப்பு முறையை மாற்றும் செயற்பாட்டாளராக நீங்கள் இருக்க முடியாது. சமூக இயக்கங்கள் தாம் சமூக மாற்றத்தின் உண்மையான ஒரே போர்க்கருவி. எங்கெல்லாம் மக்கள் தங்களுக்கான ஆதரவையும், ஒன்றிணைந்து செயல்படுபதற்கான வழிமுறைகளையும் காண்கிறார்களோ - பணியிடங்கள், தேவாலயங்கள், குடியிருப்புப் பகுதிகள் போன்ற இடங்கள் - அங்கெல்லாம் இருக்கும் சிறு குழுக்களிடம் சமூக இயக்கங்கள் தொடங்குகின்றன. இந்தக் குழுக்கள் பரந்த அளவிலான பிற இயக்க வலையமைப்புகளோடு ஒன்றிணைய வேண்டும்; அவை வெகுமக்களின் ஆதரவைப் பெற்று இறுதியில் அரசியல் அதிகாரத்தைக் கைப்பற்றும் செயல்பாடுகளில் ஈடுபடவேண்டும். புரட்சிகள் இம்முறையில் தான் நிகழ்கின்றன.'

67

புரட்சி வாழ்கிறது! எகிப்திலும், டுனீஷியாவிலும், பஹ்ரைனிலும், லிபியாவிலும், ஜோர்டானிலும், அல்ஜீரியாவிலும், யேமனிலும் உள்ள புதிய புரட்சிகரத் தலைமுறை உலகத்தை வியப்பில் ஆழ்த்துகிறது

‘2011 ஆம் ஆண்டின் தொடக்கத்தில் தலைப்புச் செய்திகளைப் பிடித்தது எது என்று உங்களுக்கு நினைவிருக்கிறதா?’ என்று ஆவி என்னைக் கேட்டது.

ஒரு விநாடி எதுவும் தோன்றவில்லை; பிறகு, அமெரிக்காவின் பெரும் பகுதியை மறைத்த பெரும் பனிப் புயல்கள் நினைவுக்கு வந்தன. ஆனால், அதன் பிறகு எதைப்பற்றி உண்மையில் ஆவி நினைத்துக் கொண்டிருக்கிறது என்பதை உணர்ந்தேன்.

‘டுனீஷியாவில் தொடங்கி எகிப்துக்கு நகர்ந்து கெய்ரோவின் விடுதலைச் சதுக்கத்தில் நிலைகொண்டு முழு உலகத்தையும் ஈர்த்த அராபிய இளைஞர்களுடைய எதிர்பாராத ‘ஜனநாயக- ஆதரவு’ப் புரட்சிகளைச் சொல்கிறீர்களா? அவை ஜோர்டானுக்கும், யேமனுக்கும், பஹ்ரைனுக்கும், லிபியாவுக்கும், மொராக்கோவுக்கும், சிரியாவுக்கும், சூடானுக்கும், பிற இஸ்லாமிய நாடுகளுக்கும் பரவின.’

‘ஆம்,’ என்று சொன்ன ஆவி, ஆவி உலகம் சார்ந்த பெரும் புன்னகை ஒன்றை உதிர்த்தது. ‘2011ஆம் ஆண்டின் தொடக்கத்தில் டீனாவின் காலத்திலும்கூட கெய்ரோ, அலெக்ஸாண்ட்ரியாவின் தெருக்களில் குழுமிய மாணவர்களும் இளைஞர்களும் புரட்சி வாழ்கிறது என்பதை நிரூபித்தார்கள். உண்மையில், டீனாவுக்கு அது பலத்த அடி; எல்லாத் தடைகளையும் தாண்டி புது உலகத்தை உருவாக்கத் தங்களால் முடியும் என்று எல்லா இடங்களிலுமிருந்த மக்களுக்கு அவர்கள் உத்வேகம் ஊட்டினார்கள்.’

அது உலகின் கவனத்தை ஈர்த்த ஒரு முக்கிய வரலாற்று சம்பவம் என்பதை நான் ஒத்துக்கொண்டேன். அது டீனாவுக்கு நேரடியாக விடப்பட்ட சவாலும்கூட. உலகின் மிக மோசமான அடக்குமுறை ஆட்சிகளுக்கு எதிராக நிராயுதபாணிகளான இளைஞர்களும் தொழிலாளர்களும் வெற்றிகரமான புரட்சிகளை முன்னெடுக்க முடியுமென்றால், உலகின் எந்த நாட்டிலும் எந்த அமைப்பு முறைக்கும் மாற்றுகளை மக்களால் நிச்சயம் உருவாக்க முடியும். 'அராபிய உலகத்தை "முகநூல் தலைமுறை"யின் வெகுமக்கள் புரட்சி இத்தனை விரைவில் ஆட்கொண்டுவிட முடியும் என்று யாரும் கற்பனைகூட செய்யவில்லை. ஆனால், அது பெரும் குழப்பத்தையோ, இஸ்லாமிய தீவிரவாதிகளை அதிகாரத்துக்கோ கொண்டுவந்து விடலாம். அது பெரும் கேடாக ஆகிவிடும்,' என்று சந்தேகத்துடன் நான் சொன்னேன்.

'ஆமாம். அதற்குச் சாத்தியம் இருக்கிறது. ஆனால், உலகில் உள்ள எல்லாத் துப்பாக்கிகளும் ஒன்று சேர்ந்து தாக்கினாலும் புரட்சிக்கான உணர்வை ஒருபோதும் அழித்துவிட முடியாது என்பதை இந்த இளைஞர்கள் காட்டிவிட்டார்கள். அராபிய உலகின் இளைஞர்களும், தொழிற்சங்கங்களும் ஹோஸ்னி முபாரக் போன்ற சர்வாதிகாரிகளை மட்டும் எதிர்த்துப் பொங்கி எழவில்லை; மேற்கத்திய காலனியத்தின் முழு வரலாற்றை எதிர்த்தும், அராபியக் கனவுகளையும் வாழ்வாதாரங்களையும் பல பத்தாண்டுகளாக அழித்த அமெரிக்காவின் கைப்பாவை நாடுகளையும் எதிர்த்து அவர்கள் போரிட்டார்கள்.'

'ஆமாம். அராபிய உலகத்தையும், ஏன் முழு உலகத்தையும் இந்தப் புரட்சிகள் மாற்றியுள்ளன என்பதை ஒத்துக்கொள்கிறேன்; அமைதி யான எதிர்ப்பு, தொழிலாளர் வேலைநிறுத்தம், புதிய முகநூல் உத்திகள் ஆகியவற்றின் மூலம் அர்ப்பணிப்பு உணர்வுள்ள சாதாரண மக்கள் தங்கள் நாடுகளை தங்கள் கட்டுப்பாட்டில் கொண்டு வந்து உண்மை யான புரட்சியை நடத்த முடியும் என்பதைச் செய்துகாட்டி யுள்ளார்கள். 30 ஆண்டுகளாக சர்வாதிகாரியாகவும் அமெரிக்காவின் கைப்பாவையாகவும் இருந்த ஹோஸ்னி முபாரக்கை வீழ்த்த முடியும் என்பதை ஒருவரும் நம்பவில்லை.'

'உங்கள் காலத்தின் பெரிய புரட்சிகளில் ஒன்றாக அது இருக்கும்,' என்று ஆவி பதில் சொன்னது. 'புரட்சியின் பூதம் இன்னும் உலகைச் சுற்றி வருகிறது என்ற என் உறுதியான நம்பிக்கைக்கு அது வலுவூட்டு கிறது. ஒவ்வொரு கண்டமாக - முன்னாள் சோவியத் குடியரசு களில் தொடங்கி பர்மாவின் துறவிகள், சீனாவின் அடங்க மறுக்கும் தொழிலாளர்கள், கொந்தளிக்கும் அராபியத் தெரு வரையிலும் - 'ஜனநாயக-ஆதரவு' இயக்கங்களை இளைஞர்களால் கட்ட முடியும் என்பதை நீங்கள் இப்போது பார்த்துவிட்டீர்கள்.'

‘ஆனால், வியக்கத்தக்க வகையில் வரலாற்றுத் தருணமாக ஏற்பட்ட புரட்சிக்கான நம்பிக்கையையும் செயலுறுதியையும் உள்ளடக்கிய இந்த எழுச்சியை எப்படி நீங்கள் விளக்குவீர்கள்? இன்றைய உலகிலும் புரட்சிக்கான உணர்வுகள் உயிரோடுதான் இருக்கின்றன என்பதற்கு வலுவான ஆதாரமாக தஹ்ரிர் சதுக்கத்தில் குழுமிய எகிப்திய இளைஞர் களை நீங்கள் பயன்படுத்துகிறீர்கள். ஆனால், உலகின் மிக வளர்ச்சி யுற்ற பகுதியில்தான் புரட்சிகர செயலுறுதி வெடிக்கும் என்ற உங்கள் எதிர்பார்ப்பை அது மறுப்பதாகத் தோன்றுகிறது. உங்களுடைய பிரபல நூலான *The Grundrisse*ல் உள்ள *ஆசிய உற்பத்தி முறையில் (The Asiatic Mode of Production)*, ‘‘அமெரிக்கர்களும், பிரிட்டிஷ்காரர்களும்கூட வருவதற்கு நீண்ட காலத்துக்கு முன்பே’’ அராபிய உலகம் தவிர்க்கவியலாத வகையில் தோல்வியுற்ற ஒரு பகுதி என்று நீங்கள் கருதியது என் நினைவுக்கு வருகிறது.’

‘ஆமாம். அரசை நிர்வகிக்கும் மதத் தலைவர்கள், மாகாண ஆளுநர்கள், மேற்குலகில் உற்பத்தித் துறையில் அதிசயங்களையும் அதோடு சேர்ந்து வந்த சுரண்டலையும் கொண்டுவந்த முதலாளித்துவ வாதிகள் தோன்றிப் பரவுவதை அழித்த அதிகாரவர்க்கத்தினர் ஆகியோர் அடங்கிய வர்க்கத்தால் அந்தப் பகுதி ஆட்சி செய்யப்படுவதை நான் பார்த்தேன். வறுமையையும், நிலப்பிரபுத்துவ அடிமை முறையையுமே ஆசிய பாணி உருவாக்கியது; அந்த நிலப்பிரபுத்துவ ஆசிய பாணி தற்போது ஊழல் மிக்க, சர்வாதிகார முதலாளித்துவப் பாணியாக மாறிவிட்டாலும், அந்தப் பகுதி இன்னும் மத்திய கால நிலப்பிரபுத் துவத்திலேயே வாழ்ந்து வருகிறது. என் காலத்தில் அரசே எல்லா உற்பத்தி சாதனங்களையும் தன் உடைமையாக வைத்திருந்தது; ஆனால், அது சமூகத் தொலைநோக்கு எதுவுமில்லாத ஓர் அடக்குமுறை அரசு; தன்னுடைய அதிகாரத்தைத் தக்கவைத்துக்கொள்வதே அதன் ஒரே உணர்ச்சி வெறி. அரசு அதிகாரம் மிகக் கொடூரமான அடக்கு முறையாக மாறி ஒட்டுமொத்த மக்கள் கூட்டத்தையே அழிக்கும் சக்தியாக ஆகும் என்பதை நான் உணர்ந்தேன் என்பதை நான் உங்களிடம் ஏற்கனவே சொல்லியிருக்கிறேன்.’

‘உற்பத்தியும் தொழில்நுட்பமும் மிக வளர்ந்த நிலையில் உள்ள, ஜனநாயக வடிவங்கள் தோன்றியுள்ள முதலாளித்துவ உலகில்தான் புரட்சி உண்டாகும் என்று நீங்கள் நினைத்தீர்கள். புரட்சிகர செயற் பாட்டாளர்கள் வளர்வதை அமெரிக்காவிலும், ஐரோப்பாவிலும் தான் நாம் பார்ப்போம், எகிப்திலோ, டுனீஷியாவிலோ, யேமனிலோ அல்ல என்று நீங்கள் யூகித்தீர்கள். அவை வளர்ந்துவரும் முதலாளித்துவ நாடுகளாக இருக்கலாம்; ஆனால் நிச்சயமாக மிக வளர்ந்த வடிவத்தில் அல்ல.’

'காலனியமும் உலகமயமாதலும் ஆசிய உற்பத்திப் பாணியை உருமாற்றிவிட்டன. மத்திய கிழக்குக்கு காலனிய சக்திகள் வந்து சேர்ந்த போது அவை தம்முடன் எண்ணெய் நிறுவனங்கள், பூதாகரமான ஊடக நிறுவனங்கள், இன்ன பிற பெரும் வணிகத் தொழில் நிறுவன முதலாளித்துவத்தைக் கொண்டுவந்து, அளவற்ற செல்வமுடைய புதிய எகிப்திய, அராபிய முதலாளித்துவ வர்க்கத்தை உருவாக்கின. எகிப்திலேயே மிக அதிகப் பணக்காரக் குடும்பம் முபாரக்கினுடையது தான்; அவர்களுடைய சொத்துமதிப்பு 17 பில்லியன் டாலர்கள் என்று கணக்கிடப்பட்டுள்ளது; நிபந்தனைகளின் பேரில் ஏற்படுத்தப்படும் பன்னாட்டு செலாவணி நிதியத்தின் திட்டங்களின் உதவியுடன் முபாரக்குக்கு நெருக்கமான பெரும் தொழிலதிபர்கள் எகிப்தியப் பொருளாதாரத்தின் லாபம் தரும் துறைகளை ஏகபோகமாக்கிக் கொண்டதன் விளைவாக இந்தக் கும்பலின் கைகளில் செல்வம் குவிந்தது. உலகளாவிய முதலாளித்துவ வாதிகள் புதிய உலகளாவிய தொழில்நுட்பத்தையும் கொண்டு வந்தார்கள்; இது அராபிய முதலாளித்துவத்தை மட்டும் உருவாக்கவில்லை; எகிப்தைப் பொறுத்தமட்டில், அராபிய ஏழைகள் மற்றும் தொழிலாளர்கள் மத்தியில், குறிப்பாக இளைஞர்கள் மத்தியில், அதற்கு எதிரான ஒரு புரட்சியையும் உருவாக்கியது.'

'இணையம், முகநூல், ட்விட்டர் ஆகியவற்றை மனதில் கொண்டிருக்கிறீர்கள், சரிதானே?'

'ஆமாம். மின்னணுவியல் சார்ந்த தொழில்நுட்பங்கள் பின் நவீனத்துவ உலகமயமாதலை சாத்தியப்படுத்தியுள்ளன; அதே சமயம் அவை, ஏழை பணக்காரர் என்ற பாகுபாடில்லாமல் இளைஞர்கள் அனைவரையும் அதிகாரம் நிரம்பியவர்களாக ஆக்கியுள்ளன; எகிப்திய ரகசியக் காவல்துறையிடம் இருக்கும் எல்லா துப்பாக்கிகளைவிடவும் முகநூல் அதிக சக்திவாய்ந்த ஆயுதமாக இருக்க முடியும் என்பதை அவர்கள் புரிந்துகொண்டார்கள்.'

'கெய்ரோவின் தெருக்களிலும், அலெக்ஸாண்ட்ரியாவின் தெருக்களிலும் குழுமிய இளமையும், தொழில்நுட்ப அறிவும் நிரம்பிய போராட்டக்காரர்களிடம் புரட்சிக்கான உணர்வைத் தூண்டியது எது?'

'நீங்கள் உணர்த்துவது போல அது எதிர்பாராததோ ஆச்சரிய மூட்டக்கூடியதோ அல்ல. முதலில் பிரிட்டிஷ்காரர்களாலும், பிறகு அமெரிக்கர்களாலும் ஆதரவு தரப்பட்ட அமீர்களும், அரசர்களும், சர்வாதிகாரிகளும் நடைமுறைப்படுத்தி ஆசிய பாணி உற்பத்தி முறை விளைவித்த கொடூரமான பல நூற்றாண்டுச் சுரண்டலிலிருந்து அண்மைப் பத்தாண்டுகளாக இஸ்லாமிய உலகம் மீண்டெழுந்து கொண்டிருக்கிறது. பெரும்பான்மை அராபிய மக்கள் கொடிய

வறுமையில் உழல்கிறார்கள்; வெளிநாட்டவர்கள், உள்நாட்டு முதலாளித்துவ மேட்டுக்குடியினர் என்று இரண்டு தரப்பாரும் அவர்களுடைய செல்வத்தை அண்மை நூற்றாண்டுகளாக உறிஞ்சினர். அராபிய வெகுமக்கள் தீப்பற்றக் காத்திருக்கும் சிக்கிமுக்கிக் கல்லாக இருந்தார்கள்.'

'ஜ்வாலையை எரிய வைத்த தீக்குச்சி எது?'

'உலகமயமாதல், ஏழை மக்களுடன் வளர்ந்துவரும் படித்த மத்திய தர வர்க்கம் ஒன்றையும் உருவாக்கியது. நகர்ப்புற ஏழைகள் நடந்த அதே தெருக்களில் புதிய இளம் மாணவர்களும், தொழிலாளர்களும், தொழிற்கல்வி பெற்றுப் பணியில் இருப்பவர்களும் நடந்து சென்றார்கள். ஆனால், அவர்கள் தங்கள் பல்கலைக் கழகங்களில் பேச்சுரிமைக்கான சுதந்திரம், ஜனநாயகம் குறித்த கருத்துகளைக் கற்றார்கள். மேற்கு நாடுகளின் உலகளாவிய ஊடகங்கள், அவர்களுடைய பேராசிரியர்களால் கொண்டுவந்து சேர்க்கப்பட்ட கருத்துகள், சித்திரவதை முகாம்களைப் போல தம் நாடுகளை நிர்வகித்துக் கொண்டிருந்த சர்வாதிகாரிகளோடு மோதின. மிக மோசமான வேலை வாய்ப்பு அதிகரித்து வந்த ஏழ்மை, ஏழை பணக்காரர்களிடையே இருந்த பெரும் இடைவெளி, உணவுப் பொருள் மற்றும் எரிபொருள் விலைகளில் உண்டான கடும் உயர்வு, தேசிய வளங்களைக் கொள்ளையடித்த பன்னாட்டு நிறுவனங்களோடு அவர்களுடைய சர்வாதிகாரிகள் வைத்திருந்த கூட்டு போன்றவற்றை உருவாக்கிய உலகளாவிய பெரும் தேக்கநிலை பிறப்பித்த பொருளாதாரப் பிரச்சினைகளை ஏழை எகிப்திய வெகுமக்களோடு அவர்கள் பகிர்ந்து கொண்டார்கள்.'

'ஆக, இது முதலாளித்துவத்துக்கு எதிரான புரட்சி என்று சொல்கிறீர்களா?' என்று சந்தேகத்துடன் நான் கேட்டேன். 'ஆனால், நீலவண்ண ஜீன்ஸ் அணிந்த, கணினியைப் பயன்படுத்தும் இளைஞர்களில் பலர் இன்னும் கூடுதல் முதலாளித்துவத்தை விரும்புகிறார்கள்.'

'தொழிற்சங்கங்களும், ஏழைகளும், படித்த இளைஞர்களும் பெரும் பங்கு வகித்த ஒரு புரட்சி. அது மேற்கத்திய அரசுகளாலும், பன்னாட்டு நிறுவனங்களாலும் நடைமுறைப்படுத்தப்படும் உலகளாவிய, நவகாலனிய முதலாளித்துவத்துக்கு எதிரான புரட்சி. மேலும், 1848இல் நிகழ்ந்த ஐரோப்பியப் புரட்சிகளைப்போல இது மதக் கிளர்ச்சியோ முதலாளித்துவக் கிளர்ச்சியோ தேசியக் கிளர்ச்சியோ அல்ல; ஆனால், இவற்றின் எல்லா அம்சங்களையும் அது கொண்டிருந்தது. சமூக, வலுவான சோஷலிச உள்ளோட்டங்களோடு கூடிய ஜனநாயக ஆதரவுக் கிளர்ச்சி அது; உலக அளவில் அமெரிக்காவால் வழிநடத்தப்படும் முதலாளித்துவத்துக்கும் அவர்களுடைய நாடுகளிலேயே

எகிப்தின் ஏப்ரல் 6 இயக்கம் குறித்த முகநூல் பக்க விவரணை

வெவ்வேறு பின்னணிகளையும், வயதையும், எண்ணப்போக்குகளையும் கொண்ட எகிப்திய இளைஞர் குழு நாங்கள்; எகிப்தில் வெகுமக்கள் செயல்பாட்டுச் சாத்தியத்தில் இருந்த நம்பிக்கையைப் புதுப்பித்த ஏப்ரல் 6, 2008க்குப் பிறகு ஒரு முழு ஆண்டு காலத்தில் ஒன்றுசேர்ந்தவர்கள் நாங்கள்; இந்த செயல்பாடு, எகிப்து முழுக்க இருக்கும் பலவிதமான பின்னணிகளையும் சமூக வர்க்கங்களையும் சேர்ந்த இளைஞர்கள் நெருக்கடியிலிருந்து மீண்டு ஜனநாயகபூர்வ எதிர்காலத்தை அடைவதைச் சாத்தியப்படுத்தியது... எங்களில் பெரும்பான்மையோர் அரசியல் பின்னணியிலிருந்து வந்தவர்களல்லர். ஆனால், ஒரு முழு ஆண்டுப் பயிற்சியில் எங்களுடைய நோக்கத்தைக் கட்டுப்படுத்தவும் தீர்மானிக்கவும் கற்றுக்கொண்டோம்.

இருக்கும் இரக்கமற்ற சகவாச முதலாளித்துவத்துக்கும் எதிராக முதலாளித்துவ நாடுகளாக மாறிக் கொண்டிருக்கும் அரபு நாடுகளின் தொழிலாளர் கிளர்ச்சி மற்றும் வர்க்கக் கிளர்ச்சியின் ஒரு வடிவம் அது.'*

'இதை நிரூபிக்க உங்களிடம் உள்ள ஆதாரம் எது?'

'எகிப்தை நினைத்துப் பாருங்கள். 2008இல் உருவாகத் தொடங்கியதும் தொழிலாளர்கள், தொழிற்சங்க ஒருங்கிணைப்பாளர்கள், மாணவர்கள் கூட்டணி என்று அறியப்படுவதுமான ஏப்ரல் 6 இளைஞர் இயக்கத்தின் செயல்பாட்டிலிருந்து அந்த நாட்டுக் கிளர்ச்சி தொடங்கியது. ஆனால், ஏப்ரல் 6 இயக்கத்துக்கு முன்னதாகவே முபாரக்கின் சகவாச முதலாளித்துவத்துக்கு எதிராகத் தொழிலாளர் வேலை நிறுத்தங்கள் நடந்தன; தொழிலாளர், சோஷலிஸ்ட் கட்சி இயக்கங்கள் செயல்பட்டன. மஹாலியாவில் நெசவுத் தொழிலாளர்களும், பிற தொழிலாளர்களும், சோஷலிஸ்டுகளும் ஒரு பொது வேலைநிறுத்தத்தை ஆரம்பித்த பிறகு ஏப்ரல் 6 இயக்கம் தொடங்கியது. அலெக்ஸாண்ட்ரியாவைச் சேர்ந்த கலீத் சையத் என்ற மாணவரை காவல்துறையினர் கொலை செய்த பிறகு உருவான இன்னொரு இளம் குழுவோடு ஏப்ரல் 6 இயக்கம் இணைந்தது. இரண்டு குழுக்களும் சேர்ந்து முகநூல் பக்கம் ஒன்றைத் தொடங்கின; விரைவில் 80,000 க்கும் மேற்பட்ட நண்பர்கள் அதற்குக் கிடைத்தனர். 2011 வாக்கில் அதற்குக் கிடைத்த நண்பர்களின் எண்ணிக்கை 2,50,000.'

'எகிப்திய செயலுறுதிப் புரட்சியின் தொழிலாளர்/மாணவர் வடிவம் அமெரிக்காவில் இருப்பவர்களுக்கு அவ்வளவாகத் தெரியவில்லை.'

* Crony Capitalism – வணிகர்களுக்கும், அரசு அலுவலர்களுக்கும் இடையே உள்ள நெருங்கிய உறவைப் பொறுத்து வியாபாரத்தின் வெற்றி அமைவது. அதாவது, அரசு அலுவலர்கள் வணிகர்களுக்குத் தரும் நேர்மையற்ற சலுகைகளைக் குறிக்கும் பதம் இது. பொதுச் சேவையில் பெரும் ஊழல் தொடங்கும் இடம். (மொ-ர்)

'உண்மையில், அமெரிக்க அரசுக்கு அதுபற்றி தெரிந்திருந்தது; முகநூலில் அந்த எகிப்தியக் குழுவுக்குக் கிடைத்த ஆரம்ப வெற்றி *Christian Science Monitor, Wired* போன்ற பத்திரிகைகளை அதுபற்றி 2008லேயே எழுத வைத்தது. புரட்சிக்கு முன்பு இருந்த இரண்டு வருடங்களில் இளைஞர்களையும், தொழிற்கல்வி பெற்றுப் பணியில் இருப்பவர்களையும் மாணவர்களையும், தொழிலாளர்களையும், தொழிற்சங்கங்களையும் சென்றடைந்து முபாரக்குக்கு எதிரான புரட்சியை விரைவுபடுத்த அவர்கள் உழைத்தார்கள். **மாற்றத்துக்கான மொஹமத் எல்பாரதெயின் தேசியக் கழகம்**, மாணவர், தொழிலாளர், சோஷலிஸ்ட், தொழிற்கல்வி பெற்றுப் பணியாற்றுவோரின் மதச் சார்பற்ற, சோஷலிஸ்ட் எதிர்க்கட்சிக் குழுக்கள், **இஸ்லாமிய சகோதரத் துவம்** போன்ற முன்னணிக் குழுக்களோடு ஏப்ரல் 6 இயக்கமும், தொழிற்சங்கங்களும், சோஷலிஸ்ட் கட்சிக் குழுக்களும் இறுதியில் ஒன்றிணைந்தன. 2011 எழுச்சியின்போது கெய்ரோவின் தெருக்களில் அவர்கள் புரட்சிகர 'நிழல் எதிர்க்கட்சி'யாக வெளிப்பட்டார்கள்.'

'ஆக, எகிப்தியப் புரட்சி ஒன்றும் தன்னெழுச்சியாகத் தலைதூக்க வில்லை, சரிதானே?'

'எல்லாப் புரட்சிகளையும் போலவே, தன்னெழுச்சியாகத் தீப்பற்றிக் கொள்ளும் அம்சம் ஒன்று அதிலும் இருக்கத்தான் செய்தது. ஆனால், 2006க்கு முன்பிருந்தே மாணவர், தொழிலாளர், தொழிற்சங்கங்கள் ஆகியவற்றின் சமூக இயக்கங்களும், சோஷலிஸக் கட்சிகளும் புரட்சி யின் விதைகளைத் தூவிக்கொண்டு தான் இருந்தார்கள்; அப்போது முபாரக்குக்கு நெருக்கமான பெரும் செல்வந்தர்களான சிறு மேட்டுக் குடிக்கும் வறுமையில் உழன்ற பிறருக்கும் இடையே இருந்த கடும் சமத்துவமின்மை வளர்ந்தது. இந்த இயக்கங்கள் இல்லாமல் புரட்சி நிக்ழ்ந்திருக்கவே முடியாது; இணையம் மூலமாகவும், இணையம் இல்லாமலும் முபாரக்கின் ஆட்சியை வீழ்த்த தொழிற்சங்கங்கள், தொழிலா ளர்கள், மாணவர்கள் ஆகியோரை ஈடுபடுத்தித் தெருக்களில் ஒரு புரட்சியை வெடிக்கச் செய்ய என்ன செய்யவேண்டுமென்று அவற்றுக்குத் தெரிந்திருந்தது.

'ஆக, இதில் நாம் கற்றுக்கொள்ளும் பாடம் என்ன?'

'இந்த உலகம் புரட்சிக்குப் பக்குவமான நிலையில் இருக்கிறது

எகிப்திலுள்ள தஹ்ரிர் சதுக்கத்தில் பாடப்பட்ட எகிப்தியக் கவிஞர் அஹமத் ஃபௌத் நேகமின் கவிதையிலிருந்து

'அவர்கள் யார், நாம் யார்?
அவர்கள் அதிகாரத்தை வைத்திருப் பவர்கள், சுல்தான்கள்/
அவர்கள் பணக்காரர்கள், அரசு அவர்கள் பக்கம்/
நாம் ஏழைகள், ஆளப்படுபவர்கள்/
அதைப்பற்றி சிந்தியுங்கள், உங்கள் மூளையைப் பயன்படுத்துங்கள்/
நம்மில் யார் அடுத்தவரை ஆள்கிறார்கள் என்பதைப் புரிந்துகொள்ளுங்கள்.'

என்பதும், ஒரு புதிய தலைமுறை - உயர்கல்வி கற்ற, தொழில்நுட்பத்தில் விற்பன்னர்களாக இருக்கிற, மீமிகை முதலாளித்துவத்தின் உலகளாவிய உள்வெடிப்பின் இறுதி அதிர்வுகளால் அதிர்ச்சியடைந்துள்ள தலைமுறை - உலகின் எல்லாப் பகுதிகளிலும் இருக்கிறது என்பதும் நாம் கற்றுக் கொண்ட பாடங்கள். இறுதியில் புரட்சிக்குத் தலைமை ஏற்கவேண்டிய தொழிற்சங்கங்கள், ஏழைகள் ஆகியோரோடு தங்களை இணைத்துக் கொள்வதன் மூலம் நிலைமாற்றம் ஏற்படுத்தும், ஏன் புரட்சிகரமான சமூக மாற்றத்தையும் ஏற்படுத்தும் திறன் அவர்களுக்கு உண்டு. இணையத்திலும் தெருக்களிலும் இளைஞர்களும் தொழிற் சங்கங்களும் உருவாக்கும் சமூக இயக்கங்கள் என் ஆவியுலகக் கற்பனை இல்லை. அவற்றுடைய வீரம் செறிந்த செயல்பாட்டின் இறுதி விளைவை இந்தக் கணத்தில் யாராலும் யூகிக்க முடியாது என்றாலும், அவை எதார்த்தம் என்பதையும், இன்றைய உலகத்தை அவற்றால் மாற்ற முடியும் என்பதையும் யாராலும் சந்தேகிக்க முடியாது.'

நான் ஒரு கணம் யோசித்தேன். எகிப்தில் நடந்த சம்பவங்களைப் பற்றி மாணவர்களின் கருத்துகளை அறியும் நோக்கத்தோடு அவர் களோடு நான் உரையாடினேன். '2011 தொடக்கத்தில் கெய்ரோவிலும், மத்தியக் கிழக்கிலும் நடந்த சம்பவங்கள் குறித்து என் மாணவர்கள் சிந்தித்துக்கொண்டிருக்கிறார்கள். அந்த எகிப்திய மாணவர்களால் உலகை மாற்ற முடியுமென்றால், ஒருவேளை இவர்களாலும் முடியலாம்' என்றேன்.

'ஆமாம். எகிப்திய மாணவர்களுக்கு இருக்கும் அதே மாதிரியான பிரச்சினைகளும், அவர்களுக்கு இருக்கும் திறமைகளும் உங்கள் மாணவர்களுக்கும் உண்டு. எகிப்தில் சமத்துவமின்மை பெரிதாக இருந்தாலும், அமெரிக்காவில் ஏழைகளுக்கும் பணக்காரர்களுக்கும் உள்ள இடைவெளியைவிட அது குறைவுதான். இதுவன்றி, உயர்ந்து வரும் உணவு, எரிபொருள் விலைகள், பயமுறுத்தும் வேலைவாய்ப் பின்மை, பருவநிலை மாற்றம், அமைதி தொடர்பான சவால்கள் போன்ற பிரச்சினைகளையும் அமெரிக்க மாணவர்களும் அமெரிக்காவின் பொதுமக்களும் சந்தித்து வருகிறார்கள். எகிப்தியத் தெருக்களில் நடக்கும் கிளர்ச்சிகளின் இறுதி விளைவுகள் எப்படியிருந்தாலும், எகிப்திய இளைஞர்களும், பிற அராபிய இளைஞர்களும், தொழிலாளர் களும் அமெரிக்க இளைஞர்களிடமும், தொழிலாளர்களிடமும் புதிய செயலுறுதிக்கான உணர்வை ஏற்கனவே தூண்டிவிட்டார்கள் என்பதில் ஆச்சரியப்பட ஏதுமில்லை.'

ஆம் என்று நான் தலையசைத்தேன். 'தொழிற்சங்கங்கள், ஊதியங்கள், வேலைவாய்ப்புகளை வெகுவாக இல்லாமலாக்கும் திட்டத்தைக் கொண்டிருந்த விஸ்கான்சின் மாநில குடியரசுக் கட்சி ஆளுநர் ஸ்காட் "ஹோஸ்னி" வாக்கரை எதிர்த்து 2011 ஃபிப்ரவரி மாதம்

மாணவர்களாலும் தொழிலாளர்களாலும் வழிநடத்தப்பட்ட ஆயிரக் கணக்கான போராட்டக்காரர்கள் தெருக்களிலும் விஸ்கான்ஸின் மாநில சட்டசபை முன்னாலும் திரண்டு "ஒரு எகிப்தியனைப் போல எதிர்த்துப் போராடு" என்று முழங்கினார்கள். எகிப்தியப் போராட்டத் தலைவரும், தொழிலாளர்த் தலைவரும், தொழிற் சங்கங்கள் மற்றும் தொழிலாளர் சேவைகளின் மையத்துக்கான பொது ஒருங்கிணைப்பாளருமான கமால் அப்பாஸ் ஒரு வீடியோ நாடா மூலம் விஸ்கான்சின் போராட்டக்காரர்களிடம் பேசினார்: "கெய்ரோவி லுள்ள தஹ்ரிர் சதுக்கத்துக்கு மிக அருகிலுள்ள ஓர் இடத்திலிருந்து உங்களிடம் நான் பேசுகிறேன். எகிப்தியப் புரட்சியின் மையமாக இருந்த விடுதலை சதுக்கம் இது. நியாயமான உரிமைகளுக்காக நாங்கள் போராடிய இந்த இடத்தில்தான் எங்கள் இளைஞர்கள் பலர் தங்களுடைய உயிரையும் ரத்தத்தையும் விலையாகக் கொடுத்தார்கள். நீங்கள் எங்களுக்கு ஆதரவாக நின்றது போல நாங்கள் உங்களுக்கு ஆதரவாக நிற்கிறோம் என்பதை நீங்கள் தெரிந்துகொள்ள வேண்டும் என்று இந்த இடத்தில் நான் விரும்புகிறேன் என்றார்."

எகிப்தியப் போராட்டக்காரர்கள் இந்த செய்தியையும் விஸ்கான்சின் செயற்பாட்டாளர்களுக்கு அனுப்பினார்கள்: 'உங்களுடைய உரிமை களை விட்டுக் கொடுக்காதீர்கள். உறுதியாக நின்று நியாயமான உரிமை களுக்காகப் போராடும் மக்களுக்கே வெற்றி எப்போதும் உரியது.'

ஆவி வேகமாகப் பேசியது: 'இந்த மத்தியக் கிழக்குப் புரட்சியின் தொடர் அதிர்வலைகள் அமெரிக்கா உள்ளிட்ட உலகம் முழுதும் உணரப் படும். எண்ணெய் விலை உயர வாய்ப்புள்ளது; இதன் காரணமாக மாசற்ற எரிசக்தியிலும், சுற்றுச் சூழலைப் பேணும் வேலைவாய்ப்பு களிலும் பொது முதலீடுகள் அதிகரிக்க சுற்றுச்சூழல் இயக்கங்கள் முன்னிலும் வலிமையாகப் போராட வேண்டி வரும். மத்தியக் கிழக்கு சர்வாதிகாரி களுக்கு முட்டுக் கொடுக்க வீணாகச் செலவிடப்படும் பில்லியன் கணக் கான பென்டகன் தொகையை உள் நாட்டில் வேலை வாய்ப்புகளைப் பெருக்கவும், சமூக நலத் திட்டங் களில் முதலீடு செய்யவும் பயன்படுத் தலாம்; இதன் மூலம் தொழிலாளர்

கெய்ரோவிலிருந்து மேடிசனுக்கு: எகிப்தியப் போராட்டத் தலைவரான கமால் அப்பாஸ் விஸ்கான்ஸின் போராட்டக்காரர்களுக்கு ஒரு செய்தியை அனுப்புகிறார்

'இந்தப் பிராந்தியத்திலுள்ள மிக வலுவான சர்வாதிகாரத்தை எதிர்த்து எங்கள் புரட்சி வெற்றிபெறும் என்பதை யாருமே நம்பவில்லை. ஆனால், 18 நாள்களில் புரட்சி மக்களின் வெற்றியை சாதித்துக் காட்டியது. எகிப்தின் உழைக்கும் வர்க்கம் ஃபிப்ரவரி 9 மற்றும் 10 ஆம் தேதிகளில் புரட்சியில் சேர்ந்தபோது சர்வாதிகாரத்தின் வீழ்ச்சி தீர்மானிக்கப் பட்டுவிட்டது; மக்களின் வெற்றி தவிர்க்க இயலாததாக ஆனது. நாங்கள் உங்கள் பக்கம் நிற்கிறோம் என்பதை நீங்கள் தெரிந்துகொள்ள வேண்டும் என்று விரும்புகிறேன். **உறுதியாக நில்லுங்கள், தடுமாற வேண்டாம்.'**

இயக்கத்தையும் அமைதிக்கான இயக்கத்தையும் பொது நோக்கத்துக்காக ஒன்றிணைக்கலாம். மேடிசனிலும் விஸ்கான்சிலும் ஆசிரியர்கள், தொழிற்சங்கங்கள், மாணவர்கள் ஆகியோர் நடத்திய கிளர்ச்சி 'மக்கள் நலத் திட்டங்களுக்கான நிதி ஒதுக்கீட்டை வெகுவாகக் குறைக்கும் அரசின் செயலுக்கு எதிரான போராட்டம்' என்ற புதிய செயலுறுதியின் முதல் தாக்குதல். தேநீர் விருந்துக் கட்சியாலும் குடியரசுக் கட்சியினராலும் வழிநடத்தப்படும் 'பற்றாக்குறை நோய்' வர்க்கப் போரைப் புதிய தளங்களுக்குக் கொண்டுபோய்த் தீவிரப் படுத்தும் போது இந்தப் போராட்டம் நாடு முழுக்க பரவும்.' ஆவியின் விசித்திரச் சிரிப்பு கிட்டத்தட்ட அதன் முகம் முழுக்கப் பரவியிருந்தது.

68

நலத்திட்டங்களுக்கான நிதி ஒதுக்கீட்டைக் குறைக்கும் அரசின் செயலுக்கு எதிரான செயலுறுதி: ஓராயிரம் நிதி ஒதுக்கீட்டுக் குறைப்புகளால் ஐரோப்பிய, அமெரிக்க மாணவர்களும் தொழிலாளர்களும் மரணத்தை எதிர்கொள்கிறார்கள்

'நலத்திட்டங்களுக்கான நிதி ஒதுக்கீட்டைக் குறைக்கும் அரசின் செயலுக்கு எதிரான போராட்டம் என்று சொல்வதன் மூலம் எதை உணர்த்துகிறீர்கள்?' என்று நான் கேட்டேன்.

'வரும் ஆண்டுகளில் பங்குச்சந்தை ஓரளவு மீண்டெழுவதைப் பார்க்கலாம்; ஆனால், அந்த காலகட்டம் சமூக வாழ்க்கையில் தீவிர வசதிக் குறைவையும், ஒதுக்கீட்டில் அதிகமான நிதிக் குறைப்பையும் காணப்போகிறது. தேநீர்க் கட்சியாலும், குடியரசுக் கட்சியினராலும் வழிநடத்தப்பட்டு, நிதி ஒதுக்கீட்டுக் குறைப்பை ஏழைகள் மற்றும் உழைக்கும் வர்க்கத்தினரின் முதுகில் ஏற்றி, தொழிற்சங்கங்களையும் சமூகநலத் திட்டங்களையும் அழித்து அமெரிக்காவின் மேட்டுக்குடி யினர் முழு முனைப்புடன் ஒரு வர்க்கப் போருக்குத் தயாராகிறார்கள்.

பணக்காரர்கள் மேலும் பணக்காரர்களாக, ஏழைகளும், மத்தியதர மக்களும் மேலும் ஏழைகளாக ஆகிறார்கள். மக்கள் பெரும் துன்பத்துக்கு ஆளாகி "எகிப்தியர்களைப் போல போராட"த் தொடங்குவார்கள்.'

'ஐரோப்பாவில் ஏற்கனவே நாம் இதை பார்த்துவிட்டோம்,' என்று ஆவி சொன்னதை ஏற்றுக்கொண்டேன். '2010இல் பல்கலைக் கழகங்களிலும், கல்லூரிகளிலும் கல்விக் கட்டணத்தை டோரி பிரிட்டிஷ் அரசு பெரும் அளவில் உயர்த்தியபோது லண்டன் தெருக்களில் கூடிய ஏராளமான மாணவர்கள் அதை எதிர்த்துப் போராடினார்கள். கல்லூரிக்குப் போய்ப் படிப்போம் என்று நம்பிக்கொண்டிருந்த மில்லியன் கணக்கான உழைக்கும் வர்க்க, மத்தியதரக் குழந்தைகளின் வயிற்றில் அடித்து அவர்களின் எதிர்காலத்தை இல்லாமலாக்கிய செயல் இது.'

'2010இல் சமூக சேவைத் திட்டங்கள் கணிசமான அளவுக்குக் குறைக்கப்பட்டபோது பல ஐரோப்பியத் தலைநகரங்களில் மாணவர்களும், தொழிலாளர்களும் கூடிப் போராடினார்கள். 2008இலும், 2009இலும் வேலைவாய்ப்பு இல்லாமல் போனது, கடனைத் திருப்பிக் கட்ட முடியாமல் சொத்தை இழந்தது, சமூக நலத் திட்டங்களுக்கு நிதி ஒதுக்கீடு குறைந்தது என்று பொது மக்கள் பெரும் இன்னலுக்கு ஆளாகியிருந்தார்கள். ஏதென்ஸ், பாரிஸ், மேட்ரிட் போன்ற இடங்களில் இது பெரிய அளவிலான தெருப் போராட்டங்களுக்கு இட்டுச் சென்றது. நிதி ஒதுக்கீட்டுக் குறைப்பு உண்மையில் 2011இலும், 2012இலும் தொடங்குவதால் ஐரோப்பாவில் செயலுறுதி இப்போதுதான் தொடங்குகிறது. கல்வி, மருத்துவச் சேவை, வேலைவாய்ப்பு ஆகிய துறைகளில் கற்பனை செய்யமுடியாத அளவுக்கு நிதி ஒதுக்கிட்டுக் குறைப்பைச் சந்தித்து வரும் நாடுகளிலும், லண்டன், ஏதென்ஸ், மேட்ரிட் ஆகிய நகரங்களின் தெருக்களிலும் வரும் ஆண்டுகள் முழுதும் மாணவர்கள், தொழிலாளர்கள், பொது மக்களின் பிரம்மாண்டமான போராட்டங்களை நீங்கள் பார்ப்பீர்கள்.'

'சரி. இந்தப் போராட்டங்கள் தீவிரமடையுமா அல்லது பிசுபிசுத்துப் போய்விடுமா என்பதை நாம் பொறுத்திருந்துதான் பார்க்க வேண்டும்.'

'நம்மால் உறுதியாக சொல்ல முடியாது,' என்றது ஆவி. 'ஆனால், இப்போது நீங்கள் அதே விஷயத்தை அமெரிக்காவில் பார்த்துக் கொண்டிருக்கிறீர்கள். வரும் ஆண்டுகளில் அமெரிக்காவில் சமுதாய, உள்ளூர் அரசுகள் செய்யப்போகும் பேரிடர் விளைவிக்கப்போகும் நிதி ஒதுக்கீட்டுக் குறைப்பு, குடும்பங்களையும், மாணவர்களையும், தொழிலாளர்களையும் வெகுவாகப் பாதிக்கப் போகிறது. ஆசிரியர்கள், மாணவர்கள், சமூக சேவகர்கள், தனியார் துறைத் தொழிலாளர்களின் கோபத்தை இது கொழுந்துவிட்டு எரியச் செய்வதை நாம் பார்த்துக் கொண்டிருக்கிறோம்.'

‘இதை நிரூபிக்க உங்களிடம் உள்ள ஆதாரம் என்ன?’ என்றேன் நான். ‘செயலுறுதி அதிகமும் வலதுசாரித் தன்மை உடையதாகத் தோன்றுகிறதே.’

ஆம் என்று ஆவி தலையசைத்தது. ‘ஆனால், அலை இப்போது மாற்றி அடித்துக்கொண்டிருக்கிறது. பொதுத் துறை தொழிற்சங்கங் களையும், வேலை வாய்ப்புகளையும் அழிக்க விஸ்கான்ஸின் ஆளுநர் ஸ்காட் வாக்கர் எடுத்த முயற்சிக்கு எதிராகப் பெருவாரியான மக்கள் போராடியதை நாம் ஏற்கனவே விவாதித்துள்ளோம். அதே சமயம், ஆசிரியர்கள் பொதுத் துறை தொழிற்சங்கங்கள் ஐக்கிய எஃகுத் தொழிலாளர்கள் அமைப்பு உள்ளிட்ட தனியார்த் துறை தொழிற்சங்கங் களின் ஆதரவோடு நடத்திய பெரிய போராட்டங்கள் கொலம்பஸ், ஒஹையோ, இண்டியானாபொலிஸ், இண்டியானா மற்றும் பல பிற நகரங்கள், மாநிலங்களில் வெடித்தன; அங்கெல்லாம் பொதுத் துறை தொழிற்சங்கங்களையும் தொழிலாளர்களையும் இலக்கு வைத்து குடியரசுக் கட்சி ஆளுநர்கள் வர்க்கப் போராட்டத்தை அதிகப்படுத் தினர். நீங்கள் பார்த்திராத அளவில் மாணவர்கள் தொழிற்சங்கங் களோடு இணைந்து பெரிய போராட்டங்களில் ஈடுபட்டார்கள். தொழிற்சங்கங்களே இதுவரை இத்தனை உணர்ச்சி ஈடுபாட்டுடன் போராடியதில்லை; அமெரிக்கத் தொழிலாளர் இயக்கத்தில் தான் கண்ட மிகக் கிளர்ச்சியுற்ற தருணம் அதுதான் என்று AFL-CIO [The American Federation of Labour and Congress of Industrial Organisations – அமெரிக்கத் தொழிற்சங்கங்களின் தேசியக் கூட்டமைப்பு]வின் தலைவரான ரிச்சர்ட் ட்ரம்கா சொன்னார். மத்தியக் கிழக்கில் நடக்கும் புரட்சிகளும் நலத்திட்டங்களுக்கான நிதி ஒதுக்கீட்டுக் குறைப்பை எதிர்த்து அமெரிக்காவில் நடக்கும் போராட்டங்களும் ஐரோப்பாவில் 1848இல் நடந்த புரட்சிக்கு இட்டுச் சென்ற சூழல்களை எனக்கு ஓரளவு நினைவூட்டுகின்றன; வேலைவாய்ப்பு, உணவு, பொது சேவைகள் ஆகியவை வெகுவாகக் குறைந்துபோனதில் மக்களுக்கு ஏற்பட்ட அதிருப்தி பாரிஸில் தொடங்கி ஜெர்மானிய, பெல்ஜிய, மற்ற பிற ஐரோப்பிய நகரங்களுக்கும் பரவிய தொழிலாளர் போராட்டங்களாக உருப்பெற்றது. வெறும் பணத்துக்காகத் தாங்கள் போராடவில்லை என்பதையும், பொது நன்மை, அடிப்படை சமத்துவம் ஆகியவை குறித்த உணர்வைப் பாதுகாப்பதற்கான அடிப்படை உரிமைகளுக்காகப் போராடுகிறோம் என்பதையும் மக்கள் உணர்ந்திருந்ததால் இந்தப் போராட்டங்களில் தார்மீக வேட்கை ஒன்று இருந்தது.’

‘போராட்டங்கள் உணர்ச்சிபூர்வமாக இருந்தன. நிதி ஒதுக்கீட்டுக் குறைப்பு தொழிலாளர்களையும், மாணவர்களையும் வெகுவாகப் பாதித்ததும், நிதி நெருக்கடியிலிருந்து பணக்காரர்கள் தப்பிக்க மேலும் மேலும் அரசு உதவி செய்ததும் போராட்டங்கள் பரவ வழிவகுத்தன.

பல பத்தாண்டுகளாக பெரும் வணிகத் தொழில் நிறுவனங்களும், குடியரசுக் கட்சியினரும் தம்மை அழிக்க மேற்கொண்ட முயற்சி களை வென்றெடுக்க தாம் நடத்திய போராட்டத்தில் இறுதியாகத் தொழிற்சங்கங்கள் தம்முடைய உணர்வுகளை வெளிப்படுத்தத் தொடங்கியிருக்கின்றன. ஆனால், அது மீண்டும் ஒரு 1848 ஆக இருக்குமா என்பதில் எனக்கு சந்தேகம் இருக்கிறது. மேலும், 1848 புரட்சிகள் தேய்ந்து மறைந்துபோயின; நீங்கள் போனபர்ட்டியம், ஃப்ரான்ஸின் நெப்போலியன் ஆகியோரைப் பற்றி எழுதியதுபோல அவற்றில் சில வலதுசாரித் தன்மைகளை மீட்டெடுத்தன.'

'1848ஐப் போல அப்படியே அது இருக்கிறது என்று நான் சொல்ல வில்லை. கொடிய, இரக்கமற்ற நிதி ஒதுக்கீட்டுக் குறைப்பையும், பொது நன்மை மீதான தாக்குதலையும் மக்களும் தொழிலாளர்களும் எப்போதும் கைகட்டிக்கொண்டு உட்கார்ந்து வேடிக்கை பார்க்க மாட்டார்கள் என்பதை உணர்த்தும் வகையில் அராபியாவிலும் அதிகரித்துக்கொண்டே போகும் அளவில் அமெரிக்காவிலும் ஒரு புதிய உணர்வு தோன்றியிருக்கிறது. நிகழப்போகும் இந்த நிதி ஒதுக்கீட்டுக் குறைப்புகள் எனக்கு மகிழ்ச்சியளிக்கவில்லை. ஆனால், கிட்டத்தட்ட அமெரிக்காவின் ஒவ்வொரு உழைப்பாளர்க் குடும்பமும் நேரிடையாக அவற்றின் பாதிப்பை உணரப் போகிறது. வரவு-செலவு அறிக்கையில் ஒவ்வொரு முறையும் [நலத் திட்டங்களுக்கு] நிதி ஒதுக்கீட்டில் குறைப்பு ஏற்படும்போதும் ஒரு புதிய எதிர்வினையை நான் எதிர்பார்க்கிறேன்; ஏனென்றால், இந்த நிதிக் குறைப்புகள் இதற்கு முன்னர் எப்போதும் இருந்திராத அளவில் உள்ளன - ஆசிரியர்ப் பணியிடங்களைக் குறைத்து அவர்களுடைய சங்கங்களைக் கடுமையாகத் தாக்குவது; காவலர் எண்ணிக்கையைக் குறைப்பது; பள்ளிகள் நடத்துவதற்கும், சாலைக் குழிகளை சீர்செய்யவும், பனி அடைவுகளை அகற்றுவதற்கும் தேவைப் படும் சேவைகளையும் பண ஒதுக்கீட்டையும் நீக்கிவிடுவது. மருத்துவச் சேவை, மருத்துவ உதவி ஆகியவற்றுக்கான ஒதுக்கீட்டைத் துடைத் தெறிய 2011இல் பிரதிநிகள் சபையில் குடியரசுக் கட்சியைச் சேர்ந்த பால் ரயான் முன்வைத்து நிறைவேறிய திட்டம் போன்ற மிகப் பெரிய, மிகக் கொடிய நிதிக் குறைப்புகளை மறந்து விடாதீர்கள். தொழிற் சங்கங் களாலும் மாணவர்களாலும் வழிநடத்தப்பட்டு ஏற்கனவே கோபத்தில் இருப்பவர்களும், ஒருங்கிணைந்து உள்ளவர்களுமான மக்களை இந்தக் குறைப்புகள் மேலும் போராடத் தூண்டும்; அரசின் நலச் சேவைகளைத் தாங்கள் சார்ந்திருக்கிறோம் என்பதை உணர்பவர்களும், சுருங்கிக் கொண்டிருக்கும் மத்தியதர, ஏழைகளின் சமூக வெளியில் உழல்பவர் களும், பணக் காரர்கள் சுகித்துக்கொண்டிருக்கும் ஆடம்பர உலகில் இருந்து தனித்துப் போனவர்களுமான சாதாரண மக்கள் இந்தப் போராட்டங்களில் தங்களை இணைத்துக்கொண்டுள்ளார்கள்.'

நான் சொன்னேன்: 'ஆனால், ஆயிரம் வெட்டுக்காயங்களால் நிகழும் மரணத்தை* ஓரளவு ஒத்திருக்கின்றன இந்த [நிதி ஒதுக்கீட்டுக்] குறைப்புகள். நீங்கள் ரத்தம் சிந்துகிறீர்கள்; ஆனால், பயம், உணர்ச்சி யின்மை, அக்கறையின்மை ஆகியவற்றின் காரணமாக செயல் முடங்கிப்போனவர்களுக்கு ஆர்வமூட்ட அது போதுமா? ''ஒவ்வொரு வரும் அவனுக்காகவே அல்லது அவளுக்காகவே'' என்ற [சுயநல] கருத்தியல் இங்கு மிக சக்திவாய்ந்ததாக இருக்கிறது. பொதுத்துறைத் தொழிலாளர்களையும் தனியார்த்துறைத் தொழிலாளர்களையும் பிரித்து, தொழிலாளர் இயக்கத்துக்கு இறுதி சாவுமணியை அடிக்க அது பயன்படுத்தப்படுகிறது.'

'ஆமாம். உங்களுடைய கருத்தியல் சாதனம்** 24/7 மணி நேரமும் செயல்படுகிறது; புதிய நுட்ப நுணுக்கங்களை உடையதாகவும் இருக்கிறது. ''நலத்திட்ட அரசிகள்''*** என்று சிறுமைப்படுத்தும் நோக்கில் அழைக்கப்படும் பொதுத்துறைத் தொழிற்சங்கங்களை மட்டும் வர்க்கப் போர் தன் இலக்காகக் கருதவில்லை; பொதுவாகத் தொழிற்சங்கங்களின் இருப்பையே இல்லாமலாக்க முயல்கிறது. தொழிற்சங்கங்களின் கூட்டுபேர உரிமைகளைப் பறிக்க முயல்கிறது. பங்குச்சந்தை வீழ்ச்சி, பெருத்துப்போன ராணுவச் செலவு, செல்வந்தர்கள் மீது வரிவிதிக்கத் தவறியது போன்ற உண்மைக் காரணங்களை மறைக்கிறது. பற்றாக்குறைக்குத் தொழிற்சங்கங்கள் தாம் காரணம் என்று அவற்றின்மீது பழியைப் போடுவதன் மூலம் தொழிற்சங்கங்களை

* ஒரு சிறிய காயம் மரணத்துக்கு இட்டுச் செல்லாவிட்டாலும் ஆயிரம் காயங்கள் உண்டாக்கப்படும்போது ரத்தம் வெளியேறி மரணம் நிகழ்வது உறுதி. அதேபோல, சிறு சிறு பிரச்சினைகளின் கூட்டு விளைவால் ஒரு பெரிய திட்டம் தோல்வி அடைவது நிச்சயம். (மொ-ர்)

** Ideological Apparatus. லூயி அல்தூஸர் (1918-90) என்ற ஃப்ரெஞ்ச் மார்க்ஸியத் தத்துவவாதியின் கருத்தாக்கம் இங்குக் குறிப்பால் உணர்த்தப்படுகிறது. காவல் துறை, ராணுவம், நீதிமன்றம் போன்ற அரசின் அடக்குமுறைச் சாதனங்களால் - Repressive State Apparatuses - மட்டுமே ஆளும் குழுக்கள் ஆள்வதில்லை. குடும்பம், கல்வி நிலையங்கள், மதம், அரசியல் கட்சிகள், இலக்கியம் உள்ளிட்ட கலைகள் போன்ற கருத்தியல் சாதனங்கள் மூலம் குடிமக்களின் தன்னிலை - Subject - மேலும் நுணுக்கமாக மேலாதிக்கம் செய்பவர்களால் கட்டமைக்கப்படுகிறது. நடப்பில் உள்ள எல்லாமும் தங்களின் நன்மைக்கே என்று குடிமக்களை நம்பவைக்கும் ஒரு தந்திரம் இது. தங்களை ஆள்பவர்களை – தேர்ந்தெடுக்கப்படுபவர்கள் எல்லாருமே மோசம் என்பதை மறந்து அல்லது மறக்கடிக்கப்பட்டு – த் தாங்களே தேர்ந்தெடுக்கிறோம் என்ற மக்களின் மாயை ஒரு சிறந்த உதாரணம். (மொ-ர்)

*** 'Welfare Queens' – நலத் திட்டங்களின் பயன்களை நேர்மையற்ற வழிகளில் பயன்படுத்திக்கொள்பவர்கள் என்பதைக் குறிக்கும் அமெரிக்க சொல்வழக்கு. நலத் திட்டங்களைக் குறைக்கச் செய்யும் ஒரு யுக்தியாகப் பயன்படுத்தப்பட்டது. குறிப்பாக, கறுப்பினப் பெண்களைக் குறிப்பிடும் வகையில் ரீகனால் அவருடைய தேர்தல் பிரச்சாரத்தில் பயன்படுத்தப்பட்டது. (மொ-ர்)

அழிக்க அது முற்பட்டுள்ளது. இப்படியாகப் பழியைத் தொழிற்சங்கங்கள் மீது, பாதிக்கப்பட்டவர்கள் மீது போடுவதற்குப் பொதுமக்களின் ஆதரவும் உள்ளது; தொழிற்சங்கங்களுக்கு எதிரான அதிபர் ரீகனின் பிரச்சாரத்துக்குப் பிறகு தொழிற்சங்கங்கள் தம்முடைய எதிரி என்று பொதுமக்கள் நம்பவைக்கப்பட்டார்கள். ஆனால், தனிநபர் களும் சமூகக் குழுக்களும் அனுபவிக்கும் இந்த வலி ஒரு கட்டத்தில் புறக்கணிக்கத் தக்கதாகவோ, மறுக்கத்தக்கதாகவோ இல்லாமல் கூர்மையடையும்.

'சாத்தியமில்லை என்று கருதப்பட்டது மத்தியக் கிழக்கில் நடந்தது போல நடக்கலாம்; இந்த வருடம் இல்லையென்றால், அடுத்த வருடம். தொழிற்சங்கங்கள் உயிருடன் விளங்க அமெரிக்க மேடிசனிலும், கொலம்பஸிலும் தனியார்த் துறைத் தொழிற்சங்கங்கள் பொதுத்துறைத் தொழிற்சங்கங்களோடும் அமைதி, சுற்றுச் சூழல், சமூகக் குழுக்களின் நலம் போன்ற கரிசனங்களைக்கொண்ட பிற இயக்கங்களோடும் இணைவதை நாம் பார்க்கத் தொடங்கியுள்ளோம். 2011ஆம் ஆண்டுத் தொடக்கத்தில் நடத்தப்பட்ட Gallup Pollன் முடிவுப்படி 61 சதவீத அமெரிக்கப் பொதுமக்கள் பொதுத் துறைத் தொழிற்சங்கங்கள் தொடர்ந்து இயங்குவதற்கும் கூட்டுபேரத்தில் ஈடுபடுவதற்கான உரிமைகளுக்கும் ஆதரவு தெரிவித்திருந்தார்கள்; இந்த உரிமைகளைக் கட்டுப்படுத்தும் முயற்சிகளுக்குத் தங்களுடைய எதிர்ப்பையும் பதிவு செய்திருந்தார்கள். மார்ச் 1, 2011இல் *நியூயார்க் டைம்ஸ்*ும் மற்றும் சிபிஎஸ்ும் [Columbian Broadcasting Service - *CBS*. அமெரிக்காவின் பெரிய வர்த்தக ரேடியோ, தொலைக்காட்சி நிறுவனம்] நடத்திய கருத்துக் கணிப்பும் இதே முடிவுகளையே தெரிவித்தது; தொழிற்சங்கங்களின் கூட்டுபேர உரிமைகளைக் கட்டுப்படுத்துவதை 60 சதவீதம் பேர் எதிர்க்க, பொதுத்துறைத் தொழிலாளர்களுக்குக் கிடைக்கும் ஊதியம் மிகக் குறைவு அல்லது ஓரளவு சரி என்று 61சதவீதம் பேர் சொன்னார்கள். அரசின் பற்றாக்குறையைக் குறைப்பதற்கு வரிகளை உயர்த்த வேண்டும் என்று மீதமுள்ள 40 சதவீதம் பேர் கருத்துத் தெரிவித்தார்கள். 22 சதவீதம் பேர் மட்டுமே பொதுத்துறை ஊழியர்களின் மிகைப்படிகளைக் குறைக்க வேண்டும் என்றும், 20 சதவீதம் பேர் தொழிலாளர்களைப் பணியிடத்துக்கு அழைத்து வருவதற்கான நிதி ஒதுக்கீட்டைக் குறைக்க வேண்டும் என்றும் சொன்னார்கள். ஏறத்தாழ மூன்றில் ஒரு பங்கினர் மட்டுமே தொழிற்சங்கங்கள் மிக அதிகமான அதிகாரங்களைப் பெற்று விட்டன என்றார்கள்; 20 வருடங்களுக்கு முன்னால் நூற்றுக்குப் பாதிபேர் இதே கருத்தைப் பதிவு செய்திருந்தார்கள். தேநீர்க் கட்சியைச் சேர்ந்த விஸ்கான்சின் ஆளுநருக்கு எதிராகப் போராடும் மேடிஸன் ஆசிரியர்களுக்கும் தொழிற்சங்கங்களுக்கும் ஆதரவாக அமெரிக்கப் பொதுமக்கள் இருக்கிறார்கள் என்பதை இது உணர்த்தியது. இந்தப்

புதிய இயக்கம் தேசிய அளவில் பரவிக்கொண்டிருக்கிறது.' 1848ஆம் ஆண்டின் புரட்சிகளை மீண்டும் பார்ப்பதைப்போல ஆவி உணர்ச்சி வசப்பட்ட நிலையில் இருந்தது.

'தொழிற்சங்கங்களின் அடிப்படை உரிமைகளையும், தொழிலாளர்களின் கண்ணியத்தையும் பாதுகாக்கவும், சமத்துவ உணர்வையும், பொது நன்மையையும் மீட்டெடுக்கவும் போராடும் புதிய முற்போக்குக் கூட்டணியாகத் தொழிலாளர் இயக்கம் திடீரென்று தன்னைக் காணும் என்று சொல்ல வருகிறீர்கள்.'

அதன் வழக்கமான புரட்சிகர உள்ளக் கிளர்ச்சியுடன் ஆவி சொன்னது: 'மனித உரிமைகள், ஜனநாயகம், சமத்துவம் ஆகியவற்றின் அமெரிக்கப் பாணிப் போராட்டம். எகிப்தில் நடந்ததுபோல, ஆட்சி மாற்றத்துக்கான இயக்கமாக அது உருப்பெற முடியும். வால் தெரு வங்கியாளர்கள், வாணிக அமைப்பில் உள்ள பெரும் வியாபார மேட்டுக்குடியினர் (குறிப்பாக எண்ணெய், நிலக்கரி, ராணுவத் தளவாடங்கள் ஆகியவற்றின் உற்பத்தியில் ஈடுபடுவோர்), மேலும் காங்கிரஸிலும் ராணுவத் தலைமையகத்திலும் உள்ள அவர்களின் அரசியல் கூட்டாளிகள் ஆகியோரே அமெரிக்காவில் சர்வ அதிகாரத்தையும் பெற்றவர்கள். பற்றாக்குறைப் பிரச்சினைகளைப் பயன்படுத்தி அவர்கள், பத்திரிகையாளர் நியோமி க்ளெய்ன்* அழைப்பதுபோல, அதிர்ச்சிக் கோட்பாட்டைத் திணிக்கிறார்கள். பற்றாக்குறையின் பெயரால் தொழிற்சங்கங்களை அழிக்க முயல்கிறார்கள்; அவர்களுடைய உண்மையான நோக்கம், மாறு வேடத்தில் இருக்கும் ஒருவகை ஆட்சிமாற்றம் என்பதைப்போல அதிகாரத்தைப் பெரும் வணிகத் தொழில் நிறுவனங்களுக்கு மாற்றுவதுதான். அரசியல் நோக்கில் பார்த்தால், பணம், அமைப்பு, வாக்குகளுக்குத் தொழிற்சங்கங்களைச் சார்ந்திருக்கும் ஜனநாயகக் கட்சியைப் பலவீனப்படுத்தும் குடியரசுக் கட்சியின் கட்சிக் கொள்கை வெறி சார்ந்த முயற்சி இது.'

நான் கேட்டேன்: 'ஆக, உழைப்பாளிக் குழுக்களையும், தொழிற்சங்கங்களையும் அழிக்கும் முதலாளித்துவ நடவடிக்கையே பற்றாக்குறை தொடர்பான பித்துவெறி [Mania] என்றும், உண்மையில் அது

* 1970இல் பிறந்த கனடா நாட்டு எழுத்தாளர், அரசியல் விமர்சகர். இவருடைய No Logo என்ற நூல் உலகமயமாதலை எதிர்ப்பவர்களின் பிரகடனம் என்று கருதப்படுகிறது. 2007இல் இவர் எழுதிய இன்னொரு நூல் *The Shock Doctrine: The Rise of Disaster Capitalism.* இதன் மையக் கருத்து: ஒரு நாட்டில் அரசியல், பொருளாதாரப் பேரிடரோ இயற்கைப் பேரிடரோ உண்டாகும்போது அதிர்ச்சி அடையும் மக்கள் உடனடியாக நிலைமையைச் சீர்செய்ய எதிர்வினை புரியவேண்டும் என்று துடிக்கிறார்கள். இந்த உணர்வைப் பயன்படுத்தி ஆளும் வர்க்கம் மக்களுக்கு எதிரான திட்டங்களை மனசாட்சியின்றிப் புகுத்தி விடுவார்கள். இந்த இரண்டு நூல்களுமே பல லட்சம் பிரதிகள் விற்றவை; 28 மொழிகளில் மொழிபெயர்க்கப்பட்டவை. (மொ-ர்)

பற்றாக்குறைகளைக் குறைக்கும் செயல் அல்ல என்றும் சொல்கிறீர்கள், இல்லையா?'

அந்த பொழுது புலரும் வேளையில் தன் சக்தி முழுதையும் திரட்டி ஆவி, 'ஆம்,' என்றது. 'பற்றாக்குறைகளைக் கையாள இதைவிட மிக மேலான வழிகள் இருக்கின்றன: ராணுவப் பட்ஜெட்டைக் குறையுங்கள், பணக்காரர்களுக்கு கூடுதல் வரி விதியுங்கள், பெரும் வணிகத் தொழில் நிறுவனங்களின் நலனுக்கு உதவுவதையும், வரி ஏய்ப்பையும் முடிவுக்குக் கொண்டுவாருங்கள். அங்குதான் ஏராளமாகப் பணம் இருக்கிறது. பொதுநலத் திட்டம் என்ற முறையில் மருத்துவச் சேவையைப் பாதுகாருங்கள்; மருத்துவச் சேவைச் செலவினத்தில் *30* சதவீதத்தைத் தனியார் காப்பீட்டு நிறுவனங்களே சுருட்டிக்கொள்கின்றன. எனவே மருத்துவச் சேவையின் செலவுகளை ஊதிப் பெருக்கும் தனியார்மயமாக்கப்பட்ட மருத்துவச் சேவையை விலக்கிவிடுங்கள். தேசிய, மாநில பற்றாக்குறைகள் என்ற இரண்டிலும் முக்கியப் பங்கு வகிப்பதும் அதிகரித்துக்கொண்டே போவதுமான மருத்துவச் சேவை செலவுகள் தொடர்பான உண்மையான பிரச்சினைகளைத் தீர்க்கும் ஒரே வழி தேசிய அளவில் மருத்துவச் சேவைத் திட்டத்தில் ஒற்றை அமைப்பே எல்லா செலவுகளையும் ஏற்றுக்கொள்வதே ஆகும்.'*

'நமக்குத் தேவையான சமத்துவத்தையும் பொது நன்மையையும் உருவாக்கத் தொழிற்சங்கங்கள் மீண்டெழுந்து இந்தப் புதிய செயலுறுதியை வழி நடத்துமா?' என்று நான் கேட்டேன்.

'தொழிலாளர் இயக்கம் தன்னை மறுகண்டுபிடிப்பு செய்துகொண்டு சமூக நீதிக்கான பரந்த செயல்திட்டத்தை வளர்த்தெடுக்க வேண்டும்; இந்த செயல்பாட்டில் அது தன்னை அமைதிக்கான இயக்கம் மற்றும் சுற்றுச்சூழல், ஆஃப்ரிக்க-அமெரிக்க, பெண்ணிய, மாணவர் இயக்கங்களோடு இணைத்துக்கொள்ள வேண்டும். அமைதிக்கான இயக்கம் தொழிற்சங்கங்களோடு இணைந்து ராணுவச் செலவைப் பெருமளவில் குறைப்பதற்காகப் போராடும்; இந்தப் போராட்டத்தை 75 சதவீத அமெரிக்க மக்கள் ஆதரிப்பார்கள்; ஏனென்றால், அந்தப் பணம் உள்நாட்டுக்குத் தேவைப்படுகிறது என்பதை மத்தியக் கிழக்குப் புரட்சிகளுக்குப் பிறகு அமெரிக்கர்கள் உணர்கிறார்கள். பென்டகன் பணத்தை மடைமாற்றியும், *1* சதவீத பெரும் பணக்காரர்கள் மீது வரி விதித்தும் வரும் தொகையை சுற்றுச் சூழலைப் பேணும் வேலை வாய்ப்புகளிலும், மாசற்ற எரிசக்தியிலும் முதலீடு செய்ய சுற்றுச் சூழல் இயக்கம் போராடும்; இதைப் பெரும்பான்மை அமெரிக்கர்கள் ஆதரிப்பார்கள். சமூகக் குழுக்கள் நாடு முழுக்க ஒன்றிணைந்து

* அதாவது, தனியார் காப்பீட்டுத் துறைகளை விலக்கிவிட்டு எல்லா மருத்துவச் சேவை செலவுகளையும் அரசே தன் நிதி அமைப்பின் மூலம் செய்தல். *(மொ-ர்)*

தொழிற்சங்கங்களையும், தம்முடைய அருகமைப் பகுதிச் சேவைகள், மருத்துவச் சேவை, அதற்கான உதவி, சமூகப் பாதுகாப்பு ஆகிய வற்றைக் காக்கவும், ஏழை-பணக்காரர் இடையே அதிகரித்து வரும் மோசமான பிரிவினையை அகற்றவும், உங்கள் சமூகத்தைப் புதுப் பிக்கவும் தம்முடைய ஆள்களை அனுப்பி உதவுவார்கள்.'

நான் ஒரு கணம் யோசித்தேன். 'ஆயிரம் வெட்டுக்காயங்களால் ஒரு தனி நபரோ ஒரு சமுகக் குழுவோ இறந்தால் அதைப் புறக் கணித்துவிடலாம். 50 சமூகக் குழுக்களோ அல்லது 50 தனிநபர்களோ அல்லது ஒரு நூறு நபர்கள் இறந்தாலும் புறக்கணித்து விடலாம். ஆனால், லட்சக்கணக்கானத் தொழிலாளர்களின் வேலைவாய்ப்பு ஆபத்தில் சிக்கியிருக்கும்போது, ஆயிரக்கணக்கான சமூகக் குழுக்கள் மிக அடிப்படையான சேவைகளை இழந்து நிற்கும்போது, கல்வி, காவல், தீத்தடுப்புச் சேவைகள், தெரு விளக்குகள், நூலகங்கள், மருத்துவச் சேவை, பாதுகாப்பான வேலைவாய்ப்புகள் மறுக்கப்படும் போது தொழிற்சங்கங்களால் வழிநடத்தப்படும் புதிய செயலூறுதிக்கான உபாயமாக அது இருக்கும். மருத்துவச் சேவையையும் மருத்துவ உதவியையும் அழிக்கக் குடியரசுக் கட்சியினர் செய்யும் முயற்சிகள் தொழிற்சங்கங்களால் வழிநடத்தப்படும் உண்மையான மக்கள் திரள் போராட்டங்களுக்கு வழிவகுக்கும். ஒரு நூற்றாண்டுக்கு முன்பு நீங்கள் முன்னறிவித்தது போலவே.'

ஆவி சிரித்தது. 'நலத்திட்டங்களுக்கான நிதி ஒதுக்கீட்டைக் குறைப்பதை எதிர்க்கும் செயலூறுதி கொண்ட புதிய தலைமுறையும் பொது நன்மைக்கும் முதலாளித்துவ ஆட்சிமுறை மாற்றத்துக்கும் போராடிக்கொண்டிருக்கும் ஒரு புதிய தொழிலாளர் இயக்கமும், பல பத்தாண்டுகளாகப் பிரிந்து கிடந்த பின் பொது நோக்கத்துக்காக ஒன்று சேரும் சமூக இயக்கங்களும், தொழிலாளர் இயக்கங்களும் அடுத்த சில ஆண்டுகளுக்குத் தலைப்புச் செய்திகளாக இருக்கும்.'

69

சமூக இயக்கங்களைத் தனிச்சிறப்பானவையாக ஆக்குவது எது?

‘உலகின் எல்லாப் பகுதிகளிலும் அமைப்பு முறை மாற்றத்துக்கான முக்கிய நிறுவனங்களாக, சமுதாய சக்திகளாக சமூக இயக்கங்களை நீங்கள் பார்க்கிறீர்கள், அப்படித்தானே?’ என்று நான் கேட்டேன்.

‘ஆமாம். அறிவார்ந்த தொலைநோக்குப் பார்வைகள், தலைவர்கள், கற்பனையுலக சமூகக் குழுக்கள் போன்றவையே பெரும் மாற்றத்துக் கான சக்தியாக இருக்கும் என்று என் சகப் புரட்சியாளர்கள் நம்பி னார்கள். மக்கள் திரளில் அவர்களுக்கு நம்பிக்கை கிடையாது. ஆனால், தொழிலாளர்கள், மாணவர்கள், சாதாரண மக்கள் ஆகியோரின் துயரமே அவர்களைப் பணியிடங்களிலும், தெருக்களிலும் சமூக இயக்கங்களாக ஒன்றுகூட வைக்கிறது; அதுதான் முதலாளித்துவ உலகை மாற்றும்.’

‘மாற்றத்துக்கான காரகர்கள் [Agents] என்ற முறையில் அந்த இயக்கங்களை எவை தனிச்சிறப்பானவையாக மாற்றுகின்றன? தம்முடைய பணிகளிலோ வணிகங்களிலோ இருந்தபடியே அமைப்பு முறைக்குள்ளே அதிக செயலூக்கத்துடன் மாற்றத்தை மக்களால் நிகழ்த்த முடியும். அல்லது, அரசியல் அமைப்பு முறைக்குள்ளே இருந்தபடி மக்களால் அதைச் செய்ய முடியலாம்.’

‘நான் அரசியலை விலக்கவில்லை,’ என்று ஆவி அழுத்தமாக சொன்னது. ‘அரசியல் செயலுறுதியையும், அரசு அதிகாரத்தை அடைவதற்கானப் போராட்டத்தையும் நிராகரித்த கற்பனையுலக விரும்பிகளோடும், அனார்கிஸ்ட்டுகளோடும் போரிடுவதிலேயே என்னுடைய பெரும்பகுதி நேரத்தைச் செலவழித்தேன். சில சமயங்களில் அவர்களுடைய யுக்திகள் சீர்திருத்தம் சார்ந்தவையாக இருந்தாலும், ஜெர்மனியிலும், ஃப்ரான்சிலும் பாராளுமன்ற, பிற அரசியல் அதிகார வடிவங்களை வென்றடையப் போராடியத் தொழிற்சங்கங்களை யும் தொழிலாளர்க் கட்சிகளையும் நான் ஆதரித்தேன். வெவ்வேறு

சீர்திருத்தம் சார்ந்தவையும், புரட்சிகரமானவையும்

'மார்க்ஸ் கொள்கையைக் குருட்டுத்தனமாகப் [பவித்திரமாகப்] பின்பற்றுபவரல்லர். ஃப்ரெஞ்ச் சமூக ஜனநாயகவாதிகளோடு கூட்டணி வைப்பதை *கம்யூனிஸ்ட் அறிக்கையில்* அவர் ஆதரித்தார்; ஸ்விட்ஸர்லாந்திலும், ஜெர்மனியிலும் 'முழுமுற்றான முடியாட்சி, நிலச்சுவான்தார்கள், குட்டி பூர்ஷ்வாக்கள்' ஆகியோரை எதிர்த்துப் போராடிய 'பூர்ஷ்வாக்களோடும்' 'சீர்திருத்தம் விரும்பும் முதலாளித்துவவாதிக'ளோடும்கூட கூட்டணி வைப்பதை அவர் ஆதரித்தார். வெறும் தெருப் புரட்சிகளில் மட்டுமல்ல, தேர்தல் அரசியலிலும் சமூக இயக்கங்கள் பங்காற்றுவதை அவர் புரிந்து வைத்திருந்தார்.

நாடுகளில், வெவ்வேறு சூழ்நிலைகளில் வெவ்வேறுபட்ட சோஷலிஸ்ட் செயல்திட்டங்கள் உள்ளன என்று நான் திரும்பத் திரும்ப எழுதினேன் - ரஷ்யா மற்றும் கிழக்கு ஐரோப்பா போன்ற இடங்களில் வன்முறையாகவும் புரட்சிகரமானவையாகவும், பல மேற்கு ஐரோப்பிய நாடுகளிலும், அமெரிக்காவிலும் வன்முறை சாராதவையாகவும், பாராளுமன்ற முறையிலும்.'

நான் கொஞ்சம் அதிர்ச்சியை வெளிப்படுத்தினேன். 'இன்று பலரும் உங்களைச் சமரசமே இல்லாத புரட்சியாளராகவே எண்ணுகிறார்கள், ஒரு தொழிற்சங்கவாதியாகவோ, தேர்தல்கள் தொடர்பான போராட்டங்களில் ஈடுபாடு கொண்ட தொழிலாளர்க் கட்சியில் தீவிர ஆர்வம் கொண்டவராகவோ அல்ல.'

'அவர்கள் எண்ணுவது பெரும்பாலும் சரியே. அமைப்பு முறையை ஒட்டுமொத்தமாக மாற்றுவதே என் முக்கிய அக்கறையாக இருந்தது. இறுதியில் புரட்சிக்கு இட்டுச் செல்லும் என்று கருதிய மாற்றங்களுக்காகப் போராடிய தொழிலாளர்க் கட்சிகளையும் தொழிற்சங்க இயக்கங்களையும் மட்டுமே ஆதரித்தேன். சீர்திருத்தங்கள் சீர்திருத்தங்களுக்காகவே என்று நம்பிய திருத்தல்வாதத்தை நிராகரித்தேன்; அமைப்பு முறையை மாற்றும் ஈடுபாடு அதில் தெளிவாகத் தென்பட்டபோது மட்டுமே நான் அதை ஆதரித்தேன். இன்று, மனிதகுலத்துக்கு அப்படியான புரட்சிகர ஈடுபாடுகள் முன்பைவிட அதிக முக்கியத்துவம் உடையவை; அதனால்தான் சமூக இயக்கங்கள் இன்றியமையாதவையாக உள்ளன. மாற்றத்துக்கான வேறெந்த காரகத்தைப் போலவும் அல்லாமல், சமூக இயக்கங்கள், அவற்றின் இயல்புப்படி, அமைப்பு முறை மாற்றத்துக்காகவே உருவாக்கப்படுகின்றன.'

'மாற்றத்தை உண்டாக்கும் இயல்புகள் சமூக இயக்கங்களுக்கு மட்டுமே இருக்கின்றன என்று ஏன் சொல்கிறீர்கள்?'

'மையநீரோட்ட நிறுவனங்கள் - பெரும் வணிகத் தொழில் நிறுவனங்கள், அரசுகள், திருச்சபைகள், பள்ளிக்கூடங்கள், லாப நோக்கமற்ற பல அமைப்புகளானாலும் - வரம்புகளுக்கு உட்பட்ட தொலைநோக்குகளோடு, ஆட்சி அதிகாரத்திலிருப்பவர்களுடன் இணங்கிப்போகத்தான் வேண்டும். சீர்திருத்தத்தைக் கொண்டுவரும்

காரகர்களாக அவை இருக்கலாம்; மேலும், நான் *கம்யூனிஸ்ட் அறிக்கை*யில் எழுதியது போல, அவற்றின் உள்ளே இருக்கும் சிலரும்கூட, அதாவது, பெரும் வணிக நிறுவனங்களின் பணியாளர்கள், மாற்றத்துக்காகப் போராடும் அமைப்புகளின் முக்கிய உறுப்பினர்களாகவும் அவற்றுக்குத் துணை நிற்பவர்களாகவும் ஆகலாம். அமைப்புமுறைக்கு உள்ளே இருப்பவர்களுக்கும் தெருக்களில் இருக்கும் சாதாரண மக்களுக்கும் இடையே ஏற்படும் உடன்பாட்டின் காரணமாகவே புரட்சிகள் பெரும்பாலும் நிகழ்கின்றன. ஆனால், மைய நீரோட்டத்தில் இருப்பவர்கள் அவர்களாகவே புரட்சிகரமானவர்களாக இருக்க முடியாது. அவர்கள் அமைப்பு முறையின் பகுதியாக, அதன் பணம் மற்றும் சமூக ஆதரவைச் சார்ந்து இருக்கிறார்கள்.'

உள்ளே இருப்பவர்களையும் வெளியே இருப்பவர்களையும் இணைத்தல்

உள்ளே இருப்பவர்களையும் வெளியே இருப்பவர்களையும் ஒன்றிணைக்கும் இயக்கங்களின் முக்கியத்துவம் குறித்து மார்க்ஸ் விவாதிப்பதைக் கேட்பது எனக்கு மகிழ்ச்சியைக் கொடுத்தது. சமூக நீதியில் நம்பிக்கை கொண்டிருந்தாலும் என்னுடைய மாணவர்களில் பலர் பெரும் வணிகத் தொழில் நிறுவனங்களில் பணியாற்றப் போவார்கள் என்பது எனக்குத் தெரியும். ஆனாலும், அவர்களால் ஒரு வேறுபாட்டை உருவாக்க முடியும் என்று மார்க்ஸ் அவர்களிடம் சொல்லிக் கொண்டிருந்தார்.

'அது உண்மையாகத்தான் தோன்றுகிறது' என்று சொல்லி ஆவியின் கருத்தை ஏற்றுக்கொண்டேன்.

'மாறாக, சமூக இயக்கங்கள் என்பவை வெகு மக்களின் அடிநிலை சக்திகள். பெருந்திரள் மக்களைச் சுரண்டலுக்கும் அந்நியமாதலுக்கும் உள்ளாக்கும் அமைப்பு முறையை மைய நீரோட்டத்தால் கவிழ்க்க முடியாது, அது கவிழ்க்கவும் செய்யாது எனபதால்தான் அவ்வியக்கங்கள் உருவாகின்றன. அமைப்பு முறையை முழு மாற்றத்துக்கு உள்ளாக்க, மைய நீரோட்ட நிறுவனங்களின் செயல் வீச்சுக்கு அப்பால் போராட்டத்தைக் கொண்டுபோவதே சமூக இயக்கங்களின் ஒரே நோக்கம். நாம் முன்பு விவாதித்த, டுனீஷிய, எகிப்தின் தெருக்களில் நடந்த மாணவர், தொழிலாளர் ஆகியோரின் ஜனநாயக ஆதரவு இயக்கங்கள் தொடங்கி, லத்தீன் அமெரிக்காவின் சோஷலிஸ்ட் குடியானவ, நிலம் சார்ந்த இயக்கங்கள் வரை வெகுமக்கள் சார்ந்த உணர்ச்சி ஆர்வம் வெடித்துக் கிளம்புவதை நாம் பார்த்தோம்.'

மக்களின் வரலாறு

வேறெந்த நாடுகளையும் விட அதிக எண்ணிக்கையில் மக்கள் இயக்கங்களைப் பிறப்பித்த நாடு அமெரிக்கா என்பதை ஆவி எனக்கு நினைவூட்டியது. அமெரிக்க சமூக இயக்கங்களின் வரலாற்றை ஆவணப்படுத்திய ஹோவர்ட் ஸின் என்பவரின் *அமெரிக்க மக்களின் வரலாறு (People's History of the U.S.)* என்ற நூலைத் திரும்பவும் படித்துப் பார்க்குமாறு ஆவி என்னிடம் சொன்னது. உலகை மாற்றுவதற்கான மிகப் பெரும் இயக்கங்கள் அதிகமும் பரவிக் காணப்பட்ட நாடு அமெரிக்கா என்பதை ஸின்னின் நூல் நிரூபிக்கிறது.

'மைய நீரோட்டத்திடம் இருக்கும் பணமும், அதிகாரமும் அவற்றிடம் இல்லாததால் அவற்றின் கடமைப் பொறுப்பு நிறைவேறுவது அநேகமாக சாத்தியமில்லை என்று தோன்றுகிறது,' என்றேன் நான்.

'ஆனாலும், எல்லாத் தடைகளையும் தாண்டி சமூக இயக்கங்களால் அதிசயங்களை நிகழ்த்த முடியும் என்பதை வரலாறு காட்டுகிறது. உங்கள் நாட்டின் வரலாற்றிலேயே நிகழ்ந்த அடிமைமுறை ஒழிப்பு, பெண்கள் இயக்கங்கள், அமைதி, சுற்றுச்சூழலைப் பேணும் முற்போக்கு இயக்கங்கள், இடதுசாரித் தொழிலாளர் இயக்கங்கள் ஆகியவற்றை எண்ணிப் பாருங்கள்.'

'இதை எப்படி விளக்குவீர்கள்?'

'நடப்பு அமைப்பு முறையின் நெருக்கடிகள் முற்றும்போது முதலாளித்துவத்துக்கு எதிரான இயக்கங்களின் சார்பாகவே இறுதியில் வரலாறு இருக்கும். தன் அழிவுக்கான வித்துக்களைத் தன்னிடமே முதலாளித்துவம் கொண்டிருக்கிறது என்பதை நினைவில் வையுங்கள். உங்களுடைய உலகளாவிய முதலாளித்துவம் தற்போது ஓர் உள் வெடிப்பை அனுபவித்துக் கொண்டிருக்கிறது. அதுவே பல்வகைப்பட்ட அடிநிலை இயக்கங்களை வலுவானதாக ஆக்கிக் கொண்டுள்ளது; ஆனால், புரட்சி ஒன்றை உருவாக்குவதில் வெற்றி பெற அவ்வியக்கங்கள் தம்மைத் தொடர்ந்து மறுகண்டுபிடிப்பு செய்துகொண்டும், வியக்கத் தக்க வகையில் வளர்ந்துகொண்டும் இருக்கவேண்டும்.'

70

தோழமைக்கான சமூகக் குழுக்களாகவும் புதிய சமூகத்தின் அடைகாப்பான்களாகவும் உள்ள இயக்கங்களும் தனி நபர்களும்

'இன்றைய நாளில் அமெரிக்கர்களில் பலர் எந்த ஒரு சமூக இயக்கத்திலும் பங்குபெற்றவர்களாக இருந்ததில்லை என்று எனக்குத் தோன்றுகிறது; நீங்கள் எதைப்பற்றிப் பேசிக்கொண்டிருக்கிறீர்கள் என்பதும் அவர்களுக்குப் புரியாது. என் மாணவர்களில் பலரும் இயக்கங்கள் என்பவை 1960களில் பெரிய அளவில் இருந்திருக்கலாம் என்றும், அவை

அவர்கள் தலைமுறையின் விஷயம் அல்ல என்றும் சொல்கிறார்கள்.' பூசி மெழுகாமல் உண்மையை நான் ஆவியிடம் சொன்னேன்.

'இந்தக் கணத்தில் அமெரிக்கா வைப் பொறுத்தவரை அது உண்மை யாக இருக்கக்கூடும்,' என்று நான் சொன்னதை ஆவி ஏற்றுக்கொண்டது.

'ஆக, இயக்கம் ஒன்றில் சேர்வதே அவர்கள் நாடும் கடைசி விஷயமாக இருக்கும். அப்படியே தங்கள் சமூகக் குழுவிலோ, தங்கள் வளாகத்திலே யோ ஓர் இயக்கத்தை அடையாளம் கண்டாலும் அது தான்தோன்றித் தனமாக நடப்பவர்கள், நவீன மோஸ்தர் அறியாதவர்கள், சுவா ரஸ்யம் அற்ற நபர்கள், வெற்றிக் கான வாய்ப்பே இல்லாதவர்கள் ஆகியோருக்கே உரித்தான ஒன்று என்றே அதைக் காண்கிறார்கள். அதிகபட்சமாக, உணவு சேம அறை யிலிருக்கும் உணவைப் பசித்தவர்களுக்கு வழங்கும் 'சேவை'யில் ஆர்வம் காட்டுகிறார்களே ஒழிய முற்போக்கான இயக்கங்களில் அவர்கள் ஆர்வம் காட்டுவதில்லை.'

'ஆமாம். அவ்வகைப் போக்கு இருப்பது உண்மைதான். ஆனால், அமைப்பு முறையின் நெருக்கடிகள் கூர்மையடைந்து கொண்டிருப் பதை நினைவில் கொள்ளுங்கள். சுற்றுச்சூழல் அழிவு அதிகரிப்பு, போர்களின் பெருக்கம், கூடிக்கொண்டே போகும் வறுமை, குறைந்து கொண்டே போகும் வேலைவாய்ப்பு, மாணவர்க் கடன்சுமை ஏற்றம், பெருகும் பட்டினி, அதிகரிக்கும் வீட்டு வசதியின்மை, மெலிந்துபோன பாதுகாப்பு வலைகள் [அரசுத் திட்டங்கள் போன்றவற்றில் ஏதும் பிரச்சினை உண்டானால் பேரிடர் நிகழாமல் தடுக்கும் ஒரு ஏற்பாடு]. சீர்கெடும் போது மக்களின் கோபம் அதிகரிக்கும்; மாற்றத்தை உண்டாக்க எதையும் செய்ய முற்படும் அவர்களின் மனநிலை வலுப்பெறும். மாற்றத்துக்கான அவசியத்தை தங்கள் வயிறுகளில் அவர்கள் உணர்வார்கள்.'

'இடதுசாரிகள் மிகப் பலவீனமாகவும், பெரும்பான்மை இளை ஞர்கள் செயலுறுதியில் இருந்து விலகி இருக்கும்போது, இந்த நிலை

சேவையும், செயலுறுதியும்

பாடம் சொல்லிக்கொடுப்பது போன்ற சேவைத் திட்டங்களில் என்னுடைய பெரும்பானமையான மாணவர்கள் ஈடுபட்டுள்ளார்கள். சிலரே சமூக இயக்கங்களில் பங்கு பெறும் செயற் பாட்டாளர்கள். சேவைத் திட்டங்களில் பங்கு பெறும் மாணவர்கள், அமைப்பு முறை குறித்த விமர்சனபூர்வ சிந்தனைக் கான வேட்கையைப் பெரும்பாலும் வளர்த்துக்கொள்வார்கள் என்று ஆவி சொல்வது சரியே. நோயின் அறிகுறி களையே சேவை கணக்கில் கொள்கிறது, ஆனால் தீர்வுகளுக்குப் பிரச்சினையின் வேருக்குப் போகவேண்டுவது அவசியம் என்பதை அவர்கள் உணர்கிறார்கள். அறிகுறிகளை மறைத்து மருந்துத் துணியால் கட்டுவதில் திருப்தியடை யாமல், செயலுறுதி மட்டுமே நோயைக் குணப்படுத்தும் என்பதை உணரும் அவர்களில் பலரும் செயற்பாட்டாளர் களாக ஆகிறார்கள்.

முற்போக்கான இயக்கங்களுக்கு இட்டுச்செல்லும் என்று நினைக்கிறீர் களா?' மார்க்ஸ் இயக்கங்களைப் பற்றிப் பேசியபோது நான் சந்தேகம் கூடுதலாகத் தொனிக்கும் ஒரு குரலில் பேசினேன்; ஏனென்றால், அதிகரித்துக்கொண்டே போகும் காலத்தின் சிக்கல், பொது நன்மைக் காக நடக்கும் தெருப் போராட்டங் களில் ஈடுபடத் தங்களைத் தூண்டிய தில்லை என்று மாணவர்கள் என்னிடம் அடிக்கடி சொல்லியிருக் கிறார்கள். மாறாக, தங்களுடைய மாணவர்க் கடன்களைத் திருப்பிச் செலுத்த ஏதுவாக ஒரு வேலையைத் தேடிக்கொள்வதில் அவர்களுடைய கவனத்தைக் குவிக்கவே அது வழி செய்தது.

வாழ்க்கையை வாழ்தல் எதிர் வரலாற்றைப் படைத்தல்

'வாழ்க்கையை வாழ்தல்' மற்றும் 'வரலாற்றைப் படைத்தல்' என்று சமூக வியலாளரான ரிச்சர்ட் ஃப்ளேக்ஸ் அழைத்த இரண்டுக்குமிடையே ஒரு தேர்வை செய்யவேண்டியதைப் பற்றி மார்க்ஸூம், நானும் சர்ச்சை செய்தோம். இரண்டிலொன்றை நீங்கள் தேர்ந்தெடுத்துதான் ஆக வேண்டும் என்ற அவசியம் இல்லை. உங்களுடைய தனிப்பட்ட வாழ்க்கையை செழுமைப் படுத்திக் கொள்ளவும், புது நபர்களைச் சந்திக்கவும், பணியிடத்திலும், உங்கள் சமூகக் குழுவிலும் புதிய தொடர்புகளை ஏற்படுத்திக்கொள்ளவும் மிகச் சிறந்த வழிகளில் ஒன்றாக சமூக இயக்கங்களில் சேர்வது இருக்க முடியும்.

'உண்மைதான். சிறிய அளவிலான சதவீதத்தினரே முற்போக்கான செயற்பாட்டாளர்களாக மாறுகிறார்கள்,' என்று சொல்லி நான் கூறியதை மார்க்ஸ் ஏற்றுக்கொண்டார். 'ஆனால், இந்த சிறிய அளவிலான செயலுறுதிக் குழுக்களால் உலகை மாற்ற முடியும். நெருக்கடிகள் முற்றும்போது, சிறிய அளவிலான எண்ணிக்கையில் உள்ளவர்கள் அனைத்துத் தரப்பினரை ஈர்க்கும் ஜனரஞ்சக இயக்கங் களை வலதுசாரி, இடதுசாரி என்று இரண்டு தரப்பிலும் உருவாக்கு வார்கள். வலதுசாரித் தரப்பில் தேநீர் விருந்துக் கட்சியிலும், இடதுசாரி தரப்பில் பசுமை இயக்க செயற்பாட்டாளர்களிடமும் நாம் இதை அண்மையில் பார்த்தோம். ஏனென்றால், ஒன்றுகூடித் தங்களுடைய கோபத்தை வெளிப்படுத்தவும், ஒருவரையொருவர் ஆதரித்துக் கொள்ளவும், பெரும் மாற்றத்தை ஏற்படுத்தத் தங்களுடைய கூட்டுச் சக்தியை வளர்த்தெடுக்கவும் ஆன தேவையை மக்கள் உணர்கிறார்கள்.'

'அதே சமயம் அவர்கள் இயக்கங்களிலிருந்து விலகி தொலைக்காட்சி பார்ப்பதில் கூடுதலான நேரத்தை செலவழிக்கலாம். தங்களைக் காப்பாற்றிக்கொள்வதில் கூடுதல் கவனத்தைக் குவித்துப் பிறரை மறக்கலாம். தங்கள் சொந்த வாழ்க்கை சீராகச் செல்லவும், வேலையை இழக்காமல் இருக்கவும், தங்கள் திருமண வாழ்க்கை முறியாமல் இருக்கவும் முயலலாம்,' என்று நான் குறிப்பிட்டேன்.

'மேஜையில் தேவையான அளவுக்கு உணவு இல்லாதபோது அல்லது வேலை கிடைப்பது அரிதாக இருக்கும்போது இந்த நிலைமை

கொஞ்சம் கடினமாகிறது. அவர்களையோ, அவர்கள் குழந்தைகளையோ சுற்றுச்சூழல் விஷங்கள் நோயுற வைக்கும்போது, அல்லது, அவர்கள் ஈடுபடவேண்டிய ஒரு போர் நிகழும்போது இன்னும் கடுமையாகலாம். அப்போது துயருறும் சக மனிதர்களை நாடி அவர்களுடைய துயரங்களுக்கானத் தீர்வுகளைத் தேடுவார்கள்.'

'இருக்கலாம்,' என்று சொல்லி நான் ஒத்துக்கொண்டேன். 'துயரம் தோழமையைத் தேடும். பிறரோடு கொள்ளும் தோழமையால் மட்டுமே அமைப்பு முறை உண்டாக்கிய துயரத்தை வெல்ல முடியும். தனியொரு நபரால் மட்டும் சாத்தியமில்லை.'

'முதலாளித்துவம் பணியிடத்திலும் சமூகக் குழுவிலும் அந்நிய மாதலையும் துயரத்தையும் உண்டாக்குகிறது என்பதே என் முக்கிய வாதம்,' என்று ஆவி எனக்கு நினைவூட்டியது. 'நெருக்கடியின் குறிப்பிட்ட கட்டத்தில், துயரம் மிகக் கூர்மையடையும்போது அது இதுவரை எதிர்பார்த்திராத திசைகளில் மக்களை ஒன்றிணைக்கிறது. இயக்கங்களில் அவர்கள் சேர்வது அப்போது மிக முக்கிய ஆச்சரியமாக இருக்கலாம்.'

தொடர்ந்து வானத்தில் ஏறிக்கொண்டிருந்த சூரியனைக் கவலையுடன் பார்த்துக்கொண்டிருந்த ஆவி கொஞ்சம் இடைவெளி விட்டது. புரிந்துகொள்ள சிரமத்தைத் தரும் விதத்தில் வார்த்தைகளைக் கோத்து வேகமாகப் பேசியது.

'முதலாளித்துவம் மக்களைத் தனிமைப்படுத்துகிறது. சக்தியற்றவர்களாகவும் நம்பிக்கையற்றவர்களாகவும் பலரை உணர வைக்கிறது. அதே சமயம், முதலாளித்துவம் வளர்ந்து கூடுதலான தனிமைப்படுத்தலையும் அந்நியமாதலையும் உருவாக்கும் போது பிரம்மாண்டமான பணியிடங்களில் தொழிலாளர்களை அது ஒன்றிணைக்கிறது; அங்கே ஒருவரோடு ஒருவர் கலந்து பேசி பந்தத்தை அவர்கள் உருவாக்கிக் கொள்கிறார்கள்; ஒத்துணர்வை வளர்த்துக்கொள்கிறார்கள். நலிவுற்ற சமூகக் குழுவினர் பரஸ்பரம் தங்களுடைய சமையலறைகளிலோ தேவாலயங்களிலோ பூங்காக்களிலோ கூடி நிலைமை மேம்பட என்ன செய்ய வேண்டும் என்று பேசிக்

முதலாளித்துவமும், தனிமைப்படுதலும்

தனிப்பட்ட பிரச்சினைகளைப் பற்றிப் பேச அமெரிக்கர்களுக்கு எவ்வளவு பேர் இருக்கிறார்கள் என்பது குறித்த கணக்கெடுப்பை ட்யூக் பல்கலைக்கழக ஆராய்ச்சியாளர்கள் 2006இல் நடத்தினார்கள். முடிவுகள் பீதியூட்டுகின்றன:

• அந்தரங்கத்தைப் பகிர்ந்துகொள்ள ஒருவருமே இல்லாதவர்கள்: 25 சதவீத அமெரிக்கர்கள்.

• அந்தரங்கத்தைப் பகிர்ந்துகொள்ள ஒரே ஒருவர் மட்டுமே இருப்பவர்கள்: 25 சதவீத அமெரிக்கர்கள்.

தங்களுடைய அந்தரங்கத்தைப் பகிர்ந்து கொள்ள 50 சதவீத அமெரிக்கர்களுக்கு ஒருவருமே இல்லை, அல்லது ஒரே ஒருவர் மட்டுமே இருக்கிறார். சமூக இயக்கங்கள் இப்படியானவர்களை ஒன்றிணைத்து ஆதரவையும், செயலூக்கத்தையும் வழங்கும்.

கொள்கிறார்கள். இயக்கம் ஒன்றில் பிறரோடு தொடர்புகொள்ளும் போது நம்பிக்கையையும், தனிநபர் தொடர்பான சுதந்திர உணர்வையும் பெறுகிறார்கள்; சிறிய குழுக்கள் அவர்களுக்கு ஆதரவையும் அதிகாரம் பெற்றுள்ளோம் என்ற உணர்வையும் வழங்குகின்றன. இந்த அர்த்தத்தில், எல்லா அரசியலும் தனிநபர் சார்ந்ததே. இயக்கம் ஒன்றில் சேர்வது தனிநபர் சார்ந்த செயல்பாடு, அரசியல் செயல்பாடு என்ற இரண்டுமேதாம்.'

'நீங்கள் இப்போது சொல்வதைப் பலராலும் இன்று புரிந்துகொள்ள முடியும் என்று நினைக்கிறேன். அரசியல், பொருளாதார பிரச்சினைகள் தனிநபர் சார்ந்தவையாக மாறும்போது திடீரென்று அரசியலின் அருபத்தன்மை குறைகிறது. ஒரு நபரின் தனி அடையாளம் மற்றும் வாழ்தலின் பகுதியாக அரசியல் மாறுகிறது. படுக்கையறையிலும், சமையலறையிலும் இருக்கும் தனிநபர் சார்ந்ததை ஆணாதிக்க முதலாளித்துவ அரசியலோடு இணைத்த பெண்கள் இயக்கத்தில் இதை ஒருவர் தெளிவாகப் பார்க்க முடியும்.'

'ஆம்,' என்று சொல்லி ஆவி தலையசைத்தது. 'சமூகப் பிரச்சினைகள் தனிநபர் சார்ந்தவையாக மாறும் போதும் பொதுவான துன்பங்களைப் பகிர்ந்து கொண்டு அவற்றை ஏதாவது செய்ய முடியுமா என்று மக்கள் ஒன்றாக முயலும்போதும் எல்லா இயக்கங்களும் வளர்கின்றன. அந்நிய மாக்கப்பட்டத் தொழிலாளி, மாணவர், அண்டை வீட்டுக்காரர் ஆகியோரது ஒதுக்கத்தையும் தனிமையையும் வெற்றிகொள்ளும் ஒத்துணர்வு கொண்ட செயல்களே இயக்கங்கள். தொழிலாளர் இயக்கம் தொழிலாளர்களுக்கான சமூகக் குழுவை எவ்வாறு உருவாக்க முடியும் என்பதைப் பற்றி எழுதினேன்; இது மற்ற குழுக்களுக்கும் பொருந்தும். நம்பிக்கைக்கும், மாற்றத்துக்குமான பந்தத்தை அவை குறிக்கின்றன.'

நான் சுறுசுறுப்புடன் தலையாட்டினேன். 'ஆமாம். இன்றைய என்னுடைய, என்னுடைய, என்னுடைய

சமூகக் குழு என்ற முறையில் இயக்கங்கள்

'தனிமைகொண்ட அனைத்து மனிதர்க'ளையும் பற்றிய 'Eleanor Rigby' என்ற *பீட்டில்ஸ்* [இங்கிலாந்தின் லிவர்பூல் நகரத்தில் 1960இல் தொடங்கப்பட்ட பிரபல ராக் இசைக் குழுவினர். செவ்வியல் இசையின் அம்சங்களையும் தங்கள் இசையில் புகுத்தியவர்கள். முக்கிய உறுப்பினர்கள் ஜான் லென்னன் (கிதார், பாட்டு), பால் மெக்காட்னி (கிதார், பாட்டு), ஜார்ஜ் ஹாரிசன் (கிதார், சிதார், பாட்டு). கொந்தளிப்பான 1960களின் அரசியல், பொருளாதார, கலாச்சாரப் பிரச்சினைகளைத் தங்களுடைய பாடல்களில் வெளிப்படுத்தியவர்கள். 7 முறை கிராமி விருது பெற்றவர்கள். இவர்களுடைய இசைத்தட்டுகள் நூறு கோடிக்கும் மேல் விற்பனையாகியுள்ளன] பாடலை ஆவி எனக்கு நினைவூட்டியது. சமூக இயக்கங்கள் தனிநபரின் தனிமைப்படுதலை வெற்றிகொள்வதோடு மட்டுமல்லாமல் அதை உருவாக்கிய அமைப்பு முறையையும் தாக்குவதால் சமூக இயக்கங்கள் மிகச் சிறந்த மருந்தாக உள்ளன என்று அது எனக்கு சொன்னது.

உலகம் என்ற சூழலில் அப்படியான ஒரு சமூகக் குழுவுக்கான வேட்கை மிகத் தீவிரமாக உள்ளதாக எனக்குத் தோன்றுகிறது.'

'ஒரு இயக்கம் மூன்று விஷயங்களைச் செய்கிறது: பிறரோடு நாம் சேர்ந்து இருக்கிறோம், ஒரு சமூகக் குழுவில் இருக்கிறோம் என்ற உணர்வை மக்களுக்குக் கொடுக்கிறது. தங்களுடைய தனிப்பட்ட முயற்சியில் நிகழ்த்த வாய்ப்பில்லாத மாற்றத்தை உண்டாக்க ஒன்றிணைந்து செயல்படும் சக்தியை அவர்களுக்குக் கொடுக்கிறது. தாங்கள் உருவாக்க முயலும் புதிய சமுதாயத்தின் புது மதிப்பீடு களையும், நியதிகளையும் பின்பற்றி வாழத் தேவையான பயிற்சியை மேற்கொள்வதற்கான இடமாக இருக்கிறது.'

'தனிமைகொண்ட எல்லா மனிதர்களும் வாழ்க்கைக்கான அர்த்தம் அல்லது சமூக நீதி என்ற உணர்வை இழந்ததால் பெரும் வணிக அங்காடிகளில் சுற்றிக்கொண்டிருக்கும் எல்லாரும் இதைப் புரிந்து கொண்டால் அவர்களுக்கும் இந்த உலகத்துக்கும் சமூக இயக்கங்களே சரியான மருந்தாக இருக்கலாம்.'

71

பேரின்பம் தரும் கொந்தளிப்பைத் தூண்டிவிடுங்கள்... இயக்கத்தில் லட்சக்கணக்கானவர்கள்

'சரி, நாங்கள் சேரவேண்டிய இயக்கங்கள் எவை? வெற்றியடையவும் மக்களிடமிருந்து ஆதரவைப் பெறவும் அவற்றை எப்படிக் கட்டுவது? அவை தற்போது மிகவும் பலவீனமாக இருக்கின்றன, அநேகமாக அவை இல்லையென்றே சொல்லிவிடலாம்.'

'நீங்கள் சொல்வது உண்மையில்லை. உங்கள் ஊடகங்கள் அவற்றைப் பற்றிய செய்திகளை வெளியிடுவதில்லை என்பதுதான் உண்மை. வலதுசாரி தேநீர் விருந்துக் கட்சியில் இருக்கும் உறுப்பினர் களைவிட அதிக எண்ணிக்கையில் தொழிற்சங்க அரங்குகளிலும், சமூகக் குழு மையங்களிலும், ஆதரவுக் குழுக்களிலும் [ஒரு குறிப்பிட்ட

இயக்கத்தின் கொள்கைகள் வெற்றிபெற அழுத்தம் தரும் குழுக்கள் - Advocacy Groups] முற்போக்கான அடிநிலை செயற்பாட்டாளர்கள் இருக்கிறார்கள். முற்போக்கான சமூக இயக்கங்கள் அதிக எண்ணிக்கை யில் அமெரிக்காவில் எப்போதும் இருந்து வந்துள்ளன. அடிமை முறை ஒழிப்பு இயக்கத்தினர், வாக்குரிமை கேட்டுப் போராடிய பெண்கள் இயக்கத்தவர், பெண்ணியவாதிகள், குடிமை உரிமை இயக்கத்தவர், சுற்றுச்சூழல் ஆர்வலர்கள், போர் எதிர்ப்பாளர்கள், தொழிலாளர் இயக்கத்தவர் ஆகியோரை நினைத்துப் பாருங்கள். உலகெங்கிலும், அமெரிக்காவின் மூலைமுடுக்கெல்லாம் குடிமக்களின் பலவகைப் பட்ட இயக்கங்கள் பெரிய அளவில் இன்று வளர்ந்துள்ளன. களத்திலும் இணையத்திலும் அவை மிக உயிர்ப்புடன் இருக்கின்றன.'

'எவற்றைக் குறிப்பிடுகிறீர்கள்? 2011இல் மத்தியக் கிழக்கிலும் எகிப்திலும் தோன்றிய போராட்டங்கள் அமெரிக்காவிலும் மாணவர், தொழிற்சங்கப் போராட்டங்களைத் தூண்டிவிட்டன என்பதை ஒத்துக் கொள்கிறேன்; ஆனாலும், அமெரிக்காவில் அப்படியான இயக்கங்கள் இருந்தால் அவை ஒன்று மிகச் சிறியவையாக இருக்க வேண்டும், அல்லது பார்வையிலிருந்து மறைக்கப்பட்டவையாக இருக்க வேண்டும்.'

'அநேகமாக எல்லா நகரங்களிலும் பெரும்பான்மையான பல்கலைக் கழக வளாகங்களிலும் நீங்கள் தொழிலாளர், பெண்ணிய, சுற்றுச் சூழல், அமைதி, ஆஃப்ரிக்க-அமெரிக்க, ஸ்பானியர்கள் உரிமைகள், குடியேறி களின் உரிமைகள், மற்றும் சமூக நீதி சார்ந்த இயக்கங்களைப் பார்க்கலாம். ''பேரின்பம் தரும் கொந்தளிப்பு'' என்று சுற்றுச்சூழல் ஆர்வலர் பால் ஹாக்கன் அழைக்கும் இதன் செயல்பரப்பு உண்மை யில் திகைக்க வைப்பதாகவும் நம்பிக்கை தருவதாகவும் இருக்கிறது. ஆனாலும், அவை சிதறிக்கிடப்பதும், தேசிய அளவில் அவற்றுக்கு ஒருங் கிணைக்கப்பட்ட, சக்திமிக்க இருப்பு கிடையாது என்பதும் உண்மையே. தொழிற்சங்கங்கள், சமூகக் குழு, ஜனநாயகத்தின் தொடர் இருப்புக்குப் போராடும் முற்போக்கு இயக்கங் களில் ஒரு புதிய கட்டத்தை விஸ்கான்ஸின் தொழிலாளர்ப் போராட்டங்கள் கட்டவிழ்த்துவிட்ட பிறகு இந்த நிலையில் ஒரு மாற்றம் ஏற்பட்டிருப்பதும் உண்மையே.'

'இவற்றில் எந்த இயக்கத்தை மிக முக்கியமானதாக நீங்கள் கருது கிறீர்கள்?'

பேரின்பம் தரும் கொந்தளிப்பு

உலகெங்கும் தோன்றியுள்ள பலவகை யான அடிநிலை இயக்கங்களின் திடீர்ப் பெருக்கம் பற்றி பால் ஹாக்கன் என்ற சுற்றுச்சூழல் ஆர்வலர் *Blessed Unrest* என்ற நூலை எழுதியுள்ளார். 'இந்த இயக்கங்களின் பரப்பெல்லை பற்றி விவரிப்பது கடலை உங்கள் கையில் ஏந்துவதற்கு ஒப்பானது. அவை அந்த அளவுக்குப் பரந்து அகன்றவை. தண்ணீர்ப் பரப்புக்கு மேலே பனிப் பாறை எழும்போது கீழே இருக்கும் பிரம்மாண்டமான பனிமலை பார்வைக் குப் புலப்படுவதில்லை,' என்று அவர் எழுதுகிறார்.

'அவை எல்லாமே முக்கியமானவைதான். அவற்றில் எது உங்களுக்கு உற்சாகமூட்டுகிறதோ அதில் ஈடுபடுவதுதான் முக்கியம். அமைப்பு முறை நெருக்கடியில் சிக்கியிருக்கிறது. உங்கள் நிறுவனத்தில் எந்தத் தொழிற்சங்கம் பணிப் பாதுகாப்புப் பெற முயல்கிறதோ அதில், அல்லது உங்களுடைய கல்வி மாவட்டத்தில் ஆசிரியர்களைக் காக்க முயலும் தொழிற்சங்கத்தோடு பணி புரியும் ஒரு சமூகக் குழுவில், குறைந்த ஊதியத்துக்கு மோசமான சூழலில் பணிபுரிவதை எதிர்த்தோ பருவ நிலை மாற்றத்தை எதிர்த்தோ நடக்கும் இயக்கத்தில் சேர்வதோடு நீங்கள் தொடங்கலாம்.'

'ஆனால், முதலாளித்துவம் உண்டாக்கும் இந்தப் "பேரின்பம் தரும் கொந்தளி"ப்பின் புவியீர்ப்பு விசையாகத் தொழிலாளர் இயக்கம் இருக்கிறது என்று உங்கள் எழுத்தில் நீங்கள் வலியுறுத்துவதாகத் தோன்றுகிறதே?'

'முதலாளித்துவ சமூகத்தில் உழைப்பு எப்போதும் மிக முக்கியமானது. சுரண்டல் மற்றும் நெருக்கடியின் பாதிப்புக்கு ஆளாகுபவர்கள் தொழிலாளர்கள்தாம்; தொழிலாளர் இயக்கமே அவர்களுடைய சக்தியின் மிக முக்கிய ஊற்றுக்கண். என்னுடைய காலத்தில், முதலாளித்துவத்தை முற்றிலுமாக மாற்றும் பணித்திட்டத்தில் எல்லா இயக்கங்களையும் ஒன்றுசேர்க்க இருந்த ஒரே சாதனம் தொழிலாளர் இயக்கமே. அதனால்தான் எப்போதும் தொழிலாளர் இயக்கங்களோடும் தொழிலாளர்க் கட்சிகளோடும் இணைந்து பணியாற்றினேன். மிக முக்கியமான பொதுச் சேவைகளுக்கான நிதி ஒதுக்கீட்டைக் கடுமையாகக் குறைப்பதை எதிர்த்து விஸ்கான்ஸின், ஒஹையோ, இண்டியானா, மற்றும் பிற மாநிலங்களில் நடக்கும் போராட்டங்களை ஒருங்கிணைத்து செயல்பட புதிய இயக்கங்களுக்கு வழிகாட்டுகின்றன.

ஒரே தேசம்

வேலைவாய்ப்பையும், சமூக நீதியையும் வேண்டி வாஷிங்டனில் 2010ஆம் ஆண்டு அக்டோபர் 2ஆம் தேதி தொழிற்சங்கங்களும், NAACP [National Association for the Advancement of the Coloured People]யும் சேர்ந்து பிரம்மாண்டமான ஒரு பேரணியை நடத்தின. மார்க்ஸ் அதன் ஆதரவாளர். **ஒரே தேச**த்தின் [One Nation - 19ஆம் நூற்றாண்டு இங்கிலாந்தில் உருவான பழமைவாதக் கோட்பாடு. சமூகத்தின் பிரிவுகள் ஒன்றோடொன்று தொடர்பு கொண்ட நிலையில் சமூகம் வளர்கிறது. அதன் உறுப்பினர்கள் பரஸ்பரக் கடமைப் பொறுப்பு கொண்ட வர்கள். குறிப்பாக, உயர் வர்க்கத்தினர் தமக்குக் கீழ்நிலையில் உள்ள வர்க்கத் தினர்க்குப் பொறுப்பு உடையவர்கள். முதலாளி தனக்குக்கீழ் வேலைபார்ப்பவர்களின் தேவைகளை நிறைவேற்றுவார். ஆனால், அவர்களுக்கு எந்தப் பொறுப்பும் கிடையாது, சுதந்திரத் தேர்வும் கிடையாது என்றெல்லாம் இந்தக் கோட்பாடு நம்புகிறது.] எதிர்காலம் தெளிவாக இல்லாத நிலையில், உழைப்பினுடைய முக்கியத்துவம், முதலாளித்துவ நெருக்கடியைத் தாக்கி சமூக மாற்றத்தை உருவாக்கத் தவிர்க்க இயலாமல் வர்க்கமும் [class], பிரத்யேக சமூகப் பிரிவும் [caste] ஒன்றிணைவது ஆகியவற்றின் குறியீடாக அது [ஒரே தேசம்] இருப்பதாக மார்க்ஸ் சொல்கிறார்.

மருத்துவச் சேவை, மருத்துவ நிதி உதவி போன்ற சமூகப் பயன்களைப் பாதுகாக்கப் போராடும் புதிய அமெரிக்கத் தொழிலாளர் இயக்கத்தை நாம் பார்க்கலாம் என்று இப்போது தோன்றுகிறது. அதே சமயம், அந்த இயக்கங்களை வலுப்படுத்தவும் அவற்றோடு இணையவும் இயலும் பிற இயக்கங்களும் இருக்கின்றன; அவை பெரும் நிலைமாற்றத்தில் முக்கியப் பங்காற்றவும் முடியும்.'

'எவற்றைக் குறிப்பிடுகிறீர்கள்?'

'சுற்றுச்சூழல், அமைதிக்கான இயக்கங்கள் போன்ற மிக முக்கிய மானவை தொழிலாளர்களோடு அணிசேர வாய்ப்புள்ளவை.

பெரும்பான்மையோருக்கான செயல் திட்டம்

நடப்பிலுள்ள அமைப்பு முறையை மாற்ற ஒரு பொது செயல் திட்டத்தில் தொழிலாளர், அமைதி, சுற்றுச்சூழல் சார்ந்த இயக்கங்களை ஒன்றிணைக்க முயலும் பாஸ்டனைச் சேர்ந்த ஒரு இயக்கம் MAP [The Majority Agenda Project]. இந்த இயக்கங்களின் மதிப்பீடு களைப் பகிர்ந்துகொள்ளவும் அதே சமயம் அவற்றின் பகுதியாக இல்லாத பெரும்பான்மை அமெரிக்கர் களோடு தொடர்பு கொள்ளவும் அது முயல்கிறது.

நாகரிகத்தின் இருப்புக்கு மிகப் பெரிய அச்சுறுத்தல்களாக உள்ள பருவநிலை மாற்றம் மற்றும் போர் என்ற இரண்டையும் நேரிடையாகத் தாக்குபவை அந்த இயக்கங்கள்தாம். பருவநிலை மாற்றத்தையும், போரை யும் ஊக்குவிப்பது முதலாளித்துவம் என்பதால் தொழிலாளர், சுற்றுச் சூழல், அமைதி ஆகியவற்றுக்கான இயக்கங்கள் தவிர்க்க இயலாமல் ஒன்றிணையும்.'

'பெண்கள், ஓரினச் சேர்க்கை யாளர்கள், ஆஃப்ரிக்க-அமெரிக்கர் கள், புலம்பெயர்ந்தோர், மாற்றுத் திறனாளிகள் ஆகியோருக்கான உரிமைகள், அடையாளம் தொடர்பான இயக்கங்களைப் பற்றி என்ன சொல்கிறீர்கள்? நலிவுற்றவர்கள் இடையே சுயமரியாதை, அதிகாரம் பெறுதல் தொடர்பான உணர்வை மாற்றுவதில் குறைந்த பட்சமாவது இந்த இயக்கங்கள் பெரும் வெற்றி பெற்றுள்ளதாகத் தோன்றுகிறது.'

'ஆமாம். இவை மிக முக்கியமானவையாக மாறியுள்ளன. இந்த நிலை நம்மை மீண்டும் வர்க்கத்துக்கும், பிரத்யேக சமூகப் பிரிவுக்கும் இட்டுச் செல்கிறது. பெண்கள், ஆஃப்ரிக்க-அமெரிக்கர்கள், ஒடுக்கப் பட்ட பிரிவுகளின் உரிமைகளை நான் எப்போதும் ஆதரித்து வந்தது உங்களுக்கு நினைவிருக்கலாம். இந்த அடையாள இயக்கங்கள் பலவும் முதலாளித்துவ எதிர்ப்பு நிறைந்தவையாகவும், பெரும்பாலும் மாற்று-முதலாளித்துவ குணம் கொண்டவையாகவும் இருந்தன. தற்போது இவை தொழிலாளர் இயக்கத்தோடு பின்னிப்பிணைந்திருக்கத் தொடங்கியுள்ளன; இந்தப் பிணைப்பே அமைப்புமுறைக்கு எதிரான நீண்ட, கடினமான புரட்சியை இயக்கப் போகிறது.'

'ஆனால், தொழிலாளர் இயக்கம் வரலாற்று ரீதியில், இனவெறி, பாலாதிக்கம், ராணுவ மேலாதிக்கம், குடியேறிகளுக்கு எதிரான மனோபாவம் கொண்டதாக இருந்து வந்துள்ளது. புரட்சிகர உணர்வுக்கு உகந்த இடமாக அது இருப்பதாகத் தெரியவில்லை.'

'ஆமாம். தொழிலாளர் இயக்கம் சீர்திருத்தக் குணம் கொண்டதாகவும், பலவீனமாகவும் இருக்கிறது; அது தன்னை மறுகண்டுபிடிப்பு செய்துகொள்ள வேண்டும். தனக்கு முன்னால் உள்ள பெரும் கடமைப் பொறுப்பை நிறைவேற்றும் அளவுக்கு அதற்கு வலு உள்ளதா என்பது பெரிய கேள்விதான். ஆனால், பொருளாதாரம் உலகமயமாகும்போது, நாட்டின் மொத்த உழைப்பாளர்களும், முழு நாடும் ''பெரும்பான்மை - சிறுபான்மை''யாக* மாறும்போது தொழிலாளர் இயக்கமும் மாறிக் கொண்டுள்ளது. பாலினம், இனம் சார்ந்த ''பிரத்யேக சமூகக் குழுக்க''ளின் இயக்கங்கள், சுற்றுச்சூழல், அமைதி, புலம்பெயர்ந்தோர்களின் உரிமைகள் தொடர்பான இயக்கங்கள் ஆகியவற்றோடு தன்னை இணைத்துக் கொள்ளும்போது மட்டுமே தொழிலாளர் இயக்கம் வெற்றிபெற முடியும். அடையாள இயக்கங்கள் மிக முக்கியமானவையாக மாறியுள்ளன என்று நீங்கள் சொல்வது சரியே. ஆனால், அமெரிக்காவிலும் சரி , உலகம் முழுக்கவும் சரி பெண்கள், சிறுபான்மையினர் உழைக்கும் மக்களில் பெரும்பான்மையினராக இருப்பதாலும் வேலைவாய்ப்பு தொடர்பான கடும் நெருக்கடிகளை சந்திப்பதாலும் அவர்கள் தொழிலாளர் இயக்கத்தோடு தற்போது இணைந்து கொண்டிருக்கிறார்கள்.'

'பெரும்பான்மை வெள்ளை உழைக்கும் ஆண் மக்களின் எண்ணிக்கை, பெரும்பான்மை பெண்கள் மற்றும் சிறுபான்மை வர்க்கத் தொழிலாளர் எண்ணிக்கைக்கு நகர்வது அமைப்பு முறை மாற்றத்துக்கான ஒரு வர்க்க/பிரத்யேக சமூகப் பிரிவின் [Class and caste coalition] கூட்டணி உருவாக உதவும் என்று சொல்கிறீர்களா?'

'ஆமாம். பிரத்யேக சமூகப் பிரிவின் அரசியலும், வர்க்க அரசியலும் ஏற்கனவே ஒன்றிணைந்துகொண்டுள்ளன. அடிப்படைப் பிரச்சினைகளில் கவனம் குவிக்கும் பெண்கள் மற்றும் சிறுபான்மையினருக்கான

* Majority-Minority அல்லது Minority-Majority போன்ற பதங்கள் 1978 முதல் அமெரிக்காவில் பயன்படுத்தப்படத் தொடங்கின. ஒரு மாநிலத்தில் வசிக்கும் மக்களின் இனம்/ இனக்குழு தொடர்பான எண்ணிக்கை சார்ந்து பெரும்பான்மையோர் சிறுபான்மையோராகவும், சிறுபான்மையோர் பெரும்பான்மையோராகவும் மாறுகின்றனர். அமெரிக்க வெள்ளையர்கள் தவிர்த்த பிறர் - ஸ்பானியர்கள், ஆசிய- அமெரிக்கர்கள், ஆஃப்ரிக்க அமெரிக்கர்கள் ஆகியோர் சிறுபான்மையோர் என்று கருதப்பட்டாலும் சில மாநிலங்களில் அவர்கள் பெரும் பான்மையோராக இருக்கிறார்கள். 2043வாக்கில் அமெரிக்காவின் தற்போதைய சிறுபான்மையினர் மொத்த நாட்டிலும் பெரும் பான்மையோராக மாறிவிடுவார்கள் என்று புள்ளிவிவரங்கள் சொல்கின்றன. (மொ-ர்)

இயக்கங்களின் எண்ணிக்கை பெருகி வருகின்றது; ஏனென்றால், பொருளாதார நெருக்கடியில் மிக அதிகம் பாதிக்கப்படுகிறவர்கள் அவர்கள்தான். எனவே, பிரத்யேக சமூகப் பிரிவின் அரசியல் வர்க்கப் பிரச்சினைகள் மீதும், முதலாளித்துவத்தின் மீதும் தன்னுடைய கவனத்தை அதிகரித்துக்கொண்டே போகவேண்டும்.'

'பெண்ணிய, ஆஃப்ரிக்க-அமெரிக்க, ஸ்பானிய இயக்கங்கள் தொழிற்சங்கங்களோடும், பிற தொழிலாளர் இயக்கங்களோடும் கூடுதலாக ஒத்துழைக்க இது இட்டுச் செல்லும் என்று சொல்கிறீர்களா?'

'ஆமாம். அது மிக முக்கியம். ஆனால், தொழிலாளர் இயக்கத்துக்குள்ளேயே பிரத்யேக சமூகப் பிரிவு மற்றும் வர்க்க ஒன்றிணைவு நிகழ்ந்துகொண்டுள்ளது. தொழிற்சங்கங்களில் கறுப்பின, பழுப்புநிற, பெண் உறுப்பினர்களின் சதவீதம் கூடிக்கொண்டே போகிறது. மிக வெளிப்படையாகப் பேசுகிற, முற்போக்கான நபர்களில் இந்தப் புதிய தொழிற்சங்கவாதிகளும் அடக்கம்; இவர்கள் தங்களுடைய தொழிற்சங்கங்களை மேலதிக புரட்சிகர செயல்திட்டங்களை நோக்கி நகர்த்துகிறார்கள். தொழிற்சங்கங்களை மறுகண்டுபிடிப்புக்கு உள்ளாக்கி பொருளாதாரத்திலும், இனங்களையும், பால்வகையையும் சேர்ந்த தொழிலாளர்களின் வாழ்க்கையிலும் தற்போதுள்ள நெருக்கடி மீது கவனம் குவிக்க அவர்கள் உதவுகிறார்கள்.'

'சமுதாய நிலை குறித்த ஆய்வின்படி* சிறுபான்மையினர் மிக விரைவாக பெரும்பான்மையினராக ஆகும் மாறுபட்ட அமெரிக்காவை இது பிரதிபலிக்கவில்லையா?'

நான் சொன்னதை ஆவி ஒத்துக்கொண்டது. 'ஆனால், இதற்கு உலகமயமாதல் என்ற இன்னொரு காரணியும் இருக்கிறது. இதுவும் உழைப்பை மறுகண்டுபிடிப்பு செய்துகொண்டிருக்கிறது; உலகளாவிய நிறுவனங்களோடு போராட தொழிற்சங்கங்கள் உலகமயமாக வேண்டும்; உலகம் முழுதும் உள்ள பெண்கள், பழுப்பு, கறுப்பினத் தொழிலாளர்களின் உரிமைகளைப் பாதுகாக்கத் தொழிற்சங்கங்கள் அக்கறைகளை விரிவுபடுத்திக்கொள்ள வேண்டும்.'

ஆவி சொன்னதை ஏற்றுக்கொள்ளும் விதமாக நான் தலை யசைத்தேன். 'ஆமாம். மூலதனம் உலகமயமாகும்போது தொழிற் சங்கங்களும், தொழிலாளர் இயக்கமும் உலகமயமாக வேண்டியுள்ளது. தொழிலாளர் இயக்கங்கள், அனைத்துத் தரப்பினரையும் உள்ளடக்கிய பிற இயக்கங்கள் - உலகமயமாதலை எதிர்க்கும் இயக்கங்கள், அமைதி, சுற்றுச்சூழல், குடி உரிமைகள், பெண்ணியம், சொந்த மண் சார்ந்த அக்கறைகள், புலம்பெயர்ந்தோர்களின் உரிமைகள் தொடர்பான இயக்கங்கள் - ஒன்றோடொன்று இணைந்திருப்பதோடு மட்டு மல்லாமல், தேசிய எல்லைகளைத் தாண்டியும் அவை ஒருங்கிணைந்து

தற்போது செயல்படுகின்றன. இதற்கு முன் சாத்தியமே இல்லாதிருந்த முறைகளில் இந்த இயக்கங்கள் ஒன்றோடொன்று முகநூல் மூலமாக தொடர்புகொண்டு பரஸ்பரம் ஊக்கம் பெற்று செயல்படுகின்றன. பதவியிலிருந்து தூக்கியெறியப்பட்ட எகிப்திய சர்வாதிகாரி ஹோஸ்னி முபாரக்கின் கடும் கொடுங்கோன்மையை எதிர்கொண்ட போது எகிப்திய இளைஞர்களும் இளம் தொழிலாளர்களும் முகநூல் மூலமாக தங்களுக்குள்ளும் உலகெங்கும் இருக்கும் "மக்கள் இயக்கங்க"ளோடும் தொடர்புகொண்டு செயல்பட்டதை மீண்டும் நினைத்துப் பாருங்கள். எகிப்திய மாணவர்களைப் போலவே தொழில்நுட்ப அறிவுகொண்ட, வேலைவாய்ப்பு தொடர்பான நெருக்கடியையும், பெரும் சமூக சமத்துவமின்மையையும் அனுபவிக்கும் அமெரிக்க மாணவர்களை அவர்கள் எழுச்சியூட்டத் தொடங்கியுள்ளார்கள். சுதந்திரத்துக்கான தணியாத தாகம், புதிய புரட்சிகர அரசியலைக் கண்டுபிடிக்கத் தேவையான தொழில்நுட்ப அறிவு கொண்ட முகநூல் தலைமுறைகளால் இயக்கப்படும் புரட்சியின் எதிர்காலமாக அது இருக்கலாம்.'

உலகச் சமூக மாமன்றமும் இயக்கங்கள் உலகமயமாதலும்

பிரேசிலுள்ள போர்ட்டோ அல்கிரி என்ற ஊரில் முதல் உலகச் சமூக மாமன்றத்தின் கூட்டம் 2001இல் நடந்தது. உலகின் பல பாகங்களிலு முள்ள இயக்கங்களை ஒன்றிணைத்து உலகளாவிய முதலாளித்துவத்துக்கு ஒரு மாற்றை உருவாக்குவதும், 'ஜனநாயகத்தை மறுகண்டுபிடிப்பு' செய்வதுமே அதன் நோக்கம். அது டீனாவுக்கு எதிரானது. 'நடப்பிலுள்ள வர்க்கம், பாலினம் சார்ந்தவற்றின் புரட்சிகர உருமாற்றம் மற்றும் அதிகாரம் சார்ந்த உறவுகள் புரட்சிகர மாக்கப்படுவதன் தேவை' ஆகியவை குறித்து அது தன்னுடைய சாசனத்தில் பேசுகிறது. உலகின் அனைத்துக் கண்டங்களிலுமுள்ள நூற்றுக்கணக்கான பல்வேறுபட்ட சமூக இயக்கங்களின் ஆயிரக்கணக்கான செயற்பாட்டாளர்களை இந்த அரங்கு ஈர்த்து வருடா வருடம் கூடுகிறது.

'ஆமாம். உலகின் ஒவ்வொரு கண்டத்திலும் உள்ள முற்போக்குச் செயற்பாட்டாளர்களும், இயக்கங்களும் வியக்கத்தக்க ஊக்கத்துடன் வருடா வருடம் கூடும் *உலகச் சமூக மாமன்றம்* உலகளாவிய மக்கள் புரட்சியின் குறியீடாக உள்ளது; பல்வேறு வகையான இயக்கங்கள் ஒன்றுசேரும் இடமாக அது இருக்கிறது. முதலாளித்துவத்தை உருமாற்ற உலகமெங்கும் இருந்த தொழிலாளர் மற்றும் பிற இயக்கங்களின் முதல் அமைப்பாக இருந்ததும் நான் உருவாக்கியதுமான *முதல் அகிலத்தின்* நவீன கால இணைமாற்று அது.

'ஆம். உலகச் சமூக மாமன்றத் *(வேல்ட் சோஷியல் ஃபாரம்)* தொழிலாளர்களை மட்டுமல்ல, எல்லா இயக்கங்களின் செயற்பாட்டாளர்களையும்

* ஒரு சமுதாயத்தில் நிகழும் பிறப்பு, இறப்பு, வேலைவாய்ப்பு, நோய் முதலியவற்றின் எண்ணிக்கை மாற்றம் குறித்த ஆய்வு - Demography *(மொ-ர்)*

ஒன்றிணைக்கிறது. உலகெங்குமுள்ள எல்லா நிறங்களையும், தேசிய இன அடையாளங்களையும், நோக்கங்களையும் கொண்ட செயற்பாட்டாளர்களிடமிருந்து அந்த அரங்கு புரட்சிகரப் பார்வைகளையும், சக்தியையும் எழுச்சியுடன் பெறுகிறது.'

ஆவி சிரித்தது. 'ஸ்விட்சர்லாந்திலுள்ள டாவோஸ் நகரில் உலக முதலாளித்துவவாதிகள் ஒவ்வொரு வருடமும் ஒன்றுகூடுவதைப் பற்றி பெரும் ஊடகங்கள் தவறாமல் எழுதுகின்றன. அதேசமயம், அவை உலகச் சமூக மாமன்றக் கூட்டங்களைப்பற்றி எழுதுவதில்லை. இந்தக் கூட்டங்கள் உலகத்துக்கு மிகவும் வேறுபட்ட திட்டங்களை முன்வைக்கின்றன. இது மக்களின் கவனத்தைப் பெறுவதில்லை; ஆனால், உலகச் சமூக மாமன்றத்தால் குறியீடாக்கப்பட்டுள்ள பேரின்பம் தரும் கொந்தளிப்பு, பெரும் நிலை மாற்றத்தை உலகளாவிய புரட்சியாக மாற்ற உதவும்.'

314 ~ என்ன செய்ய வேண்டும்?

72

ஒரு செயல்பாட்டின் அடிப்படை விவரங்கள்: எப்படிச் செயலில் இறங்குவது?

'இயக்கங்கள்தான் மாற்றத்துக்கான வழிகாட்டி என்று சொல்கிறீர்கள்; ஆனால், எப்படி இவற்றில் ஈடுபடுவது என்பது குறித்து பலருக்கும் எதுவும் தெரிவதில்லை. என்னுடைய மாணவர்களில் பலர் உணவு சேம அறைகளில் பணியாற்றுவது போன்ற சேவைத் திட்டங்களில் ஈடுபட்டாலும், அவர்களில் பலர் ஒருபோதும் ஒரு போராட்டத் திலோ, இயக்கம் ஒன்றிலோ பங்குபெற்றது இல்லை.'

ஆவி தலையசைத்து நான் சொன்னதை ஏற்றுக்கொண்டது. 'ஆம். நான் சொல்வது அவர்களுக்கு அரூபமான ஒன்றாகத்தான் தோன்றும் என்பது எனக்குத் தெரியும்; ஏனென்றால், அது அவர்களுடைய அனுபவத்தின் பகுதியாக இருந்ததில்லை. பல்கலைக் கழகத்தால் அங்கீகரிக்கப்பட்டவையும், அமைப்பு முறையைக் கேள்விக்கு உள்ளாக்காதவையுமான [இரண்டு தனிநபர்களுக்கிடையே மேற் கொள்ளப்படும்] சேவைச் செயல்பாடுகளில் ஈடுபட அவர்கள் விரும்பு கிறார்கள். ஆனால், அவர்களுடைய சேவை அனுபவம் அவர்களுடைய விழிப்புணர்வை அதிகரிக்கிறது; அவர்களில் பலரும் விமர்சனபூர்வ சிந்தனையையும், செயலுறுதியையும் திறந்த மனதுடன் வளர்த்துக் கொள்ள அது வழிவகுக்கிறது. அவர்களுடைய மாணவர்க் கடன்களின் அளவே உள்ள பொருளாதார நெருக்கடி அவர்களில் பலரை செயல் படத் தூண்டும். பருவநிலை மாற்றம், முடிவற்ற போர்களின் தீவிர ஆபத்துகள் அவர்களை செயல் நோக்கி உந்தித் தள்ளும்.'

'இது சாத்தியம் என்பதை ஒத்துக்கொள்கிறேன். அவர்களுடைய வெளிநாட்டுப் பயணம் உலகெங்கும் உள்ள மிக வறிய மக்களின் பிரச்சினைகளைப் புரிந்துகொள்ளும் வாய்ப்பை அவர்களுக்கு அளிக் கிறது. ஆனால், அவர்கள் செய்முறை சார்ந்த ஒரு தலைமுறையைச் சேர்ந்தவர்கள்; அவர்கள் ஒரு செயல்பாட்டின் அடிப்படை விவரங் களைத் தெரிந்துகொள்ள விரும்புகிறார்கள். நான் எதைப் படிக்க

வேண்டும்? உலகை மாற்ற விரும்புபவரை எப்படிக் கண்டுபிடிப்பது? கையாள எனக்கு நிறைய பொருளாதார அழுத்தங்களும் தனிப்பட்ட பிரச்சினைகளும் இருக்கும்போது எப்படி நான் ஒரு செயற்பாட்டாள ராக இருக்க முடியும்?'

'என்னால் அவர்களைப் புரிந்துகொள்ள முடிகிறது,' என்று ஆவி சொன்னது. 'எனக்கும் பெற்றோர்கள், சமவயதினர் தந்த அழுத்தங் களும், பணிசார்ந்த அழுத்தங்களும் இருந்தன. ஆனால், என்னுடைய கல்வி, என் நண்பர் குழுக்கள், நான் உருவாக்கிய அமைப்புகள், இயக்கங்கள் இந்தத் தடைகளை வெல்ல எனக்கு உதவின.'

விமர்சனபூர்வ கல்விக்கான எழுத்தாளர்கள்

மார்க்ஸ் பின்வருபவர்களைப் பரிந்துரைக்கிறார்:

- Frederich Engels
- Noam Chomsky
- Howard Zinn
- Ralph Nader
- Angela Davis
- Emma Goldman
- Rosa Luxemberg
- Charles Beard
- Mark Twain
- Tom Paine
- Karl Polanyi
- Cornel West
- Bell Hooks
- Barbara Ehrenreich
- W.E.B. Dubois
- Germaine Greer
- C. Wright Mills
- Frantz Fanon
- Patricia Hill Collins
- Antonio Gramsci
- Gyorgy Lukacs
- Theodor Adorno
- Edward Bellamy
- Paolo Friere
- Gabriel Kolko
- Naomi Klein
- Giovanni Arrighi
- Immanuel Wallerstein
- David Harvey
- Bill McKibben
- Paul Krugman
- Paul Sweezy
- Herbert Marcuse

'ஆக, அவர்களுக்குத் தெரியவேண்டிய அடிப்படை விவரங்கள் பின்வருவன வற்றை உள்ளடக்கியவை: நான் படிக்க வேண்டிய நூல்கள், பத்திரிகைகள், வலைப்பதிவுகள் எவை? எந்த இணையத் தளங்களோடு நான் தொடர்பில் இருக்க வேண்டும்? எந்த அமைப்புகள், இயக்கங்கள் பற்றி நான் தெரிந்து கொள்ள வேண்டும்? எப்படி நான் ஓர் இயக்கத்தில் ஈடுபட்டு, தொடர்ந்த ஈடுபாட்டை அதில் கொண்டிருப்பது?'

'கல்வியிலிருந்து நாம் தொடங்கு வோம். சுய சிந்தனையைக் கற்றுக் கொள்வதே அடிப்படை. கம்பிவடத் தொலைக்காட்சிப் பண்டிதர்கள், அரசியல்வாதிகள், ஊடகங்கள், அதிகார மையங்கள் எல்லாவற்றையும் சந்தேகத் தோடு அணுகும் மனோபாவத்தை நீங்கள் வளர்த்துக்கொள்ள வேண்டும்: ஆட்சியதிகாரக் கருத்துகள் எப்போ தும்மே மேட்டுக்குடியினருக்கே சேவகம் பண்ணுகின்றன; எனவே, சம்பிரதாய மான எல்லா அறிவையும் கேள்விக்கு உள்ளாக்கும் ஆற்றல் உடையவரே கல்வியறிவு பெற்றவர்.'

'ஆக, ஊடகங்கள், அரசியல் வாதிகள், ஒருவருடைய பேராசிரியர்கள்

போன்றோரிடமிருந்து கற்கும் பலவற்றையும் நிராகரிக்கக் கற்றுக் கொள்வதே சுய கல்வி என்று சொல்கிறீர்கள், சரிதானே?'

'ஆம். அதிர்ஷ்டவசமாக, இக் கற்றலை இணைய தளம் எளிமை யாக்கிவிட்டது. உலகெங்குமுள்ள முற்போக்கு எழுத்தாளர்கள், முற் போக்குக் கருத்துகள் ஆகியவற்றை இணையம் மூலம் அடையலாம். அவர்களை/அவற்றை நூல்கள், பத்திரிகைகள், வலைப் பதிவுகள், இணைய தள உரையாடல்கள், வகுப்பறைகள், குறிப்பிட்ட நூலை வாசித்து விவாதிக்கும் குழுக்கள் ஆகியவற்றில் காணலாம்; இச்செயல்பாடுகளை இணையம் மூலமாகவும், இணைய உதவி இல்லாமலும் மேற்கொள்ளலாம்.'

'நீடித்த வளர்ச்சி கொண்ட, நியாய பூர்வ உலகத்தை உருவாக்கும் செயலுக்கு இட்டுச்செல்லும் விமர்சனபூர்வ பகுப்பாய்வை வளர்த்துக் கொள்ள இன்று ஒருவர் படிக்கவேண்டியவர்கள்/படிக்க வேண்டியவை யார்/எவை என்று நீங்கள் கருதுகிறீர்கள்?'

'அது வாழ்நாள் சுயகல்வி. என்னைப் பொறுத்தவரை, அது வரலாறு, அரசியல் பொருளாதாரம், தத்துவம், அரசியல் ஆகியவற்றில் ஆழ்ந்து தோய்ந்த ஒன்று. நான் எல்லா செவ்வியல் நூல்களையும் படித்தேன்; அதே சமயம், மேலாதிக்கம் செய்த எல்லா உண்மைகளையும் கேள்விக்கு உட்படுத்திய சமகால விமர்சனப்பூர்வ சிந்தைனையாளர்களையும் படித்தேன்.'

'உங்களுடைய சொந்த எழுத்துகளையும், மார்க்ஸிய மரபில் வந்த உங்கள் வழித்தோன்றல்களின் எழுத்துகளையும் இந்தப் பட்டியலில் சேர்த்துக்கொள்வீர்கள் என்று கருதுகிறேன்.'

'ஆமாம். ஆனால், அவற்றோடு மோதும் கருத்துக்குழுக்களையும் நான் படிப்பேன். எல்லா விவாதங்களையும் காணும் முன்பாக நீங்கள் எதை நம்புகிறீர்கள் என்பது உங்களுக்குத் தெரியாது. ஆனால், முதலாளித்துவம் பற்றியும், அது பிறப்பித்த, கடுமையாக்கிய பிரச்சினை களைப் பற்றி மிக முற்போக்கான சிந்தனையாளர்கள் எழுதியவற்றை படிப்பதை உறுதிப்படுத்திக்கொள்ள வேண்டும்.'

'விமர்சனப்பூர்வக் கல்விக்கும், செயற்பாட்டாளராக மாறுவதற்கும் இன்றியமையாத தகவலை ஒருவருக்குத் தரும் அறிவுத்துறைப் பத்திரிகைகள், இணைய தளங்கள் பற்றி என்ன சொல்கிறீர்கள்?'

'சாத்தியமான அளவில் எல்லாவற்றையும் படிப்பேன்; ஆனால், முதலாளித்துவம், பருவநிலை மாற்றம், ராணுவ மேலாதிக்கம், சிறுபான்மையினர், புலம்பெயர்ந்தோர்களின் உரிமைகள், மனித உரிமைகள், பெண்ணியம் போன்ற முக்கியப் பிரச்சினைகளுக்கு இடையே உள்ள புள்ளிகளை இணைக்கும் அறிவுத்துறைப் பத்திரிகைகள், இணைய தளங்கள் மீது கவனம் குவிப்பேன்.'

அறிவுத்துறைப் பத்திரிகைகள்

Z Communications; American Prospect; The Nation; Yes magazine; Monthly Review; In These Times; Tikkun; The Guardian; Huffington Post; Coommondreams.org; Truthout; Multinational Monitor; TomPaine.org; Alternet; historical materialism@ yahoogroups.com

'குறிப்பிட்ட பிரச்சினைகளைத் தாண்டிப்போய் முதலாளித்துவத் துக்குப் பிந்தைய உலகம் குறித்த செயலூக்கப் பார்வைகளை முன் வைக்கும் வெளியீடுகளைக் குறிப் பிடுகிறீர்களா?'

'ஆமாம். கணினியின் ஒரு பொத்தானை அழுத்த வேண்டியதுதான்; உலகெங்கும் உள்ள பல அறிவுத்துறைப் பத்திரிகைகள் உங்களுக்குக் கிடைக்கும். அவை உங்களுக்கு அன்றாட செய்தியை மட்டும் தருவதில்லை, அமைப்பு முறை தொடர்பான ஆழ்ந்த பிரச்சினைகள் குறித்து அவை கருத்துகளை வழங்குகின்றன; தற்போதைய பொருளாதார, அரசியல் நிலையைத் தாண்டிப் போவதிலும் அவை கவனம் குவிக்கின்றன.'

'சரி. படிக்கக் கிடைப்பவற்றில் பற்றாக்குறை ஏதுமில்லை. ஆனால், உள்ளூர் அளவில் தொடங்கி பிறகு மிகப்பெரும் அமைப்பு முறை நெருக்கடிகளைத் தீர்ப்பதுவரை எல்லா தளங்களிலும் கவனம் குவிக்கும் அமைப்புகளையும் இயக்கங்களையும் எப்படிக் கண்டறிந்து அவற்றோடு சேர்ந்து பணிபுரிவது?'

'நல்லது. அப்படியான அமைப்புகளுக்கும் பஞ்சமில்லை. உலகெங்கும் நூற்றுக்கணக்கான அமைப்புகள் இருப்பதாகச் சொல்லும் சுற்றுச்சூழல் ஆர்வலரான பால் ஹாக்கன் அவற்றைத் தன்னுடைய நூலான *Blessed Unrest*ல் பட்டியலிடுகிறார்.'

சேரவோ ஆதரிக்கவோ தகுதியான அமைப்புகள்

Green for All; 350.org; Public Citizen United for Justice and Peace;

World Social Forum; Greenpeace; Oxfam; Free Press.net;

Institute for Policy Studies; Corporate Accountability; Apollo Alliance; Tellus Institute;

Public Interest Research Goup; Jobs with Justice; Global Exchange; Democratic Socialists of America;

American Friends Service Committee; Green Party; Progressive Democrats of America; Sierra Club;

People for the American Way; Partners in Health; AFL&CIO; United Steelworkers; SEiU; UAW; National Labour Committee;

Blue Green Alliance; Majority Agenda Project; One Nation; moveon.org; United Farm Workers;

Communication Workers of America; Democracy for America; United Electrical Workers; National Nurses Association; American Federation of Teachers; AFSCME; Communications Workers of America.

'தேர்தல் அரசியலில் ஈடுபடும் அமைப்புகளையும், அவற்றுக்குள்ளே இருக்கும் அரசியல் கட்சிகள், குழுக்களையும், பணியிடங்களில் சமூகக் குழுக்களில் உள்ள அமைப்புகளையும் இந்தப் பட்டியலில் சேர்ப்பீர்களா?'

'நிச்சயமாக. இரண்டு தளங்களிலும் செயல்படுவதை நான் எப்போதும் வலுவாக நம்பினேன். சீர்திருத்தக் குழுக்கள், முற்போக்கான, புரட்சிகரக் குழுக்கள் ஆகிய இரண்டிலும் செயல்படுவதை நான் ஆதரிப்பேன்.'

'ஆனால், எப்படி ஒருவர் இவற்றில் ஈடுபடுவது? எப்படி இந்த அமைப்புகளோடு தொடர்பு கொள்வது?'

'முதலில், இணையம் மூலமாக அவற்றைப்பற்றித் தெரிந்து கொள்ளுங்கள். இரண்டாவதாக, உங்களுடைய ஆர்வத்தைத் தூண்டும் ஓர் அமைப்போடு உங்கள் நண்பர்கள் யாராவது தொடர்பில் இருக்கிறார்களா என்பதைக் கண்டுபிடியுங்கள். புதிய தொடர்புகளையும் நட்புகளையும் பேணிவளர்ப்பதன் மூலமே சமூக செயல்முறை எப்போதும் வெற்றியடையும். மூன்றாவதாக, கூட்டங்களுக்குப் போவது, ஏழைகளின் வாழிடங்களில் உள்ளூர்த் தோட்டங்கள், விவசாயச் சந்தைகளை உருவாக்கும் குறிப்பிட்ட செயல்திட்டத்தில் பணிபுரிவது ஆகியவற்றில் ஈடுபடுங்கள். கடனைத் திருப்பிச் செலுத்தாததால் குடும்பச் சொத்தை ஜப்தி செய்ய வரும் காவல்துறையைத் தடுக்கும் விதமாக அவர்கள் வரும் வழியில் படுத்துப் போராடும் உங்கள் பகுதி மக்களுக்கு உதவ முயலுங்கள். பொய்சொல்லிப் பணியில் சேர்க்கப்பட்ட, தங்களை மாற்றீடு செய்யப்போகும் பணியாளர்களுக்குப் பயிற்சி கொடுக்கப் பலவந்தப்படுத்தப்படும் குடியேற்றத் தொழிலாளர்களைக் காக்க முனையும் தொழிற்சங்கத்தோடு இணைந்து செயல்படுங்கள். உலகை மாற்ற தேசிய அளவிலும் உலகளாவிய அளவிலும் முனையும் பெரிய அளவிலான அமைப்புகளோடும் இயக்கங்களோடும் நீங்கள் இணைந்து பணியாற்ற இந்த உள்ளூர் செயல்பாடுகள் இட்டுச்செல்லும்.'

நாம் செய்யவேண்டுமென்று மார்க்ஸ் பரிந்துரைக்கும் பத்துச் செயல்பாடுகள்

1. முதலாளித்துவம், அதற்கான மாற்றுகள் பற்றிப் படித்து உங்களுக்கு நீங்களே போதித்துக்கொள்ளுங்கள். டீனாவை ஆதரிக்கும் மையநீரோட்ட எழுத்தாளர்களையோ நிலைநாட்டப்பட்டுவிட்ட ஊடகங்களையோ விடாப்பிடியாக நம்பிக் கொண்டிருக்காதீர்கள்.
2. சமூகம், சுற்றுச்சூழல், பொருளாதாரம் ஆகியவற்றின் முழுமாற்றம் பற்றி விவாதம் செய்யும் ஓர் ஆய்வுக்குழுவில் சேருங்கள்.

3. சமூகத்தை மாற்றவும் சமூக நீதியை உருவாக்கவும் உங்களுக்கு இருக்கும் ஆர்வத்தைப் பகிர்ந்துகொள்ளும் புனைவியற்பண்பு [Romantic] கொண்ட ஒரு கூட்டாளியையும் நண்பர்களையும் தேர்ந்தெடுங்கள்.
4. உங்கள் பகுதியிலோ, பணியிடத்திலோ, கல்விக்கூட வளாகத்திலோ இருக்கும் முற்போக்கான குழுவில் சேருங்கள்.
5. சமூக நீதி குறித்த உங்கள் மதிப்பீடுகளை வெளிப்படுத்த அனுமதிக்கும் வேலையைத் தேர்ந்தெடுங்கள்.
6. அன்றைய நாளின் உங்கள் விமர்சனபூர்வ சிந்தனையைச் சமூக ஊடகத்தில் வலைப்பதிவு செய்யுங்கள்.
7. அமெரிக்காவின் முதலாளித்துவத்தை எதிர்க்கும் நாடுகளுக்குப் பயணம் மேற்கொள்ளுங்கள்.
8. வகுப்பறையில், நண்பர்களிடையே, அல்லது அரசியலில் அதிகாரத்தை நோக்கி உண்மையைப் பேசும் துணிச்சலைக் கொண்டிருங்கள். தீவிர வலதுசாரிப் பார்வை, மையநீரோட்ட முதலாளித்துவ அமைப்பு முறையின் பொய்களுக்கும் ஆபத்துகளுக்கும் எதிராகப் பேசுவதில் அச்சம் கொள்ளாதீர்கள்.
9. பின்-முதலாளித்துவ அல்லது மாற்று-முதலாளித்துவ இயக்கத்தில் சேருங்கள்; தெருமுனைப் போராட்டங்கள் மற்றும் நேரிடையான அஹிம்சைவழி செயல்பாடு உள்ளிட்ட செயலுறுதியில் பங்கேற்க அன்றாடம் கொஞ்ச நேரத்தை ஒதுக்குங்கள்.
10. உங்களுடைய கோட்பாட்டைச் செயலில் காட்டுங்கள். உங்களுடைய லட்சியங்களுக்கு ஏற்றாற்போல உங்களுடைய சொந்த வாழ்க்கையை ஒழுங்கமைவு செய்து கொள்ளுங்கள்.

ஆவி கிட்டத்தட்ட பாதி வாக்கியத்தில் தன் பேச்சை நிறுத்தியது. விடியத் தொடங்கியது; அது தன் வலிமையை இழந்துகொண்டிருந்தது.

பின்னுரை: ஆவி விடைபெறுகிறது

கிட்டத்தட்ட கண்ணுக்குப் புலனாகாமல் ஆவி போயிருந்தது. 'இதற்கு மேலும் நான் உங்களுடன் இருக்க முடியாது,' என்று அது சொன்னது.

'ஆனால், நான் உங்களிடம் கேட்க விரும்புவது இன்னும் நிறைய இருக்கிறது.'

'நீங்கள் திரும்பவும் வந்தால் நாம் மீண்டும் சந்திக்க வாய்ப்பு இருக்கிறது.'

'ஒவ்வொரு இரவும் நீங்கள் இங்கு இருப்பீர்களா?'

'ஆமாம். ஆனால், அதற்கு உரிய மனநிலை இருக்கும்போது மட்டுமே பேசுவேன். அடிக்கடி இங்கு என்னுடைய சக ஆவிகளுடன் விவாதிப்பதில் மும்முரமாக ஈடுபட்டிருப்பேன். உண்மையில், அது ரொம்பவும் வேடிக்கையாக இருக்கும்.'

'யார் வேண்டுமானாலும், அதாவது உயிரோடு இருப்பவர்களிலிருந்து ஒருவர், இங்கு வந்து உங்களுடன் உரையாட முடியுமா?'

'முடியுமே. உண்மையான ஆர்வம் இருக்கும் யாருடனும் நானே முன்வந்து பேசுவேன். ஆனால், அதற்கு எதிரீடாக நான் ஒன்றை எதிர்பார்க்கிறேன்.'

'என்ன அது?'

'நம்முடைய உரையாடலை மற்றவர்களிடம் விவரிப்பேனென்று நீங்கள் உறுதியளிக்க வேண்டும். தொழிலாளிகளையும், சமூகக் குழுக்களையும், சுற்றுச்சூழலையும் மீமிகை முதலாளித்துவம் பாழ்படுத்துவதால் உண்டாக்கும் அவலம் பற்றி பேசுவதாகவும் எழுதுவதாகவும் உறுதியளிக்க வேண்டும். முழு மாற்றத்துக்கான வெகுமக்கள் இயக்கங்களை ஊக்குவிக்க உங்களால் ஆனதை செய்வீர்கள் என்று உறுதியளிக்க வேண்டும். காத்திருக்க இனியும் நேரமில்லை என்பதை எல்லாரும் அறியத் தெரிவிப்பேன் என்றும் உறுதியளிக்க வேண்டும்.'

'அப்படியே உறுதியளிக்கிறேன்.'

ஆனால், நான் சொன்னதை ஆவி கேட்ட மாதிரி எனக்குத் தெரியவில்லை. அது ஏற்கனவே மறைந்துவிட்டது.

அந்த அழகான விடியலில் கல்லறையைக் கடைசியாகப் பார்த்தேன். பழுப்புநிறக் கண்களும், சுருட்டை முடியும் கொண்ட அந்தப் பெண் கல்லறைத் தோட்ட வாயிற்கதவுகளைத் திறந்துவிடுவதைப் பார்த்தேன். முந்தைய இரவு அங்கேயே நான் தங்கிவிட்டதாக அவளிடம் சொன்னேன்.

நான் சொன்னதை நம்பமுடியாமல், 'ஏன் அப்படிச் செய்தீர்கள்?' என்று கேட்டாள்.

'மார்க்ஸின் ஆவியுடன் நான் ஓர் உரையாடலை மேற்கொண்டேன்.'

அவள் சிரித்தாள். 'இதை எனக்குச் சொல்லும் முதல் நபர் நீங்கள் இல்லை என்பது உங்களுக்குத் தெரியுமா?' என்றாள்.

திகைப்படைந்த நான், 'நீ விளையாடுகிறாய்' என்றேன்.

'இல்லை.' பிறகு என்னைப் பார்த்து கண் சிமிட்டிய அவள், 'உங்களுக்கு ஒரு ரகசியம் சொல்கிறேன். நானே இங்கு தங்கி அதனுடன் உரையாடியிருக்கிறேன். உண்மையைச் சொன்னால், சில உரையாடல் களை மேற்கொண்டிருக்கிறேன். அவற்றைப்பற்றி தெருக்களிலும், முகநூலிலும் பகிர்ந்துகொண்டுள்ளேன்,' என்றாள்.

கல்லறைத் தோட்டத்தைவிட்டு வெளியேறியபோது நாங்கள் ஒருவரையொருவர் பார்த்து சிரித்தோம். தூங்கிக்கொண்டிருக்கும் ஒரு நாகரிகத்துக்கு திரும்பி நடந்துபோனபோது அட்ரினெலின் [கோபம், பயம், பரபரப்பு போன்றவற்றின் போது இதயத் துடிப்பு மிகுந்து உடலில் சுரக்கும் ஒரு திரவப் பொருள்] வேகமாக சுரப்பதை உணர்ந்தேன். ஆவியிடம் வாக்குக் கொடுத்தபடி நான் என்னுடைய பணியைச் செய்வேன். ஆனால், ஆவியோடு தொடர்ந்து இருக்கும் அந்தக் கல்லறைத் தோட்டப் பெண் நிலை மாற்றத்தை ஆதரித்து முன்னறிவிப்பவளாக இருக்கலாம். 'உலக முகநூல் நண்பர்களே, ஒன்றுபடுங்கள்!' என்று எனக்கு எண்ணம் ஓடியது.

என் நடையில் புதிய துள்ளல் தோன்ற லண்டனின் இரண்டடுக்குப் பேருந்தை நோக்கிப் போனேன். சரி, நம் காலம் சீக்கிரம் முடியப் போகிறது. இருக்கும் காலம் குறுகியது. ஆனால், இன்னும் ஒரு வாய்ப்பு இருக்கிறது என்று ஆவி என்னை எண்ண வைத்துள்ளது. தீர்மானிக்க வேண்டியது நீங்களும் நானும்தான்.

குறிப்புகள்

வேறுவகையில் குறிப்பிடப்படாத வரை எல்லா மேற்கோள்களும் பக்கக் குறிப்புகளும் லாரன்ஸ் எச். சைமன் 1994இல் தொகுத்த மார்க்ஸின் எழுத்துகளிலிருந்து எடுக்கப்பட்டவையே. பார்க்க Lawrence H. Simon (Ed.), *Karl Marx: Selected Writings*. Indianapolis/Cambridge: Hackett Publishing, 1994.

p.10. John Cassidy, "The Next Thinker: The Return of Karl Marx," *New Yorker*, October 20, 1997. Posted on http://www.newyorker.com/archive/1997/10/20/1997_10_20_248_TNY_CARDS_000379653, p.1. Read more at http://www.newyorker.com/archive/1997/10/20/1997_10_20_248_TNY_CARDS_000379653#ixzz19Xjl7vnP

p.11. Karl Marx and Frederick Engels, *The Communist Manifesto*. Reprinted in Lawrence H. Simon (Ed.), *The Communist Manifesto* (pp.157–186), 161.

p.11. Frederick Engels, "Eulogy for Karl Marx," March 17, 1883. Posted on www.historyguide.org/intellect/marx.html.

p.14. Data on child poverty, cited by Charles M. Blow, "Suffer the Little Children," *New York Times*, December 25, 2010, p. A21.

p.15. Marx and Engels, *The Communist Manifesto*, 161.

p.18. Marx and Engels, *Ibid.*, 165.

p.20. Marx, "Excerpt-Notes of 1844," p.53 (includes all quotes in textbox).

p.21. Marx and Engels, *Ibid.*, 164.

p.23. From Karl Marx, *Book of Love*, Concluding Sonnets to Jenny. Posted On http://marx.eserver.org/1837-young.marx/1836-love.poems.to.jenny.txt).

p.26. Carrie Fisher, *Wishful Drinking*. NY: Simon and Schuster, 2009.

p.27. Marx and Engels, *The German Ideology*, 129.

p.27. Marx and Engels, *The Communist Manifesto*, 169.

p.31. *Ibid*.

p.32. *Ibid.*, 161.

p.35. Marx, "The Civil War in France," 308.

p.41. Marx and Engels, *The Communist Manifesto*, 163.

p.42-42. Marx, quoted in an interview by R. Landor, "An Interview With Karl Marx," New York World, July 18, 1871. Posted on www.connexions.org/RedMenace/Docs/RM4-MarxInterview.htm.

p.51. Marx and Engels, *The German Ideology*, (Preface), 103.

p.53. Allen Ginsberg, *Howl*. Posted on http://www.pangloss.com/seidel/Ramble/howl_text.html.

p.57. Marx and Engels, *The Communist Manifesto*, 162.

p.58. Thomas Friedman, *The Lexus and the Olive Tree*. NY: Anchor, 2000, 104.

p.59. Michael Tomasky, cited in Russell Jacoby, *The End of Utopia*. NY: Basic Books, 2000, 18.

p.62. *Capital*, Vol. I (1867, 1961:301).

p.63. Marx and Engels, *The Communist Manifesto*, 173.

p.64. Ibid.,158.

p.66. Russell Jacoby, *The End of Utopia. Politics and Culture in an Age of Apathy*. NY: Basic Books, 2000. p. posted on http://www.nytimes.com/books/first/j/jacoby-utopia.html.

p.72. Marx, "Theories of Surplus Value." In Robert Freedman (ed.), *Marx on Economics*, 213.

p.75. Marx and Engels, *The Communist Manifesto*, 163.

p.78. Marx and Engels, *Ibid.*, 161.

p.79. Marx, "Theories of Surplus Value." Cited in Robert Freedman (ed.) *Marx on Economics*, 247.

p.80. Marx, "Theories of Surplus Value," 220.

p.80. Data in this textbox drawn from **Bureau of Labor Statistics,** *Current Employment Statistics,* Average Hourly Earnings in 1982 Dollars Converted to 2008 dollars with CPi-U. Graph shown and data cited in Working Group on Extreme Inequality, "Extreme Inequality by the Numbers," 2010. Posted on http://extremeinequality.org? page-id=8.

p.84. Marx and Engels, *The Communist Manifesto*, 159.

p.85. Data in text box cited in Sylvia A. Allegretto, "The State of Working America's Wealth, 2011, Economic Policy Institute. Posted on http://www.epi.org.

p.86. Data on Wealth distribution cited in text of page (not in box) also cited in "Extreme Inequality by the Numbers," Ibid. For a fuller account of wealth distribution see Lawrence Mishel, Jared Bernstein, and Heidi Shierholz, *The State of Working America*. Ithaca, NY: ILR Press, 2009, 263–296.

p.88. Paul Krugman, "Down Hill with the G.O.P.," *New York Times*, September 23, 2010. Posted on http://www.nytimes.com/2010/09/24/opinion/24krugman.html.

p.89. Data drawn from Mishel and Bernstein, *State of Working America*, 301.

p.91. Economic Research Service, United States Department of Agriculture, "Household Food Security in the United States, 1998–2008" (10 sequential volumes). See references to each annual report posted on http://www.ers.usda.gov/publications/err83/.

p.93. Marx, *Theories of Surplus Value*. Cited in Freedman (Ed.), 237, 239.

p.95. Marx , Capital, Vol. 1., 179.

p.96. Earnest Mandel(ed), Karl Marx, *Capital*. Vol. I. NY: Penguin Classics, 1992, 381.

p.101. John Maynard Keynes, *The Great Slump of 1930*. London: The Nation and the Anthaneum, 1930. Posted on http://gutenberg.ca/ebooks/keynes-slump/keynes-slump-00-h.html.

p.104. Hyman Minsky, cited in Stephen Mihm, "Why Capitalism Fails," September 13, 2009. Posted on http://www.boston.com/bostonglobe/ideas/articles/2009/09/13/why_capitalism_fails/. See also Hyman Minsky, *Stabilizing an Unstable Economy*. NY: McGraw Hill, 2008; Hyman Minsky, *Can It Happen Again?: Instability and Finance*. NY: Sharpe, 1982.

p.105. Alan. Greenspan, Testimony to Congress, 2009, cited in Edmund L. Andrews, "Greenspan Concedes Error on Regulation," Oct. 23, 2008. *New York Times*. http://www.nytimes.com/2008/10/24/business/economy/24panel.html.

p.118. Marx and Engels, *The Communist Manifesto*, 161.

p.121. Ibid., 162.

p.123. Ibid., 161.

p.132. George Orwell, *1984*. London: Penguin Classic, 1961, 11–14.

p.133. Noam Chomsky, "Containing the Enemy." In Anthony Arnove (Ed.), *The Essential Chomsky*. NY: New Press, 2008, 263–264.

p.134. Marx and Engels, *The Communist Manifesto*, 174.

p.136. Dwight D. Eisenhower, "Farewell Address," January 17, 1961. Posted http://www.americanrhetoric.com/speeches/dwightdeisenhowerfarewell.html.

p.137. Karl Marx, *The Eighteenth Brumaire of Louis Napoleon*, 204.

p.140. Frederick Engels, *The Dialectic of Nature*. Chapter 9. Posted on http://www.marxists.org/archive/marx/works/1883/don/ch09.htm.

p.140. Frederick Engels, *The Dialectic of Nature*. Posted on http://www.socialism.com/drupal-6.8/?q=node/718.

p.141. Earnest Mandel (Ed.). *Marx, Capital*, Vol. 1, 638.

p.143. Frederick Engels, *Outlines of a Critique of Political Economy*. Posted on http://www.socialism.com/drupal-6.8/?q=node/718.

p.145. Herman Daly and Jonathan Cobb Jr., *For the Common Good*. Boston: Beacon Press, 1994, 55.

p.153. Marx and Engels, *The Communist Manifesto*, 161.

p.156. Marx, "The Eighteenth Brumaire of Louis Napoleon," 203.

p.158. Marx and Engels, *The Communist Manifesto*, 167.

p.169. Marx and Engels, *Ibid.*, 175.

p.171. Mikhail Bakunin, cited in Marx, "Marginal Notes on Bakunin's Statism and Anarchy," 335.

p.172. Marx, *The Civil War in France*, 305.

p.181. Marx, *Critique of the Gotha Program*, 322.

p.192. Marx and Engels, *The Communist Manifesto*, 175–176.

p.194. Hugo Chavez, "Closing Speech to World Social Forum," Porto Alegre, January 31, 2005. Posted at http://debatepedia.idebate.org/en/index.php/Argument:Hugo_Ch%C3%A1vez_has_specifically_stated_that_he_supports_capitalism.

p.199-200. Evo Morales, "Evo Morales' Ten Commandments to Save the Planet," United Nations, "Inaugural Address to the UN's VII Indigenous Forum," April 21, 2008. Posted at http://www.acrosstheamericas.org/node/139.

p.201. Evo Morales, "Address to the Bolivian Socialist Party (MAS)," 2005. http://uhurunews.com/story?resource_name=imperialism-incrisis.

p.206. Evo Morales, "Address to the Cancun Conference on Climate Change," December 9, 2010. Posted at http://climateandcapitalism.com/?p=3607.

p.208. Subcomandante Marcos, quote cited on http://www.goodreads.com/author/show/9267.Subcomandante_Insurgente_Marcos.

p.210. Marx and Engels, *The Communist Manifesto*, 161.

p.212. Oscar Arias, "Nobel Lecture," December 11, 1987. Posted at http://nobelprize.org/nobel_prizes/peace/laureates/1987/arias-lecture.html.

p.218. Wen Jiaboao, "Annual Report to the Chinese People's Congress," March 5, 2010. Cited in Michael Wines, "Chinese Premier Details Economic Plan," *New York Times*, March 5, 2010. Posted on http://www.nytimes.com/2010/03/06/world/asia/06wen.html.

p.222. Marx and Engels, *The Communist Manifesto*, 184.

p.224. Marx and Engels, *Ibid*.

p.227. Marx, "Inaugural Address of the International Workingman's Association", October 27, 1864. Posted on http://www.marxists.org/archive/marx/works/1864/10/27.htm.

p.230. Data cited from Pew Poll, "How Americans Respond to 'Socialism,' 'Capitalism,' 'Progressive'" May 11, 2010. Posted on /patdollard.com/2010/05/pew-poll-how-americans-respond-to-socialismcapitalism-progressive/.

p.238. Leo Gerard, cited in United Steelworkers, "Steelworkers Form Collaboration with Mondragon, the World's Largest Worker-Owned Cooperative," October 27, 2009. Posted on http://www.usw.org/media_center/releases_advisories?id=0234.

p.241. Abraham Lincoln, letter to Col. William F. Elkins, Nov. 21, 1864. Posted on http://www.democraticunderground.com/discuss/duboard.php?az=view_all&address=203x124993.

p.244. Joseph Stiglitz, "Nationalized Banks Are 'Only Answer,' Economist Stiglitz Says," Interview with *Deutsche Welles*, June 2, 2009. Posted on http://www.dw-world.de/dw/article/0,,4005355,00.html.

p.247. David Korten, *Agenda for a New Economy*. San Francisco, CA: Berrett-Koehler, 2009, 182.

p.247. Marx and Engels, *The Communist Manifesto*, 183–184.

p.249. Business Alliance for Local Living Economies (BALLE), "Mission, Vision, and Principles." Posted on http://www.livingeconomies.org/aboutus/mission-and-principles.

p.250. Emma Goldman, quote cited in Emma Goldman, Wikipedia. Cited on http://en.wikiquote.org/wiki/Emma_Goldman.

p.253. Mikhail Bakunin, cited in Marx, *Marginal Notes on Bakunin's Statism and Anarchy*, 335.

p.253-254. Marx and Bakunin, cited in Marx, *Marginal Notes*, 336–337.

p.258. Marx and Engels, *The Communist Manifesto*, 173.

p.263. Marx and Engels, *Ibid.*, 162.

p.269. Marx, "On the Question of Free Trade," delivered before the Democratic Association of Brussels, January 9, 1848. Posted on http://www.panarchy.org/engels/freetrade.html.

p.271. Marx and Engels, *The Communist Manifesto*, 174.

p.286. Facebook, The April 6 Youth Movement. Posted on http://www.facebook.com/shabab6april.

p.287. Posted on http://moreintelligentlife.com/node/3372.

p.289. "Leader of Egyptian Unions to Wisconsin Protestors: 'We Stand with you as You Stood with Us" cited by Ald Jiliani, Feb. 21, 2011 at http://thinkprogress.org/?cat=2.

p.289. *Ibid.*

p.295. Frank James, Unions Draw Sizable Support In NY Times/CBS News Poll." Posted on 2011/03/01/134162234/unions-draw-hugesupport-in-survey.

p.300. Marx and Engels, *The Communist Manifesto*, 185–186.

p.301. Howard Zinn, *People's History of the United States*. NY: Harper Perennial, 1980.

p.303. Richard Flacks, *Making History*. Princeton, NJ: Princeton University Press, 1988.

p.305. Data on isolation drawn from survey reported by Duke University, "Americans Have Fewer Friends Outside the Family, Duke Study Shows," June 23, 2006. Posted at http://www.dukenews.duke.edu/2006/06/socialisolation.html.

p.308. Paul Hawken, *Blessed Unrest*. NY: Penguin, 2007, 174.

p.310. Check out the Majority Agenda Project website at http://www.majorityagendaproject.org/go/.

p.313. World Social Forum, Charter, "Reinventing Democracy," cited in Wikipedia, World Social Forum at http://en.wikipedia.org/wiki/World_Social_Forum.

சுட்டி

அடார்னோ, தியோடர் 47
அப்பாஸ், கமால் 289
அரியேஸ், ஆஸ்கர் 211, 212
அரிஸ்மெண்டி, ஜோஸ் மரியா 222
ஆர்வெல், ஜார்ஜ் xv, 18, 132, 257
ஆல்பர்ட், மைக்கேல் 261
எங்கெல்ஸ், ஃப்ரெடெரிக் 11, 17, 21, 42, 63, 139, 140, 143, 183
எல்பாரதெய், மொஹமத் 287
எஹ்ரென்ரைக், பார்பரா 45, 82
ஐசென்ஹோவெர் 135, 136
ஒபாமா, பாரக் xv, 30, 32, 59, 60, 64, 180, 229, 231, 232
ஓ'ரெய்லி, பில் 30
ஃப்ரீட்மன், தாமஸ் 57, 58, 108, 110, 111, 112, 113, 142, 220, 331
ஃப்ரீட்மன், மில்டன் viii, 57, 58, 92, 105, 108, 110, 111, 112, 113, 142, 150, 215, 220
ஃப்ளேக்ஸ், ரிச்சர்ட் 304
ஃபாஸ்டர், ஜான் பெலமி 141
ஃபிஷர், கேரி 26
ஃபுகுயாமா, ஃப்ரான்ஸிஸ் xiii, 54, 71
ஃபோர்ட், ஹென்றி 93
க்ரக்மன், பால் 59, 60, 88, 244
க்ளின்டன், ஹிலாரி 64
க்ளெய்ன், நியோமி 296
கட்னர், ராபர்ட் 59, 60, 328
காச், சார்ல்ஸ் 159
காச், டேவிட் 159
காப், ஜான் 145
காஸ்ட்ரோ, ஃபிடல் 127, 168
கிஃபார்ட்ஸ், கேப்ரில் 161
கிங்ரிக், நியூட் 17
கிராம்ஸி, அந்தோனியோ 47
கின்ஸ்பர்க், ஆலென் xv, 53
கூஸினிச், டெனிஸ் 45
கெய்த்னர், டிமோதி 60
கெய்ன்ஸ், ஜான் மெய்னார்ட் viii, 99, 100, 103,
கெல்லி, ஜெஸ்ஸி 161
கென்னடி, ஜோ 127, 196
கேசிடி, ஜான் 10
கேமரோன், டேவிட் 180
கோர்ட்டன், டேவிட் 247
கோர்ஸ், ஆந்ரெ 192
கோல்ட்மன், எம்மா 60, 118, 250
கோல்பர்ட், ஸ்டீஃபன் 29
சம்மர்ஸ், லேரி 60
சார்கோஸி, நிக்கலஸ் 180
சாம்ஸ்கி, நோம் 86, 133, 145
சாவேஸ், ஹ்யூகோ 57, 194-196
சீகர், பீட் 53
சே, மூான் பேப்திஸ்த் 92, 109
சேண்டர்ஸ், பெர்னீ 45
சையத், கலீத் 286

ட்ரம்கா, ரிச்சர்ட் 59, 292
டிக்கன்ஸ், சார்ல்ஸ் 14, 105
டேமன், மட் 29, 59
டேலி, வில்லியம் 60
டேலி, ஹெர்மன் 145
டொமாஸ்கி, மைக்கேல் 58
தாட்சர், மார்கரெட் 23
நெய்டர், ரால்ஃப் 29, 66
நேகம், அஹமத் ஃபௌத் 287
பகூனின், மிக்கைல் 253-255
பஞ்ச்சமாமா 201, 202, 205
பாலின், சாரா 30, 60, 161, 166, 167
பிட், ப்ராட் 24
புஷ், ஜார்ஜ் 74
பெக், க்ளென் 30, 156, 166
பெஞ்சமின், மெடியா 29
பெர்லுஸ்கோனி, சில்வியோ 180
பெல், டேனியல் 53
பெல்ஃபாண்ட், ஹேரி 45
பெலமி, எட்வர்ட் 68
பென், ஷான் 29, 59
பேரன், பால் 79
மர்டாக், ரூபர்ட் 159
மார்க்யூஸ், ஹெர்பர்ட் 47
மார்க்ஸின் ஆவி iii, xiii, xiv, xvii, xviii, 6, 14, 48, 59, 89, 98, 99, 101, 102, 105, 111, 112, 163, 169, 192
மார்க்ஸ், கார்ல் iii, xv, xvii, 4, 9-11, 14, 15, 17-20, 22, 23, 25-27, 32, 35, 37, 41, 55-57, 63, 64, 72, 75, 79, 80, 84-86, 93, 95, 96, 99, 102, 104-109, 112, 113, 115-119, 121, 123, 128, 134, 137, 141, 142, 144, 146, 149, 150, 153, 158, 167, 169, 171, 172, 174, 179, 181-183, 185, 188, 192, 208, 210, 216, 222, 224, 227, 229, 234, 247, 253-256, 258, 259, 261-263, 266, 268-271, 275, 280, 300, 301, 304, 309, 316, 319
மார்க்ஸ், லெவி 22
மார்க்ஸ், ஹென்ரியட்டா 22
மார்கோஸ், சப்கான்டேன்ட்டி 208, 209
மாவோ 19, 33, 168, 169, 253, 255, 260, 276
மில், ஜேம்ஸ் 92, 109
மின்ஸ்கி, ஹைமர் viii, 103, 104, 105, 106, 107, 108, 111
முபாரக், ஹோஸ்னி 31, 282, 284, 286, 287, 313
மூர், மைக்கேல் 29, 45, 86, 105, 143, 148, 153, 209, 215, 223, 236, 253
மெர்கல், ஆஞ்செலா 180
மேக்கிப்பென், பில் 29
மேக்டஃப், ஹேரி 129
மேடோ, ரேச்சல் 59
மேஹர், பில் 29
மொராலிஸ், இவா 57, 198, 201, 203, 204, 206, 207
மோயர்ஸ், பில் 59
ரயான், பால் 232, 293
ராண்ட், அய்ன் 114
ராபர்ட்ஸ், ஜான் 242
ரிகார்டோ, டேவிட் 92, 93, 109, 113, 114, 116
ரீகன், ரொனால்ட் 23, 84, 112, 294, 295
ரூஸ்வெல்ட், ஃப்ரேங்க்ளின் 101, 111, 112, 231
ரைக், ராபர்ட் 59, 60
ரைட், எரிக் ஓலின் 260
ரோம்னி, மிட் 17, 60

ரோஜர்ஸ், ஜோயல் 260
லாஃப்னர், ஜேர்த் லீ 161
லாஃபார்க்யு, பால் 192
லூயி, நெப்போலியன் 30, 47, 48, 137, 156, 160, 294
லெனின், விளாடிமிர் 129
லேடி காகா 30, 259
வாக்கர், ஸ்காட் 230, 292
வுல்ஃப், வெர்ஜீனியா 107
வெபர், மேக்ஸ் 172, 255
வெஸ்ட், கார்னல் 45
வோன் வெஸ்ட்ஃபாலன், ஜென்னி 22
ஜியாபாவ், வென் 218
ஜெகோபி, ரஸ்ஸல் 65, 66
ஜெரார்ட், லியோ 238
ஜென்னி, மார்க்ஸ் 22, 23, 63
ஜேக்சன், ஜெஸ்ஸி 29, 59
ஜோலி, ஏஞ்சிலீனா 24
ஸின், ஹோவர்ட் 301

ஷா, ஜார்ஜ் பெர்னார்ட் 307
ஷார்ப்டன், அல் 29
ஷீஹான், சிண்டி 29
ஸ்கோர், ஜூலியட் 147
ஸ்டாலின் 19, 33, 167, 169, 253, 255
ஸ்டிக்லிட்ஸ், ஜோசஃப் 59, 60, 244
ஸ்டிவர்ட், ஜோன் 29, 59
ஸ்டைனம், க்ளோரியா 45
ஸ்மித், ஆடம் 93, 114, 116, 143
ஸ்வீஸி, பால் 79
ஹாம்பிங்டன், அரியானா, 59, 91
ஹாக்கன், பால் 308, 318
ஹாப்ஸ்பான், ஜே.பி. 129
ஹார்வி, டேவிட் 121, 123
ஹானல், ராபின் 261
ஹிச்காக், ஆல்ஃப்ரெட் 100
ஹிட்லர், அடால்ஃப் 47, 159, 161, 162, 165, 166
ஹூவர், ஹெர்பர்ட் 111
ஹோார்க்ஹைமர், மேக்ஸ் 47

நன்றி

'மார்க்ஸின் ஆவி'யை நிஜவாழ்க்கைக்குக் கொண்டுவருவதைச் சாத்தியப்படுத்திய பாரடைம் பதிப்பகத்தின் டீன் பர்கென்காம்புக்கும், அவருடைய சக பணியாளர்களுக்கும்.

இந்நூலின் கையெழுத்துப் படியைப் படித்துத் தங்களுடைய கருத்துகளையும், ஆலோசனைகளையும் சொன்ன ரால்ப் நெய்டர், யேல் மேக்ரஸ், ஜொனாதன் வொய்ட், தாமஸ் பொன்னையா ஆகியோருக்கும்,

புகைப்படங்களுக்காக எல்சா டுலின் சென், ரோஸ் க்ளோவர் ஆகியோருக்கும்,

மார்க்ஸ்-கெய்ன்ஸ் ஆகியோரின் விவாதத்துக்கான ஓவியத்தை வரைந்த மார்கோஸ் செர்ராவுக்கும்,

ஆதரவும், உற்சாகமும் கொடுத்த டேவிட் கார்ப், ஜோன் வில்லியம்சன் ஆகியோருக்கும்,

எல்லாருக்கும் மேலாக, அன்பும் பொறுமையும் காட்டிய எலீனாவுக்கும்

நன்றி